AF756768

ഗ്രീൻ ബുക്സ്

ഓർമ്മകളുടെയും
മറവികളുടെയും പുസ്തകം

സച്ചിദാനന്ദൻ

കവി, നാടകകൃത്ത്, വിവർത്തകൻ, നിരൂപകൻ.
1946-ൽ കൊടുങ്ങല്ലൂരിൽ ജനനം.
ഇരുപതിലേറെ കവിതാസമാഹാരങ്ങൾ,
അത്രതന്നെ കവിതാവിവർത്തനസമാഹാരങ്ങളും
ലേഖനസമാഹാരങ്ങളും. രണ്ട് നാടകകൃതികൾ,
മൂന്നു യാത്രാവിവരണ ഗ്രന്ഥങ്ങൾ. സ്വന്തം കവിതകളുടെ
വിവർത്തനസമാഹാരങ്ങൾ ചൈനീസ്, അറബിക്,
ഫ്രഞ്ച്, ജർമൻ, ഇറ്റാലിയൻ, ഐറിഷ്, ഇംഗ്ലീഷ്,
ഹിന്ദി, ബംഗാളി തുടങ്ങി പതിനെട്ട് ഭാഷകളിൽ.
ലോകമെമ്പാടും കവിതകൾ അവതരിപ്പിച്ചിട്ടുണ്ട്.
ഇംഗ്ലീഷിൽ നാല് താരതമ്യ സാഹിത്യപഠന സമാഹാരങ്ങൾ.
ജ്വാല, ഉത്തരം, പച്ചക്കുതിര എന്നീ ലിറ്റിൽ മാഗസിനുകളും
മലയാളം, ഇംഗ്ലീഷ്, ഹിന്ദി ഭാഷകളിൽ പതിനഞ്ചു
പുസ്തകങ്ങളും എഡിറ്റ് ചെയ്തിട്ടുണ്ട്.
കേരളത്തിൽ ഇംഗ്ലീഷ് പ്രൊഫസർ, ഡൽഹിയിൽ
'ഇന്ത്യൻ ലിറ്ററേച്ചർ' പത്രാധിപർ, സാഹിത്യ അക്കാദമി
സെക്രട്ടറി, ഇഗ്നോ പരിഭാഷാവകുപ്പ് ഡയറക്ടർ,
'കഥ' എഡിറ്റർ, 'ബിയോണ്ട് ബോർഡേഴ്സ്' എഡിറ്റർ
(സാർക്ക് പ്രസാധനം) എന്നീ നിലകളിൽ ജോലി ചെയ്തു.
ഇപ്പോൾ സിംല ഇന്ത്യൻ ഇൻസ്റ്റിറ്റ്യൂട്ട് ഓഫ്
അഡ്വാൻസ്ഡ് സ്റ്റഡീസ് നാഷണൽ ഫെല്ലോ.
കേരള സാഹിത്യ അക്കാദമി ഫെല്ലോ.
അഞ്ച് കേരള സാഹിത്യ അക്കാദമി അവാർഡുകൾ,
കേന്ദ്രസാഹിത്യ അക്കാദമി അവാർഡ്, ആശാൻ, ഉള്ളൂർ,
പി. കുഞ്ഞിരാമൻ നായർ, ഓടക്കുഴൽ, വയലാർ, കമലാ സുരയ്യ,
പത്മപ്രഭ, കടമ്മനിട്ട, കുസുമാഗ്രജ്, ഗംഗാധർ മെഹർ,
കുവേമ്പു, എസ്.ബി.ടി ഉൾപ്പെടെ 32 പുരസ്കാരങ്ങൾ.
ഇറ്റലിയിൽ നിന്ന് നൈറ്റ്ഹൂഡ്.
ഇന്ത്യപോളണ്ട് ഫ്രണ്ട്ഷിപ്പ് മെഡൽ.
ഇമെയിൽ : satchida@gmail.com

**ഗ്രീൻ ബുക്സ് പ്രസിദ്ധീകരിച്ച
ഗ്രന്ഥകാരന്റെ ഇതര കൃതികൾ**

കിഴക്കും പടിഞ്ഞാറും
(യാത്ര)

മലയാളത്തിന്റെ പ്രിയകവിതകൾ - സച്ചിദാനന്ദൻ

ഓർമ്മകളുടെയും
മറവികളുടെയും പുസ്തകം

ആത്മകഥയിലെ താളുകൾ

സച്ചിദാനന്ദൻ

ഗ്രീൻബുക്സ്

green books private limited
gb building, civil lane road, ayyanthole,
thrissur- 680 003, kerala, ph: +91 487-2381066, 2381039
website: www.greenbooksindia.com
e-mail: info@greenbooksindia.com

malayalam
ormakaludeyum maravikaludeyum pusthakam
memoirs
by
satchidanandan

published june 2021

cover design : mansoor cheruppa

branches:
thrissur 0487-2422515
thiruvananthapuram 0471-2335301
calicut 0495 4854662

isbn : 978-93-90429-85-1

GBPL/1180/2021

മുഖക്കുറിപ്പ്

ഇടതുപക്ഷ സരണിയിൽ കാലിടറാതെ

മലയാള കവിതയിലും സാഹിത്യത്തിലും പടർന്നുനിൽക്കുന്ന വടവൃക്ഷമാണ് സച്ചിദാനന്ദൻ. സിദ്ധിയും സാധനയുമായി അദ്ദേഹം പൊലിപ്പിച്ചെടുത്ത കാവ്യസരണി അനസ്യൂതം വളർന്നുവന്നു. ഇപ്പോൾ ആറു പതിറ്റാണ്ടുകളായി നമുക്കുമേൽ ഒരു വലിയ നാവുമരമായി അത് പൂത്തു നിൽക്കുന്നു. നാവുമരത്തിന്മേൽ നിന്നുതിർന്നു വീഴുന്ന ചോദ്യങ്ങളുടെ പ്രസക്തി ഇപ്പോഴും അവസാനിക്കുന്നില്ലല്ലോ എന്ന് അത്ഭുതത്തോടെ ഓർക്കുന്നു. കാരണം അദ്ദേഹത്തിന്റെ കവിതയും എഴുത്തും വ്യവസ്ഥാപിത താത്പര്യങ്ങളുമായി എന്നും കലഹത്തിലാണ്. എഴുപത്തഞ്ചാം പിറന്നാളിന്റെ നിറവിൽ ആ വടവൃക്ഷത്തണലിൽ വന്നിരുന്ന് കടന്നുപോയ പാതയും നവീനമായ വഴികളും അറിയാനും ചോദ്യങ്ങൾ ചോദിക്കാനും പുതിയ തലമുറ ഒത്തുചേരുന്നു.

എഴുത്തിന്റെ സരണിയിൽ ഇടതുപക്ഷമാണ് തന്റെ മാർഗം എന്ന് അർത്ഥശങ്കയില്ലാതെ തിരഞ്ഞെടുത്ത കവിയാണ് സച്ചിദാനന്ദൻ. എന്നാൽ എഴുത്തിന്റെ സംഘടനാപരമായ കെട്ടുപാടുകളിൽ നിന്ന് അദ്ദേഹം അകന്നു നിന്നു. പാതകൾ ശരിയായിരുന്നില്ല എന്നറിഞ്ഞപ്പോഴൊക്കെ തിരുത്തി, ചവിട്ടി മെതിക്കപ്പെട്ടവരോടൊപ്പം നിലകൊള്ളുന്നവൻ, ഏകാധിപത്യവാഴ്ച നിരാകരിക്കുന്നവൻ, ജനാധിപത്യബോധത്തെയും സ്വാതന്ത്ര്യത്തെയും തുണയ്ക്കുന്നവൻ, എഴുത്തുകാരന്റെ അവകാശങ്ങളെ ഉയർത്തിപ്പിടിച്ചവൻ, ചെറുമാസികകളെയും ചെറുപ്രസാധകരേയും അവരുടെ വളർച്ചയുടെ ദൗത്യത്തിൽ തേടിയെത്തിയവൻ, ലിറ്റിൽ മാഗസിന് പുതിയ നിർവചനം തീർത്തവൻ, തന്റെ കാവ്യദൗത്യവുമായി ലോകമെമ്പാടും സഞ്ചരിച്ചവൻ, ലോകകവിതയെ മലയാളത്തിൽ അടയാളപ്പെടുത്തിയവൻ. അങ്ങനെ എത്രയെത്ര സവിശേഷതകൾക്കാണ് സച്ചിദാനന്ദൻ അർഹനായിട്ടുള്ളത്!

തന്റെ കവിതയെഴുത്തിനു വ്യത്യസ്ത ധാരകളുണ്ട് എന്നു പ്രഖ്യാപിക്കുമ്പോഴും ഇടതുപക്ഷ സാഹിത്യത്തെയും കവിതയെയും ശരിയായി അയാളപ്പെടുത്തുന്നതിൽ വിജയിച്ച കവി എന്ന നിലയിലാണ് സച്ചിദാനന്ദനോടുള്ള എന്റെ ആഭി മുഖ്യം നിലകൊള്ളുന്നത്. സത്യങ്ങൾ തുറന്നു പറയുന്നതിന്റെ പേരിൽ നിഷ്കാസിതരാകുന്ന എഴുത്തുസമൂഹത്തോട് കവി കാണിക്കുന്ന ഐക്യദാർഢ്യം തന്നെയാണ് പ്രധാനം. ബംഗ്ലാദേശിൽനിന്നും പുറത്താക്കപ്പെട്ട തസ്ലീമ നസ്റിനു വേണ്ടി സച്ചിദാനന്ദനും ആനന്ദും മഹേശ്വതാദേവിയും കെ ജി എസും പ്രകടിപ്പിച്ച ദാർഢ്യം എന്റെ പ്രസാധക ജീവിത ത്തിലെ തിളക്കമുള്ള ഓർമയാണ്. പാർട്ടി സുരക്ഷയ്ക്കുവേണ്ടി തസ്ലീമയെ പടിഞ്ഞാറൻ ബംഗാളിൽ നിന്ന് തുരത്തിയിട്ടും അവിടുത്തെ ഇടതുപക്ഷത്തിന് ചരിത്രപരമായ തകർച്ചയിൽ നിന്ന് ഒഴിഞ്ഞുനിൽക്കാനായില്ല. പെരുമാൾ മുരുകൻ വന്ന പ്പോഴും കവി തന്റെ ഐക്യദാർഢ്യത്തിൽ ഉറച്ചുനിന്നു.

''ഇടതുപക്ഷം എന്നത് പാറ പോലെ ഉറച്ച ഒരു സങ്കല്പമല്ല. മറിച്ച് മാറി മാറി വരുന്ന സാമൂഹിക ചരിത്ര സങ്കല്പങ്ങൾ ക്കനുസരിച്ചു പരിണമിക്കുന്ന ചലനാത്മക പരികല്പനയാണ്. അത് ഒരു രാഷ്ട്രീയകക്ഷിയല്ല, നിലപാടാണ്'' എന്ന് ഉറക്കെ പ്രഖ്യാപിക്കുന്ന കവിയുടെ വാക്കുകൾ തന്നെയാണ് നമുക്ക് ഭാവിയിലും വെളിച്ചമേകേണ്ടത്.

കൃഷ്ണദാസ്
മാനേജിങ് എഡിറ്റർ

ആമുഖം

ഗ്രീൻബുക്സ്, കുറെ വർഷങ്ങളായി എന്ന് പറയാം, ഒരു ആത്മകഥ എഴുതിക്കൂടേ എന്ന് എന്നോട് ചോദിക്കുന്നു. ഞാൻ എപ്പോഴും ഒഴിഞ്ഞു മാറിയതിനു കാരണങ്ങളുണ്ട്. ഒന്നാമതായി എന്റെ ജീവിതസംഭവങ്ങൾ കാലക്രമത്തിൽ ഓർത്തെടുക്കാൻ എനിക്ക് പ്രയാസമാണ്. കൗമാരത്തിൽ ഒന്നോ രണ്ടോ വർഷം ഒഴികെ ഞാൻ ഡയറി എഴുതിയിട്ടില്ല. അതിനാൽ ഓർമ്മകൾ കെട്ടുപിണഞ്ഞു കിടക്കുകയാണ്. രണ്ടാമതായി എന്റെ സ്വകാര്യജീവിതം മറ്റുള്ളവരുടെ വിഷയമല്ല. അത് മറ്റു ജീവിതങ്ങളിൽ നിന്ന് ഏറെയൊന്നും വ്യത്യസ്തവുമല്ല. പലതും തുറന്നെഴുതിയാൽ ജീവിച്ചിരിക്കുന്ന ഒരുപാടു പേരെ അത് മുറിപ്പെടുത്തുകയും ചെയ്യും. അങ്ങനെ ഒരു 'സെൻസേഷനൽ' ആത്മകഥ എഴുതാൻ എനിക്ക് തെല്ലും ആഗ്രഹവുമില്ല. മൂന്നാമതായി എന്റെ ഭൗതികവും ധൈഷണികവും ആത്മീയവുമായ ഓരോ പരിണാമവും സൂക്ഷ്മമായിത്തന്നെ എന്റെ കവിതകൾ, ലേഖനങ്ങൾ, യാത്രാവിവരണങ്ങൾ, കഥകൾ, നാടകങ്ങൾ, ചർച്ചകൾ, അഭിമുഖങ്ങൾ എന്നിവയിൽ ആവിഷ്കാരം കണ്ടെത്തിയിട്ടുണ്ട്. ഈ സാഹചര്യത്തിൽ ഞാൻ ഈ പുസ്തകത്തിലൂടെ ഒരു മദ്ധ്യമാർഗ്ഗം കണ്ടെത്തുകയാണ്.

കഴിഞ്ഞ രണ്ടു ദശകത്തിൽ പലപ്പോഴായി പത്രാധിപന്മാരുടെ നിർബന്ധത്തിനു വഴങ്ങി എഴുതേണ്ടി വന്ന ആത്മകഥാപരമായ ലേഖനങ്ങളുടെ ഒരു സമാഹാരമാണ് ഇത്. *ഭാഷാപോഷിണി*യിൽ കെ.സി. നാരായണൻ പത്രാധിപരായിരിക്കെ *എഴുത്തുകാരന്റെ ദേശം* എന്ന പേരിൽ ഒരു പരമ്പര പ്രസിദ്ധീകരിക്കുകയുണ്ടായി. അതിന്നായി എഴുതിയതാണ് *പാഠം ഒന്ന്: മഴ* എന്ന എന്റെ ഗ്രാമീണ

ബാല്യത്തെക്കുറിച്ചുള്ള ലേഖനം. മാതൃഭൂമിയുടെ ഒരു ഓണപ്പതിപ്പിനായി കമൽ റാം സജീവ് ആവശ്യപ്പെട്ട് എഴുതിയതാണ് അച്ഛനെക്കുറിച്ചോർക്കുന്ന *മരിച്ചവരുമായുള്ള സംഭാഷണം. ധൈഷണികതയുടെ ഉദാരപഥങ്ങളിൽ* ഞാൻ ബിരുദ വിദ്യാർത്ഥിയും പിന്നീട് അദ്ധ്യാപകനും ആയിരുന്ന ക്രൈസ്റ്റ് കോളേജിന്റെ സുവർണ്ണ ജൂബിലി സുവനീറിന്നു വേണ്ടിയും *ആത്മകഥയിൽ നിന്ന് ഒരേട്* ഞാൻ എം.എ. വിദ്യാർത്ഥിയായിരുന്ന മഹാരാജാസ് കോളേജ് ശതാബ്ദി പ്രസിദ്ധീകരണത്തിന് വേണ്ടിയും എഴുതിയവയാണ്. *സമാന്തരസ്മരണകൾ* എഴുപതെൺപതു കാലത്തെ രാഷ്ട്രീയ-സാംസ്കാരിക ജീവിതം ഓർമ്മിച്ചു *പച്ചക്കുതിര* മാസികയ്ക്ക് എഴുതിയത്. എന്നും *അദ്ധ്യാപകൻ* അദ്ധ്യാപക ജീവിതം സംബന്ധിച്ച് *ദേശാഭിമാനി*യിലെ ഷിബു മുഹമ്മദ് ആ വാരികയുടെ ഓണപ്പതിപ്പിനായി എഴുതിച്ചതാണ്. *ഡൽഹി മുതൽ ഡൽഹി വരെ* എന്റെ ഇന്ദ്രപ്രസ്ഥജീവിതത്തെക്കുറിച്ചു മാധ്യമം വാർഷിക പ്പതിപ്പിന് എഴുതിയത്. *ചില യാത്രാസ്മരണകൾ,* വീണ്ടും, *ദേശാഭിമാനി* ഓണപ്പതിപ്പിന് എഴുതിയത്. *എന്റെ ആദ്യത്തെ പുസ്തകം* ആ പേരിൽ *മാതൃഭൂമി ബുക്സ് ജേണൽ* പ്രകാശിപ്പിച്ച പരമ്പരയിൽ വന്നതാണ്. *വരിക സമുദ്രമേ* ഞാൻ ഗസലുകൾ എഴുതാൻ ഇടവന്ന സാഹചര്യത്തെക്കുറിച്ച് *മാധ്യമ*ത്തിന് എഴുതിയത്. സാഹിത്യോത്സവ സ്മരണകളും അതേ വാരികയിൽ വന്നതാണ്. *ചെറുമാസികകളും ഞാനും* ലിറ്റിൽ മാഗസിനുകളുമായുള്ള ദീർഘകാല ബന്ധത്തെ സംബന്ധിച്ച് പ്രദീപ് പനങ്ങാട് എഡിറ്റ് ചെയ്ത ഒരു പുസ്തകത്തിനായി എഴുതി *പ്രസാധകൻ* മാസികയിൽ വന്നതാണ്. *'കവിതാപരിഭാഷ: അനുഭവങ്ങളും പാഠങ്ങളും'* ഒരു കവിതാവിവർത്തന ശില്പ ശാലയിൽ ചെയ്ത ആമുഖഭാഷണമാണ്. പിന്നീട് *'മാദ്ധ്യമം'* വാരികയിൽ പരിഭാഷപ്പതിപ്പിൽ വന്നു. *ഞാൻ എന്തിനെഴുതുന്നു, എന്റെ ജീവിതം എന്റെ കവിത* - ഇവ രണ്ടും കേന്ദ്ര സാഹിത്യ അക്കാദമിയിൽ നടത്തിയ പ്രഭാഷണങ്ങളാണ് - ആദ്യത്തേത് ഒരു സിംപോസിയത്തിലും രണ്ടാമത്തേത് അക്കാദമി അവാർഡ് സ്വീകരിച്ചപ്പോഴും.

പുസ്തകത്തിന്റെ ഒടുവിൽ അനുബന്ധങ്ങളായി ചേർത്തിട്ടുള്ള കെ.വി. സജയ്, എം പി പ്രതീഷ് എന്നിവരുമായുള്ള അഭിമുഖങ്ങൾ എന്റെ രചനാപ്രക്രിയയിലേക്കു

വെളിച്ചം വീശുന്നവയായതിനാൽ ചേർക്കണം എന്ന് തോന്നി. ഇവയിൽ ചില ലേഖനങ്ങൾ എന്റെ ചില ലേഖന സമാഹാരങ്ങളിലും കവിതാ സമാഹാരങ്ങൾക്ക് അനുബന്ധമായും മുൻപ് പ്രത്യക്ഷപ്പെട്ടിട്ടുണ്ട്. എന്നാൽ ഇവ ഒരു 'ജിഗ്സോ പസ്ൾ' പോലെ ഒന്നിച്ച് ചേർക്കുമ്പോൾ കുറച്ചു കൂടി വ്യക്തവും അനുസ്യൂതവുമായ ഒരു ജീവിത ചിത്രം തെളിയുന്നുണ്ട് എന്ന് തോന്നുന്നു. ഏതായാലും മറ്റൊരു ആത്മകഥ എഴുതാൻ എനിക്ക് ഉദ്ദേശ്യമോ സമയമോ ഇല്ലെന്നതുകൊണ്ട് ഇത് ഒരു ചെറിയ ഓർമ്മച്ചെപ്പായി തത്കാലം സ്വീകരിക്കുക.

സസ്നേഹം,

ഡൽഹി, മാർച്ച് 2021

സച്ചിദാനന്ദൻ

ഉള്ളടക്കം

പാഠം ഒന്ന്, മഴ

മാൽഗുഡിയിലോ മാക്കൊണ്ടോവിലോ പെയ്ത മഴയായിരുന്നില്ല അത്. ഈ മഴയുടെ പളുങ്കുനാരുകളിൽ തൂങ്ങിയാണ് ഗന്ധർവന്മാർ മുഴുവൻ ഭൂമിയിലിറങ്ങി വന്നത്. കഴുത്തിൽ ജപിച്ച കറുത്ത ചരടുകെട്ടി, മുഖം കണ്ണുകൾ മാത്രമായി എല്ലുന്തിയ ഒരു കുട്ടി പനിച്ചു വിറച്ച് അതു കണ്ടുനിന്നു. അശോകത്തിന്റെയും 'ആറുമാസ'ത്തിന്റെയും ഇലകളിൽ മഴ തുടികൊട്ടി, കറുക നിറഞ്ഞ മുറ്റത്ത് പുൽച്ചാടികളായി, തെങ്ങോല കളിൽ നിന്നു പാരച്യൂട്ടുകളിൽ ഈർന്നു നിലത്തിറങ്ങി, വണ്ടുകളെ പ്പോലെ മൂളി നടന്നു, കിണറും കുളവും നിറച്ചു. കുന്നിൻചെരുവിലെ മുണ്ടകപ്പാടങ്ങളിൽ മലവെള്ളമായി പേടിപ്പിച്ചുയർന്നു. രാത്രി മിന്നൽ വന്നു മറുലോകം കാട്ടി. ഇടിമുഴക്കമോ, ഈ ലോകം അവസാനത്തേ തെന്ന് ഓർമ്മപ്പെടുത്തി. വീടു ചോരുന്നുണ്ടായിരുന്നു. ഓരോരുത്തരായി പിത്തളപ്പാത്രങ്ങളെടുത്തു തെക്കിനിയിലും വടക്കിനിയിലും തണുത്തു വിറയ്ക്കുന്ന ഇറയത്തും ദൈവങ്ങൾ വസിക്കുന്ന ചായിപ്പിലും നിരത്തി. പാത്രങ്ങളിൽ മഴ ഇടത്താളം കൊട്ടി. ചേമ്പിലയിലെ നിർലിപ്തമായ ജലബിന്ദുക്കളെ വെളുത്ത മുത്തുകളെപ്പോലെ ഇലയിൽനിന്നിലയിലേക്കു പകർന്നു വലുതാക്കിക്കൊണ്ടു രണ്ടു മെലിഞ്ഞ കൈകൾ മരണത്തെ ക്കുറിച്ചു ചിന്തിച്ച് അസ്വസ്ഥരായി.

പാബ്ലോ നെരൂദയ്ക്കും സാൽവദോർ ദാലിക്കും ഏറെ മുമ്പ് തൊണ്ണൂറു ദിവസം നീണ്ടുനിന്ന ആ പനിയാണ് എന്റെ ഭാവനയെ സർറിയലിസ്റ്റാക്കിയത്. മൃതിയിൽനിന്നു വീണ്ടെടുക്കപ്പെടും മുമ്പ് നാലാം വയസ്സിൽ ഞാൻ കടന്നുപോയ ചെറിയ ചെറിയ നരകങ്ങളുടെ ഉൾമുറികളും പച്ചവെളിച്ചങ്ങളും കൂമൻ മൂളലുകളും കടവാതിൽപ്പറ ക്കലുകളും പ്രേതദർശനങ്ങളും പിന്നെപ്പിന്നെ ഉന്മത്തവും വിഭക്തവു മായ ഒരു മനസ്സിന്റെ ബിംബങ്ങളായി.

മഴയും പനിയും മാത്രമായിരുന്നില്ല പുല്ലൂറ്റ് എന്ന എന്റെ നാട്ടിൻ പുറം. അവിടെ, വീടിനു തൊട്ടു മുമ്പിൽ, വയലരികിൽ, ഇലഞ്ഞി പ്പഴത്തിനും ഈടാമിണിപ്പൂക്കൾക്കും ചുകപ്പും രാക്കുയിലുകൾക്കും കൊച്ചരുവികൾക്കും സംഗീതവും പാലപ്പൂക്കൾക്കും സീതാമുടിക്കും

സ്വർഗീയ സൗരഭ്യവും, നെല്ലിനു കതിർക്കനവും തെങ്ങിനു പൂക്കുലയും നൽകി. മണ്ഡലക്കാലത്ത് വിളക്കുകളാൽ ചൂഴപ്പെട്ടും ഉത്സവക്കാലത്ത് പറയെടുത്തും പന്തലാലുക്കൽ ഭഗവതി പട്ടുചുറ്റി ഇരുന്നു; മുകളിൽ കുന്നിൻപുറത്ത് ചെത്തിപ്പൂക്കൾക്കും ഒടിച്ചുകുത്തിപ്പൂക്കൾക്കും മേയാനെത്തുന്ന ആടുകൾക്കും കാവലായി ശിവനും കായലരികിൽ മുണ്ടകൻ വിളയുന്നതും കാത്ത് ഇടയന്റെ പുല്ലാങ്കുഴലുമായി കൃഷ്ണനും. തെക്ക് ചെട്ടിക്കുന്നിലെ ചെറിയ ക്രിസ്ത്യൻ പള്ളിയിൽ നിന്ന് കുന്തിരിക്കത്തിന്റെ മണമുയർന്നു. വടക്ക് കരൂപ്പടന്നയിലെ മുസ്ലീംപള്ളിയിൽ നിന്നു വാങ്കുവിളികളും. അബൂബക്കറിനും അബ്ദുൾ ഖാദർക്കുമൊപ്പം പള്ളിയിലെ ചന്ദനക്കുടത്തിനു പോകുമായിരുന്നു. ഒഴിവുസമയങ്ങളിൽ മുസലിയാർ പറയാറുള്ള കെട്ടുകഥകൾക്കും മുസലിയാരുടെ വീട്ടിലെ പത്തിരിക്കും നല്ല രുചിയായിരുന്നു. ശീലക്കുടയും ഇസ്തിരിയിട്ട കുപ്പായവും പണക്കാരുടെ ലക്ഷണമായിരുന്നു. കൃഷ്ണനും വാസുദേവനും സുലോചനയും വിലാസിനിയും കുഞ്ഞിമുഹമ്മദും പക്ഷേ, ദരിദ്രരായിരുന്നു. വർഷത്തിൽ രണ്ടു ദിവസം, ഓണത്തിനും വിഷുവിനും കുടിയാൻ കൊച്ചുരാമനും പാട്ടക്കാരൻ നാരായണനും കാഴ്ചയായി പഴമോ പച്ചക്കറിയോ കൊണ്ടുവരുമ്പോൾ എന്റെ വീട്ടുകാർ ജന്മിമാരായി. ബാക്കി ദിവസങ്ങളിൽ റേഷനരിച്ചോറും ഗോതമ്പുദോശയും ഓലക്കുടയും ചുളിഞ്ഞ ഷർട്ടും കൊണ്ട് ഇല്ലാത്തവരായി തിരിച്ചറിയപ്പെട്ടു. വീട്ടുവളപ്പിലെ കൃഷിപ്പണികൾ ഞങ്ങൾ തന്നെയാണ് നടത്തിയിരുന്നത്. കുട്ടിക്കാലം മുതലേ മണ്ണിൽ കിളച്ച തഴമ്പ് എന്റെ കൈകളിലിപ്പോഴുമുണ്ട്. വിത്തു മുളയ്ക്കുമ്പോൾ, ഇല വിരിയുമ്പോൾ, പൂത്തു കായ്ക്കുമ്പോൾ കൃഷിക്കാരന്റെ ആഹ്ലാദവും വിളവു കരിയുകയോ മലവെള്ളത്തിൽ നശിക്കുകയോ ചെയ്യുമ്പോഴുള്ള നൈരാശ്യവും എനിക്കു നന്നായറിയാം. ഇടശ്ശേരിയെയും റോബർട്ട് ബേൺസിനെയും ഷൈമസ് ഹീനിയെയും റോബർട്ട് ഫ്രോസ്റ്റിനെയും മാത്രമല്ല വാൻ ഗോഗിനെയും മൊസാർത്തിനെയും ഈ രക്തബന്ധത്തിലൂടെ ഞാൻ തിരിച്ചറിയുന്നു. കവിതയെഴുത്തിലും പുതിയൊരനുഭവം, പുതിയൊരു പ്രയോഗം, പുതുമണ്ണിന്റെ മണംപോലെ ലഹരി പകർന്നു. ഓരോ നഷ്ട രചനയും ഉണങ്ങിയ വിള പോലെ മനം കലക്കി.

കുടുംബത്തിൽ ഭ്രാന്തിന്റെ പാരമ്പര്യമുണ്ടായിരുന്നു. പന്ത്രണ്ടാം വയസ്സിലേ സമനില തെറ്റിയ അമ്മൂമ്മ ആറുമാസം സ്ഥാവരവും ആറു മാസം ജംഗമവുമായി. സഞ്ചാരീഭാവത്തിലാകുമ്പോൾ അമ്മാവൻ താമസിക്കുന്ന തറവാടു വിട്ട് ഞങ്ങളുടെ വീട്ടിൽ വന്നു, ആലുവാപ്പുഴ പോലെ നിരന്തരം സംസാരിച്ചുകൊണ്ട്. വലിയമ്മ വടക്കേവീട്ടിൽ ദുർഗന്ധത്തിന്റെ തടവിലായിരുന്നു. ജനലരികിൽ ഞങ്ങളെത്തുമ്പോൾ പാതിയിരുട്ടിൽനിന്നു തന്നെ തുറന്നുവിടാനായി അവർ നിലവിളിച്ചു. ചെറിയമ്മയ്ക്ക് - 'ചിറ്റ' എന്നു ഞങ്ങൾ വിളിക്കുന്ന, കെ. വേണുവിന്റെ അമ്മ - ഇടയ്ക്കു മാത്രമേ അസുഖം വരാറുള്ളൂ. അപ്പോൾ അവരും

യാത്ര പുറപ്പെടും. ഞങ്ങളുടെ വീട്ടിലും എത്തും. അമ്മ ഭക്തിയിലൂടെയും ഞാൻ കവിതയിലൂടെയുമാണ് ഉന്മാദത്തിൽനിന്നു രക്ഷപ്പെട്ടതെന്നു തോന്നാറുണ്ട്. അഥവാ അങ്ങനെയാണ് ഞങ്ങൾ ഉന്മാദം ആവിഷ്കരിച്ചത്. അയ്യപ്പൻവിളക്കു കാലത്ത് അച്ഛനിലൂടെ മുരുകൻ വെളിപ്പെടുമായിരുന്നു. എന്തുകൊണ്ടാണ് അയ്യപ്പന്റെ ഉപാസകനായിരുന്ന അച്ഛൻ മുരുകന്റെ കോമരമായതെന്ന് എനിക്കിന്നുമറിയില്ല. പൂജാവേളകളിൽ അമ്മയെയും ദേവതമാർ ആവേശിച്ചു. എന്നാൽ സ്ത്രീകളിൽ അത് സ്വാഭാവികമായിക്കരുതപ്പെട്ടിരുന്നതുകൊണ്ട് അവരെ ബന്ധുക്കൾ അകത്തേക്കാനയിച്ചു മുഖത്തു വെള്ളം തളിച്ച് വീണ്ടും മുഴുമനുഷ്യനാക്കി, ഞങ്ങളുടെ അമ്മയാക്കി. വേൽ കയറ്റി തുള്ളുന്ന അവസരങ്ങൾ അച്ഛനു ദൈനംദിനത്തിന്റെ മഹാപീഡനത്തിൽനിന്നു മോചനമായിരുന്നിരിക്കണം.

നാട്ടിൻപുറത്തെ സാധാരണ സ്കൂളിലാണ് ഞാൻ പഠിച്ചത്. മലയാളത്തിൽ എന്നെ ഉറപ്പിച്ചുനിർത്തിയത് ആ സ്കൂളായിരുന്നു. മാരാർ മാസ്റ്റർ വിരലറ്റത്ത് മുഖം വരച്ച് മുണ്ടിൻ കോന്തലകൊണ്ടു മൂടി വിരലിളക്കി രസിപ്പിക്കുക മാത്രമല്ല ചെയ്തത്. അക്ഷരങ്ങളുടെ ഉച്ചാരണം നന്നായി ഉറപ്പിച്ചുതരിക കൂടിയായിരുന്നു. സുബ്രഹ്മണ്യൻ മാസ്റ്ററും അലിക്കുഞ്ഞിമാസ്റ്ററും വാത്സല്യത്തോടൊപ്പം വ്യാകരണവും പകർന്നുതന്നു. പ്രൈമറി സ്കൂളിന്റെ ചാമ്പമരത്തോടു വിടപറഞ്ഞ് അപ്പുറത്തെ അപ്പർ പ്രൈമറിയിൽ പോവുക വേദനാകരമായിരുന്നു. സ്കൂൾ തോട്ടത്തിൽ സ്വന്തം കൈകൾകൊണ്ടു വെച്ച ചെടികളോടു യാത്ര പറയുക വിശേഷിച്ചും. പോയത് ദുഷ്യന്തന്റെ കൊട്ടാരത്തിലേക്കായിരുന്നില്ലെങ്കിലും ശാകുന്തളമുൾക്കൊണ്ട നീലകണ്ഠദാസ് മാസ്റ്റർ അവിടെയുണ്ടായിരുന്നു. മാസ്റ്ററും സാഹിത്യവാസനയുണ്ടായിരുന്ന ചേട്ടനുമാണ് എഴുതാനുള്ള അവ്യക്തമായ പ്രേരണ എന്നിൽ അങ്കുരിപ്പിച്ചത്. ഹൈസ്കൂളിൽ രാഘവൻ മാസ്റ്റർ കവിതയെഴുത്തു പ്രോത്സാഹിപ്പിച്ചു, മത്സരങ്ങൾക്കയച്ചു സമ്മാനങ്ങൾ വാങ്ങിത്തന്നു. സമ്മാനങ്ങളായി പുസ്തകങ്ങൾ കിട്ടുമ്പോൾ മനസ്സു തുള്ളിച്ചാടി. ജി യുടെ *മുത്തുകളും* വൈലോപ്പിള്ളിയുടെ *കന്നിക്കൊയ്ത്തും* മാത്രമല്ല, പാലായുടെ *കേരളം വളരുന്നു*വും കെടാമംഗലത്തിന്റെ *കടത്തുവഞ്ചി*യും അക്കൂട്ടത്തിലുണ്ടായിരുന്നു - അങ്ങനെ നല്ല കവിതയ്ക്കൊപ്പം ചീത്ത കവിതയുമായും പരിചയപ്പെട്ടു. എഴുതിത്തുടങ്ങിയപ്പോൾ രണ്ടുതരം കവിതയും എഴുതുകയും ചെയ്തു. ചീത്ത കവിത എഴുതുന്നവർക്കെല്ലാം നല്ല കവിത എഴുതാനാവില്ലെങ്കിലും നല്ല കവിത എഴുതുന്നവർക്കെല്ലാം ചീത്ത കവിത എഴുതാനാവുമെന്ന മഹാതത്ത്വം വൈലോപ്പിള്ളി മുതൽ നെരൂദ വരെയുള്ളവരിൽ നിന്നു ഞാൻ പിന്നീടു പഠിച്ചു. ഇതിനിടെ പുതിയ കൂട്ടുകാർ വന്നു: ഹരിഹരനും പവിത്രനും ഉണ്ണിയും മേഘനാദനും മുരളിയും... ഒരു നാഴിക നടന്നു പുഴ കടന്നു പിന്നെയും ഒന്നര നാഴിക നടന്നു വേണം കൊടുങ്ങല്ലൂർ ബോയ്സ്ഹൈസ്കൂളിലെത്താൻ.

അപ്പോഴേക്കും വായന മുതിർന്നുകൊണ്ടിരുന്നു. വീട്ടിലെ പതിവായ രാമായണം വായന എന്നെ എഴുത്തച്ഛന്റെ ഭാഷയുടെ സഹസ്ര സൂര്യ പ്രഭയ്ക്ക് അഭിമുഖം നിറുത്തിക്കഴിഞ്ഞിരുന്നു. വീടിനു തൊട്ടടുത്തു ണ്ടായിരുന്ന കലാകുസുമം വായനശാലയിൽ നിന്നും പിന്നെ എസ്. എൻ.ഡി.പി. യോഗം നടത്തുന്ന ആശാൻ സ്മാരക വായനശാലയിൽ നിന്നും പുസ്തകങ്ങൾ വന്നു. ചേട്ടനും ചേച്ചിയും നല്ല വായനക്കാരാ യിരുന്നു. ചേച്ചി - രണ്ടു സഹോദരന്മാർക്കുവേണ്ടി ജീവിതം മുഴുവൻ സഹനമാക്കിയ ത്യാഗമൂർത്തി - വീട്ടിലെ പണികൾക്കിടയിൽ കിട്ടുന്ന കരി പിടിച്ച ഇടവേളകളിൽ നോവലുകൾ വായിച്ചുതള്ളി. ചങ്ങമ്പുഴ യുടെ *രമണൻ* മുഴുവൻ കാണാതെ ചൊല്ലി. പാഠപുസ്തകങ്ങളിലൂടെ മാത്രം അറിഞ്ഞിരുന്ന വള്ളത്തോളിനെയും നാലപ്പാടനെയും ശങ്കര ക്കുറുപ്പിനെയും ചങ്ങമ്പുഴയെയും ഞാനടുത്തു പരിചയപ്പെട്ടത് ഈ വായനശാലകളിലൂടെയാണ്. ആശാനെ പരിചയപ്പെട്ടത് അതിനും മുൻപായിരുന്നു; പ്രൈമറി സ്കൂളിലേക്കു പോകുംവഴിയുള്ള ഉഴവത്തു കടവ് കവലയിൽ കീറമാറാപ്പുമായി നിന്ന ശങ്കരൻ എന്ന ഭ്രാന്തൻ *കരുണ*യും *നളിനി*യും *വീണപൂവും ലീല*യും *ദുരവസ്ഥ*യും കാണാതെ ചൊല്ലി വിശദമായി വ്യാഖ്യാനിച്ചുകൊണ്ടിരുന്നു. അദ്ദേഹം പൂർവാശ്രമ ത്തിൽ മലയാളം വിദ്വാനായിരുന്നുവത്രേ. ശങ്കരന്റെ കഥാപ്രസംഗം കേട്ടുനിന്നു പലകുറി എനിക്കു സ്കൂളിൽ നേരം വൈകിയിട്ടുണ്ട്. പിന്നെ വൈകാറുള്ളതു കവലയിൽ പച്ചമരുന്നുകാരോ മയിലെണ്ണ വില്പനക്കാരോ മാജിക്കുകാരോ തെരുവിനെ അരങ്ങാക്കി മലയാള ത്തിന്റ ഈണങ്ങൾ മീട്ടുമ്പോൾ മാത്രമാണ്. ആശാൻ സ്മാരക വായന ശാലയിൽ *മാതൃഭൂമി*യും *ജയകേരള*വും *ജനയുഗ*വും വന്നുകൊണ്ടി രുന്നു. സമകാലീന സാഹിത്യത്തിലേക്കുള്ള ജാലകങ്ങൾ അവ തുറന്നു. പിന്നെ പരിഭാഷകൾ: സോളാ, മൊപ്പസാങ്, ഫ്ളോബേർ, യൂഗോ, ടോൾസ്റ്റോയ്, ദസ്തയെവ്സ്കി, ഒമർ ഖയ്യാം, ടാഗോർ, ശരത്ചന്ദ്രൻ, ബിഭൂതിഭൂഷൺ, താരാശങ്കർ, പ്രേംചന്ദ്, യശ്പാൽ, ജൈനേന്ദ്രകുമാർ, കിഷൻ ചന്ദർ.... ഹൈസ്കൂൾ കഴിയുമ്പോഴേക്കും ലോകസാഹിത്യവും ഇന്ത്യൻ സാഹിത്യവുമായി അല്പമെങ്കിലും പരിചയം നേടാനായത് ഞാൻ അസാധാരണ ബാലനായിരുന്നതുകൊണ്ടല്ല, മഹാമതികൾ നേതൃത്വം നൽകിയ വായനശാലാപ്രസ്ഥാനത്തിന്റെ ഒരല എന്റെ ചെറിയ നാട്ടിൻപുറത്തും എത്തിയിരുന്നതുകൊണ്ടാണ്.

ഹൈസ്കൂളിലേക്കുള്ള വഴി ശാസ്ത്രീയസംഗീതമഭ്യസിപ്പിക്കുന്ന ഒരു പാഠശാലയുടെ മുമ്പിലൂടെയായിരുന്നു. ഭാഗവതരാകാനുള്ള ആഗ്രഹം എന്നിൽ മുളയിട്ടത് അക്കാലത്താണ്. അത് അച്ഛനോടു പറയാൻ ധൈര്യ മുണ്ടായില്ലെന്നു മാത്രം. കൊടുങ്ങല്ലൂർ ക്ഷേത്രത്തിൽ എം.എൽ. വസന്ത കുമാരിയും ചെമ്പൈയും നെയ്യാറ്റിൻകര വാസുദേവനും പാടുന്നതു കേട്ട് കുരുത്തോലയുടെയും ഓറഞ്ചുതോടിന്റെയും ആനപ്പിണ്ടത്തിന്റെയും

മണങ്ങൾക്കിടയിൽ സ്വപ്നത്തിനും ഉണർച്ചയ്ക്കും നടുവിൽ ഏറെ നേരം കഴിച്ചിട്ടുണ്ട്. കഥകളി കണ്ടു പിറ്റേന്നത്തെ പകൽ ചേങ്കിലയുടെ ശബ്ദം ചെവിട്ടിൽ മുഴങ്ങിക്കൊണ്ടിരിക്കുന്നതോടൊപ്പം രാഗങ്ങളും കൂടിക്കുഴയുമായിരുന്നു. പിന്നെ തിരിച്ചറിവുകളായി; രാമനാഥന്മാരും സന്താനവും സോമുവും ശേഷഗോപാലനും മാത്രമല്ല, മല്ലികാർജുൻ മൻസൂറും കുമാർ ഗന്ധർവും ഭീം സെൻ ജോഷിയും അമീർ ഖാനും ഗിരിജാദേവിയും ദാഗർമാരും കിഷോരി അമോൻകറും മൊസാർത്തും ബാഹും ബെയ്ഥോവനും സ്ട്രാവിൻസ്കിയും ചായ്കോവ്സ്കിയും വിവാൽഡിയും മറുരാഗങ്ങളായി. അങ്ങനെ മഴയ്ക്കു നവസ്വരങ്ങൾ കൈവന്നു. ശ്രീനിവാസൻ പങ്കുവച്ചുതരാറുള്ള ക്രയോൺ ചായങ്ങളു പയോഗിച്ചു രാഗങ്ങൾ പിടിച്ചെടുക്കാൻ ശ്രമിക്കുമായിരുന്നു. കുട്ടി ക്കാലത്തു ചിത്രകലയിലെ താത്പര്യം ഏതുവഴി വന്നതാണെന്നറി യില്ല. ചിത്രങ്ങൾ കാണാനും വരയ്ക്കാനും എന്നും ഇഷ്ടമായിരുന്നു. കവിതയിൽ വിശ്വാസം നഷ്ടപ്പെട്ട രണ്ടു വർഷം ചിത്രകല ഗൗരവമായി പിന്തുടരുകയും ചെയ്തു. കവിത എന്നെങ്കിലും ഞാനുപേക്ഷിക്കുമെങ്കിൽ അതു ചിത്രകലയ്ക്കുവേണ്ടി മാത്രമാവും.

പ്രകൃതി കൂടെത്തന്നെയുണ്ടായിരുന്നു – അതു പ്രകൃതിയാണെന്നു തിരിച്ചറിഞ്ഞിരുന്നില്ലെങ്കിലും. മഴക്കാലത്തു സ്കൂൾ വിട്ടുവരുമ്പോൾ തോട്ടിലെ മീനുകൾ കാലിൽ ഇക്കിളിയാക്കി. മഴവില്ലുംകൊണ്ടു പറ ക്കുന്ന കൊറ്റികൾക്കു കീഴെ ഇടവഴികളിൽ തുമ്പയും തെറ്റിയും ഒടിച്ചു കുത്തിയും പാലയും പൂത്തുനിന്നു. പാടങ്ങളിൽ നെല്ലിപ്പൂ നീല വിരിച്ചു. ഓണക്കാലത്ത് ചേട്ടനും ചേച്ചിയും കൂട്ടുകാരുമൊത്തു കഴുത്തിൽ പൂവട്ടി തൂക്കി കുന്നിൻപുറങ്ങളിലും താഴ്വാരങ്ങളിലും കൊയ്തൊ ഴിഞ്ഞ വയലുകളിലും ഖുണ്ടനിടവഴികളിലും പൂ പറിക്കാനലയുമ്പോൾ പേരറിയുന്നതും അറിയാത്തതുമായ പലതരം പൂക്കൾ ഗന്ധങ്ങളിലൂടെ പ്രലോഭിപ്പിച്ചു. ആകാശത്തിലെ നിഗൂഢമായ മേഘരൂപങ്ങളും കായൽ ക്കരയിലിരുന്നു കാണാറുള്ള സൂര്യാസ്തമയവും മകരവെളുപ്പിനു ചുകന്നു വീർത്ത ചന്ദ്രനും സ്കൂൾ സാഹിത്യസമാജത്തിനു പൂ പറി ക്കാൻ പോകാറുള്ള താമരക്കുളവും ഇല്ലായ്മകൾക്കു കറുപ്പായി. ആ തിരനാളിൽ ചേച്ചിക്കൊപ്പം ദശപുഷ്പം തേടി നടന്നു. വിഷു, ഇല്ലം നിറ, അമ്പലത്തിലെ ഉത്സവവും പുലയരുടെ തോറ്റവും പള്ളിയിലെ നോമ്പും റാത്തീബും പെരുന്നാളും: ഇവയൊക്കെ എങ്ങനെയോ പ്രകൃതി യുടെ ആഘോഷങ്ങളുടെ തുടർച്ചയായാണ് എനിക്കനുഭവപ്പെടാറുള്ളത്. യുക്തിയിലൂടെ വിശദീകരിക്കാനാകാത്ത ഒരു പേഗൻ ഭാവനയാകാം ഇത്.

അഥവാ യുക്തി അന്ന് എവിടെയായിരുന്നു? എന്റെ പാതി ജീവിതവും ഒരു സമാന്തരലോകത്തിലായിരുന്നു. രാത്രി കൂമന്റെ മൂളൽ കേട്ടു ഭയന്ന് അമ്മയുടെ മടിയിൽ കിടന്ന് ഞാൻ യക്ഷികളുടെയും പ്രേതങ്ങളുടെയും

കഥകൾ കേട്ടു. തെക്കു കിഴക്കേ മൂലയിൽ വരിക്കപ്ലാവിൻ ചുവട്ടിൽ ബ്രഹ്മരക്ഷസ്സ് കാവലിരുന്നു. രണ്ടു വളപ്പിനപ്പുറം കാരണവന്മാരുടെ ക്ഷേത്രത്തിൽ 'അമ്മാമനും' 'മഠപതി'യും രാവു മുഴുവൻ ഞങ്ങളെ ക്കാക്കാൻ ഉണർന്നിരുന്നു. പൗർണമിരാത്രിയിൽ മരിച്ചുപോയ ഓപ്പോൾ 'വെറ്റില പോലുള്ള തളിർ കൈയു'കളുമായി ജനലരികിൽ വന്നു മാടി വിളിച്ചു. മുസല്യാരുടെ വീടിനപ്പുറം നീലയ്ക്കാംപാറയിൽ രാത്രി ജിന്നു കൾ കുഴിച്ച കുഴികളിൽ വെള്ളം നിറഞ്ഞു കിടന്നു. കൊല ചെയ്യപ്പെട്ടവരു ടെയും ആത്മഹത്യ ചെയ്തവരുടെയും പ്രേതങ്ങൾ ഗതികിട്ടാതെ ഇടവഴികളിൽ ചുറ്റിയലഞ്ഞു. ആപത്തുകൾ തടുക്കാൻ പന പോലെ ഉയരത്തിൽ മുത്തച്ഛൻ വേലിക്കൽ കാവൽ നിന്നു. ചായിപ്പിൽ ഭഗവ തിയും ഗണപതിയും വിഷ്ണുവും മുരുകനും അയ്യപ്പനും നിത്യപൂജ യിലൂടെ പുനരുജ്ജീവനം നേടി. അച്ഛൻ യാത്രയിലായിരിക്കുമ്പോൾ ചായിപ്പിലെ ദൈവങ്ങൾക്ക് ആരതി ഉഴിഞ്ഞ് *ദേവീ മാഹാത്മ്യ*വും *നാരായണീയ*വും വായിച്ചു. 'നിത്യാനന്ദകരീ' എന്ന സ്തോത്രമുരുക്ക ഴിക്കുമ്പോൾ, കാടുപിടിച്ച ഇടവഴിയിലൂടെ കാരണവന്മാർക്കു തിരി കൊളുത്താൻ പോകുമ്പോൾ, ഒന്നാം തീയതികളിൽ വഴിപാടുകൾ കഴിക്കാൻ അമ്പലങ്ങളിലേക്കയയ്ക്കുമ്പോൾ - ഒരിക്കലും ദൈവ സാന്നിദ്ധ്യമനുഭവിച്ചതായി എനിക്കോർമ്മയില്ലെങ്കിലും - പങ്കാളിയുടെ അഭിമാനവും അമ്പരപ്പും ഞാനനുഭവിച്ചു. പ്രേതങ്ങളെയോ അറുകൊല കളെയോ ജിന്നുകളെയോ മലക്കുകളെയോ നേരിട്ടു കണ്ടതായി ഞാനോർക്കുന്നില്ല. യക്ഷികളെ കണ്ടിട്ടുണ്ട്. ഒരുവളുടെ പേർ പാർവതി എന്നായിരുന്നു, മറ്റവളുടേത് രാധ എന്നും. അവർ സന്ധ്യകളിൽ പനഞ്ചുവട്ടിൽ പുരുഷന്മാരെ കാത്തുനിൽക്കുകയും യുവാക്കളോട് കുഴഞ്ഞു ചിരിക്കുകയും ചെയ്തു. അതിന്റെ അർത്ഥം ഏറെ മുതിർന്ന ശേഷമേ എനിക്കു മനസ്സിലാക്കാനായുള്ളൂ.

ജാതി മറക്കാൻ വിഷമമായിരുന്നു. സ്കൂളിൽനിന്നു വന്നാൽ ''ആരെ യൊക്കെയാണാവോ തൊട്ടുവന്നിരിക്കുന്നത്, കാലും മുഖവും കഴു കെടാ'' എന്ന് അമ്മ ശാസിക്കുമായിരുന്നു. 'തോറ്റ'ത്തിൽ കൂടാൻ കൊതിയുണ്ടായിരുന്നുവെങ്കിലും വിലക്കുണ്ടായിരുന്നു. ഈഴവരും പുലയരും പറയരും മുറ്റത്തേ നിൽക്കുമായിരുന്നുള്ളൂ. അല്പം ധനി കരും തറവാടികളുമായി കരുതപ്പെട്ടിരുന്ന ഈഴവർ ഇറയത്തു പായിലോ അരമതിലിലോ ഇരിക്കും. വെള്ളം കുടിച്ചാൽ പാത്രം കമഴ്ത്തിവയ്ക്ക ണമായിരുന്നു അവർക്ക്. വൃദ്ധരായ ഈഴവരും പറയരും പുലയരും 'കുട്ടിത്തമ്പ്രാൻ' എന്നേ എന്നെപ്പോലും സംബോധന ചെയ്യുമായിരു ന്നുള്ളൂ. മുസ്ലീങ്ങൾ 'മേനോൻകുട്ടി' എന്നും. അപ്പോഴും നമ്പൂതിരിമാർ 'തിരുമേനി'മാരാണെന്നും അവരെ തൊട്ടുകൂടെന്നും അറിയാമായിരുന്നു. ഇളയതിനെയും എമ്പ്രാന്തിരിയെയും തൊട്ടുകൂടായിരുന്നു. ഖുർ-ആൻ നോക്കിയാൽ കണ്ണുപൊട്ടുമെന്ന് അബ്ദുൾ ഖാദർ പറഞ്ഞിരുന്നതു

കൊണ്ട് അതു നോക്കാനേ ഭയമായിരുന്നു. മുതിർന്നതിനുശേഷം ഖുർ-ആൻ പരിഭാഷകളും വ്യാഖ്യാനങ്ങളും വായിച്ചപ്പോൾ, ആ വിലക്ക് ഞാനോർത്തു. പക്ഷേ, ഉപനിഷത്തുകളെയോ ധർമപദത്തെയോ ബൈബിളിനെയോ പോലെ ഖുർ-ആൻ എന്നെ ആകർഷിച്ചിട്ടില്ല; ഭഗവദ്ഗീതയും ആകർഷിച്ചിട്ടില്ല. വളർന്നതോടെ ജാതിയെ മുഴുവനായിത്തന്നെ ഞാൻ മറികടക്കുകയും അതിനെ പരിഹാസത്തോടെ മാത്രം കാണുകയും ചെയ്തുവെങ്കിലും ഏതോ ഒരുതരം മതം എന്നിൽ പ്രവർത്തിക്കുന്നുണ്ടെന്നെനിക്കു തോന്നിയിട്ടുണ്ട്. ഇന്നു പറയുന്ന അർത്ഥത്തിലുള്ള ഹിന്ദുമതമല്ല അത്; അതൊരു മതമാകും മുൻപ് ഇന്ത്യയിൽ നിലനിന്നിരുന്ന ഒരു പേഗൻ മതമാണ്. ഒരുപക്ഷേ, എല്ലാ മതങ്ങൾക്കും മുമ്പുള്ള ഒരു മതം അഥവാ 'പ്രാങ്-മതം.' ജന്തുക്കൾക്കും വൃക്ഷങ്ങൾക്കും കൂടി ആത്മാവുണ്ടെന്നു വിശ്വസിക്കുകയും എല്ലാ വിശ്വാസങ്ങൾക്കും സ്ഥാനമനുവദിക്കുകയും ചെയ്യുന്ന ഒന്ന്. പ്രമാണവാദവും യുക്തിവാദവും ഒരുപോലെ എന്നെ വികർഷിക്കുന്നു. രണ്ടിലും ഫാസിസത്തിന്റെ സാധ്യതകളുണ്ട്.

നാട്ടിൻപുറത്തെ രാഷ്ട്രീയം കുട്ടിക്കാലത്തും ഒഴിവാക്കാനാവുമായിരുന്നില്ല. ഓഗസ്റ്റ് പതിനഞ്ചിന് ചൈനാക്കടലാസ്സുകൊണ്ട് ത്രിവർണപതാകയുണ്ടാക്കി പെരുമഴയിൽ ആവേശത്തോടെ 'ഭാരത് മാതാ കീ ജയ്' വിളിച്ചു ജാഥ പോകാറുള്ളത് ഓർമ്മയുണ്ട്. അമ്പത്തിയേഴിൽ കമ്മ്യൂണിസ്റ്റുകാർ തിരഞ്ഞെടുപ്പു ജയിച്ചപ്പോൾ തുള്ളിച്ചാടി ബഹളം കൂട്ടിയ പതിനൊന്നുകാരനെ ദാമോദരൻ ഹെഡ്മാസ്റ്റർ കളിയായി തൂവാലകൊണ്ടു കെട്ടിയിട്ട് 'നീ കമ്മ്യൂണിസ്റ്റാണല്ലേടാ?' എന്നു ചോദിച്ചതും മറക്കുക വയ്യ. കമ്മ്യൂണിസം പാവങ്ങളുടെ കൂടെയാണെന്ന ധാരണ മാത്രമേ അന്നെനിക്കുണ്ടായിരുന്നുള്ളൂ. നാട്ടിൻപുറത്തിന്റെ വടക്കേ പാതി കമ്മ്യൂണിസ്റ്റും തെക്കേപാതി കോൺഗ്രസുമാണെന്നായിരുന്നു സങ്കല്പം. തെക്ക് വീടും വടക്കു സ്കൂളുമായതിനാലാകാം എനിക്കു സഖാക്കളോട് അനുഭാവം തോന്നിയത്. അതിൽ ബാർബർ അപ്പുവിനും നല്ല പങ്കുണ്ടായിരുന്നു. ആ 'ഹെയർ ഡ്രസ്സിങ് സലൂൺ' സ്റ്റാലിൻ, ലെനിൻ, ഇ.എം.എസ്. എന്നു മൂന്നു പ്രതിഷ്ഠകളുള്ള അമ്പലമായിരുന്നു. അവർക്കു നേർച്ചയെന്നോണം ഗ്രാമം മുഴുവൻ മാസത്തിലൊരിക്കൽ മാറിമാറി അവിടെയെത്തി മുടിവഴിപാടു നടത്തി. (ഗ്രാമം മുഴുവൻ എന്നു പറയുന്നതു ശരിയല്ല. അച്ഛനുൾപ്പെടെ ആ തലമുറയിലുൾപ്പെട്ടവരുടെ മുടിവെട്ടാൻ വിളക്കിത്തല ശങ്കരൻ തന്റെ തുരുമ്പിച്ച കത്രികയുമായി മാസത്തിലൊരിക്കൽ വീടുകളിലെത്തി. ശങ്കരന്റെ വീട്ടുകാരി വയറ്റാട്ടി ലക്ഷ്മി വീടുകളുടെ പിറകുവശത്തുകൂടെ സ്ത്രീകളെ സമീപിച്ചു; (സർക്കാർ മിഡ്‌വൈഫുകളോട് ശത്രുത വളർത്തി). ജവഹർലാൽ നെഹ്റു കൊടുങ്ങല്ലൂർ വന്നതായിരുന്നു എന്റെ കുട്ടിക്കാലത്തെ ഏറ്റവും കോരിത്തരിപ്പിക്കുന്ന അനുഭവം. പുഴ കടന്ന് മൈതാനത്തെ ജനസമുദ്രത്തിൽ ഞാനും ഒരു തുള്ളിയായി.

ഗ്രാമത്തെക്കുറിച്ചോർക്കുമ്പോൾ ഏറെ മുഖങ്ങൾ മനസ്സിൽ തിക്കിക്കയറും; ഭിക്ഷ കൊടുക്കാൻ അല്പം വൈകിയാൽ ശപിക്കുന്ന 'ദുർവ്വാസാ'വെന്നു ഞങ്ങൾ പേരിട്ട സന്ന്യാസിയുൾപ്പെടെ പതിവായി വരാറുള്ള മലയാളികളും തമിഴരുമായ യാചകർ, അമ്മിയും ആട്ടുകല്ലും കൊത്താൻ വരുന്ന ചെട്ടിച്ചികൾ, കൊല്ലവർഷം ഒന്നാം തീയതികളിൽ പട്ടുടുത്തുറഞ്ഞുതുള്ളി വാൾ കൊണ്ടു നെറ്റി പിളരുന്ന അയ്യപ്പൻനായരെന്ന കഠിനോപാസകനായ വെളിച്ചപ്പാട്, സ്കൂളിലേക്കു പോകുംവഴിയുള്ള മനവളപ്പിലെ മാവിൽ തൂങ്ങിമരിച്ച പറങ്കി, പറങ്കിയുടെ മകനാണെന്ന് ആളുകൾ രഹസ്യമായി പറയുമായിരുന്ന ചുകന്നു തുടുത്ത ചെമ്പൻ മുടിയും കണ്ണുമുള്ള കൊച്ചാമുപ്പുലയൻ, കുടുംബത്തിലെന്തു വിഷമം വന്നാലും കവടി നിരത്താൻ വരാറുള്ള കുമാരപ്പണിക്കർ, ബാധയൊഴിക്കാൻ വരുന്ന, പേടിയോടെ മാത്രം ഓർക്കുന്ന മന്ത്രവാദി ചാത്തു, ചെന്നിക്കുത്തും പനിയും വരുമ്പോൾ ചരടു ജപിച്ചുകെട്ടാൻ വരുന്ന, മന്ത്രവും വൈദ്യവും കൈവശമുള്ള ഗ്രാമത്തിന്റെ 'ഷാമാൻ' ആയിരുന്ന ചെറിയ മുസലിയാർ, കോഴിമുട്ട വാങ്ങാൻ പതിവായി വരാറുള്ള, പിന്നീട് ഇസ്രായേലിലേക്കു സങ്കടത്തോടെ പോയ ആരും പേരു പറയാറില്ലാത്ത യഹൂദൻ, കത്തിയും അരിവാളുമുണ്ടാക്കിക്കാൻ ചെല്ലാറുള്ള കൊല്ലൻ കുട്ടൻ, പുരപ്പണികൾക്കെത്തുന്ന ആശാരി പരമേശ്വരൻ, ആശാരിപ്പണിയറിയാത്തതിനാൽ ചിരട്ടകൊണ്ടു കയിലുകളുണ്ടാക്കി വിൽക്കാൻ നടക്കാറുള്ള 'എലിച്ചങ്കര'നെന്നു വിളിപ്പേരുള്ള ശങ്കരൻ, കൃഷിപ്പണി ചെയ്തിരുന്ന താമിയും ലക്ഷ്മിയും മനയുടെ പുമുഖത്തു പതിവായി തോർത്തു മാത്രമുടുത്തു വന്നിരിക്കാറുള്ള ഇട്ട്യാസു നമ്പൂതിരി, തിരണ്ടു കല്യാണത്തിനു പാടാനെത്തുന്ന പാണനും പാട്ടിയും, സർപ്പംപാട്ടുമായി വരുന്ന പുള്ളുവനും പുള്ളുവത്തിയും, മലമുകളിലെ പച്ചമരുന്നു നിറച്ച ഭാണ്ഡമേറ്റിവരുന്ന ലാടൻ, മക്കളറിയാതെ രഹസ്യമായി മാമ്പഴങ്ങൾ വേലിക്കൽ നിന്നു കൈമാറുന്ന കിഴക്കേതിലെ ഇച്ചൂട്ടിയമ്മ... പിന്നെയുമെത്രയോ പേർ.

ഓരോരുത്തരും അവരവരുടേതെന്നു ധരിച്ച തൊഴിലുകൾ ചെയ്തു വിധിയിൽ വിശ്വസിച്ചുകഴിഞ്ഞിരുന്ന ആ നാട്ടിൻപുറം ഇന്നില്ല. അത് എന്റെ കൺമുമ്പിൽ വച്ചു തന്നെയാണു തകർന്നത്. അതു തകരേണ്ടിയിരുന്നു. നിഷ്കളങ്കമായ സഹനത്തിൽനിന്നു തീവ്രമായ അവകാശബോധത്തിലേക്കു നീങ്ങുന്ന ഒരു ജനതയെ ഗൃഹാതുരത്വങ്ങൾ കൊണ്ടു പിടിച്ചു കെട്ടിയിടുന്നതു ക്രൂരമാണ്. പ്രജാ സോഷ്യലിസ്റ്റ് പാർട്ടിയുടെയും ആദ്യകാല കമ്യൂണിസ്റ്റ് പാർട്ടിയുടെയും ആദർശപ്രേരിതമായ പ്രവർത്തനങ്ങൾ, ശ്രീനാരായണ പ്രസ്ഥാനം, വായനശാലാ പ്രസ്ഥാനം, കലാസമിതികൾ, ഹൈസ്കൂളിന്റെയും കോളേജിന്റെയും വരവ്, ജനകീയ വിദ്യാഭ്യാസം, കൊടുങ്ങല്ലൂരിലെ പാലം, വൈദ്യുതി, ദൂരസ്ഥലങ്ങളുമായി ബന്ധം സ്ഥാപിക്കാനുതകുന്ന ബസ് സർവീസുകൾ,

പുറംനാടുകളിൽ ജോലിക്കു പോയവർ കൊണ്ടുവന്ന സമ്പത്ത് - ഇതെല്ലാം ഇന്നത്തെ മാറ്റത്തിനു പിറകിലുണ്ട്. ഇപ്പോൾ നാട്ടിൻപുറത്തു ചെല്ലുമ്പോൾ ആരും എന്നെ 'തമ്പുരാനെ'ന്നു വിളിക്കുന്നില്ല. രണ്ടു വർഷം നാട്ടിൻപുറത്തെ കോളേജിൽ പഠിപ്പിച്ചതോടെ ഞാൻ 'മാഷാ'യി. എല്ലാ 'ജാതി'ക്കാർക്കും വീട്ടിൽ പ്രവേശനമായി. സമുദായങ്ങൾ കുല ത്തൊഴിലുകളിൽ തളഞ്ഞു കിടക്കുന്നില്ല...

ആധുനിക സംസ്കൃതിയുടെ ചില തിന്മകളും അവിടെ എത്തിയി ട്ടുണ്ടെന്നുവരാം. എന്നാൽ മാറ്റം അനിവാര്യമായിരുന്നു. ഇരുപത്തി നാലാം വയസ്സിൽ നാട്ടിൻപുറം വിട്ട് ഇരിങ്ങാലക്കുടയെന്ന ചെറുപട്ടണ ത്തിൽ കോളേജധ്യാപകനായി ബിന്ദുവിനോടൊപ്പം താമസിക്കാൻ പോകുംമുമ്പുതന്നെ ആ മാറ്റങ്ങളുടെ അപ്രതിരോധ്യത എനിക്കനുഭവി ക്കാൻ കഴിഞ്ഞു. അപ്പോഴേക്കും ഇരിങ്ങാലക്കുട ക്രൈസ്റ്റ് കോളേജിലെ ജീവശാസ്ത്രാഭ്യസനവും എറണാകുളം മഹാരാജാസിലെ സാഹിത്യ പഠനവും പുതിയ പുസ്തകങ്ങളും സൗഹൃദങ്ങളും എല്ലാം ചേർന്ന് എന്നും വൈകിട്ടു വള്ളിട്രൗസറിട്ടു കാരണവന്മാർക്കു വിളക്കുവയ്ക്കാൻ പോകാറുള്ള ആ നിഷ്കളങ്കനായ കുട്ടിയെ രാഷ്ട്രീയമായി ഇടതു പക്ഷത്തോടും ദാർശനികമായി അസ്തിത്വവാദത്തോടും ഭാവുകത്വ പരമായി ആധുനികതയോടും ചായ്‌വുള്ള, സംഘർഷം നിറഞ്ഞ ആത്മാ വിനു വാക്കുകളിൽ സാന്ത്വനം തേടുന്ന, അതിവികാരജീവിയായ ഒരു യുവസാഹിത്യകാരനും ചിട്ടയില്ലാത്ത ഒരു വായനക്കാരനുമാക്കി മാറ്റി ക്കഴിഞ്ഞിരുന്നു.

മഴ അപ്പോഴും പെയ്തുകൊണ്ടിരുന്നു, പക്ഷേ, അതിന്റെ അർത്ഥങ്ങൾ മാറിപ്പോയിരുന്നു.

അതിലൂടെ നാട്ടിൻപുറം ഒരു സജീവയാഥാർത്ഥ്യമെന്ന നിലവിട്ടു ഭാവനയുടെ അസംസ്കൃതവസ്തുവായി, സ്മൃതികളുടെ പ്രാക്തന പ്രഭവമായി വിദൂരമായ ഒരു ധൂസരാകാരമായി മാറി. ഇപ്പോൾ ഞാൻ സംസാരിച്ചത് യാഥാർത്ഥ്യത്തിന്റെ മൂലകങ്ങളാൽ ഞാൻ നിർമ്മിച്ചെ ടുത്ത ആ ഐതിഹ്യസംയുക്തത്തെക്കുറിച്ചാണ്. കാരണം, യാഥാർ ത്ഥ്യത്തിൽ ആ നാട് ഇപ്പോഴുമുണ്ട്, വാർഷിക സന്ദർശനങ്ങളിൽ മാത്രം മൂർത്തരൂപം കൈക്കൊള്ളുന്ന, ഭാഷയുടെ ഘടനകൾക്കു വെളിയിലെ വിടെയോ ത്രസിക്കുകയും വളരുകയും ചെയ്യുന്ന ഭൂമിശാസ്ത്രപരമായ ഒരു വാസ്തവം. പക്ഷേ, എനിക്കു ജീവിക്കാൻ ഞാൻ സ്മൃതികളാൽ നെയ്തെടുത്ത ഈ മിത്തുകൾ മാത്രം മതി. തേനും വിഷവും നിറഞ്ഞ, കർപ്പൂരവും പാമ്പിൻമുട്ടകളും മണക്കുന്ന ഈ ഹരിതസാന്നിധ്യം. നിര ന്തരം മഴ പെയ്തു കൊണ്ടിരിക്കുന്ന ഈ സുരഭില ശാദ്വലം.

മരിച്ചവരുമായുള്ള സംഭാഷണം

അച്ഛനെ ഓർക്കുകയെന്നാലർത്ഥം എന്റെ നാട്ടിൻപുറത്തെ മുഴുവൻ ഓർക്കുകയെന്നാണ്. അതിന്റെ നിറങ്ങളെയും മണങ്ങളെയും മുഴുവൻ. ആ വയലുകളുടെ പച്ചയിലും ഒടിച്ചുകുത്തിപ്പൂവിന്റെ ഊതനിറത്തിലും ചെമ്പരത്തിയുടെ ചുകപ്പിലും നെല്ലിപ്പൂക്കളുടെ നീലയിലും നെല്ലോല കളുരഞ്ഞുണ്ടാകുന്ന തിണർപ്പിലും മുറ്റത്ത് അതിയനും പാണ്ടിയും വട്ടനും പൊക്കാളിയും പുഴുങ്ങുന്ന മണത്തിലും തൊടിയിലെ കളി മണ്ണിന്റെയും കായലിലെ ചേറിന്റെയും പശയിലും ഗ്രാമക്ഷേത്രത്തിലെ താലപ്പൊലി മേളത്തിന്റെ തിമർപ്പിലും പടവലവള്ളിയുടെ വളവിലും കയ്പയ്ക്കയുടെ ചവർപ്പിലും ചേമ്പിൻതാളിന്റെ ചൊറിച്ചിലിലും കണ്ണി മാങ്ങയുടെ ചുനയിലും അച്ഛൻ അലിഞ്ഞു കിടപ്പുണ്ട്.

പുല്ലൂറ്റുകാർക്ക് അച്ഛൻ 'ശങ്കരമേൻ' (മേനോൻ) ആയിരുന്നു, കൊടു ങ്ങല്ലൂർക്കാർക്ക് 'തങ്കപ്പമേ'നും. അടുപ്പം ഏറെയുള്ളവർ, വിശേഷിച്ചും യോഗം ഓഫീസിലെ അച്ഛന്റെ വൈകുന്നേരങ്ങളിലെ ചീട്ടുകളിസംഘ ത്തിലെ സമപ്രായക്കാരായ ചങ്ങാതിമാർ അച്ഛന്റെ 'കല്ലയിൽ കാട്ടിൽ ചിറ്റേഴത്ത്' എന്ന വീട്ടുപേരോർമ്മിപ്പിച്ച് 'എടോ കല്ലേ' എന്നു വിളി ക്കുന്നതും കേട്ടിട്ടുണ്ട്.

ഓർത്തുനോക്കുമ്പോൾ അച്ഛനെക്കുറിച്ച്, വിശേഷിച്ചും ഞാൻ മുതിരും മുമ്പുള്ള അച്ഛനെക്കുറിച്ച്, വളരെക്കുറച്ചേ അറിയാവൂ. അച്ഛന്റെ വീട്ടിലെ വിശേഷങ്ങൾക്ക് അമ്മയേയോ ഞങ്ങൾ കുട്ടികളെ യോ അച്ഛൻ കൊണ്ടുപോയതോർമ്മയില്ല; സദ്യ കഴിഞ്ഞാണു വരുന്ന തെങ്കിൽ പ്രഥമൻ കൊണ്ടുവരുമായിരുന്നെങ്കിലും അച്ഛന്റെ ബന്ധു ക്കളെക്കുറിച്ചും ഞങ്ങൾക്ക് ഏറെ അറിവില്ല. പൂർവാശ്രമത്തിലദ്ദേഹം പൊലീസുദ്യോഗസ്ഥനും പിന്നീട് വക്കീൽ ഗുമസ്തനുമായിരുന്നതറിയാം. കുട്ടിക്കാലത്ത് അച്ഛന്റെ മേശ ഒരത്ഭുതലോകമായിരുന്നു. സ്വർണം പൂശിയ ചില ബട്ടണുകൾ, സിങ്കപ്പൂരിലെ ചില നാണയത്തുട്ടുകൾ, ആരോ കൊടുത്ത കറുത്ത ഒരു ഷീഫർ പേന, മുജ്ജന്മത്തിലെ പെട്ടി കളുടെയോ മുറികളുടെയോ ആകാവുന്ന താക്കോലുകൾ, ആധാര ക്കെട്ടുകൾ, ഓലയിലും കടലാസ്സിലുമെഴുതിയ ജാതകങ്ങൾ... അച്ഛൻ

മേശ വലിച്ചു തുറക്കുമ്പോഴൊക്കെ ഞാനതിലേക്കെത്തിനോക്കുമായിരുന്നു. പഴയൊരു ലോകത്തിന്റെ ഗന്ധം അതിൽനിന്നൊഴുകി വന്നു. ഞാൻ ചെറിയ കുട്ടിയായിരുന്നപ്പോൾ അച്ഛൻ ഇടയ്ക്ക് വല്ലപ്പോഴുമേ വീട്ടിലെത്താറുള്ളൂ. പാലക്കാട് ഒരു മന്ദാടിയാരുടെ എസ്റ്റേറ്റുകാര്യസ്ഥനായിരുന്നു അന്നദ്ദേഹം. വരുമ്പോൾ കൊണ്ടുവരാറുള്ള 'വിനോളിയാ' സോപ്പിന്റെ മണവും എന്നെ കൊട്ടിയുറക്കുമ്പോൾ പാടാറുള്ള തമിഴ് താരാട്ടിന്റ ഈണവും ഇന്ദ്രിയങ്ങളിൽ ഇപ്പോഴുമുണ്ട്.

അച്ഛൻ ഭക്തനായിരുന്നു. എന്നും സന്ധ്യയ്ക്ക് കുളിച്ചുവന്ന് വീടിന്റെ ചായ്പ്പിലുള്ള ദൈവങ്ങൾക്ക് കർപ്പൂരാരാധന നടത്തും. *ദേവീമാഹാത്മ്യ*വും *നാരായണീയ*വും വായിക്കും. അച്ഛന്റെ വിരൽപ്പാടുകളും മെഴുക്കും അഴുക്കും പുരണ്ട, ചട്ടയടർന്നു പോയ, മടക്കിവച്ച് മടക്കിവച്ച് മൂലകൾ കീറിപ്പോയ ആ പുസ്തകങ്ങൾക്ക് ചന്ദനത്തിരിയുടെ മണമുണ്ടായിരുന്നു. അച്ഛൻ വീട്ടിലില്ലാത്ത ദിവസങ്ങളിൽ അവ പാരായണം ചെയ്യുന്നതും പൂജ നടത്തുന്നതും എന്റെ ചുമതലയായിരുന്നു. അമ്മ 'അശുദ്ധ'മായിരുന്ന ദിവസങ്ങളിൽ വായിച്ചിരുന്ന രാമായണ-ഭാഗവതങ്ങൾക്കൊപ്പം ഈ വായനകളും എന്റെ കാവ്യാനുശീലനത്തിൽ ഒരു പങ്കുവഹിച്ചിട്ടുണ്ടാകാം. അച്ഛന്റേത് അല്പം പരുക്കനായ സ്വരമായിരുന്നു. എങ്കിലും *ദേവീമാഹാത്മ്യം* വായിക്കുമ്പോഴും 'നിത്യാനന്ദകരീ, വരാഭയകരീ' എന്നും മറ്റുമുള്ള സ്തോത്രങ്ങൾ ചൊല്ലുമ്പോഴും കർണാടക സംഗീതത്തിന്റെ ചില രാഗഛായകൾ പ്രതിഫലിച്ചുകണ്ടിട്ടുണ്ട്. പാരുഷ്യത്തെ സംഗീതമാക്കുന്ന ഈ രാസവിദ്യയാകാം എം.ഡി. രാമനാഥനെ കേൾക്കുമ്പോഴൊക്കെ അച്ഛനെ ഓർക്കാറുള്ളതിന് ഹേതു.

അച്ഛന്റെ ഇഷ്ടദേവത ആരായിരുന്നു? ചായ്പ്പിൽ ദാരികന്റെ രക്തമിറ്റുന്ന ശിരസ്സു കൈയിലെടുത്ത് തലയോട്ടിയുടെ മാലയണിഞ്ഞ ദുർഗയുണ്ടായിരുന്നു. പിന്നെ മേഘങ്ങളേക്കാൾ നീലയായ ഒരു കൃഷ്ണൻ. അഭയമുദ്രയുമായിരിക്കുന്ന ശാസ്താവ്. കൗപീനമാത്രധാരിയായി വേലേന്തി പിന്നിൽ നീലമയിലുമായി നിൽക്കുന്ന മഞ്ഞ നിറമുള്ള മുരുകൻ, സംശയമില്ല, അനേകം പലഹാരങ്ങൾ നോക്കിക്കൊതിച്ചിരിക്കുന്ന ഒരെലിയുടെ പിറകിൽ കുമ്പയും തുമ്പിക്കൈയുമായിരിക്കുന്ന ഗണപതി. അച്ഛൻ പതിവായി ശബരിമലയ്ക്കു പോകാറുണ്ട്. ഞാനല്പം മുതിരുമ്പോഴേക്കും അദ്ദേഹം 'പെരിയസ്വാമി'യായിക്കഴിഞ്ഞിരുന്നു. 'വിളക്കു'കൾക്കൊക്കെ പോകുമായിരുന്നു. ചിലപ്പോൾ കെട്ടുനിറച്ചു കൊടുക്കുന്നതും കണ്ടിട്ടുണ്ട്. ആദ്യകാലത്ത് അടുത്തുതന്നെ തോട്ടുവക്കിൽ പാർക്കുന്ന 'പൂശാരി'യായിരുന്നു അച്ഛനും കൂട്ടർക്കും നിറച്ചുകൊടുക്കാറുള്ളതെങ്കിലും പിന്നീടത് അച്ഛൻ സ്വയം ചെയ്യാൻ തുടങ്ങി. പക്ഷേ, എന്നെ അത്ഭുതപ്പെടുത്താറുള്ളത് അദ്ദേഹം കോമരമായി തുള്ളുമ്പോൾ എപ്പോഴും മുരുകനായാണ് അവതരിക്കാറുള്ളതെന്നാണ്. അയ്യപ്പഭക്തൻ ഉറഞ്ഞു തുള്ളുമ്പോൾ എങ്ങനെയാണ് സുബ്രഹ്മണ്യനാകുന്നത്? ദൈവങ്ങൾക്ക് അയിത്തമില്ലെന്നു വരാം.

ആലോചിച്ചിട്ടുണ്ട്: ഞാൻ കുട്ടിക്കാലത്ത് വിശ്വാസിയായിരുന്നോ? പറഞ്ഞുവല്ലോ, അച്ഛനു പകരം പൂജയും പാരായണവും പതിവുണ്ട്. ഓണത്തിന് മഹാബലിയെ പൂജിക്കാറുണ്ട്. എന്നും സന്ധ്യയ്ക്ക് നാമം ചൊല്ലാറുണ്ട്. തൊടിയിലെ 'വിഷ'ത്തിൽ സർപ്പപൂജ നടക്കുമ്പോൾ കൈ കൂപ്പാറുണ്ട്, അമ്പലങ്ങളിൽ വഴിപാടു കഴിക്കാൻ പറഞ്ഞയയ്ക്കപ്പെടാറുണ്ട്, അച്ഛൻ ശബരിമലയ്ക്ക് ഒരിക്കൽ കൊണ്ടുപോയിട്ടുണ്ട്. എങ്കിലും ഇതെല്ലാം പരിസരത്തിൽ നിന്ന് ലഭിച്ച ശീലങ്ങളായിരുന്നിരിക്കണം. നാമം ചൊല്ലുന്നതിനിടയിൽ എണീറ്റ് നിഴൽ നോക്കി നൃത്തം ചെയ്യാറുള്ളതും വിചിത്ര സ്വരൂപികളായ ദൈവങ്ങളെ അല്പമൊരു തമാശയോടെ കാണാറുള്ളതുമെല്ലാം ഉള്ളിലെ സംശയാലുവിന്റെ ആവിഷ്കാരങ്ങളാകാം. ഏതായാലും അത്തരം ഭക്തി എനിക്ക് നേരത്തെ തന്നെ കളഞ്ഞുപോയി. രണ്ടു വിരുദ്ധ കാരണങ്ങളാൽ. എന്റെ സ്കൂളുകൾ നിന്നിരുന്ന പുല്ലൂറ്റിന്റെ വടക്കുഭാഗത്ത് കമ്മ്യൂണിസ്റ്റ് സംസ്കാരം ശക്തമായിരുന്നു, അധ്യാപകരിൽ പലരും പാർട്ടിപ്രവർത്തകരോ അനുഭാവികളോ ആയിരുന്നു; അങ്ങനെ സ്കൂൾ തന്നത് അവിശ്വാസത്തിലുള്ള വിദ്യാഭ്യാസമായിരുന്നു. വീട്ടിൽ 'ജാതി' ഇല്ലായിരുന്നെന്നു പറഞ്ഞുകൂടാ; പുറത്തുനിന്നു ചെല്ലുമ്പോൾ കുളിക്കണമായിരുന്നു, ചുരുങ്ങിയത് കാലും മുഖവും കഴുകുകയെങ്കിലും. അതേ സമയം പല 'ജാതി'യിൽപ്പെട്ടവരും വീട്ടിൽ കയറുമായിരുന്നു, അവരൊക്കെയുമായി അച്ഛന്, അതിലേറെ അമ്മയ്ക്കും ഒരുതരം ചങ്ങാത്തവുമുണ്ടായിരുന്നു. ആരോ നടപ്പാക്കിയ വ്യവസ്ഥ അനുസരിക്കുന്നവരെപ്പോലെയായിരുന്നു അവർ. അവരുടെ വ്യവസ്ഥ അനുസരിക്കുന്നവനെപ്പോലെ ഞാനും. എന്റെ ഏറ്റവും നല്ല കൂട്ടുകാരെല്ലാം 'അന്യ'ജാതിക്കാരോ മതക്കാരോ ആയിരുന്നു: വാസുദേവൻ, കൃഷ്ണൻ, അബ്ദുൽ ഖാദർ... പന്ത്രണ്ടു വയസ്സാകുമ്പോഴേക്കും മാർക്സിസമെന്തെന്നറിയാത്ത കമ്മ്യൂണിസ്റ്റനുഭാവിയായിക്കഴിഞ്ഞിരുന്നു ഞാൻ; ഉണ്ടായിരുന്ന അല്പം വിശ്വാസവും പൊയ്പ്പോയിരുന്നു. എങ്കിലും വീട്ടിൽ ചെയ്യേണ്ടതെല്ലാം ചെയ്തുപോന്നു.

അച്ഛൻ ക്ഷിപ്രകോപിയായിരുന്നു; ആ ഞരമ്പ് എനിക്കും കിട്ടിയിട്ടുണ്ടെന്നു തോന്നിയതോടെ ഞാനതു ബോധപൂർവം നിയന്ത്രിച്ചു തുടങ്ങി. പലകുറി അച്ഛൻ അടിച്ചിട്ടുണ്ട്; വളപ്പിൽ പണിയെടുത്തു തഴമ്പിച്ച കൈയായതുകൊണ്ട് നല്ലപോലെ വേദനിക്കാറുണ്ട്. കുറെനേരം വിരൽപ്പാടുകൾ ചുവന്നുതിണർത്തു കിടക്കുകയും ചെയ്യും. അധ്യാപകരിൽ നിന്ന് അധികം അടി കിട്ടിയിട്ടില്ല. ചെറിയ ചെറിയ കാര്യങ്ങൾക്കാവും അച്ഛൻ അടിക്കുക. കുളിച്ച് കുളത്തിൽനിന്നു കയറാൻ വൈകിയതിന്, ചെറിയ നുണ പറഞ്ഞതിന്. ഒരിക്കൽ ചെയ്യാത്ത കുറ്റത്തിന് ശിക്ഷിച്ചതു മാത്രമേ എന്റെ മനസ്സു വേദനിപ്പിച്ചിട്ടുള്ളൂ.

എങ്കിലും ഞാൻ ഓർക്കാനാഗ്രഹിക്കുന്നത് അച്ഛന്റെ അഭിമാനബോധമാണ്. താണ, മധ്യവർഗത്തിന്റെ സ്വാഭാവികമായ ദുരഭിമാനമാകാം

അത്! പക്ഷേ, അതെന്നെ തുണയ്ക്കുക തന്നെ ചെയ്തു. കഠിനമായ സാമ്പത്തിക ബുദ്ധിമുട്ടിന്റെ കാലത്തും അദ്ദേഹം ദാരിദ്ര്യം പുറത്തു കാണിച്ചില്ല. സഹായത്തിന് ആരോടും ഇരന്നുമില്ല. ഒന്നരയേക്കർ പുരയിടത്തിന്റെയും അല്പം വയലിന്റെയും വരുമാനം ഒന്നിനും തികയു മായിരുന്നില്ല; ബാക്കി പുരയിടങ്ങളും വയലുകളും പാട്ടക്കാരുടെതായി ക്കഴിഞ്ഞിരുന്നു; പഴയ ഉടമസ്ഥതയുടെ ഓർമക്കുറിപ്പുകൾ പോലെ പാട്ടക്കാരും കുടിയാന്മാരും വിശേഷദിവസങ്ങളിൽ പച്ചക്കറിയോ നേന്ത്രപ്പഴക്കുലയോ മാമ്പഴമോ കൊണ്ടുവന്നിരുന്നു.

എന്റെ രണ്ടു സഹോദരിമാർ ഞാൻ ജനിക്കും മുമ്പേ അപമൃത്യു വിനിരയായിരുന്നു. ചേട്ടനും ചേച്ചിയുമുണ്ടായിരുന്നു. ഏറെ വൈകി അമ്മയുടെ തറവാട്ടിൽനിന്ന് ഭാഗിച്ചു കിട്ടിയ ഒരു തുണ്ടുഭൂമി വിറ്റാണ് ചേട്ടനെ എഞ്ചിനിയറിങ് കോളേജിൽ ചേർക്കാൻ പണമുണ്ടാക്കിയത്. സ്കോളർഷിപ്പുകൾ ലഭിക്കുകയും ചേട്ടന് പഠിപ്പു കഴിഞ്ഞയുടൻ ജോലി കിട്ടുകയും ചെയ്തിരുന്നില്ലെങ്കിൽ ഞാൻ കോളേജിൽ പോകുമായിരു ന്നില്ല. ഞങ്ങളെല്ലാവരും വളപ്പിലും വയലിലും പണിയെടുക്കുമായിരുന്നു. ആ പാഠങ്ങൾ ഞാൻ മറന്നിട്ടില്ല. തെങ്ങിന് തടമെടുക്കാനറിയാം. കാച്ചി ലിനും കൂർക്കയ്ക്കും വെണ്ടയ്ക്കും വെള്ളരിക്കും കയ്പയ്ക്കും മത്തനും കുമ്പളത്തിനും ചേമ്പിനും മരച്ചീനിക്കും എങ്ങനെ വാരവും തടവും കോരണമെന്നുമറിയാം. കവിതയുടെ രൂപങ്ങളെക്കുറിച്ച് വിചാരിക്കുമ്പോൾ ഞാൻ ആ ആകൃതികൾ ഓർക്കാറുണ്ട്. അവയിൽ വളരുന്ന ചെടികളുടെയും വള്ളികളുടെയും പൂക്കളുടെയും ആകൃതി കളും. ഞങ്ങളുടെ അഭിമാനബോധത്തിന്റെ അടിസ്ഥാനം മണ്ണുമായുള്ള ഈ ചങ്ങാത്തമാണെന്ന് എനിക്ക് തോന്നിയിട്ടുണ്ട്.

"പണിയെടുത്തു തഴമ്പിച്ച കൈകളുള്ള
ഒരു കർഷകനായിരുന്നു എന്റെ അച്ഛൻ
കുട്ടിക്കാലത്തെന്നപോലെ അച്ഛന്റെ കൂടെ ഇപ്പോഴും
ഞാൻ പുതുമണ്ണു കിളച്ചു മറിക്കുന്നു: വചനങ്ങളുടെ.
എന്നെങ്കിലും ഈ മണ്ണിൽ മുളയെടുക്കുന്ന
പച്ചപ്പിന്റെ അടിയിലെവിടെയോ
എന്റെ ഉപ്പിന്റെ ഒരു തുള്ളിയുമുണ്ടായേക്കാം:
അതിലേറെ എന്താണു ഞാൻ നിങ്ങൾക്കു
വാഗ്ദാനം ചെയ്യുക കൂട്ടരേ,
വാഗ്ദാനങ്ങളാൽ നിരഹങ്കാരയാക്കപ്പെട്ട
ഈ ഭൂമിയിൽ?"

എന്ന് *സത്യവാങ്മൂല*ത്തിൽ കൃഷിയും വചനവുമായുള്ള ബന്ധം ഞാനു റപ്പിക്കുന്നുണ്ട്. ഏത് സാഹചര്യത്തിലും തല താഴ്ത്താതിരിക്കാൻ അച്ഛൻ ഞങ്ങളെ പഠിപ്പിച്ചു. ഇത് പുല്ലൂറ്റു നിന്ന് ഇരിങ്ങാലക്കുടയി ലേക്കും അവിടെനിന്ന് ഡൽഹിയിലേക്കും സ്വയം പറിച്ചുനട്ട കാലത്ത്

ഞാനും ബിന്ദുവും അനുഭവിച്ച കാഠിന്യങ്ങളെ അതിജീവിക്കാൻ മാത്രമല്ല എന്നെ പഠിപ്പിച്ചത്. പിൽക്കാലത്ത് ശുപാർശകളെയും സമ്മർദ്ദങ്ങളെയും മറ്റും അതിജീവിക്കാൻ കൂടിയാണ്, ഭീഷണികൾക്ക് വഴങ്ങാതിരിക്കാനും. അക്കാദമിയുടെ കാര്യദർശിയായിരിക്കുമ്പോഴാണ് ഇതേറ്റവും പ്രയോജനപ്പെട്ടത്. വിശേഷിച്ചും വലതുപക്ഷ ഭരണകൂടം ഹിന്ദുത്വ അജണ്ട നടപ്പിലാക്കിക്കൊണ്ടിരുന്ന കാലത്ത്. അക്കാദമി, ഭരണകൂടത്തിന്റെ ശബ്ദമല്ലെന്ന് തെളിയിക്കാൻ കിട്ടിയ ഒരവസരമായാണ് അക്കാലത്തെ ഞാൻ കണ്ടത്. ഗുജറാത്തിലെ ഇടപെടൽ മുതൽ ന്യൂനപക്ഷ രചനകളെക്കുറിച്ച് ബറോഡയിലും വാലി ദഖനിയെക്കുറിച്ച് ദില്ലിയിലും നടത്തിയ സെമിനാറുകളുമുൾപ്പെടെയുള്ള കാര്യങ്ങൾ ഇന്ന് ചരിത്രമാണ്. ഒരുപക്ഷേ, പാർട്ടികൾക്കും മറ്റും മുഴുവൻ വഴങ്ങാത്ത എന്റെ പ്രകൃതവും രക്തത്തിലുള്ളതാകാം.

എറണാകുളം മഹാരാജാസിൽ എം.എ യ്ക്കു ചേർന്നതോടെ ഞാൻ മുതിർന്നുവെന്ന് അച്ഛൻ അംഗീകരിച്ചു. ഹോസ്റ്റൽ വരാന്തയിൽ സിഗരറ്റു വലിച്ചുവെന്ന് പറഞ്ഞ് എന്നോട് വാർഡൻ ശിവരാമകൃഷ്ണയ്യർ വിശദീകരണമാവശ്യപ്പെടുകയും വിശദീകരണമായി ഞാൻ സ്വാതന്ത്ര്യത്തെക്കുറിച്ചൊരു പ്രബന്ധമെഴുതി നൽകിയതിൽ ദേഷ്യം പിടിച്ച് അയ്യർ അച്ഛന് കത്തെഴുതുകയും ചെയ്തത് ഞാനോർക്കുന്നു. അച്ഛൻ വന്നു; എന്നെ ഹോസ്റ്റലിൽനിന്ന് പുറത്താക്കിയാലുള്ള ബുദ്ധിമുട്ടോർത്ത് അയ്യരെ കാണുകയും ചെയ്തു. പക്ഷേ, എന്നെ ആശ്വസിപ്പിക്കയാണ് ചെയ്തത്. ഇതിലൊന്നും പതറേണ്ടെന്നും നന്നായി പഠിച്ചാൽ മതിയെന്നുമാണ് അച്ഛൻ പറഞ്ഞത്. അദ്ദേഹത്തെ വിളിച്ചുവരുത്തിയതിൽ എനിക്ക് ആ വാർഡനോട് അനിഷ്ടം തോന്നിയെന്നതു ശരിയാണ്. ഒപ്പം അച്ഛനുമായുള്ള സംസാരം ആത്മവിശ്വാസം നൽകുകയും ചെയ്തു. ഗുരുനാഥൻ ഴാങ് പോൾ സാർത്രിനുവേണ്ടി ഞാൻ ഒരു സിഗരറ്റു കൂടി വലിച്ചു. ഇപ്പോൾ ആ 'മെയിൽ ബോണ്ടിങ്ങി'ൽ മൂന്നുപേർ ഉണ്ടായിരുന്നു. സാർത്ര്, അച്ഛൻ, ഞാൻ. അച്ഛൻ എന്നെ തുല്യനായംഗീകരിച്ചതിന്റെ ആഹ്ലാദത്തിൽ കുട്ടിക്കാലത്ത് അദ്ദേഹം തന്ന അടികളുടെ മുഴുവൻ വേദനയും ഞാൻ മറന്നു എന്നുമാത്രം എനിക്കറിയാം.

ശബരിമലയിലേക്കുള്ള യാത്രയിൽതന്നെയാണദ്ദേഹം ഹൃദയാഘാതം മൂലം മരിച്ചത്. മേശയുടെ താക്കോൽ എപ്പോഴും കൊണ്ടുപോകാറുള്ള അദ്ദേഹം അത് അമ്മയെ ഏല്പിച്ചിട്ടാണ് അക്കുറി പോയത്. ഒരു യാത്രപറച്ചിലിന്റെ സ്വഭാവം ആ പോക്കിനുണ്ടായിരുന്നുതാനും. അതിൽനിന്നു ഞാനൂഹിക്കുന്നത് തലേ വർഷം മല കയറുമ്പോൾ അദ്ദേഹത്തിന് അസ്വാസ്ഥ്യമുണ്ടായിരുന്നിരിക്കണം എന്നാണ്. മരണത്തിന്റെ മുൻകൂർ ദർശനം അങ്ങനെ വന്നതാകാം. അച്ഛൻ മരിച്ചു

കൊണ്ടിരുന്ന സമയത്ത് - അപ്പോൾ എനിക്കതറിയില്ലായിരുന്നു - എനിക്ക് ഒരു 'ടെലിപ്പതിക്' അനുഭവവും ഉണ്ടായി. അന്ന് ഞാൻ കൊടുങ്ങല്ലൂർ കുഞ്ഞിക്കുട്ടൻ തമ്പുരാൻ സ്മാരക കോളേജിലാണ് - ക്ലാസിൽവച്ച് അറിയാത്ത അസ്വാസ്ഥ്യം തോന്നുകയും ഇടയ്ക്ക് ക്ലാസ് നിറുത്തുകയും ചെയ്തു. പിന്നെയും രണ്ടുനാൾ കഴിഞ്ഞാണ് തിരിച്ചു വന്ന സംഘാംഗങ്ങൾ ആ വാർത്ത തന്നത്. അച്ഛന്റെ ആഗ്രഹമനുസരിച്ച് മുകളിൽത്തന്നെ ശവസംസ്കാരം നടത്തിയിട്ടാണ് അവർ വന്നിരുന്നത്. അവർ പറഞ്ഞ സമയം എനിക്ക് അസ്വാസ്ഥ്യമുണ്ടായ സമയം തന്നെയായിരുന്നു. ടെലിപ്പതിയുടെ അനുഭവങ്ങൾ പിന്നീട് പലകുറി ഉണ്ടായിട്ടുള്ളതിനാൽ ഇപ്പോൾ എനിക്കതിൽ അത്ഭുതം തോന്നുന്നില്ല. മനസ്സിന്റെ സ്വാഭാവികമായ കഴിവുകളിലൊന്നാകണം അത്. എനിക്കുകൂടി ജോലി കിട്ടിയ ശേഷമാണദ്ദേഹം പോയതെന്ന് ഞാനാശ്വസിച്ചിട്ടുണ്ട്. പിന്നീടുള്ള വഴിത്തിരിവുകളോട് എങ്ങനെ പ്രതികരിക്കുമായിരുന്നെന്നും ആലോചിച്ചിട്ടുണ്ട്. പുറത്തുതട്ടി പറയുമായിരിക്കും; 'സാരമില്ല.'

അച്ഛന്റെ മരണാനന്തര ജീവിതം എന്റെ കവിതയിലായിരുന്നു. പല രീതികളിൽ, രൂപങ്ങളിൽ, ആ സാന്നിധ്യം തുടരുന്നു. (അമ്മയുണ്ട് നിരന്തര സാന്നിധ്യമായ്). അച്ഛൻ മരിച്ച് വർഷങ്ങൾ കഴിഞ്ഞ് എഴുതിയ ഒരു കുസൃതിക്കവിതയുണ്ട് *അച്ഛൻ* എന്ന പേരിൽ:

'എന്റെയച്ഛൻ അഞ്ചുപെറ്റു.
അഞ്ചാമത്തെ മൂരിക്കുട്ടൻ
മണികെട്ടി വാലുപൊക്കി ചീറ്റിനടന്നു
ചീറ്റിയിട്ടും പോരാതെ
പൊന്നു ചീറ്റി, പുലരി ചീറ്റി, കവിത ചീറ്റി.

എന്റെയച്ഛൻ നട്ട വാഴ
വാഴയ്ക്കു തലയും മുലയും വന്നു
അച്ഛൻ മലകേറി കോവിൽ കേറി
പടികേറിപ്പൊലിഞ്ഞു; മഹാരസികൻ

അവന്റെ മുടിവെട്ടാത്ത കൽക്കരി
എനിക്കുവണ്ടി
അവന്റെ ഉടുപ്പിടാത്ത തണ്ട്
കരതിരിന്മേൽ കതിര്
അവന്റെ ചെരിപ്പിടാത്ത
താന്തോന്നിത്തത്തിന്റെ തെരുവുകളിൽ
മണികെട്ടിയ കാളവണ്ടി:
എന്റെ.

ആസന്ന മരണ ചിന്തകൾ ആരംഭിക്കുന്നതുതന്നെ അച്ഛന്റെ ഓർമ്മയിലാണ്.

ഒരർദ്ധരാത്രിക്ക് കതകിൽ മുട്ടുകേട്ടുണർന്നു ഞാൻ;
അച്ഛൻ!
ഇരുവർഷം മുമ്പ് മലനടയെത്തി-
പ്പിടഞ്ഞുവീണു തൻ പഴയ വീടിന്റെ
നിഗൂഢതയിലേക്കലിഞ്ഞുപോയച്ഛൻ വിളിക്കുന്നു,
ശ്വാസം ശിരസ്സിൽ തട്ടുന്നു;
'വരിക പൊന്നുണ്ണീ
വിരൽ പിടിക്കുക.'

ആ വിരൽ പിടിച്ചു നടക്കുന്ന ഞാൻ പൊന്തകളും കാരമുൾക്കാടുകളും പനകളും പിന്നിട്ടെത്തുന്നത് 'പ്രശാന്തനീരവമൊരു കടൽത്തീര'ത്താണ്.

'ഇരുളിന്നന്തവും നിലയുമില്ലാത്ത
പരപ്പിലേക്കു തൻ വിരലുചുണ്ടിയാ-
ച്ചൊടിവിറച്ചൊരു നിമിഷം നിന്നച്ഛൻ
അലിഞ്ഞു പോയച്ഛൻ'

പിറ്റേന്നു രാവിലെ എന്റെ ഏഴു മുടിനാരുകൾ നരച്ചിരിക്കുന്നതായി പ്രിയതമ കണ്ടുപിടിക്കുന്നതോടെയാണ് മരണചിന്തകൾ ആരംഭിക്കുന്നത്. കവിതയുടെ പതിനഞ്ചാം ഖണ്ഡത്തിൽ അച്ഛനോട് വിട പറയുന്നുണ്ട്. ഇവിടെ അച്ഛൻ പ്രകൃതി-പുരുഷദ്വയത്തിലെ പുരുഷൻ കൂടിയാവുന്നു:

സമയമായച്ഛാ
ചിലന്തിനൂൽ നെയ്ത
ഭ്രമവല പൊട്ടി നുറുങ്ങുകയായീ
സ്ഫടികജാലകമുടയുകയായീ
ചുവന്നൊരുത്തരക്കിളിയുമാകാശം
തുളച്ചു രാത്രിയിൽ പൊലിയുകയായീ
ഹൃദയം പൊട്ടിയ ഗഗനത്തിൻ കീഴിൽ
കടലുപ്പിൻ രസം നുണയും കാറ്റിന്റെ
കരയും കൈകളിൽ പഴയ വേണുവിൽ
പതയും ദുഃഖത്തിൻ കുശഞൊറികളിൽ
നിഴലുകൾ തുപ്പും വ്യഥാനിലാവുകൾ
തുളുമ്പിയ ദീർഘനിശകളിൽ, പച്ച
മിഴിതൻ നാഭിയിലുയിർത്തെഴുന്നേൽക്കും
സരോരുഹത്തിന്റെ കവിതയിൽ, എന്നെ
മഹാവ്യഥയുടെ ലിപികൾ കാട്ടിയ
പുരുഷ, നീണ്ടൊരീ നിലവിളി നിർത്തി
നയനദീപങ്ങൾ കെടുത്തിക്കാത്തിരി-
പ്പൊടുക്കി, എന്റെയായിടാത്തൊരിക്കരിം-
തടാകത്തിൽ തന്നെ പിടഞ്ഞുവീഴുവാൻ
പ്രശാന്തി തേടുവാൻ, സമയമായച്ഛാ.

എഴുപതുകളുടെ ആരംഭത്തിലെ കവിതയുടെ രീതിയിൽ, ഭൗതികാതീതമായൊരു ലോകവീക്ഷണത്തിൽ ഇങ്ങനെ പിതാവ് പുരുഷൻ (മാതാവ് പ്രകൃതിയും) ആയി പരിണമിക്കുന്നു.

മരണത്തെക്കുറിച്ച് മൂന്നു കവിതകളിലെ ഒന്നാം കവിതയിലും ഈ അച്ഛൻ രൂപാന്തരപ്രാപ്തി നേടുന്നുണ്ട്. സന്ദർശകരില്ലാത്ത ഒരു ഞായറാഴ്ച, ഇലഞ്ഞിപ്പൂക്കൾപോലെ പൊഴിക്കുന്ന ചെറുമഴയുടെ സൗരഭ്യം മണ്ണിന്റെ നാഡികളിൽ പടർന്നുകയറുകയും സിതാറിൽ ബിഹാഗ്

മുഴങ്ങുകയും മണിയൊച്ചയുടെ ചിറകുകളുമായി പ്രാർത്ഥനകളുടെ പക്ഷികൾ ഗോപുരങ്ങളിൽനിന്നു പറന്നുയരുകയും കുട്ടികൾ ലില്ലിപ്പൂവിനേക്കാൾ മൃദുലമായ നിദ്ര തുടരുകയും ഭൂമിയുടെ സ്നേഹം മുഴുവൻ വെള്ളയിലും ഖേദം മുഴുവൻ മഞ്ഞയിലും ഒതുക്കിയ ഒരു വരി കവിതയ്ക്ക് ഞാൻ അടയിരിക്കുകയും ചെയ്യുമ്പോൾ...

പ്രതാപിയായ എന്റെ അച്ഛൻ
സ്വർണ്ണക്കുതിരപ്പുറത്ത് ഒരു കാറ്റായി വന്ന്
ജനലിലൂടെ എന്നെ വിളിക്കും.

പിന്നെ ഹൃദയം അവരോഹരണമാരംഭിക്കുകയും എന്റെ ഓമനയുടെ മിഴികളുടെ നീലച്ച പതുപതുപ്പിലേക്ക് ഞാൻ ചായുകയും അവളുടെ കണ്ണീരിന്റെ ഊഷ്മളമായ പുതപ്പ് എന്നെ മൂടുകയും ചെയ്യുമ്പോൾ

മഴയും ബിഹാഗും ഇറ്റിറ്റു നിലയ്ക്കും
അച്ഛന്റെ പിറകിൽ കുതിരപ്പുറത്തു കയറി
ഉദയത്തിന്റെ വാകമരവും
ഇണപിരിയുന്ന മലമ്പാതകളും
പച്ചകുത്തിയ താഴ്വാരങ്ങളും പിന്നിട്ട്
ഞാനെന്റെ സവാരിയാരംഭിക്കും.

ഒരു ജീവിതത്തിന്റെ അവശിഷ്ടങ്ങളിൽ 'പുത്രൻ മുനിയായി മരിക്കുമെന്നോർത്താണ് സച്ചിദാനന്ദനെന്നച്ഛൻ വിളിച്ചുപോൽ' എന്നിങ്ങനെ ഒരു ഭാഷാ പ്രതിസന്ധിയെ ഐറണി കൊണ്ടു നേരിടാനും അച്ഛൻ തുണയായി. 'ഇനിയും' എന്ന് പിന്നെ കവിത തിരിച്ചുവരുമ്പോൾ അച്ഛനും തിരിച്ചു വരുന്നു.

പഴയ ഹേമന്ത
സുഷുപ്തിയിലേക്കു
തിരിച്ചുപോയൊരെൻ
പിതാവിലേക്കിതാ
സമാധികൊണ്ടു ഞാൻ
പറന്നുപോവുന്നു.

അസ്വസ്ഥം എന്ന ആത്മകഥാപരമായ രചനയിൽ ഇങ്ങനെ കാണാം:

അച്ഛൻ കറുത്ത മുതുകിൽ
എന്നെയുമേറ്റിപ്പോകുന്ന മേഘമായിരുന്നു
അമ്മ, പാലും താരാട്ടും ചുരത്തുന്ന
ഇളം ചൂടുറ്റ വെളുത്ത അരുവിയും.

സിംഫണി എന്ന ഒരു സമീപകാല രചനയിൽ ഗൃഹസംഗീത സംഘത്തിന്റെ ഭാഗമാണ് അച്ഛൻ:

അമ്മ വീണ വായിച്ചിരുന്നില്ല
വിരലുകളില്ലാഞ്ഞല്ല; വീട്ടിൽ
വാദ്യോപകരണങ്ങൾ ഒന്നുമുണ്ടായിരുന്നില്ല
പക്ഷേ, സരിസരി എന്ന് അമ്മ
മുറത്തിൽ അരി ചേറിക്കൊഴിച്ചുകൊണ്ടിരുന്നു
ശുശു എന്ന് ചേച്ചി
അടുപ്പിൽ തീയൂതിക്കൊണ്ടിരുന്നു
ഗുളുഗുളു എന്ന് പാത്രം
തിളച്ചു മറിയുന്നുണ്ടായിരുന്നു
ഇറവെള്ളം ടപ്പ് ടപ്പ് എന്ന്
വീണുകൊണ്ടിരുന്നു
അച്ഛന്റെ തൂമ്പ ചെണ്ടയിൽ കോലെന്നപോലെ
മണ്ണിൽ ഥക ഥകയെന്നു പതിച്ചു കൊണ്ടിരുന്നു
കാറ്റ് ആലും മാവും നെല്ലിയും പുളിയും
വയലിൻ നിരയാക്കിക്കൊണ്ടിരുന്നു...

പിന്നീട് അച്ഛനെ 'തൊടിയിലെ സ്ട്രാവിൻസ്കി' എന്നു വിശേഷിപ്പിക്കുന്നുണ്ട്. ആ വാദ്യവൃന്ദത്തിൽ 'ചേട്ടൻ വീട്ടുമുറ്റത്തെ ബെയ്ഥോവനും' ഞാൻ 'കുളക്കടവിലെ ഷുബർട്ടും' ആകുന്നു.

അച്ഛൻ എന്ന പേരിൽ തന്നെ മറ്റൊരു കവിതയുണ്ട്. അത്ഭുതങ്ങളുടെ കലവറയായ അച്ഛന്റെ മേശയെക്കുറിച്ച് പറഞ്ഞാണതു തുടങ്ങുന്നത്. ആ മേശയിലെ ഓരോ ഇനവും പരാമർശിക്കപ്പെടുന്നുണ്ടതിൽ. ഒരിക്കലും തുറക്കാതിരുന്ന ഏതൊക്കെയോ സ്വർഗങ്ങളുടെ താക്കോൽക്കൂട്ടങ്ങളും ഒരിക്കലും കൂട്ടിത്തീരാതിരുന്ന കണക്കുകൾ കൊണ്ട് ശ്വാസം മുട്ടുന്ന വരയൻ പുസ്തകങ്ങളും ഓട്ടമുക്കാലുകളുടെ നടുത്തുളയിലൂടെ ഊർന്നുപോയ സ്വപ്നങ്ങളുടെ സ്വർണ്ണത്തരികളും കടത്തിന്റെയും വിശപ്പിന്റെയും പ്രേതങ്ങളെ അകറ്റി നിറുത്താൻ മന്ത്രത്തകിടു നിറച്ച ഒരേലസ്സും ഒരിക്കലും ദർശനം നൽകാത്ത ഭാഗ്യദേവതയുടെ പ്രകീർത്തനങ്ങൾ നിറഞ്ഞ ജാതകക്കെട്ടുകളും നാല്പത്തിയേഴിൽ സ്തംഭിച്ച ഹൃദയവുമായി തണുത്തു മരവിച്ച ഒരിംഗ്ലീഷ് ടൈംപീസുമെല്ലാമുണ്ട് അതിൽ. അച്ഛന്റെ ദൈവങ്ങളെക്കുറിച്ചും പരാമർശമുണ്ട്.

ശിവന്റെ ത്രിശൂലം ഞങ്ങളുടെ
നെഞ്ചിലൂടെ തുളഞ്ഞുകയറി
അയ്യപ്പന്റെ പുലി ഞങ്ങളെ കടിച്ചു കുടഞ്ഞു
കാളിയുടെ കഴുത്തിൽ
ഞങ്ങളുടെ തലയോട്ടികളുമുണ്ടായിരുന്നു...

അയ്യപ്പൻവിളക്കിന് ഉറഞ്ഞുതുള്ളി 'ആഴി'യിലൂടെ നടക്കുമ്പോൾ അതിലെ കനലിൽ, അച്ഛന്റെ കാൽ പൊള്ളാത്തതിന് കാരണവും പറയുന്നുണ്ട്.

അതിനെക്കാളെത്രയോ ചൂടേറിയ തീക്കട്ടകളിലൂടെയാണ്
അച്ഛൻ എന്നും നടന്നിരുന്നത്.

തുള്ളുമ്പോൾ അച്ഛൻ മുരുകന്റെ ഭാഗം തിരഞ്ഞെടുത്തതിനെക്കുറിച്ചും ചോദ്യമുണ്ട്.

കവിളുകളിലൂടെ വേൽ കുത്തിയിറക്കി
നമ്മുടെ മൂകവംശത്തിന്റെ രോഷമാവിഷ്കരിക്കാനോ?

അതിങ്ങനെ അവസാനിക്കുന്നു;

ഇന്ന് അച്ഛന്റെ മകൻ ഇതാ വളർന്നിരിക്കുന്നു
അച്ഛന്റെ വേൽ ഇതാ
എന്റെ ഹൃദയത്തിൽ ഞാൻ കുത്തിക്കയറ്റിയിരിക്കുന്നു
ആ ചോരയുടെ ഉറവ തൊണ്ടയിലെത്തു-
മ്പോഴാണ് ഞാൻ പാടുന്നത്
എങ്കിലും മഴ വരുമ്പോൾ ഇന്നും
തുടയിൽ താളം പിടിച്ച് അച്ഛൻ പാടാറുള്ള
താരാട്ടിനായി മകൻ കാതോർക്കുന്നു;
എവിടെയാണച്ഛാ, അതിൽ പറയുന്ന,
നിറയെ കിളികൾ പൂത്തുനിൽക്കുന്ന
ആ നീല വൃക്ഷവും അതിന്റെ
പൊത്തിലെ സ്വർണ്ണമുട്ടയും?
അതിൽനിന്നു വിരിഞ്ഞുയരുന്ന
കണ്ണഞ്ചിപ്പിക്കുന്ന ആ പുതിയ പകലെവിടെ?
എന്റെ കണ്ണുകൾ കഴയ്ക്കുന്നു അച്ഛാ,
ഇരുട്ട് നമ്മുടെ ലോകത്തെ ആക്രമിക്കുകയാണ്.
പറയൂ അച്ഛാ
എവിടെ, കുനിഞ്ഞ ശിരസ്സുകളെ
മുഴുവനുയർത്തുന്ന ആ മഹാപ്രകാശം?
എവിടെ, കീറപ്പായിൽ തണുത്തു വിറച്ചു
കിടക്കുന്ന ആ പുതിയ ലോകത്തിന്
ചൂടുപകരുന്ന കനൽ നിറഞ്ഞ താരാട്ട്?

അച്ഛൻ ഇതിന്നിനിയും മറുപടി തന്നില്ല. കവിത മരിച്ചവരുമായുള്ള സംഭാഷണമാണ്. അത് മറുപടി കിട്ടുംവരെ തുടർന്നേ തീരൂ. ഇലകൾക്ക് അതറിയാം. ഈ വീശുന്ന കാറ്റിനും.

ധൈഷണികതയുടെ ഉദാരപഥങ്ങളിൽ

ക്രൈസ്റ്റ് കോളേജ് ആദ്യം മനസ്സിൽ പതിയുന്നത് കോളേജു മാഗസിന്റെ പുറംചട്ടയിൽ കണ്ട ഫോട്ടോയിലൂടെയാണ്. പല നിറത്തിലുള്ള തോട്ടവാഴപ്പൂക്കൾക്കിടയിൽ നിന്നുയർന്നുവന്ന പോലെ ഒരു പീതൗന്നത്യം: അന്നു മുതൽ കോളേജിനെക്കുറിച്ചുള്ള ഏതോർമ്മയും തുടങ്ങുക മഞ്ഞനിറത്തിൽ നിന്നാണ്. മൂക്കുറ്റിപ്പൂക്കളുടെയും ഓണത്തുമ്പികളുടെയും വാൻഗോഗിന്റെ സൂര്യകാന്തികളുടെയും നിറത്തിൽനിന്ന്. അങ്ങനെ കോളേജിൽ ചേരും മുമ്പേ തുടങ്ങുന്നു ഈ കോളേജുമായുള്ള എന്റെ ബന്ധം.

ആ മാഗസിൻ കൊണ്ടുവന്നത് ക്രൈസ്റ്റ് കോളേജിന്റെ സ്ഥാപന വർഷത്തിൽ തന്നെ അവിടത്തെ വിദ്യാർത്ഥിയും യൂണിയൻ ജനറൽ സെക്രട്ടറിയുമായിരുന്ന എന്റെ മൂത്ത സഹോദരനാണ് - കെ. ഹരിഹരൻ. പിന്നീടദ്ദേഹം ചങ്ങനാശ്ശേരി സെന്റ് ബർക്ക്മൻസിൽ പ്രീ-പ്രൊഫഷണൽ കോഴ്സും തൃശ്ശൂർ എഞ്ചിനീയറിങ് കോളേജിൽ അതിന്റെയും ആദ്യവർഷങ്ങളിൽ സിവിൽ എഞ്ചിനീയറിങ്ങും പഠിച്ചു. ഏതാനും വർഷം മുമ്പ് ഇന്ത്യൻ ഓയിൽ കോർപ്പറേഷനിൽനിന്ന് റീജിയനൽ മാനേജരായി വിരമിച്ചു. പഠിപ്പിലും സാഹിത്യമത്സരങ്ങളിലും ഒന്നാമനായിരുന്നു അദ്ദേഹം. അദ്ദേഹത്തിന്റെ വിദ്യാഭ്യാസം തീരും മുമ്പേ എനിക്ക് കോളേജിൽ ചേരേണ്ടി വന്നത് വരുമാനം കുറഞ്ഞ എന്റെ കുടുംബത്തിന് ക്ലേശമുണ്ടാക്കാതിരുന്നില്ല. ചെലവുകുറഞ്ഞ മറ്റെന്തെങ്കിലും കോഴ്സു ചെയ്യുന്നതിനെക്കുറിച്ചുപോലും അന്ന് ആലോചനയുണ്ടായി. അന്ന് ആ വഴി തിരഞ്ഞെടുത്തിരുന്നെങ്കിൽ ഞാൻ എന്തായിത്തീരുമെന്ന് ചിലപ്പോൾ ആലോചിച്ചു പോയിട്ടുണ്ട്. പിന്നീട് ബി.എസ്.സി. കഴിഞ്ഞ് എം.എസ്.സി ചെയ്യാനാലോചിച്ചിരുന്നു. അപ്പോഴും എന്റെ വഴി മറ്റൊന്നാകുമായിരുന്നു.

1961-65 കാലത്താണ് ക്രൈസ്റ്റ് കോളേജിൽ ഞാൻ വിദ്യാർത്ഥിയായിരുന്നത്. ഒരു വ്യക്തിയുടെ ധൈഷണിക രൂപീകരണത്തെ സംബന്ധിച്ചിടത്തോളം അതിപ്രധാനമായ കൗമാരത്തിൽ ഞാൻ ജ്യേഷ്ഠനോളം

സമർത്ഥനായ വിദ്യാർത്ഥിയായിരുന്നില്ല; ഗണിതത്തിൽ വിശേഷിച്ചും. ഇംഗ്ലീഷായിരുന്നു സ്കൂൾ മുതലേ എന്റെ പ്രിയ വിഷയം. അതിന് അനുയോജ്യമായിരുന്നു ക്രൈസ്റ്റിലെ അന്തരീക്ഷം. ആർ.കെ. അയ്യരുടെ വ്യാകരണക്ലാസുകൾ വ്യാകരണം മനസ്സിലാക്കാൻ മാത്രമല്ല പിന്നീട് പല വർഷം പഠിപ്പിക്കേണ്ടി വന്നപ്പോഴും എനിക്കു തുണയായി. പിന്നെ പി.എൻ.ആർ. നമ്പീശൻ, പി.എസ്. വെങ്കിടേശ്വരൻ, ജോസഫ് കോളേങ്ങാടൻ - അവരെന്റെ പ്രിയപ്പെട്ട അധ്യാപകരായിരുന്നു. ഞാനവരുടെ പ്രിയപ്പെട്ട വിദ്യാർത്ഥിയും.

നമ്പീശന്റെ ക്ലാസുകൾ ആത്മാർത്ഥമായിരുന്നു. പി.എസ്. വെങ്കിടേശ്വരന്റേത് പ്രചോദിതം, കൊളേങ്ങാടന്റേത് ധൈഷണികം. പിന്നീട് അധ്യാപകനായപ്പോൾ ഈ മൂന്നു ഗുണങ്ങളും കഴിവിനൊത്ത് സമന്വയിപ്പിക്കാനായിരുന്നു എന്റെ ശ്രമം. ഷേക്സ്പിയറിലും ഇംഗ്ലീഷ് കവിതയിലും എന്റെ താത്പര്യമുണർത്തിയത് വെങ്കിടേശ്വരനായിരുന്നു, അദ്ദേഹം *ജൂലിയസ് സീസർ* പഠിപ്പിച്ചിരുന്നത് തികഞ്ഞ നാടകാനുഭവം പകർന്നുതരും മട്ടിലായിരുന്നു. നാടകം അദ്ദേഹത്തിന് കാണാപ്പാഠമായിരുന്നു. കഥാപാത്രങ്ങളുടെ വികാരവിചാരങ്ങൾ അദ്ദേഹം തൊട്ടറിഞ്ഞു. നമ്പീശനും കൊളേങ്ങാടനും ഗദ്യത്തിന്റെ അനേക സാധ്യതകൾ കാണിച്ചുതന്നു. ബെർട്രൻഡ് റസ്സലിന്റെയും അൽഡസ് ഹക്സ്‌ലിയുടെയും വിചാര ഗരിമയുള്ള യുക്തി ഭദ്രമായ ഗദ്യം, ചാൾസ് ലാംബിന്റെയും മാക്സ് ബീർബോമിന്റെയും ഭാവനാപൂർണവും കാവ്യാത്മകവുമായ ഗദ്യം. ജെറോം. കെ. ജെറോമിന്റെയും മാർക് ട്വൈനിന്റെയും നർമ്മസമ്പന്നമായ ഗദ്യം, ഒ. ഹെൻറിയുടെയും കാതറീൻ മാൻസ്ഫീൽഡിന്റെയും ചാൾസ് ഡിക്കൻസിന്റെയും ആഖ്യാന ചാതുരി തുളുമ്പി നിൽക്കുന്ന ഗദ്യം. പിന്നെ വേഡ്സ്‌വർത്തും ഷെല്ലിയും കീറ്റ്സും യേറ്റ്സും എലിയറ്റും തുറന്നു തന്ന കവിതയുടെ വിഭിന്ന പഥങ്ങൾ.

ഇന്നത്തെ സ്റ്റുഡൻസ് സെന്ററായിരുന്നു അന്ന് കോളേജ് ലൈബ്രറി, ഇന്നത്തെ ലൈബ്രറി അന്ന് ഓഡിറ്റോറിയവും. ലൈബ്രറിയിൽ നിന്നാണ് ഞാൻ ഗൗരവമായ വായന ആരംഭിക്കുന്നത്. വലിയ കവികളുടെ സമ്പൂർണ കൃതികൾ, ഷേക്സ്പിയറുടെ എല്ലാ നാടകങ്ങളും (ഒരൊഴിവുകാലത്ത് അവ മുഴുവൻ വായിച്ച് സംഗ്രഹങ്ങൾ തയ്യാറാക്കിയത് ഇന്നോർക്കുന്നു, ഒന്നാം വർഷ ബിരുദ വിദ്യാർത്ഥിയായിരുന്നപ്പോൾ) കസൻദ് സാകീസിന്റെ *ക്രൈസ്റ്റ് റീക്രൂസിഫൈഡ്* (പിന്നീടത് *ദി ലാസ്റ്റ് ടെംപ്റ്റേഷൻ ഓഫ് ക്രൈസ്റ്റ്* എന്ന പേരിൽ പുനർവിവർത്തനം ചെയ്യപ്പെട്ടു), *സോർബാ ദി ഗ്രീക്ക്*, വിക്തോർ യൂഗോവിന്റെ *ലേ മിറാബ്ലേ (പാവങ്ങൾ)*, ഡിക്കൻസ്, ഗോൾഡ് സ്മിത്ത്, ഗാൽസ്‌വർത്തി, ജെയ്ൻ ഓസ്റ്റെൻ, ഒ. ഹെൻറി, എമിലി സോള, ബാൽസക്, റ്റൊമാസ് മൻ, മാർക് ട്വൈൻ, ലൂയി കരോൾ തുടങ്ങിയവരുടെ നോവലുകളും കഥകളും സ്പിനോസാ, അരിസ്റ്റോട്ടിൽ, ഷോപ്പൻ ഹോവർ, നീത്ച്ചേ,

വൈറ്റ്ഹെഡ് തുടങ്ങിയവരുടെ ദാർശനിക കൃതികൾ: ഇങ്ങനെ ഓർക്കുന്നതും ഓർക്കാത്തതുമായ എത്രയോ പുസ്തകങ്ങൾ ക്രൈസ്റ്റ് കോളേജ് ലൈബ്രറിയിൽനിന്നാണ് ഞാൻ ആദ്യം വായിക്കുന്നത്. മലയാള കൃതികളും വായിച്ചിരുന്നുവെങ്കിലും അവ എന്റെ നാട്ടിൻ പുറമായ പുല്ലൂറ്റിലെ ആശാൻ സ്മാരക വായനശാലയിൽ കിട്ടുമായിരുന്നതുകൊണ്ട് കോളേജിനെ ഏറെ ആശ്രയിക്കേണ്ടി വന്നിരുന്നില്ല.

ലൈബ്രേറിയനായിരുന്ന ജോൺ മാസ്റ്റർ എപ്പോഴും സഹായിക്കാൻ തയ്യാറായിരുന്നു. പുസ്തകം വായിക്കുന്നവരോട് അദ്ദേഹത്തിനു പ്രത്യേകം താത്പര്യമുണ്ടായിരുന്നു. അല്പായുസ്സായിരുന്ന എന്റെ സിറിയക് ഭാഷാപഠനത്തിൽ അദ്ദേഹം അധ്യാപകനായും വന്നതോർക്കുന്നു. പിന്നീട് ഞാൻ സഹപാഠികളുടെ അഭിപ്രായം മാനിച്ച് രണ്ടാം ഭാഷ ഹിന്ദിയാക്കി, ദിവാകരൻ മാസ്റ്റർ, പത്മനാഭപിള്ള സാർ, കെ.ജെ. ജോസഫ് സാർ എന്നിവരുടെ വിദ്യാർത്ഥിയായി. മലയാളം സ്വയം പഠിക്കാമല്ലോ എന്നായിരുന്നു എന്റെ വിചാരം. ഞാൻ പത്താം ക്ലാസിനപ്പുറം മലയാളം പഠിച്ചിട്ടില്ലെന്ന് എന്റെ വായനക്കാരിലേറെപ്പേർക്കും അറിഞ്ഞു കൂടാ. എനിക്കു മലയാളത്തിലും എം.എ. ഉണ്ടെന്ന് കോളേജധ്യാപകനായ കാലത്ത് ഒരു കിംവദന്തിയുമുണ്ടായിരുന്നു. ബിരുദമില്ലെങ്കിലും വിവിധ സർവകലാശാലയിലെ മലയാളം അധ്യാപകർക്ക് റിഫ്രെഷർ കോഴ്സുകളിൽ ഞാൻ ക്ലാസെടുത്തിട്ടുണ്ട് - മലയാള കവിതയെപ്പറ്റിത്തന്നെ. (ചരിത്രവും എന്റെ വിഷയമല്ല. പക്ഷേ, എം.ജി. സർവകലാശാലയിലെ ചരിത്ര വിദ്യാർത്ഥികൾക്കും അധ്യാപകർക്കും ഗവേഷകർക്കും ഘടനാവാദാനന്തര ചരിത്ര ശാസ്ത്രത്തെക്കുറിച്ച് ക്ലാസ്സെടുത്തിട്ടുണ്ട്). മലയാളം ഐച്ഛികമായി പഠിക്കാതിരുന്നതു നന്നായി എന്ന് പിന്നീട് പലപ്പോഴും ഞാൻ പറഞ്ഞിട്ടുണ്ട്. അതുകൊണ്ട് പല കവികളേയും ഇന്നും ഇഷ്ടപ്പെടാൻ കഴിയുന്നു. പ്രസ്ഥാനങ്ങളെക്കുറിച്ചും മറ്റുമുള്ള പതിവു മുൻവിധികളില്ലാതെ മലയാളസാഹിത്യത്തെ സ്വതന്ത്രമായി നോക്കിക്കാണാനും കഴിയുന്നു.

മലയാളം ക്ലാസ്സുകളിലിരുന്നില്ലെങ്കിലും മലയാളം അധ്യാപകരുമായി ഞാൻ ബന്ധപ്പെട്ടിരുന്നു. മലയാള സാഹിത്യമത്സരങ്ങളിൽ പങ്കെടുത്ത് സമ്മാനങ്ങൾ വാങ്ങുക വഴി മാത്രമല്ല, ഷേക്സ്പിയറുടെയും കീറ്റ്സിന്റെയും മറ്റും കവിതകൾ പരിഭാഷ ചെയ്ത് മാമ്പുഴ കുമാരൻ മാസ്റ്ററെ കാണിക്കുക വഴി കൂടി. ഈ പരിഭാഷാ പ്രിയം സ്കൂളിലേ തുടങ്ങിയതാണ്. ഒമർ ഖയ്യാമിന്റെ *റൂബായിയാത്തി*ലെ പല റുബായികളും ചില ആംഗല കവിതകളും സ്കൂളിൽ വച്ച് ഞാൻ വിവർത്തനം ചെയ്തിരുന്നു. ലാലാ രൂഖിനെക്കുറിച്ച് കാവ്യാത്മകമായ ഒരു നാടകവും അന്നെഴുതിയതോർക്കുന്നു.

ക്രൈസ്റ്റ് കോളേജ് വിദ്യാർത്ഥിയായിരുന്ന കാലത്ത് ഒരു പുസ്തകം എന്നെ അഗാധമായി സ്വാധീനിച്ചു. അത് *ബൈബിൾ* ആയിരുന്നു. ക്രിസ്തുവിന്റെ ജീവിതം അതിന്റെ ആദർശഭംഗി കൊണ്ടും പഴയ സുവിശേഷം

ആഖ്യാനത്തിന്റെ നിത്യനവീനതയും ഉദാത്ത കവിത്വവും കൊണ്ടും എന്നെ പിടിച്ചുലച്ചു. അത് ജീവിതകാലം മുഴുവൻ നീണ്ടു നിൽക്കുന്ന സ്വാധീനമാണെന്ന് പിന്നീട് തിരിച്ചറിയുകയും ചെയ്തു. *ബൈബിളി*ലെ കഥാപാത്രങ്ങളും സന്ദർഭങ്ങളും പ്രയോഗങ്ങളും ശൈലീവിശേഷങ്ങളും എന്റെ കവിതയിൽ തുടർച്ചയായി പ്രത്യക്ഷപ്പെടുന്നുണ്ട്, പലപ്പോഴും അനിച്ഛാപൂർവ്വമായി. *ബൈബിൾ സ്വാധീനം മലയാള കവിതയിൽ* എന്ന ഗവേഷണഗ്രന്ഥത്തിലെ ഏറ്റവും ദീർഘമായ അധ്യായം- നൂറിലേറെ പേജുകൾ –എന്റെ കവിതകളിലെ ബൈബിൾ സ്വാധീനത്തെക്കുറിച്ചാണെന്നതിൽ നിന്നു തന്നെ ഈ സ്വാധീനത്തിന്റെ ആഴം ഊഹിക്കാമല്ലോ.

ദാവീദിന്റെ സങ്കീർത്തനങ്ങളും ഇയ്യോബിന്റെ പുസ്തകവും സോളമന്റെ ഗീതവും വെളിപാടുപുസ്തകവും ഞാൻ പലകുറി വായിച്ചിട്ടുണ്ട്. അവയിൽ നിത്യനവീനമായ കവിത്വം ഞാനനുഭവിച്ചിട്ടുണ്ട്. വെളിപാടു പുസ്തകം സാൽവദോർദാലിയുടെ പെയ്ന്റിങ്ങുകൾ പോലെ സർറിയലിസ്റ്റ് ആണ്. വർണശബളവും. സോളമന്റെ ഗീതമാകട്ടെ ലൗകിക പ്രണയത്തിന്റെയും ഭക്തിയുടെയും അതിർവരമ്പുകൾ മായ്ച്ചുകളയുന്നു. ക്രിസ്തുവിനെക്കുറിച്ച് ഞാനാദ്യമായെഴുതിയ കവിത *ക്രിസ്തു ഒന്ന് രണ്ട് നൂറ്* എന്ന പേരിൽ *അന്വേഷണം* മാസികയിൽ വന്നതാണ്. പിന്നെ *കേരളകവിത*യിൽ വന്ന *ആത്മാഹുതി*. ഈ കവിത ഒരിക്കൽ ക്രൈസ്റ്റ് കോളേജിലെ യേശു പ്രതിമയുടെ പശ്ചാത്തലത്തിൽ ഞാൻ ചൊല്ലുകയുണ്ടായി - എന്നെക്കുറിച്ച് ബാലു മേനോനും രതി മേനോനും നിർമ്മിക്കുന്ന ഡോക്യുമെന്ററിക്കുവേണ്ടി. പിന്നീട് *മുടിയനായ പുത്രൻ, ലാസർ, സാംസൺ, ഏകാകിയായ സാത്താൻ ദൈവത്തെ വെല്ലുവിളിക്കുന്നു, പുരോഹിതൻ ദൈവത്തോട്, പിയെത്ത, ഫ്രാൻസീസ്* - ഇങ്ങനെ ബൈബിൾ സംസ്കാരമുൾക്കൊണ്ട എത്രയോ രചനകൾ. ഇവയെക്കാളേറെയാണ് ചിതറിക്കിടക്കുന്ന സൂചനകളും രൂപകങ്ങളും മറ്റും. ക്രൈസ്റ്റ് കോളേജിലൂടെ കടന്നു പോയിരുന്നില്ലെങ്കിൽ ഈ സ്വാധീനം അസാധ്യമാകുമായിരുന്നുവെന്നു തീർച്ച.

സംസാരിച്ചതേറെയും സാഹിത്യത്തെക്കുറിച്ചാണ്. പക്ഷേ, ക്രൈസ്റ്റ് കോളേജിലെ എന്റെ ബിരുദവിഷയം ശാസ്ത്രമായിരുന്നു. ഐച്ഛികം ജന്തുശാസ്ത്രം. ഉപരിവിഷയങ്ങൾ - സസ്യശാസ്ത്രവും രസതന്ത്രവും. പിന്നീട് എന്റെ സഹാധ്യാപകർ കൂടിയായിത്തീർന്ന ആ അധ്യാപകരെയെല്ലാം ഞാനോർക്കുന്നുണ്ട്. അവരിൽ ചിലർ ഇന്നില്ല. അധ്യാപനവൃത്തിയോട് തികഞ്ഞ കൂറുള്ളവരായിരുന്നു കഴിവുകളിൽ അസമാനരെങ്കിലും അവരെല്ലാം. എം.എ. ജോൺ, ഒ.ടി. പീറ്റർ, നാരായണൻ നായർ, ഗോവിന്ദൻകുട്ടി തുടങ്ങിയവർ ഇന്നില്ല. കൃഷ്ണസ്വാമി, അന്തപ്പൻ സാർ, ബാസ്റ്റ്യൻ ജോസ്, ഇ.ഐ. തോമസ്... എത്രയോ പേരുകൾ. എന്റെ റെക്കോർഡ് പുസ്തകം ഏറെക്കാലം ജീവശാസ്ത്ര വകുപ്പിൽ

മാതൃകയായി ഉണ്ടായിരുന്നു - ഞാൻ അത്ര മിടുക്കനായ ശാസ്ത്ര വിദ്യാർത്ഥിയായിരുന്നില്ലെങ്കിലും. വിശേഷിച്ചും ലബോറട്ടറികളിൽ പരിഭ്രമിച്ചിരുന്നു. ഞാഞ്ഞൂലിന് തലച്ചോറിനു പകരമുള്ള നാഡീ വലയം (nerve ring) ശരിക്കും ഉണ്ടെന്ന് എനിക്ക് ഇന്നും ബോധ്യമില്ല. എത്ര ശ്രമിച്ചാലും അതെനിക്കു കിട്ടാറില്ല. ധമനികളൊന്നും പൊട്ടാതെ തവളയുടെ സിരാവ്യൂഹമെടുക്കുന്നതും അപൂർവ്വം. മാതാപിതാക്കൾ ആഗ്രഹിച്ചിരുന്നതു പോലെ ഞാനൊരു ഡോക്ടറാകാതിരുന്നതു കൊണ്ട് എത്രയോ രോഗികൾ രക്ഷപ്പെട്ടിരിക്കണം! ഓർഗാനിക് കെമിസ്ട്രിയും എനിക്കു പ്രയാസമുള്ള വിഷയമായിരുന്നു. ഇക്വേഷനുകൾ ബാലൻസ് ചെയ്യുന്നതിനേക്കാളെളുപ്പം നൂലിലൂടെ നടക്കുകയാണെന്നു ചിലപ്പോൾ തോന്നിയിട്ടുണ്ട്. അതേ സമയം ജന്തുശാസ്ത്രത്തിലും സസ്യശാസ്ത്രത്തിലും തിയറിയിലും റെക്കോർഡിലും എപ്പോഴും ഉയർന്ന മാർക്കു കിട്ടിയിരുന്നു.

പ്രാക്റ്റിക്കലുകളാണ് എന്റെ മാർക്കുകൾ കുറച്ചുകൊണ്ടിരുന്നത്. തിയറി മുഴുവൻ അറിയാമായിരുന്നിട്ടും പ്രയോഗ പരീക്ഷയിൽ എനിക്കു സംഭ്രമമുണ്ടായിരുന്നു. അക്കാലത്ത് എന്നെ ഏറ്റവും ഉലച്ച ഒരു സംഭവം സഹപാഠിയായിരുന്ന ഉണ്ണികൃഷ്ണന്റെ വിഷം കഴിച്ചുള്ള ആത്മഹത്യയാണ്. ക്ലാസിൽനിന്നു പുറത്താക്കപ്പെട്ടതിനെത്തുടർന്നാണ് അയാൾ ആത്മഹത്യ ചെയ്തത്. പക്ഷേ, പിന്നീടു മനസ്സിലായി, അതൊരു നിമിത്തം മാത്രമായിരുന്നു. എന്തൊക്കെയോ മാനസികാസ്വാസ്ഥ്യങ്ങൾ അയാളെ വേട്ടയാടിയിരുന്നു. പിന്നീട് ഏറെ ആത്മഹത്യകൾക്ക് - സുഹൃത്തുക്കൾ, സഹപ്രവർത്തകർ, വിദ്യാർത്ഥികൾ - എനിക്ക് സാക്ഷ്യം വഹിക്കേണ്ടി വന്നിട്ടുണ്ട്. എങ്കിലും അന്ത്യനിമിഷം വരെ കൂടെത്തന്നെ ഉണ്ടായിരുന്നതിനാലാകാം, ഉണ്ണിയുടെ സ്വയംഹത്യ എന്നെ ആഴത്തിൽ മുറിപ്പെടുത്തി.

അന്ന് സ്പോർട്സിനു മുൻപന്തിയിലായിരുന്നു ക്രൈസ്റ്റ് കോളേജ്. ഡേ-സ്കോളർ ആയിരുന്നതിനാൽ കളികളിൽ പങ്കെടുക്കുക പ്രയാസമായിരുന്നെങ്കിലും സ്പോർട്സ് ഡേയിലെ മത്സരങ്ങളും ഫുട്ബോളും ഞാൻ ആസ്വദിച്ചിരുന്നു. സാഹിത്യത്തിനും ഇതരകലകൾക്കും വലിയ പ്രോത്സാഹനമില്ലായിരുന്നു. പിന്നീടൊരിക്കൽ കോളേജിലൊരു ചർച്ചാവേളയിൽ ഞാനതു പറഞ്ഞു. അതൊരു നിഷേധമായെടുക്കാതെ പ്രിൻസിപ്പൽ ഫാ. ഗ്രബിയേൽ ആ രംഗത്ത് കാര്യമായി ശ്രദ്ധ പതിപ്പിക്കാൻ തുടങ്ങി. അതിന്റെ ഫലം കലോത്സവങ്ങളിൽ കാണുകയും ചെയ്തു.

പിന്നീട് പുകൾപെറ്റ പിന്നണിഗായകനായ ജയചന്ദ്രൻ എന്റെ ക്ലാസ്സ്മേറ്റ് ആയിരുന്നു. ഒഴിവുവേളകളിൽ ഹുസൈൻ, രത്നാകരൻ, പുഷ്പാംഗദൻ, ബാലൻ, നാരായണൻ തുടങ്ങിയ സുഹൃത്തുക്കൾക്കൊപ്പം

തോട്ടത്തിലൊത്തുകൂടി ജയചന്ദ്രനെക്കൊണ്ടു പാട്ടുപാടിക്കുക പതിവായിരുന്നു. ഇപ്പോൾ ഡൽഹിയിൽ നല്ലൊരു നൃത്തവിദ്യാലയം നടത്തുന്ന ജയശങ്കർമേനോൻ എന്ന ഭരതനാട്യം നർത്തകനും അന്നു കോളേജിലുണ്ട്. വാസനാശാലികളായ പിന്നെയും എത്ര പേർ.

മഹാരാജാസിൽ എം.എ. ഇംഗ്ലീഷ് വിദ്യാർത്ഥിയായിരിക്കെതന്നെ പഠിച്ചു കഴിഞ്ഞാൽ ക്രൈസ്റ്റ് കോളേജിൽ അധ്യാപകനായി ചേരാമെന്ന് ഫാ. ഗ്രബിയേൽ എഴുതിയിരുന്നു. എന്നാൽ എന്റെ നാട്ടുകാരുടെ നിർബന്ധത്താൽ രണ്ടുവർഷം വീടിനു തൊട്ടുള്ള പുല്ലൂറ്റ് കുഞ്ഞിക്കുട്ടൻ തമ്പുരാൻ കോളേജിൽ (അന്ന് അത് ഒരു ട്രസ്റ്റ് നടത്തുന്ന സ്വകാര്യ കോളേജായിരുന്നു. ശമ്പളം നൽകാൻ തന്നെ ഒടുവിലൊടുവിൽ ബുദ്ധിമുട്ടായപ്പോഴാണ് ഞാൻ വിട്ടു പോന്നത്.) പഠിപ്പിച്ച ശേഷമാണ് ക്രൈസ്റ്റിൽ ഇംഗ്ലീഷ് വകുപ്പിൽ ചേരുന്നത്. എന്റെ ഇടതുപക്ഷ ചായ്‌വ് ചൂണ്ടിക്കാണിച്ച് ചിലർ എന്റെ നിയമനത്തെ എതിർത്തിരുന്നുവെന്നും മെറിറ്റ് മാത്രമാണ് പ്രധാനമെന്ന നിലപാടിൽ ഫാ. ഗ്രബിയേൽ ഉറച്ചു നിന്നുവെന്നും പിന്നീട് ഞാനറിയാനിടയായി. അന്ന് എനിക്ക് രാഷ്ട്രീയത്തിൽ വലിയ താത്പര്യമില്ലായിരുന്നു എന്നതാണ് വാസ്തവം.

1970 ജനുവരിയിലാണ് ഞാൻ അധ്യാപകനായി ക്രൈസ്റ്റിലെത്തുന്നത്. എല്ലാവർക്കും തലവേദനയായിരുന്ന ചില ജനറൽ ക്ലാസുകളാണ്, അതും വർഷാന്ത്യത്തിൽ, എനിക്കു കൈകാര്യം ചെയ്യേണ്ടിയിരുന്നത്. വിമർശകരെ അസ്വസ്ഥരാക്കിക്കൊണ്ട് ഒന്നു രണ്ടാഴ്ചകൊണ്ട് വിദ്യാർത്ഥികളെ പഠനത്തിലേക്ക് തിരിച്ചുകൊണ്ടുവരാൻ എനിക്കു കഴിഞ്ഞു. ആ വിദ്യാർത്ഥികളിൽ പലരും പിന്നീടെന്റെ നല്ല സുഹൃത്തുക്കളായി. അഡ്വക്കറ്റ് ആന്റണി (വാഹനാപകടത്തിൽ മരിച്ചു), ഇപ്പോൾ ബാംഗ്ലൂരിലുള്ള ഫാ. കവാൽ, ബാങ്കുദ്യോഗസ്ഥനായ രാധാകൃഷ്ണൻ, രാഷ്ട്രീയ പ്രവർത്തകനായി ഒടുവിൽ ആത്മഹത്യ ചെയ്ത സുബ്രഹ്മണ്യദാസ്, ദാസിന്റെ സഹപാഠിയായിരുന്ന അശോകൻ... ഇങ്ങനെ എത്രയോ പേർ.

ക്രൈസ്റ്റിൽ അധ്യാപകനായിരുന്ന രണ്ടു ദശാബ്ദത്തെ എന്റെ അനുഭവങ്ങൾ സംഗ്രഹിക്കുക എളുപ്പമല്ല. കവിയും വിമർശകനുമെന്ന നിലയിൽ കേരളത്തിനകത്തും പുറത്തും ഏറെ സ്നേഹാദരവിമർശനങ്ങൾ നേടിയ കാലം. റഷ്യയിലേക്കും യൂഗോസ്ലാവ്യയിലേക്കും കവിയെന്ന നിലയിലുള്ള യാത്രകൾ. കേരള സാഹിത്യ അക്കാദമിയുടേതുപോലെ ഏറെ പുരസ്കാരങ്ങൾ. ജീവിതദർശനത്തിൽ വന്നുകൊണ്ടിരുന്ന പരിവർത്തനങ്ങൾ. ശാസ്ത്ര സാഹിത്യ പരിഷത്ത്, ദേശാഭിമാനി സ്റ്റഡി സർക്കിൾ, ജനകീയ സാംസ്കാരിക വേദി തുടങ്ങിയ സംഘടനകളുമായി ബന്ധപ്പെട്ടും ഒറ്റയ്ക്കും ലേഖനങ്ങളിലും പ്രസംഗങ്ങളിലും നടത്തിയ ഇടതുപക്ഷ സാംസ്കാരിക പ്രവർത്തനങ്ങൾ, സംവാദ-

വിവാദങ്ങൾ, അധ്യാപക സംഘടനാപ്രവർത്തനങ്ങൾ. ഇന്നും ലോകമെമ്പാടും വ്യാപിച്ചു കിടക്കുന്ന ഒരു വിദ്യാർത്ഥിവൃന്ദം ('സാർ എന്നെ പഠിപ്പിച്ചിട്ടുണ്ട് ഓർമയുണ്ടോ?' എന്ന ചോദ്യം സ്റ്റോക്ക്ഹോമിലും ന്യൂ യോർക്കിലും മോസ്കോവിലും ഫ്രാങ്ഫർട്ടിലും റോമിലും സിങ്കപ്പൂരിലും ഗൾഫുനാടുകളിലും എല്ലാ ഇന്ത്യൻ നഗരങ്ങളിലും എന്നെ കോരിത്തരിപ്പിച്ചിട്ടുണ്ട്. ജീവിതത്തിന്റെ പാമ്പും ഗോവണിയും കളിയിൽ കയറിയവരും ഇറങ്ങിയവരുമായ, എങ്കിലും സ്നേഹത്താൽ ഒരേപോലെ സ്വരമിടറുന്ന ആയിരക്കണക്കിനു പേർ...) സഹപ്രവർത്തകരുടെ സ്നേഹവും ആദരവും നിർലോപം ലഭിച്ച ഒരധ്യാപകനാണ് ഞാൻ. ഒപ്പംതന്നെ പല അവസരങ്ങളിലും മാനേജ്മെന്റിന്റെ ഉദാരതയുടെ ആഴമറിയാനും എനിക്കു ഭാഗ്യമുണ്ടായിട്ടുണ്ട്. റൈറ്റേഴ്സ് ക്ലബ് ആരംഭിക്കാനും സ്വേച്ഛ പോലെ നടത്താനും എനിക്കു ലഭിച്ച സ്വാതന്ത്ര്യം, എന്റെ അധ്യാപനേതര പ്രവർത്തനങ്ങളിൽ ഇടപെടാതിരിക്കുക വഴി ദീക്ഷിച്ച ഔചിത്യം, സമകാലിക വിദ്യാഭ്യാസ വ്യവസ്ഥയുടെ സമഗ്ര വിമർശനമായി മാറിയ കോളേജ് മാഗസിൻ (ഞാനും സുബ്രഹ്മണ്യദാസ്, അശോക് കുമാർ, സി എസ് വെങ്കിടേശ്വരൻ, ബ്രഹ്മപുത്രൻ തുടങ്ങിയ ധിഷണാശാലികളായ ഏതാനും വിദ്യാർത്ഥികളും ചേർന്നാണ് അതു തയ്യാറാക്കിയിരുന്നത്) സ്റ്റുഡന്റ് മാഗസിൻ എന്ന പേരിലാണെങ്കിലും പ്രസിദ്ധീകരിക്കാനനുവദിച്ചതിലെ ജനാധിപത്യബോധം, രാഷ്ട്രീയ സാംസ്കാരിക പ്രവർത്തനവുമായി ബന്ധപ്പെട്ട് ഞാൻ അറസ്റ്റ് ചെയ്യപ്പെട്ടപ്പോൾ ജാമ്യമെടുക്കാൻ സന്നദ്ധത പ്രകടിപ്പിച്ച് പൊലീസ് സ്റ്റേഷനിൽ ഫോൺ ചെയ്ത (പ്രിൻസിപ്പൽ ഫാദർ വിവിയൻ ആയിരുന്നു അതു ചെയ്തത്) തിലൂടെ വെളിപ്പെടുത്തിയ ആദരവും ഔദാര്യവും – ഇതൊന്നും ഒരു യഥാസ്ഥിതിക മാനേജ്മെന്റിൽനിന്ന് പ്രതീക്ഷിക്കാവുന്നതായിരുന്നില്ല. ധൈഷണികതയുടെയും സർഗാത്മകതയുടെയും രംഗങ്ങളിൽ ഈ ഉദാര പാരമ്പര്യം പിന്തുടരാനും കേരളത്തിലെ ഉന്നത വിദ്യാഭ്യാസം ഇന്നു നേരിടുന്ന നിലവാരത്തകർച്ചയെ പ്രായോഗിക പരീക്ഷണങ്ങളിലൂടെ നേരിട്ട് മാതൃക കാണിക്കാനും ക്രൈസ്റ്റ് കോളേജിന് കഴിയട്ടെ.

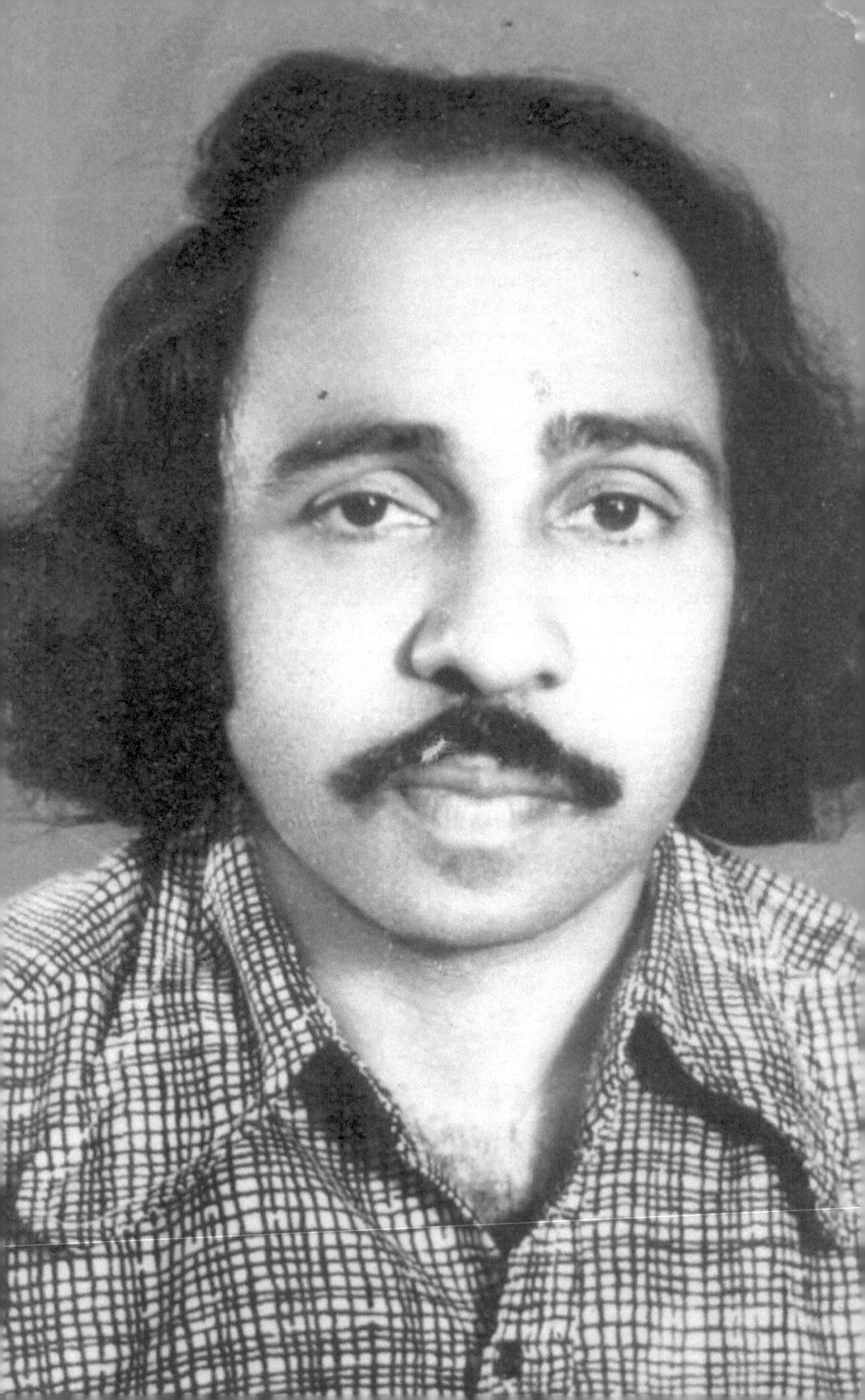

മഹാരാജാസ് ദിനങ്ങൾ

1965–ലെ വെയിൽ നിറഞ്ഞ ഒരേപ്രിൽ ദിനത്തിൽ പുഴ കടന്നും ബസ്സ് മാറിക്കയറിയും എറണാകുളത്തു ചെന്നിറങ്ങി. ബോട്ട് ജെട്ടിയും മഹാരാജാസ് കോളേജും വാകമരങ്ങളും കോടതിയും മഹാദേവക്ഷേത്രവും ഭാരത് ഹോട്ടലും കടന്ന് കായൽക്കരയിലെ മറൈൻ ബയോളജി ഇൻസ്റ്റിറ്റ്യൂട്ടിൽ എം എസ് സിക്കുള്ള അപേക്ഷാഫോറം വാങ്ങിക്കാൻ ചെന്ന ആ പത്തൊമ്പതുകാരനെ ഞാൻ നന്നായി ഓർക്കുന്നു. അന്നു തന്നെ മഹാരാജാസ് കോളേജിൽനിന്ന് ഇംഗ്ലീഷ് എം എയ്ക്കുള്ള അപക്ഷാഫോറവും അയാൾ - ഞാൻ - വാങ്ങിയിരുന്നു. മഹാരാജാസിലെ ഇംഗ്ലീഷ് വകുപ്പധ്യക്ഷനായിരുന്ന, ഏതാനും വർഷം മുമ്പ് അർബുദഗ്രസ്തനായി അന്തരിച്ച, പ്രൊഫസർ ടി.ആർ.കെ. മാരാരുമായി പ്രവേശനസാധ്യത ചർച്ച ചെയ്യുകയുമുണ്ടായി. മഹാരാജാസ് എനിക്കു കണ്ടപാടേ ഇഷ്ടമായി. പ്രൗഢിയാർന്ന പഴയ കെട്ടിടങ്ങൾ, നീണ്ട ഇടനാഴികൾ, മരപ്പലകകൾ നിരത്തിയ നിലങ്ങൾ, നടുമുറ്റത്തെ മരങ്ങൾ, വരാന്തയിലെ തുരുമ്പിച്ച പിരിയൻ ഗോവണി, നിറഞ്ഞ ഗ്രന്ഥശാല. മറ്റൊന്നുകൂടി; ആൺകുട്ടികൾ മാത്രമുള്ള ക്രൈസ്റ്റ് കോളേജിൽ പഠിച്ചു വന്ന ഒരു ചെറുപ്പക്കാരന്റെ മനസ്സു തുള്ളിക്കുന്ന വർണശബളമായ പെൺസാന്നിദ്ധ്യം.

രണ്ടാഴ്ച കഴിഞ്ഞ് മഹാരാജാസിൽനിന്ന് ഇന്റർവ്യൂ കാർഡു വന്നപ്പോൾ വീണ്ടും മനസ്സു തുള്ളിച്ചാടി. വിട, ജീവശാസ്ത്രത്തിന്റെയും രസതന്ത്രത്തിന്റെയും പരീക്ഷണശാലകളേ, ജീവശാസ്ത്രപഠനത്തിനായി ഞാൻ അറുത്തുമുറിച്ച ഓന്തുകളേ, തവളകളേ, ഞാഞ്ഞൂലുകളേ, ഞാൻ ഉള്ളുകണ്ടറിഞ്ഞ ചെടികളേ മാപ്പ്, മാപ്പ്. നിങ്ങളെ വിട്ട് ഞാനെന്റെ ഷേക്സ്പിയറിലേക്കും കീറ്റ്സിലേക്കും എലിയറ്റിലേക്കും പോകുന്നു. ജീവന്റെ കൂടുതൽ വലിയ രഹസ്യങ്ങൾ തേടി. ഇഷ്ടത്തോടെ തന്നെയാണ് ഞാൻ ജീവശാസ്ത്രം ഐച്ഛികമായെടുത്ത് ഇരിങ്ങാലക്കുട ക്രൈസ്റ്റ് കോളേജിൽ ബിരുദപഠനം നടത്തിയിരുന്നത്. അച്ചടക്കമുള്ള ഒരു ശാസ്ത്രവിദ്യാർത്ഥിയായിരുന്നു ഞാൻ. വീട്ടുകാരാഗ്രഹിച്ചിരുന്നത് എന്നെ ഡോക്ടറാക്കണമെന്നായിരുന്നു. അതിനായി

രണ്ടുമാസം ഭൗതികശാസ്ത്രത്തിൽ പ്രത്യേക പഠനം നടത്തുകയും ചെയ്തിരുന്നു. രസതന്ത്രവും സസ്യശാസ്ത്രവും മാത്രമേ ഉപവിഷയങ്ങളായി പഠിച്ചിരുന്നുള്ളൂ എന്നതുകൊണ്ട് അന്ന് മെഡിക്കൽ കോളേജ് പ്രവേശനം ശാസ്ത്രബിരുദധാരികൾക്ക് ഏറെ പ്രയാസമായിരുന്നില്ല. എന്നാൽ ഞാനും വിധിയും ചേർന്നു നടത്തിയ ഗൂഢാലോചന എന്നെ എത്തിച്ചത് സാഹിത്യത്തിലെ ബിരുദാനന്തരപഠനത്തിലാണ്. പിന്നെ, ജോലിക്കാവശ്യം വരുമെന്നു തോന്നിയപ്പോൾ സാഹിത്യത്തിലൊരു ഡോക്ടറും ആകേണ്ടിവന്നു.

എന്നാൽ എറണാകുളത്തെ രണ്ടുവർഷം എന്റെ ജീവിതത്തിൽ ഒരു വഴിത്തിരിവു തന്നെയായിരുന്നു. യൗവനാരംഭത്തിന്റെ ഉത്കണ്ഠകളും കുതൂഹലതകളും ഉന്മാദങ്ങളും ഞാൻ അനുഭവിച്ചത് അവിടെ വച്ചായിരുന്നതുകൊണ്ടു മാത്രമല്ല, എഴുത്ത് എന്റെ പ്രഥമ നിയോഗമായി അവിടെ വച്ച് തിരിച്ചറിഞ്ഞതുകൊണ്ടു കൂടി. ഞാൻ വിസ്മയത്തോടെ ഓർക്കാറുണ്ട്, ഇംഗ്ലീഷ് സാഹിത്യം പഠിക്കുന്നതിനു പകരം ഞാൻ സമുദ്രജീവശാസ്ത്രം പഠിച്ചിരുന്നെങ്കിൽ - മഹാരാജാസിൽ ചേർന്നു കഴിഞ്ഞശേഷം മറൈൻ ബയോളജിക്കും പ്രവേശനം ലഭിച്ചു - ഞാൻ ഇതുപോലെതന്നെ ഒരെഴുത്തുകാരനാകുമായിരുന്നോ എന്ന്. കവിതാവാസന കുട്ടിക്കാലം മുതലേ ഉണ്ടായിരുന്നതുകൊണ്ട് ഞാൻ തീർച്ചയായും എഴുതിക്കൊണ്ടിരിക്കുമായിരുന്നു. എന്നാൽ തുടർന്നുള്ള എന്റെ ജീവിതത്തെ മുഴുവൻ നിർണയിക്കും വിധത്തിൽ (സാഹിത്യരചന, സാഹിത്യാധ്യയനം, സാഹിത്യാധ്യാപനം, സാഹിത്യമാസികയുടെ പത്രാധിപത്യം, സാഹിത്യ സ്ഥാപനത്തിന്റെ സചിവത്വം) സാഹിത്യം എനിക്കു പ്രധാനമാകുമായിരുന്നില്ലെന്നു തീർച്ച. ചെറിയ ചെറിയ യാദൃച്ഛികതകൾ എങ്ങനെ നമ്മുടെ ജീവിതത്തെയാകെ നിർണയിക്കുന്നു! രണ്ടുവഴികളെക്കുറിച്ചുള്ള റോബർട്ട് ഫ്രോസ്റ്റിന്റെ കവിതയാണ് ഓർമ്മ വരുന്നത്. മുന്നിൽ രണ്ടുവഴികൾ. ഏതു തിരഞ്ഞെടുക്കണമെന്നറിയില്ല. പിന്നീടു വേണ്ടിവന്നാൽ മറ്റേവഴി തിരഞ്ഞെടുക്കാമെന്നു കരുതി നാം ഒരു വഴി തിരഞ്ഞെടുക്കുന്നു. പക്ഷേ അതു തിരഞ്ഞെടുത്താൽ പിന്നെ തിരിച്ചുവരാനാവില്ല. ഏറെപ്പേർ നടക്കാത്ത വഴിയെന്നു കരുതി നാം തിരഞ്ഞെടുക്കുന്ന വഴി അല്പം ചെല്ലുമ്പോൾ ഏറെപ്പേർ മുമ്പേ നടന്നതാണെന്നു തിരിച്ചറിയുന്നു. ജീവിതത്തിലെ തിരഞ്ഞെടുപ്പിന്റെ - 'ചോയ്സി'ന്റെ - പ്രാഥമികതത്വത്തെപ്പറ്റി സാർത്രിന്റെ പ്രതിപാദനങ്ങൾ ഞാൻ വായിച്ചതും മഹാരാജാസിലെ വർഷങ്ങളിൽ തന്നെയായിരുന്നു.

അതെ, അതു വലിയൊരു തിരഞ്ഞെടുപ്പായിരുന്നു. മഹാരാജാസ് കോളേജ് ഏറ്റവും സജീവമായിരുന്ന കാലമായിരുന്നു അത്. എം. ലീലാവതി, എം.കെ. സാനു, സി.എൽ. ആന്റണി, ടി. ഭാസ്കരൻ തുടങ്ങിയ പ്രൊഫസർമാർ മലയാളം വകുപ്പിനെ പ്രശസ്തമാക്കിയിരുന്ന കാലം, ഇംഗ്ലീഷ് വകുപ്പിൽ വലിയ പ്രതിഭാശാലികളില്ലായിരുന്നുവെങ്കിലും ടി.ആർ.കെ. മാരാർ, ബാലകൃഷ്ണൻ നായർ, രാധാമണി, ശാന്താറാം,

അന്നാ കുര്യൻ, മേരി സാമുവേൽ തുടങ്ങിയവർക്ക് അവർ പഠിപ്പിക്കുന്ന വിഷയങ്ങൾ നന്നായറിയാമായിരുന്നു. ബാലകൃഷ്ണൻ നായർ സാറിന്റെ ആധുനിക നോവൽ ക്ലാസ്സുകൾ വിശേഷിച്ചും നന്നായിരുന്നു. ബോധ ധാരാ പ്രസ്ഥാനവും ജെയിംസ് ജോയ്സ് കൃതികളും നന്നായറിയാൻ അവ സഹായകമായി. ഷേക്സ്പിയറും റൊമാന്റിക്കുകളും മാരാർ മാസ്റ്റർ പ്രഗത്ഭമായി കൈകാര്യം ചെയ്തിരുന്നു. എലിയറ്റിന്റെ നാടകം ഗംഭീരമായി പഠിപ്പിച്ചുകഴിഞ്ഞ് സ്റ്റാഫ്റൂമിൽ പോയി *മലയാളമനോരമ*യിലെ തുടർക്കഥ ചർച്ച ചെയ്തിരുന്ന മേരി സാമുവേൽ എന്നെ അമ്പരപ്പിച്ചി രുന്നു. ഈ രണ്ടുതരം ഭാവുകത്വങ്ങൾ എങ്ങനെയാണ് അവർ ഒന്നിച്ചു കൊണ്ടുനടന്നിരുന്നത്! സാഹിത്യത്തിൽ വളരെ താഴ്ന്ന അഭിരുചി കളുള്ള വലിയ ശാസ്ത്രജ്ഞന്മാരെയും മറ്റും ഞാൻ കണ്ടിട്ടുണ്ട്, പക്ഷേ സാഹിത്യാധ്യാപകർക്കു തന്നെയും ഇതു സാധ്യമാവുമെന്ന് അപ്പോൾ ഞാനറിഞ്ഞു. പിന്നീട് പലപ്പോഴും, അത്തരമാളുകളെ കണ്ടുമുട്ടുകയും ചെയ്തു.

എന്റെ മനസ്സ് മറ്റു ചില സംഘർഷങ്ങളുടെയും വൈരുധ്യങ്ങളുടെയും കൂടെയായിരുന്നു. ഇടതുപക്ഷത്തോട് അവ്യക്തമായ ചായ്വ് ചെറുപ്പം മുതലേ എനിക്കുണ്ടായിരുന്നു. അത് ഞാൻ വളർന്നു വന്ന നാട്ടിൻ പുറത്തിന്റെ വായുവിൽനിന്നു ലഭിച്ചതാണ്. എന്നാൽ മഹാരാജാസ് കാലം ആ ചായ്വ് തീവ്രവും ദൃഢവുമാക്കി. വൈകുന്നേരങ്ങളിൽ പ്രഭാത് ബുക്ഹൗസിൽ പോകുക പതിവായിരുന്നു. അവിടെ വച്ചാണ് പൊളിറ്റിക്സ് വകുപ്പിലെ ഭരതൻ മാസ്റ്ററുമായി പരിചയപ്പെടുന്നത്. ചേന്ദമംഗലത്തുകാരനായിരുന്ന ഭരതൻ മാസ്റ്റർ ഒരു വിചിത്ര പ്രതിഭ യായിരുന്നു. തത്ത്വശാസ്ത്രപരമായി ഒരു ‘മാവേറിക്' - പെട്ടെന്നു സമീ പനങ്ങൾ മാറ്റുന്നയാൾ - ആയിരുന്നു ഭരതൻ മാസ്റ്റർ. (2002ൽ അദ്ദേഹം അന്തരിച്ചു.) വിദ്യാർത്ഥികളോട് സുഹൃത്തുക്കളോടെന്ന പോലെ യാണു പെരുമാറുക. കുടുക്കഴിച്ചു മാറുകാട്ടുന്ന ജുബ്ബയുമായി മുണ്ടു മടക്കിക്കുത്തി കോതാത്ത ചുരുളൻമുടിയും മുറുക്കിച്ചുവപ്പിച്ച ചുണ്ടു കളുമായി നടക്കുന്ന അരാജകവാദി. എന്നും അദ്ദേഹം വിദ്യാർത്ഥി യായിരുന്നു. നാലോ അഞ്ചോ എം.എ. ബിരുദങ്ങളുണ്ടായിരുന്നു വെന്നാണോർമ്മ - ഇംഗ്ലീഷ് സാഹിത്യത്തിലുൾപ്പെടെ. പിന്നെ നിയമ ബിരുദവും. മേരി സാമുവേലിനെക്കുറിച്ചെന്ന പോലെ ഇതും എനിക്ക് അമ്പരപ്പായിരുന്നു. നാം പലരും പല വിഷയങ്ങളും വായിക്കാറുണ്ട്. പക്ഷേ അതിലെല്ലാം ബിരുദം നേടണമെന്ന നിർബന്ധം ഒരു ഫലിത മായേ ഇന്നും എനിക്കു കാണാനാകുന്നുള്ളൂ. ബാലിശമായ എന്തോ ഒന്നുണ്ട് അതിൽ എന്നു തീർച്ച. ആരോടെങ്കിലും വാശി തീർക്കുക യായിരുന്നിരിക്കാം മാസ്റ്റർ! മാർക്സിസം മനസ്സിലാക്കാൻ സഹായി ക്കുന്ന ചില പുസ്തകങ്ങൾ അദ്ദേഹം നിർദ്ദേശിച്ചു തന്നു. *ദാസ് ക്യാപ്പി റ്റലും, കമ്മ്യൂണിസ്റ്റു മാനിഫെസ്റ്റോയും* മാർക്സ്, ഏംഗൽസ്, ലെനിൻ

എന്നിവരുടെ പ്രമുഖ കൃതികളും ഞാൻ വാങ്ങിക്കുകയും കുറേയൊക്കെ വായിക്കുകയും ചെയ്തിരുന്നു. മാസ്റ്റർ നിർദ്ദേശിച്ചത് മോസ്കോയിലെ മാർക്സിസം-ലെനിസിസം ഇൻസ്റ്റിറ്റ്യൂട്ടിന്റെ *ഫണ്ടമെന്റൽസ് ഓഫ് മാർക്സിസം-ലെനിസിസം*, എ. അഫാനസ്യേവിന്റെ *മാർക്സിസ്റ്റ് ഫിലോസഫി*, പിന്നെ പ്ലീഹാനോഫിന്റെ ചില കൃതികൾ തുടങ്ങിയവ യായിരുന്നു. മാർക്സിസത്തിൽനിന്ന് അതിന്റെ മാനുഷികതയും പച്ചപ്പും തത്ത്വശാസ്ത്രപരമായ സങ്കീർണതയും പാടേ എടുത്തുകളയുന്ന ശുഷ്കകൃതികളായിരുന്നു ഇവ. യാന്ത്രിക മാർക്സിസത്തിലേക്കുള്ള കിളിവാതിലുകൾ. അവയുടെ മാരകസ്വാധീനത്തിൽനിന്നു പുറത്തു വരാൻ എനിക്കു കഴിഞ്ഞത് അവയ്ക്കൊപ്പം സാർത്രും കാഫ്കയും കസൻദ്സാകീസും എലിയറ്റും മറ്റും വായിച്ചിരുന്നതുകൊണ്ടാണ്.

അന്ന് കേരള സ്റ്റുഡൻസ് യൂണിയനും സ്റ്റുഡന്റ്സ് ഫെഡറേഷനും കൂടാതെ ‘ഡിമോക്രാറ്റിക് ഫ്രണ്ട്’ എന്ന സ്വതന്ത്രവിദ്യാർത്ഥി സംഘട നയും മഹാരാജാസിൽ ഉണ്ടായിരുന്നു. ഈ സംഘടനയാണ് തിരഞ്ഞെ ടുപ്പിൽ വിജയിക്കുക പതിവ്. എങ്കിലും ‘ബുദ്ധിജീവി ഇമേജ്’ ഫെഡ റേഷനു തന്നെയായിരുന്നു. ‘രണഭേരി’കളും ‘പടക്കുതിര’കളും നിറഞ്ഞ ഫെഡറേഷന്റെ ഇലക്ഷൻ നോട്ടീസുകൾ വോട്ട് അധികം നേടിയി ല്ലെങ്കിലും സാഹിത്യപ്രേമികളെ ആകർഷിച്ചിരുന്നു. അവയ്ക്കു പിന്നിലെ തലയും കൈയും ടി.കെ. രാമചന്ദ്രന്റേതായിരുന്നു. പിന്നീട് ടി.കെ. എന്ന പേരിൽ സുഹൃത്തുക്കൾക്കിടയിൽ പ്രശസ്തനായ, *സമസ്യ*യും *വിചി ന്തന*വും എഡിറ്റു ചെയ്ത, കോഴിക്കോട് സർവകലാശാലാ അധ്യാപ കനും ‘സെക്യുലർ ഫോറ’ത്തിന്റെ ഒരു സ്ഥാപകപ്രവർത്തകനുമായിരുന്ന ടി.കെ. തന്നെ. രാമചന്ദ്രനും എൻ.എസ്. മാധവനും അന്ന് ബിരുദ വിദ്യാർത്ഥികളായി മഹാരാജാസിലുണ്ടായിരുന്നു. മാധവനും ഫെഡ റേഷന്റെ അനുഭാവിയായിരുന്നു. അന്നുമുതലിന്നോളം ഇവർ ഇരുവരും - ടി.കെയുമായി അഭിപ്രായവ്യത്യാസങ്ങളുണ്ടായിട്ടുള്ളപ്പോൾ പോലും - എനിക്കു സഹോദരതുല്യരാണ്. (ടി കെ 2008 ൽ അന്തരിച്ചു.)

എം.എ. രണ്ടാം വർഷമായപ്പോഴേയ്ക്കും കോളേജിൽ ഞാൻ അ റിയപ്പെട്ടു തുടങ്ങിയിരുന്നു. ഫെഡറേഷന്റെ ജില്ലാതല യോഗത്തിലെ പ്രസീഡിയത്തിൽ ഞാൻ അംഗമായിരുന്നു. കൊല്ലത്തുനിന്നുള്ള *ജന യുഗം* വാരികയിലും മദിരാശിയിൽ നിന്ന് (പരേതനായ) ടി.വി. കുഞ്ഞി ക്കൃഷ്ണന്റെ പത്രാധിപത്യത്തിലുള്ള *അന്വേഷണ*ത്തിലും എന്റെ ലേഖന ങ്ങളും കവിതകളും പ്രസിദ്ധീകരിച്ചു വന്നിരുന്നു. ആലപ്പുഴ നിന്നു പ്രസിദ്ധീകരിച്ചിരുന്ന *കേരള ഡൈജസ്റ്റി*ൽ സാർത്രിന്റെ കൃതികളെ ക്കുറിച്ച് ഒൻപതു ലേഖനങ്ങളുള്ള ഒരു പരമ്പരയും മറ്റൊട്ടേറെ ലേഖന ങ്ങളും കവിതകളും. കോളേജുമാസികയിൽ സാർത്രിനെയും അയ്ൻ റാൻഡിനെയും കുറിച്ചുള്ള ഇംഗ്ലീഷ് ലേഖനങ്ങൾ. ഒരു കവി-ബുദ്ധി ജീവിക്കാവശ്യമായ അടിസ്ഥാനയോഗ്യതകൾ ഞാൻ നേടിയിരുന്നു. ഇതെല്ലാം കൊണ്ടാവാം വിദ്യാർത്ഥി ഫെഡറേഷൻ എന്നെയും ഒരു

സ്ഥാനാർത്ഥിയാക്കാൻ തീരുമാനിച്ചത്. രണ്ടാം വർഷ വിദ്യാർത്ഥികൾ തിരഞ്ഞെടുപ്പിൽ പങ്കെടുക്കരുതെന്ന് മാരാർ മാസ്റ്ററുടെ താക്കീതു വക വെയ്ക്കാതെ ഞാൻ 'യാഗാശ്വ'മാകാൻ തീരുമാനിച്ചു - ബലികൊടുക്കപ്പെടുമെന്നുറപ്പായിരുന്നെങ്കിലും. പക്ഷേ സ്വതന്ത്ര സ്ഥാനാർത്ഥിയായിരിക്കുമെന്നൊരു വ്യവസ്ഥ വെച്ചു, അത് ഫെഡറേഷൻ അംഗീകരിച്ചു. 'സ്വതന്ത്ര'നായിരിക്കാനുള്ള തീരുമാനം വാസ്തവത്തിൽ ഒരു രാഷ്ട്രീയ തീരുമാനമായിരുന്നു. മാർക്സിസത്തിന് ആത്മനിഷ്ഠമായ ഒരു മാനം ഇല്ലെന്ന്, അഥവാ അതു വികസിച്ചിട്ടില്ലെന്ന്, അന്നേ ഞാൻ ഭയന്നിരുന്നു. സാർത്ര് കൃതികളുടെ പാരായണം, വിശേഷിച്ചും *ബീയിങ്ങ് ആൻഡ് നത്തിംഗ്നസ്, ക്രിട്ടീക് ഓഫ് ഡയലെക്ടിക്കൽ റീസൺ* (നിലനിൽപും ശൂന്യതയും, വൈരുധ്യാത്മകയുക്തിവിമർശനം), സ്വാതന്ത്ര്യം, അസ്തിത്വം, സത്ത, തിരഞ്ഞെടുപ്പ് എന്നിവയെക്കുറിച്ച് പുതിയ ചോദ്യങ്ങളുന്നയിക്കാൻ എന്നെ പ്രേരിപ്പിച്ചിരുന്നു. ഒപ്പം തന്നെ എം.എൻ. റോയിയുടെ പ്രധാന കൃതികളായ *ബിയോണ്ട് കമ്മ്യൂണിസം, റീസൺ-റൊമാന്റിസിസം-റെവലൂഷൻ, ന്യൂ ഹ്യൂമനിസം* (കമ്മ്യൂണിസത്തിന്നപ്പുറം, യുക്തി-കാല്പനികത -വിപ്ലവം, പുതിയ ഹ്യൂമനിസം) തുടങ്ങിയവയും വായിച്ചിരുന്നു.

തൃശൂരിൽനിന്ന് പി.കെ.എ. റഹീം നടത്തിയിരുന്ന *ജ്വാല* മാസികയുടെ എം.എൻ. റോയ് പതിപ്പാണ് എന്നെ ആദ്യം റോയിയുടെ രചനകളുമായി പരിചയപ്പെടുത്തിയത്. അതുവായിച്ച് 'ഒരു റോയിസ്റ്റ്' എന്ന പേരിൽ റഹീമിനെഴുതിയ ആദ്യത്തെ കത്ത് ഞാൻ ഇന്നും ഓർക്കുന്നു. അതൊരു വലിയ സൗഹൃദത്തിന്റെ തുടക്കമായിരുന്നു. ഞാൻ *ജ്വാല* കുടുംബത്തിലെ അംഗമായി. റഹീം എന്റെ സുഹൃത്തും പിന്നീട് കുടുംബസുഹൃത്തുമായി. അദ്ദേഹത്തിന്റെ 'ബെസ്റ്റ് പ്രിന്റേഴ്സ്' എന്ന തൃശൂർ പടിഞ്ഞാറേ കോട്ടയിലെ പ്രസ്സിൽ ഞാൻ കഴിച്ചുകൂട്ടിയിട്ടുള്ള മണിക്കൂറുകൾക്കു കണക്കില്ല. പിന്നീട് സ്വന്തമായൊരു കൊച്ചുമാസിക തുടങ്ങിയപ്പോൾ ഞാനതിന് *ജ്വാല* എന്നു തന്നെ പേരിട്ടു, റഹീം തന്നെയായിരുന്നു അതിന്റെ പ്രസാധകൻ. *ജ്വാല*യുടെ സുഹൃദ്വലയത്തിൽ, ഇതിനകം എന്റെ സുഹൃത്തായിക്കഴിഞ്ഞിരുന്ന ലോ കോളേജ് വിദ്യാർത്ഥി കൃഷ്ണകുമാർ, വിദ്യപ്പൻ എന്ന വിദ്യാസാഗർ, പിന്നീട് തമിഴിൽ ഒരു പോപ്പുലർ നടനായിത്തീർന്ന വിജയൻ ഇവരെക്കൂടാതെ റോയിസ്റ്റായ വളാഞ്ചേരിയിലെ എൻ. ദാമോദരൻ, കാട്ടുമാടം നാരായണൻ, സി.പി. ഗംഗാധരൻ, റഹിമിന്റെ സുഹൃത്തുക്കളായ ഇ.എം.എസ്സ് (കമ്മ്യൂണിസ്റ്റു നേതാവല്ല), വാരിയർ മാസ്റ്റർ, എം. തോമസ് മാത്യു, എം.വി. ദേവൻ, എം. ഗംഗാധരൻ എല്ലാറ്റിനും ഗുരുവെന്ന പോലെ എം. ഗോവിന്ദൻ തുടങ്ങി ഏറെപ്പേരുണ്ടായിരുന്നു. എം. ഗോവിന്ദനുമായുള്ള എന്റെ സൗഹൃദം ആ വഴിക്കാണാരംഭിക്കുന്നത്. പിന്നീട് സ്ഥിരമായി കത്തിടപാടുകളായി. *സമീക്ഷ* പതിവായി വന്നു. *സമീക്ഷ*യിൽ എന്റെ ഒരാദ്യകാലകവിത പ്രത്യക്ഷപ്പെട്ടു. ഗോവിന്ദനുമായി ഏറെ കൂടിക്കാഴ്ചകളുണ്ടായി. ഈ

സുഹൃദ്വൃത്തം പിന്നീട് കടമ്മനിട്ട, ആറ്റൂർ രവിവർമ്മ, ടി.ആർ തുടങ്ങി ഏറെപ്പേരെ ഉൾക്കൊണ്ടു വളർന്നു. ഗോവിന്ദന്റെ *സമീക്ഷ*യിലൂടെയും ഞാൻ സ്റ്റാലിനിസത്തിന്റെ വിമർശകരായ എഴുത്തുകാരുമായി - ഇഗ് നേഷ്യാ സിലോണി മുതൽ ആർതർ കീസ്ലർ വരെ - പരിചയപ്പെട്ടിരുന്നു. മാർക്സിസവുമായി പരിചയപ്പെടുന്ന അതേ കാലത്തുതന്നെ. സ്റ്റാലിനിസത്തിന്റെ ഇരുണ്ടതും സേച്ഛാധിപത്യപരവുമായ വശങ്ങൾ തിരിച്ചറിയാനായത് എന്റെ പിൽക്കാല ചിന്തയെ സംബന്ധിച്ച് വളരെ പ്രധാനമായിത്തീർന്നു. മാർക്സിസത്തോട് പിന്നീടടുത്തപ്പോൾപ്പോലും സ്റ്റാലിൻ സ്മരണ ഒരു താക്കീതുപോലെ നിന്നു.

എന്റെ സംശയങ്ങൾ പങ്കുവെച്ച ഒരു ഉറ്റ സുഹൃത്തുകൂടിയുണ്ടായിരുന്നു. കെ.കെ. മാധവന്റെ മരുകനായിരുന്ന സി.ടി. സുകുമാരൻ. സുകുമാരൻ മഹാരാജാസിൽ രണ്ടുവർഷം എന്റെ റൂം മെയ്റ്റ് ആയിരുന്നു. ആദ്യവർഷം പഴയ ഹോസ്റ്റലിലും പിറ്റേ വർഷം പുതിയ ഹോസ്റ്റലിലും. ഒപ്പം ക്ലാസ്മെയ്റ്റുമായിരുന്നു. റോയിയുടെ പുസ്തകങ്ങൾ ഞങ്ങൾ മാറിമാറിയാണു വായിച്ചിരുന്നത്. രാത്രി ഉറക്കമിളച്ച് വായനയും എഴുത്തും പതിവായിരുന്നു. അങ്ങനെയാണ് ഞാൻ സാർത്രിനെക്കുറിച്ചും സുകുമാരൻ എം.എൻ റോയിയെക്കുറിച്ചും കോളേജുമാസികയിൽ ലേഖനമെഴുതാൻ തീരുമാനിച്ചത്. സുകുമാരൻ അച്ചടക്കമുള്ള വിദ്യാർത്ഥിയായിരുന്നു; നാഷണൽ കാഡറ്റ് കോറിൽ ഓഫീസറും. ഞാൻ മറിച്ചായിരുന്നു. ചിട്ടയില്ലാത്ത വായന, അലഞ്ഞുതിരിച്ചിൽ, രാത്രി അന്തോണിഓനിയുടെ *ബെക്കൊച്ച്യോ-70*യും ഡേവിഡ് ലീനിന്റെ *ഡോക്ടർ ഷിവാഗോ*യും പോലുള്ള സിനിമകളുടെ രണ്ടാം ഷോയ്ക്കു പോയി മതിൽ ചാടി അകത്തു കടക്കൽ, പുസ്തകം ഇഷ്ടപ്പെട്ടുവെന്നു തോന്നിയാലുടൻ കടം തരുമായിരുന്ന ആസാദ് ബുക്സെന്ററിൽ നിന്ന് സാർത്ര്-കാഫ്ക-റസ്സൽ- പെലിക്കൻ മോഡേൺ പോയറ്റ്സ് പരമ്പര - ആൽബേർ കമ്യൂ-പിഖ്താളിന്റെ ഖുർ-ആൻ പരിഭാഷ - ആർതർ മില്ലർ -ഓനീൽ... എല്ലാം കടം വാങ്ങൽ (മാസാന്ത്യം ജ്യേഷ്ഠൻ പണമയയ്ക്കുമ്പോൾ കണക്കു തീർക്കുമായിരുന്നു. അല്ലെങ്കിൽ സ്കോളർഷിപ്പിന്റെ പണം കിട്ടുമ്പോൾ. പക്ഷേ, ഒരുറപ്പുമില്ലാതെ ഒരു വെറും വിദ്യാർത്ഥിയുടെ പുസ്തകപ്രണയത്തെ പ്രോത്സാഹിപ്പിച്ച ആസാദ് ബുക്സെന്റർ ഉടമ, സോഷ്യലിസ്റ്റാശയഗതിക്കാരൻ - ഹംസയോട് - ഇന്നും എനിക്ക് ആദരവാണ്) - ഇങ്ങനെയൊരു ജീവിതം. പക്ഷേ ഒരു 'തിന്മ'യിലേക്കെങ്കിലും എന്നെ ഉപനയിച്ചത് സുകുമാരനാണ്: അത്യപൂർവ്വമായെങ്കിലുമുള്ള മദ്യപാനം. ഭാഗ്യവശാൽ ഞാൻ അത് ശീലമാക്കിയില്ല; പിന്നീട് പൂർണ്ണമായി ഉപേക്ഷിക്കയും ചെയ്തു. സ്കൂളധ്യാപനം കഴിഞ്ഞ് എം.എ പഠിക്കാൻ വന്ന കെ.എൻ. കുട്ടൻ മാസ്റ്ററും മിക്കപ്പോഴും കൂടെയുണ്ടായിരുന്നു. (മറ്റു സഹപാഠികൾ: സുരേഷ്

മാഞ്ഞൂരാൻ, മേരി, സീത, റാവു. കുട്ടൻ മാസ്റ്റർ ഭാഷാ ഇൻസ്റ്റിറ്റ്യൂട്ടിൽ ഉദ്യോഗസ്ഥനായി. സുരേഷും മേരിയും സീതയും അധ്യാപകരായി. റാവു ഐ.എ.എസ്സിൽ ചേർന്നു. സുകുമാരൻ പിന്നീട് അഡ്മിനിസ്ട്രേറ്റീവ് സർവീസിൽ ചേർന്നു. തൃശ്ശൂർ കളക്ടറും മത്സ്യഫെഡ് ഡയറക്ടറുമായി. കർണ്ണാടകയിൽനിന്ന് ഒരു നർത്തകിയെ വിവാഹം ചെയ്തു. ദുരൂഹ സാഹചര്യത്തിൽ കൊല ചെയ്യപ്പെട്ടു.)

മുഖ്യധാരാ മാർക്സിസ്റ്റാശയങ്ങളുമായി സാഹിത്യതലത്തിലും എനിക്കു കലഹങ്ങളുണ്ടായിരുന്നു. അക്കാലത്തെ എന്റെ പ്രിയ കവികൾ എലിയറ്റും ഓഡനും നോവലിസ്റ്റുകൾ കാഫ്ക, സാർത്ര്, കമ്യൂ, കസൻദ്സാകീസ് തുടങ്ങിയവരുമായിരുന്നു. ഗോർക്കി, സോള, മോപ്പസാങ്, ബാൽസക് തുടങ്ങിയവരുടെ കൃതികൾ ഞാൻ വായിക്കാതിരുന്നില്ല. എന്നാൽ എനിക്കു കൂടുതൽ സാത്മ്യം പ്രാപിക്കാനായത് കാഫ്ക-കമ്യൂ-സാർത്ര് പ്രഭൃതികളുമായിട്ടായിരുന്നു. സൗന്ദര്യശാസ്ത്രപരമായിപ്പറഞ്ഞാൽ എന്റെ ചായ്‌വ് നവഭാവുകത്വത്തോടായിരുന്നു. ആധുനികരുടെ ഇരുണ്ട ദേവതയായിരുന്നു എന്റെ ഉപാസനമൂർത്തി. ഉദ്വിഗ്നവും തിക്തതീക്ഷ്ണവും സംഘർഷ നിർഭരവും പ്രകോപനപരവും ചിന്തോദ്ദീപകവുമായ കൃതികളാണെന്നെ പിടിച്ചുലച്ചത്. മലയാളത്തിലും ആധുനികതയുടെ ഉദയകാലമായിരുന്നു അത്. ഏതാണ്ട് ഗോവിന്ദനെ പരിചയപ്പെട്ട കാലത്തുതന്നെ ഞാൻ അയ്യപ്പപ്പണിക്കരെയും പരിചയപ്പെട്ടിരുന്നു.

എറണാകുളത്ത് അദ്ദേഹം ഒരു ചർച്ചായോഗത്തിനു വന്നപ്പോഴാണ് ആദ്യം കണ്ടുമുട്ടിയതെങ്കിലും ഞാൻ അദ്ദേഹമെഴുതിയതെല്ലാം വായിച്ചിരുന്നു. എന്റെ ചില രചനകൾ അദ്ദേഹവും ശ്രദ്ധിച്ചിരുന്നു. ആദ്യത്തെ കണ്ടുമുട്ടൽ ഓർക്കാൻ ഒരു പ്രത്യേക കാരണം കൂടിയുണ്ട്. അവിടത്തെ-ഹോട്ടൽ ബ്രോഡ്‌വേയിലെ കോൺഫറൻസ് ഹാളിലെന്നാണ് എന്റെ ഓർമ്മ -ഒരു സൗഹൃദയോഗത്തിൽ പണിക്കർ *മൃത്യുപൂജ* വായിച്ചു. അപ്പോഴത് പ്രസിദ്ധീകരിക്കപ്പെട്ടിരുന്നില്ല. *'ഹേ മന്ദഗാമിനി, ഹേമന്തയാമിനി, ഘനശ്യാമരൂപിണി വരൂ നീ'* എന്ന ആദ്യവരികളിൽത്തന്നെയാണ് അന്ന് കവിത അവസാനിച്ചിരുന്നത്. ഈ കവിത തികച്ചും പ്രത്യാശാരഹിതമാണല്ലോ എന്ന് ഞാൻ അഭിപ്രായപ്പെട്ടു. *മാതൃഭൂമി* ആഴ്ചപ്പതിപ്പിൽ പിന്നീട് കവിത പ്രസിദ്ധീകരിച്ചു വന്നപ്പോൾ അന്ത്യം മാറിയിരുന്നു. ഭൂമിയുടെ ഉദരവീര്യം പകർന്ന് വൈദേഹിയെ തിരിച്ചു തരാൻ ധാത്രിയോടാവശ്യപ്പെടുന്ന, 'നക്തഞ്ചരേന്ദ്രനൊരു ദുർഭൂതമായ് മരണനൃത്തം ചവിട്ടി മമ ഹൃത്തിൽ' എന്നു സമ്മതിക്കുന്ന വരികളിലാണ് ഇപ്പോൾ കവിത അവസാനിച്ചത്. എന്റെ വിമർശനമായിരുന്നോ ഈ തിരുത്തിനു ഹേതു എന്ന് എനിക്കു തീർത്തുപറയാനാവില്ല. എങ്കിലും

ഞാൻ ആ മാറ്റം ശ്രദ്ധിക്കുകതന്നെ ചെയ്തു. പിന്നീട് അയ്യപ്പപ്പണിക്കരുമായി നിരന്തരം കത്തിടപാടുകളുണ്ടായി, *കേരളകവിത* ത്രൈമാസിക ആരംഭിച്ചപ്പോൾ ഞാനും ഒരു സ്ഥാപകാംഗമായി. പണിക്കരുടെ പല കവിതകൾക്കും ഞാൻ പഠനങ്ങളെഴുതി. ഏറെ വാത്സല്യം എനിക്ക് അദ്ദേഹത്തിൽനിന്നു ലഭിച്ചിട്ടുണ്ട്. ഞാൻ പണിക്കർ രീതിയുടെ വിമർശകനായി മാറി മറ്റു വഴികൾ തേടിയ പിൽക്കാലങ്ങളിലും അദ്ദേഹം എന്നെ മനസ്സിലാക്കി. പല സൗഹൃദങ്ങളും മുറിഞ്ഞുപോയപ്പോഴും ആ സൗഹൃദം ദൃഢമായിത്തന്നെ തുടർന്നു. കഠിനവ്യഥയിൽനിന്ന് നർമ്മം ഊറ്റിയെടുക്കാൻ എന്നെ പഠിപ്പിച്ചത് അയ്യപ്പപ്പണിക്കാരാണെന്ന് എനിക്കു തോന്നുന്നു. സാങ്കേതികമായി മലയാളകവിതയെ ഇത്രയും നവീകരിച്ച മറ്റൊരു സമകാലീന കവിയില്ല.

യൂണിയൻ തിരഞ്ഞെടുപ്പിൽ 'സ്വതന്ത്ര' സ്ഥാനാർത്ഥിയാകാനുള്ള കാരണങ്ങളാണല്ലോ ഞാൻ പറഞ്ഞുവന്നത്. എന്നാൽ 'സ്വതന്ത്ര'നായതിനാൽ മറ്റു ഫെഡറേഷൻ സ്ഥാനാർത്ഥികളേക്കാൾ കൂടുതൽ വോട്ടു കിട്ടിയെങ്കിലും ഞാൻ 'വീരോചിത'മായി പരാജയപ്പെടുകയാണുണ്ടായത്. ആവേശം ഒട്ടും കുറയാതെ ഞങ്ങൾ പ്രകടനം നടത്തുകയും വരുംതലമുറയ്ക്ക് 'ചോരച്ചെങ്കൊടി' കൈമാറുകയും ചെയ്തു. 'ഡിമോക്രാറ്റിക് ഫ്രണ്ട്' തന്നെയായിരുന്നു വിജയിച്ചത്. അതു തകർന്ന ശേഷമാണ് മഹാരാജാസിൽ ഫെഡറേഷൻ കുറേയെങ്കിലും ശക്തി പ്രാപിച്ചതെന്നു തോന്നുന്നു. എഴുപതുകളിൽ കവി എസ്. രമേശന്റെയും പിന്നീട് തോമസ് ഐസക്കിന്റെയും മറ്റും കാലത്ത്, അതൊരു നിർണായക രാഷ്ട്രീയ-സാംസ്കാരിക ശക്തിയായി. തീവ്രവാദ സ്വാധീനമുണ്ടായിരുന്ന അക്കാലത്തെ കോളേജുമാസികകൾ ഞാൻ ഇന്നുമോർക്കുന്നു.

ഹോസ്റ്റൽ ജീവിതം ഒരനുഗ്രഹമായിരുന്നു. രാത്രി വൈകുംവരെ ചർച്ചകളിലും വിവാദങ്ങളിലുമേർപ്പെട്ട് മുറികൾതോറും അലഞ്ഞുതിരിയുമായിരുന്നു. പിന്നീട് കേരള സാഹിത്യ അക്കാദമി സെക്രട്ടറിയായ ഡോ. പി. വി. കൃഷ്ണൻ നായർ വെറ്ററിനറി ഡോക്ടറാകാനുള്ള പഠനം പാതിവഴി ഉപേക്ഷിച്ച് ഹിന്ദി ഐച്ഛികമായി പഠിക്കാൻ മഹാരാജാസിലെത്തിയിരുന്നു. അല്പം പ്രായക്കൂടുതലുള്ളതുകൊണ്ട് എല്ലാവരും 'കിട്ടേട്ടൻ' എന്നു വിളിച്ചിരുന്ന കൃഷ്ണൻ നായർ എല്ലാവർക്കും സുഹൃത്തും ആശ്രയവുമായിരുന്നു. അദ്ദേഹം കെ.എസ്.യു വിന്റെ പ്രവർത്തകനായിരുന്നുവെങ്കിലും അത് ഞങ്ങളുടെ സൗഹൃദത്തെ ബാധിച്ചിരുന്നില്ല. ബാംഗ്ലൂരിൽ ഡെക്കാൻ ഹെറാൾഡിൽ എഡിറ്ററായ എ.വി. ശങ്കരനാരായണൻ നമ്പൂതിരിയും ഹോസ്റ്റലിലുണ്ടായിരുന്നു. പ്രീഡിഗ്രി വിദ്യാർത്ഥിയായിരുന്നെങ്കിലും ബുദ്ധികൂർമതകൊണ്ട് മുതിർന്നവരുടെ സൗഹൃദം സമ്പാദിച്ചിരുന്നു 'നമ്പു' എന്നറിയപ്പെട്ട നമ്പൂതിരി. കാറളം ബാലകൃഷ്ണനെക്കുറിച്ച് ആവേശപൂർവ്വം സംസാരിച്ചിരുന്ന കവിയായിരുന്ന മോഹനചന്ദ്രൻ, പിന്നീട് ഐ.എ.എസ്സിൽ പ്രവേശിച്ച്

കേരളത്തിൽ ഹരിജൻ വെൽഫെയർ ഡയറക്ടറും സാംസ്കാരിക വകുപ്പു സെക്രട്ടറിയും മറ്റുമായിത്തീർന്ന എൻ.വി മാധവൻ, (ക്രൈസ്റ്റ് കോളേജ് മുതലേ സഹപാഠിയായിരുന്ന മാധവനിൽനിന്നാണ് ഞാൻ ആദം സ്മിത്തിന്റെയും റിക്കാർഡോവിന്റെയും മറ്റും സമ്പദ് ശാസ്ത്ര കൃതികൾ വാങ്ങി വായിച്ചിരുന്നത്.) ക്രൈസ്റ്റ് കോളേജിൽ പിന്നീട് സഹപ്രവർത്തകനായിത്തീർന്ന രാധാകൃഷ്ണൻ, കണ്ണൂരിലും പയ്യന്നൂരിലും കോളേജധ്യാപകരായിത്തീർന്ന ചന്ദ്രൻ, കവി കൂടിയായ മേലത്ത് ചന്ദ്രശേഖരൻ തുടങ്ങിയവർ ഹോസ്റ്റലിലും എൻ.എസ്. മാധവൻ, ടി.കെ. രാമചന്ദ്രൻ, എസ്.ആർ. ശക്തിധരൻ, പിന്നീട് ഭാഷാ ഇൻസ്റ്റിറ്റ്യൂട്ടിൽ ചേർന്ന കെ.എ. വാസുക്കുട്ടൻ തുടങ്ങിയവർ കോളേജിലും സുഹൃത്തുക്കളായി, ഇംഗ്ലീഷ് വിദ്യാർത്ഥിയായിരുന്നെങ്കിലും 'ഭാഷാമണ്ഡലം' എന്നറിയപ്പെട്ട മലയാള സംഘടനയുടെ യോഗങ്ങളിലും ഞാൻ അതിഥിയായിരുന്നു.

ഇക്കാലത്തു തന്നെയാണ് കോളേജിനു തൊട്ടപ്പുറത്തുള്ള സമസ്ത കേരള സാഹിത്യ പരിഷത്തിന്റെ യോഗങ്ങളിലും ഞാൻ പോകാനാരംഭിച്ചത്. പരിഷത്ത് ഓഫീസിൽ പോഞ്ഞിക്കര റാഫിയുണ്ടായിരുന്നു. റാഫിയും സബീനയും മിത്തും ചരിത്രവും സമന്വയിപ്പിച്ചും വേർപെടുത്തിയും കൊണ്ടിരുന്നു കാലം. സംസാരവിഷയം മിക്കപ്പോഴും മിത്തുകളും നരവംശശാസ്ത്രവും ചരിത്രവുമായിരുന്നു. *സ്വർഗ്ഗദൂതൻ* എഴുതപ്പെട്ടുകഴിഞ്ഞിരുന്നു. *കലിയുഗ*ത്തിന്റെ രചനയിലായിരുന്നു അവർ. എം. തോമസ് മാത്യുവിനെയും ടി. രാമചന്ദ്രനെയും അവിടെവച്ച് ഇടയ്ക്കു കണ്ടുമുട്ടിയിരുന്നു. ടി. രാമചന്ദ്രൻ നവഭാവുകത്വത്തിന്റെ ഭാഗത്തായിരുന്നു. എന്നാൽ സമകാലീനസാഹിത്യത്തെ വിമർശനാത്മകമായി കാണാനുള്ള അകലവും നിലനിർത്തിയിരുന്നു. അദ്ദേഹമാണ് പിന്നീട് മലയാളകഥാചരിത്രത്തിൽ തന്റേതായ മുദ്ര പതിപ്പിച്ച് അനാഥനെന്ന പോലെ തെരുവിൽ മരിച്ച് നമ്മെ വേദനിപ്പിച്ച 'ടി.ആർ'. 'ടി.ആർ' ആയതിനുശേഷമാണ് ഞാൻ രാമചന്ദ്രനുമായി കൂടുതൽ അടുത്തത്. *ആസന്ന മരണചിന്തകൾ* ഉൾപ്പെട്ട രൂപകപ്രധാനമായ എന്റെ ആദ്യകാലകവിതകളുടെ നിർലജ്ജനായ പ്രശംസകനായിരുന്നു. ടി.ആർ. ഞാനാകട്ടെ 'കൊരുന്ന്യേടത്തു കോമുട്ടി'യുടെ താളത്തിൽ മുഴുകുകയും 'ഉല്പത്തി വിചാര'ത്തിന്റെ ഘടനയിൽ അഭിരമിക്കുകയും 'ലൂക്കോസി'നോടൊപ്പം സഞ്ചരിക്കുകയും ചെയ്തു. *ജാസ്സക്കിനെ കൊല്ലരുത്* എന്ന ഒരൊറ്റ കഥ മതി ടി.ആറിനെ സക്കറിയയ്ക്കും എൻ.എസ്. മാധവനും എം.പി. നാരായണപിള്ളയ്ക്കുമൊപ്പം മലയാളകഥയുടെ മുമ്പിൽ നിറുത്താൻ. *ഒരിടത്തിനും ഹിഗ്വിറ്റ*യ്ക്കും *ജോർജ് ആറാമന്റെ കോടതി*ക്കുമൊപ്പം നിൽക്കാവുന്ന ധൈഷണിക ചൈതന്യമുള്ള കഥയാണത്. ടി.ആറിനെ പല രൂപങ്ങളിൽ ഞാൻ പിന്നീടു കണ്ടിട്ടുണ്ട്, പാതിരായ്ക്ക് തുറന്നിരിക്കുന്ന മദ്യശാലകളന്വേഷിച്ചലയുന്ന ടി.ആർ, സാനു മാസ്റ്റർ പ്രസംഗിക്കുന്ന യോഗത്തിൽ 'ശ്രീനാരായണ ഗുരു സിന്ദാബാദ്' എന്ന മുദ്രാവാക്യം

മുഴക്കി യോഗം കലക്കുന്ന ടി.ആർ, ചിത്രകലയെയും കഥയെയും 'സ്പെയ്സി'ന്റെ വിന്യാസം അടിസ്ഥാനമാക്കി താരതമ്യം ചെയ്ത് മൗലിക വിമർശനമവതരിപ്പിക്കുന്ന ടി.ആർ, വന്നേരിയിലൊരു നിശാസംഗമത്തിൽ കഞ്ചാവു പങ്കിടുന്ന ടി.ആർ. പിന്നീട് മഹാരാജാസിൽത്തന്നെ രാമചന്ദ്രൻ അധ്യാപകനായി. വിദ്യാർത്ഥികളുടെ വിസ്മയം കലർന്ന ആദരം നേടി.

അന്വേഷണം മാസികയായിരുന്നു അക്കാലത്തെ എന്റെ പ്രധാന കളരി. എന്റെ ആത്മബിംബം ഉദ്ധതനായ ഒരു കലാപകാരിയുടേതായിരുന്നു. കമ്യൂവിന്റെ *റെബൽ* ഞാൻ പലകുറി വായിച്ചു കഴിഞ്ഞിരുന്നു. ഇടതുപക്ഷ സഹയാത്രികനായിരിക്കുമ്പോഴും മിക്കവാറും അരാജകത്വവാദിയോടടുത്തു നിൽക്കുന്ന ഒരു വ്യക്തി സ്വതന്ത്രവാദി - *മാനിഫെസ്റ്റോ, ക്രിസ്തു-ഒന്ന്, രണ്ട്, നൂറ്, വിയറ്റ്നാം* തുടങ്ങിയ കവിതകളും നിരൂപണ ലേഖനങ്ങളും ആ വിദ്യാർത്ഥികാലത്ത് *അന്വേഷണ*ത്തിലെഴുതിയവയാണ്. *വിയറ്റ്നാം* എന്ന കവിത പ്രസിദ്ധീകരിച്ചശേഷമാണെന്നാണോർമ്മ കെ. വേണുവുമായും ചില സംവാദങ്ങളുണ്ടായി. കവിത നന്നായെങ്കിലും അതിന്റെ രാഷ്ട്രീയം വ്യക്തമല്ലെന്നായിരുന്നു വേണുവിന്റെ പ്രതികരണം. ഒരു ആക്റ്റിവിസ്റ്റിന്റെ ആവേശത്തോടെ നാട്ടിൽ മടങ്ങിയെത്തിയാൽ തൊഴിലാളി സംഘടനാപ്രവർത്തനങ്ങളിലേർപ്പെടാനാഗ്രഹിക്കുന്നു എന്ന് ഞാൻ മറുപടി എഴുതിയതോർക്കുന്നു. വേണു ഇത് തന്റെ ആത്മകഥയിൽ സ്മരിച്ചിട്ടുണ്ട്. എന്നാൽ എന്റെ മനസ്സ് തികച്ചും വിഭക്തമായിരുന്നു. ഒരു വശത്ത് മാർക്സിസ്റ്റ് സിദ്ധാന്തപഠനവും ഫെഡറേഷൻ സൗഹൃദവും ആക്റ്റിവിസ്റ്റാകാനുള്ള ആവേശവും മറുവശത്ത് കവിസഹജമായ ലജ്ജയും അന്തർമുഖത്വവും അസ്തിത്വവാദ പ്രതിപത്തിയും ആധുനിക ഭാവുകത്വത്തിന്റെ തന്നെ ഭാഗമായ വിഷാദാത്മകതയും. എനിക്കു തോന്നുന്നു എന്റെ ജീവിതത്തിലുടനീളം ഈ പ്രവണതകൾ ഇടഞ്ഞും പിണഞ്ഞും നിലനിന്നിട്ടുണ്ടെന്ന്. എന്നിലെ ബഹിർമുഖത്വം എന്നെ സിദ്ധാന്തപഠനത്തിനും ലേഖനമെഴുത്തിനും യാത്രകൾക്കും പല വേദികളിൽനിന്നുള്ള പൊതുപ്രവർത്തനങ്ങൾക്കും പത്രപ്രവർത്തനത്തിനും പ്രസംഗങ്ങൾക്കും പ്രേരിപ്പിച്ചുകൊണ്ടിരിക്കെത്തന്നെ എന്നിലെ അന്തർമുഖത്വം കവിതയിലേക്കും ദർശനത്തിലേക്കും മനുഷ്യന്റെയും പ്രപഞ്ചത്തിന്റെയും അർത്ഥാന്വേഷണങ്ങളിലേക്കും ത്വരിപ്പിച്ചുകൊണ്ടിരുന്നു. ഈ ദ്വന്ദ്വങ്ങളെ സമന്വയിപ്പിക്കാനാകാം രാഷ്ട്രീയപ്രധാനമായ കവിത, കവിതാപ്രധാനമായ രാഷ്ട്രീയം, മതമുക്തമായ ആത്മീയത തുടങ്ങിയ സങ്കല്പങ്ങളും പ്രയോഗങ്ങളും പിന്നീടു ഞാൻ വികസിപ്പിച്ചത്.

വിദ്യാർത്ഥിയായിരിക്കെത്തന്നെ നവഹൈന്ദവവാദത്തിന്റെ വിപത്ത് ഞാൻ തിരിച്ചറിഞ്ഞിരുന്നു. ഞാൻ ആദ്യം നടത്തിയ പൊതുപ്രസംഗം -സ്കൂൾ, കോളേജുവേദികൾക്കുപുറത്ത് - എനിക്കിന്നും നല്ല ഓർമ്മയുണ്ട്.

ആലുവായ്ക്കടുത്ത് ചെങ്ങമനാടുള്ള ഒരു യുവവേദി - അതു കലാ സമിതിയായിരുന്നോ എന്നു തീർച്ച പോരാ - എന്നെയും ഭരതൻ മാസ്റ്ററെയും പ്രസംഗത്തിനു ക്ഷണിച്ചു.

കുറ്റിപ്പുഴ കൃഷ്ണപിള്ളയുടെ അധ്യക്ഷതയിൽ തനി തെരുവുമൂലയിൽ ഒരു പൊതുയോഗം. തങ്ങളുടെ പ്രദേശത്ത് ആർ.എസ്.എസ്. ശക്തമാണെന്നും വിശേഷിച്ചും നെയ്ത്തുകാരുടെ സമുദായം ഏതാണ്ടു മുഴുവനും അതിൽ അംഗങ്ങളാണെന്നും അതിനാൽ അതേക്കുറിച്ച് ഒന്നും പറയരുതെന്നും അവർ യോഗം കലക്കുമെന്നും സംഘാടകർ താക്കീതു നൽകിയിരുന്നു. എനിക്ക് ഈ സൂചന മതിയായിരുന്നു. എന്റെ പ്രസംഗം ആർ.എസ്.എസ്സിന്റെ രാഷ്ട്രീയത്തിനെതിരായ ഒരു കടുത്ത ആക്രമണമായിരുന്നു. അത്ഭുതമെന്നു പറയട്ടെ, ചില വെല്ലുവിളികളും അപശബ്ദങ്ങളുമല്ലാതെ വലിയ ബഹളമൊന്നുമുണ്ടായില്ല. യോഗം കഴിഞ്ഞ് അവർ താമസിക്കുന്ന തെരുവിലൂടെ എന്നെ കൊണ്ടു പോകണമെന്നും ഞാൻ സംഘാടകരോടാവശ്യപ്പെട്ടു. അങ്ങനെ നടക്കുകയും ചെയ്തു. പിന്നീട് ഇതുപോലൊരു സംഭവമുണ്ടാകുന്നത് കോഴിക്കോട് മലബാർ ക്രിസ്റ്റ്യൻ കോളേജിലാണ്. അന്തരിച്ച എ. സോമനും മറ്റും ക്ഷണിച്ചതിനെത്തുടർന്ന് അവിടെപ്പോവുകയും നവ ഹൈന്ദവവാദത്തെ എതിർത്തു പ്രസംഗിക്കുകയും ചെയ്തപ്പോൾ വിദ്യാർത്ഥി പരിഷത്തുകാർ മൈക്കിൽ കടന്നുപിടിക്കുകയും ബഹളമുണ്ടാക്കുകയും ചെയ്ത സംഭവം. എന്നാൽ ജീവിതത്തിലെപ്പോഴെങ്കിലും പറയണമെന്നു തോന്നുന്നത് ഭയം മൂലം പറയാതിരിക്കുന്ന അനുഭവം ഉണ്ടായതായി ഞാനോർക്കുന്നില്ല.

തീവ്രവാദാനുഭാവിയായിരുന്ന കാലത്തുപോലും എന്തുകൊണ്ടോ രഹസ്യകലാപത്തിൽ എനിക്കു വിശ്വാസം തോന്നിയിട്ടില്ല. അടിയന്തരാവസ്ഥയിലാകട്ടെ, ഹിന്ദുത്വവാദികളുടെ ഭരണകാലത്താകട്ടെ, ഇടതുപക്ഷ ഭരണകാലത്താകട്ടെ, ഏതു വേദിയിലും എനിക്കു പറയാനുള്ളത് ഞാൻ പറഞ്ഞുപോന്നിട്ടുണ്ട്. എം.എ. വിദ്യാർത്ഥിയായിരിക്കെ ഞാൻ മതപുനരുത്ഥാനവാദികൾക്കെതിരെ ആരംഭിച്ച കാംപെയ്ൻ ഗുജറാത്ത് വംശഹത്യയ്ക്കെതിരെ പ്രവർത്തിക്കുന്ന ഈ നിമിഷം വരെ ഞാൻ തുടർന്നുപോന്നിട്ടുമുണ്ട്. രഹസ്യമായല്ല; അസംഖ്യം കവിതകളിലൂടെയും ലേഖനങ്ങളിലൂടെയും പ്രസംഗങ്ങളിലൂടെയും പ്രവർത്തനങ്ങളിലൂടെയും തന്നെ. എന്നിട്ടും ജീവിതത്തിൽ ഫാസിസത്തിനെതിരെ ചെറുവിരലനക്കാത്തവർ, മാറി മാറി മുതലാളിമാരുടെ മടിയിരുന്നു വളർന്ന വർ, മാറി മാറി വരുന്ന സർക്കാരുകളെ സേവിച്ചവർ, സർഗാത്മകതയുടെ ഒരു തെളിവും നൽകാത്തവർ, സാഹിത്യത്തെ ഉപജീവനോപായം മാത്രമാക്കിയവർ, ലക്ഷം പുസ്തകങ്ങൾ ചുമന്നു നടന്നിട്ടും സഹൃദയത്വമോ സംസ്കാരമോ ഒരു കണികയും നേടിയിട്ടില്ലാത്തവർ, എന്നെ ഹിന്ദുത്വവാദിയായി ചിത്രീകരിക്കാൻ ശ്രമിക്കുന്നതു

കാണുമ്പോൾ എനിക്കു തോന്നുന്നത് വമനേച്ഛ മാത്രം. നരകം അവരെ സ്വീകരിക്കാൻ അറയ്ക്കും.

ഹോസ്റ്റൽ ജീവിതം അനായാസകരമായിരുന്നില്ല. ഒരു ഹോസ്റ്റൽ ദിനാഘോഷത്തിൽ കർക്കശസ്വഭാവിയെന്നു പേരുകേട്ടിരുന്ന ചരിത്ര പ്രൊഫസർ പി.എസ്. വേലായുധൻ - പ്രിൻസിപ്പലായിരുന്നു അദ്ദേഹം - മുഖ്യാതിഥിയായിരുന്നപ്പോൾ, ഞാൻ മുണ്ടു മടക്കിക്കുത്തഴിക്കാതെ, സമയം വൈകി വിരുന്നിനു കയറിച്ചെന്നതായിരുന്നു മറ്റൊരു കുഴപ്പത്തിനു കാരണം. വാസ്തവത്തിൽ അതു ഹോസ്റ്റൽ ദിനമാണെന്നും അതിഥിയുണ്ടെന്നും ഞാൻ ശ്രദ്ധിച്ചിരുന്നില്ല. പിറ്റേന്ന് പ്രിൻസിപ്പൽ മാരാർ മാസ്റ്ററെ വിളിച്ച് എന്നെക്കുറിച്ചന്വേഷിച്ചെന്നും ക്ലാസ്സിലെ ഏറ്റവും നല്ല വിദ്യാർത്ഥിയാണെന്ന റിപ്പോർട്ടു കിട്ടി വെറുതെ വിട്ടെന്നും ഞാൻ ഓഫീസിൽ നിന്നറിഞ്ഞു.

വൈകുന്നേരങ്ങളിൽ ബ്രോഡ്‌വേയിലെ 'പൈ ആൻഡ് കമ്പനി'യിൽ പോയി പുതിയ പുസ്തകങ്ങൾ മറിച്ചു നോക്കുകയും തിരിച്ചു വന്ന് കോളേജിനു മുന്നിൽ കായലരികിലെ പാർക്കിൽ ചിലപ്പോൾ കൂട്ടുകാരോടു ചർച്ച ചെയ്തും പലപ്പോഴും ഒറ്റയ്ക്ക് ഇരിക്കുകയും മിക്കവാറും ദിനചര്യയുടെ ഭാഗമായിരുന്നു. ഇൻഡോ-പാക് യുദ്ധകാലത്ത് 'ബ്ലാക്-ഔട്ട്' ഉണ്ടായിരുന്നു. ഹോസ്റ്റലിൽ ടേബിൾ ലാമ്പിനുപോലും കടലാസ്സുമൂടികൾ വേണമായിരുന്നു. പാർക്കിൽ ലൈറ്റുകളിട്ടിരുന്നില്ല. അത്തരമൊരു ദിവസം പാർക്കിലിരിക്കുമ്പോൾ പെട്ടെന്നൊരു വിമാനം മൂളിപ്പറന്നു താഴേയ്ക്ക് കൂപ്പു കുത്തുന്നതും എന്തോ വസ്തു അതിൽ നിന്ന് കായലിൽ വീഴുന്നതും വന്ന വേഗത്തിൽത്തന്നെ വിമാനം തിരിച്ചു പറക്കുന്നതും കണ്ടു. അപകടമറിയിക്കുന്ന സൈറൺ മുഴങ്ങിയിരുന്നു. സുകുമാരന്റെ നിർദ്ദേശപ്രകാരം ഞാൻ - സുകുമാരനും - നിലം ചേർന്നു കിടന്നു. പിറ്റേന്നു പത്രത്തിൽ നിന്നാണറിഞ്ഞത് അതൊരു പാക്‌യുദ്ധ വിമാനമായിരുന്നുവെന്നും വെല്ലിംഗ്ടൺ പാലം ലക്ഷ്യമാക്കി ഇട്ട ബോംബുകൾ വെള്ളത്തിലാണു വീണതെന്നും! യുദ്ധത്തിന്റെ വിദൂര രുചി അങ്ങനെ അറിയാനിടവന്നപ്പോൾ ദിവസവും തലയ്ക്കു മുകളിലൂടെ പോർവിമാനങ്ങൾ ചീറിപ്പായുകയും അയൽവക്കത്തു ബോംബുകൾ വീഴുകയും ശവങ്ങൾ വീടുകളിലേക്ക് എന്നുമെത്തുകയും ചെയ്യുന്നത് അനുഭവിക്കുന്ന ജനങ്ങളുടെ വിധിയെക്കുറിച്ചാണ് ഞാനോർത്തു പോയത്.

കവിതയുടെ ആ കാലം പ്രണയകാലവും ആകേണ്ടതാണ്. ഹോസ്റ്റലിൽ ചിലർ അടുത്തു തന്നെയുണ്ടായിരുന്ന 'ജൂഡിത്ത് ഹോട്ടൽ' എന്ന ബോർഡിനു പിറകിൽ, വിശേഷിച്ചും കപ്പലിലെത്തുന്നവർക്കായി നടത്തിയിരുന്ന വേശ്യാഗൃഹത്തിൽ കാമശമനം നടത്തിയിരുന്നു. ഇന്ന് സ്റ്റേഡിയം ഇരിക്കുന്ന കോളേജ് ഗ്രൗണ്ടിൽ നിന്ന് സ്ത്രീകൾ ഹോസ്റ്റൽ വിദ്യാർഥികളെ ക്ഷണിക്കുകയും പതിവായിരുന്നു. എന്നാൽ ഇതെല്ലാം

വിരക്തി മാത്രമാണുളവാക്കിയത്. കാമുകിമാരും ഉണ്ടായിരുന്നെന്നു പറയുക വയ്യ. ബിരുദ പഠനകാലത്തുതന്നെ *ജയകേരളം* വാരികയിൽ ആദ്യത്തെ പ്രണയഗാനം ഞാനെഴുതിയിരുന്നുവെന്നതു ശരിതന്നെ. എനിക്കു തന്നെ വ്യക്തമാകാതിരുന്ന ചില ആകർഷണങ്ങളും ഉണ്ടായിരുന്നില്ലെന്നില്ല. ഒരു കുട്ടി മനസ്സിൽ ആഴത്തിൽ പതിഞ്ഞിരുന്നുവെന്ന് തിരിച്ചറിഞ്ഞത് മഹാരാജാസ് വിട്ടതിനു ശേഷമാണ്. തൊട്ടുതാഴെയുള്ള ക്ലാസ്സിലെ ഒരു കുട്ടിയുമായി സംസാരിക്കാവുന്ന ചില വാചകങ്ങളൊഴിച്ചാൽ ഞങ്ങൾ സംസാരിച്ചിട്ടേ ഉണ്ടായിരുന്നില്ല. എന്നാൽ എന്തോ വിശുദ്ധിയുടെ ഒരു പ്രതിബിംബം പോലെ അവളും പാട്ടു പാടിയിരുന്ന അവളുടെ ശബ്ദവും മനസ്സിൽ തറഞ്ഞു കിടന്നു. വിവാഹത്തെക്കുറിച്ചാലോചിച്ചപ്പോൾ - അപക്വമായിരുന്നു ആ ആലോചനയും വിവാഹവും - ഞാൻ ആ കുട്ടിക്ക് ആവേശപൂർവ്വം ഒരു കത്തെഴുതി. ജീവിതസഖിയാകാമോ എന്നു ചോദിച്ചു. എന്റെയുള്ളിലെ തിളച്ചുമറിയലുകളൊന്നും തന്നെ മുമ്പ് ഞാൻ സംവേദനം ചെയ്തിട്ടില്ലാത്തതുകൊണ്ട് ആ കുട്ടിക്ക് അത് ഭ്രാന്തായിത്തോന്നിയിരിക്കണം. തന്റെ വിവാഹം മുമ്പേ തീരുമാനിക്കപ്പെട്ടു കഴിഞ്ഞു എന്ന അറിയിപ്പും ആദരവു നിറഞ്ഞ ആശംസകളുമാണെനിക്കു ലഭിച്ചത്. പിന്നീടൊരിക്കലേ ഞാനവളെ കണ്ടിട്ടുള്ളൂ. വിവാഹിതയായി ഗുരുവായൂർ ശ്രീകൃഷ്ണ കോളേജിൽ അധ്യാപികയായിരിക്കെ, കോളേജു ദിനത്തിന് മുഖ്യാതിഥിയായിച്ചെന്നപ്പോൾ. മുറിഞ്ഞും ഇടറിയുമുള്ള ആ ഹ്രസ്വ സംഭാഷണത്തിലുണ്ടായിരുന്ന വികാരം ഇന്നും എനിക്കു ദുരൂഹമാണ്. എന്റെ പല കവിതകളിലും അവൾ പ്രത്യക്ഷപ്പെട്ടിട്ടുണ്ട്. *ഭീതി* സമർപ്പിച്ചിരിക്കുന്ന 'കെ.സി.എസ്സ്' അവളാണ്, *പ്രണയഗാനം, 75*ൽ അവളുണ്ട്. ഒടുവിൽ അർബുദഗ്രസ്തയായി അവർ ലോകം വെടിഞ്ഞപ്പോൾ എഴുതിയ കവിതയാണ് *സുലേഖ*.

എന്റെയുള്ളിൽ ആ എറണാകുളം ഇപ്പോഴുമുണ്ട്. ഏറെ ഛായ മാറിക്കഴിഞ്ഞിട്ടും ആ നഗരത്തെ ഞാനിപ്പോഴും തിരിച്ചറിയുന്നു. ഓരോ കുറി അവിടെ എത്തുമ്പോഴും പ്രളയം പോലെ ഏറെ ഓർമ്മകൾ ഹൃദയത്തിൽ തിരയടിച്ചുയരുന്നു. ഞാൻ എന്നെ തിരിച്ചറിയാൻ തുടങ്ങിയതവിടെ വച്ചാണ്. വായനയും എഴുത്തും എന്റെ ജീവിതത്തിന്റെ കേന്ദ്രമാകുന്നത്, കവിയുടെ കൊടുംസംഘർഷങ്ങളിലേക്ക് ഞാൻ കൂപ്പുകുത്തുന്നത്, എന്റെ രാഷ്ട്രീയദർശനത്തിന്റെ ആദ്യത്തെ ഇഴകൾ പാകപ്പെടുത്തുന്നത്, പ്രണയത്തിനും വിപ്ലവത്തിനും എന്നെ സന്നദ്ധനാക്കുന്നത്, പിൽക്കാലത്തു പ്രധാനമായ പല സൗഹൃദങ്ങൾക്കും അരങ്ങൊരുങ്ങുന്നത്, ജീവിതത്തിന് സാമൂഹ്യമായൊരു മാനം വ്യക്തമായി നൽകുന്നത്, എല്ലാം ആ നഗരത്തിൽ വച്ചാണ്. ആ കാറ്റിനോടും കായലിനോടും വിയർപ്പുമണം നിറഞ്ഞ ഹോസ്റ്റൽമുറികളോടും പല ലോകങ്ങൾ കണി കാട്ടിയ ക്ലാസ്സുമുറികളോടും വിസ്മയം നിറച്ച വൈകുന്നേരങ്ങളോടും എന്റെ മനസ്സും കവിതയും എന്നും കടപ്പെട്ടിരിക്കുന്നു.

സമാന്തര സ്മരണകൾ

കേരളത്തിന്റെ എഴുപതെൺപതുകൾ സമാന്തര സാംസ്കാരികാന്വേഷണങ്ങളുടെ കാലമായി അറിയപ്പെടാമെന്നു തോന്നുന്നു. സാഹിത്യത്തിലും നാടകവേദിയിലും ചലച്ചിത്രത്തിലും പുതിയ അവാങ്-ഗാദ് ഉദയം ചെയ്ത കാലം; വിദ്യാഭ്യാസം, നീതിനിർവ്വഹണം, മതം, വൈദ്യം, കൃഷി; ജീവിതത്തെ സ്പർശിക്കുന്ന സർവ്വമേഖലകളിലും ബദലുകൾക്കായുള്ള അന്വേഷണം ഊർജ്ജസ്വലമായ കാലം. പുതിയ വിചാരം, പുതിയ വാക്ക്, പുതിയ കർമ്മം; ഉറഞ്ഞുപോയിരുന്ന നവോത്ഥാന ചൈതന്യം പെട്ടെന്ന് നവകാലത്തിന്റെ ചൂടും ചൂരുമുൾക്കൊണ്ട് ചലനാത്മകമായതു പോലുള്ള അനുഭവം.

അറുപതുകളിൽ കഥയിലും കവിതയിലും നാടകത്തിലുമുയർന്നുവന്ന ആധുനികത ഒരു ദശാബ്ദം കൊണ്ടുതന്നെ പഴകാൻ തുടങ്ങിയിരുന്നു. അതിന്റെ സൗന്ദര്യാത്മക നവീകരണം ഉൾക്കൊള്ളുകയും ഒപ്പം വ്യക്തിവാദ പരിസരം തിരിച്ചറിയുകയും ചെയ്ത എഴുത്തുകാരാണ് ഒരു സമാന്തര ആധുനികതയ്ക്കു പിറവി നൽകിയത്. ഇത് സ്വയംഭൂവായിരുന്നില്ല. നക്സൽബാരിയിലും ശ്രീകാകുളത്തും മറ്റും നടന്ന കർഷക

കലാപങ്ങൾ, ആദിവാസികളുടെയും ദളിതരുടെയും സ്ത്രീകളുടെയും ഉയിർത്തെഴുന്നേല്പുകൾ, റെയിൽവേയിലും തുറമുഖങ്ങളിലും സംഭവിച്ചതുപോലുള്ള വലിയ തൊഴിലാളി സമരങ്ങൾ - ഇവയുടെ യൊക്കെ സാമൂഹികോർജ്ജം ഉൾക്കൊണ്ടും വ്യവസ്ഥാപിത 'പുരോ ഗമന'സാഹിത്യത്തിന്റെ പരിമിതികൾ തിരിച്ചറിഞ്ഞുമാണ് ഒരു കൂട്ടം എഴുത്തുകാർ ഈ സമാന്തര ആധുനികതയുടെ മാതൃകകൾ സൃഷ്ടി ച്ചത്.

യെനാൻ, പ്രേരണ, പ്രസക്തി, സമസ്യ, വിചിന്തനം, സ്ട്രീറ്റ്, ഉത്തരം, വാക്ക്, ജയകേരളം, സാംസ്കാരിക മാസിക, പാഠഭേദം, സംവാദം തുടങ്ങി പല കാലത്തായി ഇറങ്ങിയ പ്രസിദ്ധീകരണങ്ങളും കാമ്പസ് മാഗസിനുകളുമെല്ലാം ഈ ഉണർച്ചയുടെ പല ഘട്ടങ്ങളെ ഉൾക്കൊ ണ്ടിരുന്നു. ചിലപ്പോഴൊക്കെ *കലാകൗമുദി, ചിത്രകാർത്തിക, മാതൃഭൂമി, ദേശാഭിമാനി* തുടങ്ങിയ മുഖ്യധാരാ പ്രസിദ്ധീകരണങ്ങളിലും പുതിയ രചനകൾ വെളിച്ചം കണ്ടിരുന്നു. ആധുനികതയുടെ ഘട്ടത്തിൽ രൂപ നവീകരണം സാധിച്ചിരുന്ന കടമ്മനിട്ട, ആറ്റൂർ രവിവർമ്മ, ഡി. വിനയ ചന്ദ്രൻ, കെ.ജി. ശങ്കരപ്പിള്ള തുടങ്ങിയ കവികൾക്കൊപ്പം ബാലചന്ദ്രൻ ചുള്ളിക്കാട്, സിവിക് ചന്ദ്രൻ, പി. ഉദയഭാനു, സനൽദാസ്, ടി. ഗുഹൻ തുടങ്ങി ദശലക്ഷക്കണക്കിനു കവികൾ തങ്ങളുടെ കവിതയെ പുതിയ സാമൂഹികോർജ്ജത്തിന്റെ മാധ്യമങ്ങളാക്കി.

ആധുനികതയ്ക്ക് ചരിത്രത്തിന്റെ കണ്ണുകൾ ലഭിച്ചതോടെ ഏക ഭാഷണങ്ങളായിരുന്ന കവിതകൾ സംഭാഷണങ്ങളായി; ഭാവഗീതാത്മ കതയുടെ സ്ഥാനത്ത് നാടകീയത പ്രത്യക്ഷപ്പെട്ടു. ഈ മാറ്റം ആദ്യം അടയാളപ്പെടുത്തിയ ചില രചനകൾ *ബംഗാൾ, അയോദ്ധ്യ, നിശ്ശബ്ദത, കഷണ്ടി, ആനന്ദൻ, മുണ്ട്* (കെ.ജി. ശങ്കരപ്പിള്ള), *സംക്രമണം, പിറവി, കാൻസർ, ഓട്ടോവിൻ പാട്ട്* (ആറ്റൂർ), *കൊല്ലൻ* (?), *യാത്രപ്പാട്ട്* (വിനയ ചന്ദ്രൻ), *കുറത്തി, കാട്ടാളൻ, കിരാതവൃത്തം, മകനോട്, ശാന്ത* (കട മ്മനിട്ട), *സത്യവാങ്മൂലം, പനി, ഉയിർത്തെഴുന്നേല്പ്* (സച്ചിദാനന്ദൻ), *യാത്രാമൊഴി, മനുഷ്യന്റെ കൈകൾ, മാപ്പുസാക്ഷി* (ബാലചന്ദ്രൻ), *കബനി* (സിവിക് ചന്ദ്രൻ) തുടങ്ങിയവയായിരുന്നു. ഇവ നൂറുകണ ക്കിന് അരങ്ങുകളിൽ എഴുതിയ കവികളും മറ്റുള്ളവരും അവതരിപ്പി ച്ചിട്ടുണ്ട്.

അയ്യപ്പപ്പണിക്കരും കക്കാടും പോലും പരോക്ഷമായി ഈ നവ ചൈതന്യം ചിലപ്പോൾ ഏറ്റുവാങ്ങി; കക്കാട് എക്കാലവും പരിവർ ത്തനപക്ഷത്തായിരുന്നുവെന്നു മറന്നുകൂടാ. ഈ കാവ്യപരിണാമത്തെ പിന്തുണയ്ക്കുകയും സാധൂകരിക്കുകയും ചെയ്ത രണ്ടു കാര്യങ്ങൾ കൂടി ഉണ്ടായിരുന്നു. ഒന്ന് കോളേജുകളിലും നാട്ടിൻപുറങ്ങളിലും തെരുവുകളിലും തൊഴിലാളിക്കോളനികളിലുമെല്ലാം പടർന്നു പിടിച്ച കവിയരങ്ങുകളാണ്; മറ്റൊന്ന് പാബ്ലോ നെരൂദാ, സെസാർ വയെഹോ,

നിക്കൊളാസ് ഗിയെൻ തുടങ്ങിയ ലാറ്റിനമേരിക്കൻ കവികൾ, ബെർതോൾട് ബ്രെഹ്റ്റ്, പോൾ എലിയാർ, ലൂയീ അരഗൺ, ഗാർതിയാ ലോർക്കാ തുടങ്ങിയ യൂറോപ്യൻ ഇടതുപക്ഷ കവികൾ, മയക്കൊവ്സ്കി ഉൾപ്പെടെയുള്ള റഷ്യൻ കവികൾ, ലാങ്സ്റ്റൺ ഹ്യൂസ്, മാർഗററ്റ് വാക്കർ, ലീറോയ് ജോൺസ്, ഡേവിഡ് ദിയോപ്, അയ്മേ സെസയർ തുടങ്ങിയ ആഫ്രിക്കൻ-അമേരിക്കൻ കറുപ്പു കവികൾ, നാംദേവ് ഡസാൽ, നാരായൺ സുർവേ, ദയാ പവാർ, ശ്രീശ്രീ, ചേരബണ്ഡ രാജു, നഗ്നമുനി, സരോജ് ദത്ത, അഷിസ് സംന്യാൽ തുടങ്ങി ദളിത്-ദിഗംബര-മാവോയിസ്റ്റ് ഇന്ത്യൻ കവികൾ തുടങ്ങിയവരുടെ കവിതകൾക്കുണ്ടായ പരിഭാഷകളും അവ നേടിയ വൻ പ്രചാരവുമാണ്.

നവയുഗം വാർഷികപ്പതിപ്പിൽ ഞാനും കെ.ജി. ശങ്കരപ്പിള്ളയും ചേർന്നവതരിപ്പിച്ച 'വിശ്വവിപ്ലവകവികൾ' എന്ന ഫീച്ചറിലായിരുന്നു ഈ പ്രവണതയുടെ തുടക്കം. തുടർന്ന് ഞാൻ പരിഭാഷപ്പെടുത്തുകയോ സമാഹരിക്കുകയോ ചെയ്ത *ലാറ്റിനമേരിക്കൻ കവിത, കറുത്ത കവിത, പത്തു നവീനകവികൾ, പാബ്ലോ നെരൂദയുടെ തിരഞ്ഞെടുത്ത കവിതകൾ, ബ്രെഹ്റ്റിന്റെ കവിതകൾ, നൂറു റഷ്യൻ കവിതകൾ* തുടങ്ങിയ സമാഹാരങ്ങൾ പ്രത്യക്ഷപ്പെട്ടു. നവ കാവ്യഭാവുകത്വത്തിന്റെ വികസനത്തിന്, അന്നും തുടർന്നും ഈ പരിഭാഷകൾ ഏറെ സഹായിച്ചിട്ടുണ്ട്. 'പീതാംബരത്തിൽനിന്നു പുലിത്തോലിലേക്കും ഓടക്കുഴലിൽ നിന്നു കടുംതുടിയിലേക്കു'മുള്ള മാറ്റമെന്ന് ഈ പരിവർത്തനം വിശേഷിപ്പിക്കപ്പെട്ടിട്ടുണ്ട്.

അടിയന്തരാവസ്ഥയാവുമ്പോഴേക്കും അതിനെതിരെ പ്രതികരിക്കാൻ കവികളെ ശക്തരാക്കും വിധം ഈ സമാന്തര കാവ്യബോധം വളർന്നു കഴിഞ്ഞിരുന്നു. എം. ഗോവിന്ദന്റെ *പ്രാർത്ഥന, നിന്റെ ആവശ്യങ്ങൾ,* അയ്യപ്പപ്പണിക്കരുടെ *കടുക്ക, മഹാരാജകവിതകൾ,* കടമ്മനിട്ടയുടെ *ശാന്ത,* സച്ചിദാനന്ദന്റെ *നാവുമരം, വേനൽ, അവനവൻ കോലം, വടക്കൻപാട്ട്,* കക്കാടിന്റെ *കുമ്മാട്ടി, പട്ടിപ്പാട്ട്* ഇങ്ങനെ ആധുനിക കവികളിൽ നിന്നു തന്നെ അക്കാലത്ത് പ്രതിരോധ രചനകളുണ്ടായല്ലോ. അക്കാലത്ത് തടവിലായ കവികൾ *തടവറക്കവിതകൾ* എന്ന പേരിലും ചിന്താ പബ്ലിഷേഴ്സ് *അമർഷത്തിന്റെ കവിതകൾ* എന്ന പേരിലും പ്രതിരോധ കവിതകളുടെ രണ്ടു സമാഹാരങ്ങളിറക്കുകയുണ്ടായി. വിപ്ലവോന്മുഖ കവിതകളുടെ ഒരു സമാഹാരം *പുതുപ്പിറവി* എന്ന പേരിൽ ഞാൻ എഡിറ്റു ചെയ്ത് പ്രസിദ്ധീകരിച്ചു.

അടിയന്തരാവസ്ഥയ്ക്കു ശേഷമുള്ള കാലത്ത്, കേരളീയ സ്വത്വാന്വേഷണം, പരിസ്ഥിതിബോധം, സ്ത്രീമുക്തി തുടങ്ങിയ പുതുപ്രമേയങ്ങൾ ഉൾക്കൊണ്ട് സമാന്തരകവിത വികസിക്കുകയുണ്ടായി. ഇന്നും അക്കാലം സൃഷ്ടിച്ച ജാഗ്രതകൾ പല കവികളും കാത്തു സൂക്ഷിക്കുന്നുണ്ടെങ്കിലും എഴുപതെൺപതുകളിലെ കണിശമായ ദിശാബോധവും

പ്രതീക്ഷാനിർഭരമായ പ്രതിജ്ഞാബദ്ധതയും - സാമൂഹിക സാഹചര്യങ്ങളിലുണ്ടായ പരിവർത്തനങ്ങളുടെയും വിപ്ലവപ്രസ്ഥാനത്തിന്റെ ശൈഥില്യത്തിന്റെയും, നമ്മുടെ ഉത്തര-ആധുനിക പരിസരത്തിന്റെയും വിപണി വികസനത്തിന്റെയും മറ്റും ഫലമാണിത് - കവിക്കു പൊതുവേ നഷ്ടപ്പെട്ടു കഴിഞ്ഞിരിക്കുന്നു. അത്തരമൊരു കാലം സങ്കല്പിക്കാൻ പോലും നമ്മുടെ യുവകവികൾക്കാകാത്തവിധം കാലം മാറിക്കഴിഞ്ഞു. ഇന്നു തിരിഞ്ഞുനോക്കുമ്പോൾ ആന്ധ്യങ്ങളും ഏകപക്ഷീയതകളും വർഗ്ഗന്യൂനീകരണവും ഏകസ്വരതയുമൊക്കെ അക്കാലത്തെ രചനകളിൽ കാണാനാവുമെങ്കിലും അതുണർത്തിയ നവചൈതന്യം നിഷേധിക്കാനാകാത്തതുതന്നെയായിരുന്നു.

കവിതയിലുണ്ടായ പോലെ വ്യാപകമായ പരിവർത്തനം കഥയിലുണ്ടായെന്നു പറയുക വയ്യ. എന്നാൽ നിരാലംബരായ ഏകാകികളെക്കുറിച്ചുള്ള കഥകളിൽനിന്ന് സംഘചൈതന്യമുൾക്കൊള്ളുന്ന അന്യാപദേശ രചനകളിലേക്കും (*തൂക്കുമരങ്ങൾ ഞങ്ങൾക്ക്, സംഘഗാനം, ചരിത്രഗാഥ, വിചാരണയ്ക്കുമുൻപ്*) വിമർശനാത്മക കഥകളിലേക്കും (*അയൽരാജാവ്, വെള്ളഴുത്ത്, ശേഷക്രിയ, കുറ്റപത്രത്തിനു മറുപടി, കല്പവൃക്ഷത്തിന്റെ ഇല*) ആക്ഷേപഹാസ്യരചനകളിലേക്കും (*ജലജീവികളുടെ രോദനം, സിംഹം, അന്നന്നത്തെ അത്താഴം, സംരക്ഷകരുടെ ത്രാസ്*) എം. സുകുമാരന്റെ കഥ നീങ്ങുന്നത് ഈ നവഭാവ-രൂപപരിണതിയുടെ ചൂടേറ്റു തന്നെയാണ്. സുകുമാരൻ പുതിയ ഇടതുപക്ഷത്തെ സ്വാഗതം ചെയ്തതോടൊപ്പം വ്യവസ്ഥാപിത ഇടതുപക്ഷത്തു വളർന്നുവന്ന ഉദ്യോഗസ്ഥ മേധാവിത്തത്തെയും അഴിമതിയെയും അധികാരദുരയെയും രൂക്ഷമായി വിമർശിക്കുകയും ചെയ്തു. അധികാരോന്മുഖ വ്യക്തിത്വത്തിന്റെ നിർദ്ദയമായ അപഗ്രഥനങ്ങളാണ് *സിംഹം, ജലജീവികളുടെ രോദനം* മുതലായ കഥകളിൽ കാണുക. ഫാസിസത്തിന്റെ മനഃശാസ്ത്രം-ഫാസിസ്റ്റുകളുടെ ബാല്യകാലത്തെ അരക്ഷിതാവസ്ഥ, തുടർന്നുവരുന്ന സാഡോ- മസോക്കിസ്റ്റ് മനോവൈകല്യം, ചുറ്റുപാടിനോടുള്ള സംശയം - നന്നായി തിരിച്ചറിഞ്ഞ ഒരാളുടെ കൃതികളാണവ. ചീനയും വിയറ്റ്നാമുമായുള്ള സംഘർഷം പോലെ ഇടതുപക്ഷത്തിനകത്തും സംഭവിക്കുന്ന വികല പരിണാമങ്ങളെയും സുകുമാരൻ തിരിച്ചറിഞ്ഞു.

പട്ടത്തുവിള കരുണാകരൻ ആക്ഷേപഹാസ്യത്തിന്റെ മൂർച്ചയേറിയ പുതിയൊരു ഗദ്യം സൃഷ്ടിച്ചതും ഇക്കാലത്താണ്. *അല്ലോപനിഷത്തു* പോലെ പല തലങ്ങളുള്ള ആഖ്യാനങ്ങളിലൂടെ സ്വകാര്യ-സാമാന്യങ്ങളെ പട്ടത്തുവിള സമന്വയിച്ചു. ഒപ്പം ആത്മീയത-ലൈംഗികത-രാഷ്ട്രീയം ഇവയുടെ സവിശേഷബന്ധങ്ങൾ സൃഷ്ടിച്ചു. *സത്യാന്വേഷണം, ഹരേ കൃഷ്ണാ, ആദിതാളം, എഴുതാത്ത മറുപടി, നട്ടെല്ലികളുടെ ജീവിതം, വാനരസേന, വിഗ്രഹങ്ങൾ, പരാശരൻ, സ്ഥാനഭ്രംശം,*

കാമകല്പവല്ലി, സോഷ്യൽ സർവ്വീസ്, സങ്കരവർഗ്ഗം, ജൂണിയർ വിങ്, നോർമൽ അല്ലാത്തവർ, നൈറ്റ് ഡ്യൂട്ടി, രക്തസാക്ഷി, രാഷ്ട്രപിതാവും രാഷ്ട്രശില്പിയും, നിർവ്വാണമാർഗ്ഗം, സൃഷ്ടിയും സംഹാരവും - തീക്ഷ്ണമായ ഹാസ്യവും നേതൃവർഗ്ഗത്തോടുള്ള അമർഷവും ഇന്ത്യൻ ആദ്ധ്യാത്മികതയുടെ തിരിച്ചു വായനയും കൊണ്ടു തികച്ചും പുതുതായ ഒരു സമാന്തരകഥാലോകം പട്ടത്തുവിള സൃഷ്ടിക്കുന്നു. വർഗ്ഗ രാഷ്ട്രീയം, രക്തസാക്ഷിത്വത്തിന്റെ അർത്ഥം, ദേശീയവാദത്തിന്റെ വഞ്ചന, നീട്ടിവയ്ക്കപ്പെടുന്ന വിപ്ലവം; ഇത്തരം ഉത്കണ്ഠകളിലൂടെ അകത്തെയും പുറത്തെയും ജീവിതത്തെ കഥാകൃത്ത് വിചാരണ ചെയ്യുന്നു; 'സാഹിത്യ'വും സാഹിത്യസാഹ്യവും തമ്മിലുള്ള വേർതിരിവ് നഷ്ടമാക്കി സാഹിത്യമെന്ന സ്ഥാപനത്തെത്തന്നെ തുറന്നുകാട്ടുന്നു. സി.ആർ. പരമേശ്വരന്റെ *ഈഴവർ, അതിജീവിക്കുന്നവർ, പ്രകൃതി നിയമം,* യു.പി. ജയരാജിന്റെ *നിരാശാഭരിതനായ സുഹൃത്തിനൊരു കത്ത്, മഞ്ഞ്* തുടങ്ങിയ കഥാകൃതികൾ അക്കാലത്തെ പ്രത്യാശകളെയും സംഘർഷങ്ങളെയും വ്യവസ്ഥാപിത ഇടതുപക്ഷത്തിന്റെ അപചയത്തെയും ശക്തമായി ആവിഷ്കരിക്കുന്നു. പി.കെ. നാണു തന്റെ ജീവിത പരിസരങ്ങളിൽനിന്ന് ആദിവാസികളുടെയും ദളിതരുടെയും ജന്മദീർഘമായ സഹനത്തിന്റെ കഥകൾ കണ്ടെടുത്തതും ഇക്കാലത്താണ്. *വഴിത്തിരിവിന്റെ കഥകൾ* എന്ന പേരിൽ എഡിറ്റു ചെയ്ത സമാഹാരം ഈ പ്രവണത പ്രതിഫലിപ്പിക്കുന്നുണ്ട്. പി. സുരേന്ദ്രൻ മുതൽ സന്തോഷ് ഏച്ചിക്കാനം വരെയുള്ള ചില കഥാകൃത്തുക്കളിൽ ഈ പൈതൃകം തുടരുന്നുണ്ടെങ്കിലും, കവിതയുടേതെന്നപോലെ കഥയുടെയും അനുഭവപരിസരം ഇന്ന് ഏറെ മാറിപ്പോയിരിക്കുന്നു.

മലയാളനാടകം കെ.പി.എ.സി കാലഘട്ടത്തിനു ശേഷം പുതിയൊരുണർച്ച കാഴ്ചവച്ച കാലവുമായിരുന്നു അത്. ഈ സമാന്തര നാടകവേദി പഴയ പുരോഗമന നാടകങ്ങളിൽ നിന്നു മുന്നോട്ടു പോയി. ആധുനികരംഗവേദിയിൽനിന്ന് പ്രസക്തമായ പാഠങ്ങൾ സ്വീകരിച്ചു. എന്നാൽ അതിന്റെ അമൂർത്തവും അതിഭൗതികവുമായ അംശങ്ങളെ തിരസ്കരിച്ചു. ബേബിയുടെ *നാട്ടുഗെദ്ദിക* പ്രസ്ഥാനങ്ങൾ മാറിമാറി വഞ്ചിച്ചുപേക്ഷിച്ച ആദിവാസികളുടെ പുതിയ ഉണർച്ചയെ - വർഗ്ഗീസിന്റെ നേതൃത്വത്തിലുണ്ടായ നവപ്രസ്ഥാനത്തെ - തീവ്രമായി പ്രതിഫലിപ്പിച്ചു. മധുമാസ്റ്ററുടെ *സ്നാതമശ്വം, പടയണി,* രാമചന്ദ്രൻ മൊകേരിയുടെ *സ്പർട്ടാക്കസ്, അമ്മ,* ജോയ് മാത്യുവിന്റെ *പാബ്ലോ നെരൂദ,* സച്ചിദാനന്ദന്റെ *ശക്തൻ തമ്പുരാൻ* തുടങ്ങിയ സ്റ്റേജുനാടകങ്ങൾക്കൊപ്പം സിവിക് ചന്ദ്രന്റെ *എം.എൽ.എ* ഉൾപ്പെടെ ഒട്ടേറെ തെരുവുനാടകങ്ങളും പട്ടണങ്ങളിലും ഗ്രാമങ്ങളിലും വിജയകരമായി അരങ്ങേറി. നാടകം സമൂഹമധ്യത്തിലേക്ക് വീണ്ടെടുക്കപ്പെടുകയായിരുന്നു. സുരാസുവും ജോൺ എബ്രഹാമും എ.സി.കെ. രാജയും സ്റ്റെല്ലയും പോലെ

എത്രയോ പേർ പല രീതികളിൽ അക്കാലത്തെ നാടകങ്ങൾക്കു ജീവൻ നൽകാൻ സഹായിച്ചിരുന്നു. ബ്രെഹ്റ്റിന്റെയും സോയിങ്കയുടെയും ബെക്കെറ്റിന്റെയും നാടകങ്ങളിൽ ചിലത് വിവർത്തനം ചെയ്യപ്പെട്ടതും ഇക്കാലത്തു തന്നെ.

തെരുവുനാടകങ്ങൾ ശാസ്ത്രസാഹിത്യപരിഷത്തുപോലുള്ള സംഘടനകളും ഏറ്റെടുത്തുപയോഗിക്കുകയുണ്ടായി. *പ്രേരണ*യുടെ ബ്രെഹ്റ്റ് വിശേഷാൽപ്പതിപ്പിറങ്ങിയതും ഇക്കാലത്തുതന്നെ. അതിനുവേണ്ടി ബ്രെഹ്റ്റിന്റെ സൈദ്ധാന്തിക രചനകളേറെയും പരിഭാഷ ചെയ്തതു ഞാൻ തന്നെയായിരുന്നു. പിന്നീടത്, എന്റെ ബ്രെഹ്റ്റ് പഠനത്തോടൊപ്പം, *ബെഹ്റ്റിന്റെ കല* എന്ന പേരിൽ പ്രസിദ്ധീകരിക്കപ്പെട്ടു. സൗന്ദര്യശാസ്ത്രപരമായ മറ്റന്വേഷണങ്ങളും അക്കാലത്തു നടന്നുകൊണ്ടിരുന്നു. നിള ബുക്സ് *കലയും സാഹിത്യവും, മാർക്സിസ്റ്റ് മാനദണ്ഡം* എന്നീ സമാഹാരങ്ങൾ പ്രസിദ്ധീകരിച്ചു. ടി.കെ. രാമചന്ദ്രന്റെ മുൻകൈയിൽ (*സമസ്യ*യ്ക്കും *വിചിന്തന*ത്തിനും പിന്നിലും മുഖ്യമായും അദ്ദേഹമാണു പ്രവർത്തിച്ചത്) ആരംഭിച്ച *നിള*, എൻ.എസ്. മാധവന്റെ *ചൂളൈമേട്ടിലെ ശവങ്ങൾ* എന്ന ആദ്യസമാഹാരവും *സോഷ്യലിസ്റ്റുകഥകൾ* എന്ന പേരിൽ ഒരു ഇടതുപക്ഷ ലോകകഥാസമാകലനവും കൂടി പ്രസിദ്ധീകരിച്ചിരുന്നു. ഒട്ടേറെ സമാന്തര പ്രസാധനഗൃഹങ്ങൾ - *പ്രസക്തി, അക്ഷരം, ശിഖ, മൾബറി, നവംബർ ബുക്സ്, ദർശന ഗ്രന്ഥവേദി* തുടങ്ങി - അക്കാലത്ത് പ്രസാധനരംഗത്തെ വികേന്ദ്രീകൃതവും സജീവവുമായി നിലനിർത്തി. പി.ടി. തോമസ്, പി.സി. ജോസ്സി, കെ.കെ. കൊച്ച്, ഷെൽവി രാജൻ ഇങ്ങനെ പലരും ഇവയുടെ പിറകിലുണ്ടായിരുന്നു. പ്രസക്തി പബ്ലിക്കേഷൻസ് ഞാനാരംഭിച്ചതാണ്; *ഉത്തരം* മാസികയും. കാമ്പസ് തിയേറ്ററുകളും മാസികകളും അന്ന് സജീവമായിരുന്നു. ബി. രാജീവൻ, ടി.കെ. രാമചന്ദ്രൻ, രവീന്ദ്രൻ, എ. സോമൻ, കെ.എൻ. രാമചന്ദ്രൻ, സോമശേഖരൻ, കെ. വേണു, ടി. മുരളീധരൻ തുടങ്ങിയവർ സൈദ്ധാന്തികരംഗത്തെ സജീവ സാന്നിദ്ധ്യങ്ങളായിരുന്നു. *സംവാദങ്ങൾ, സമീപനങ്ങൾ, അന്വേഷണങ്ങൾ, വീണ്ടുവിചാരങ്ങൾ, ബ്രെഹ്റ്റിന്റെ കല, കാഴ്ചകൾ കാഴ്ചപ്പാടുകൾ, ജനതയും കവിതയും* തുടങ്ങിയ സമാഹാരങ്ങളിലെ ലേഖനങ്ങളെല്ലാം എന്നെക്കൊണ്ടെഴുതിച്ചത് ഇതേ കാലം തന്നെ,

സമാന്തര സിനിമകൾ അന്ന് ചർച്ചാവിഷയവും പ്രയോഗവിഷയവുമായിരുന്നു. ഫിലിം സൊസൈറ്റി പ്രസ്ഥാനമായിരുന്നു അതിന്റെ നട്ടെല്ല്. തിരുവനന്തപുരത്തെ 'ചിത്രലേഖ' പോലെ ചുരുക്കം ചില ഫിലിം സൊസൈറ്റികൾ മാത്രമുണ്ടായിരുന്നിടത്ത് ഇപ്പോൾ കാസർഗോഡും കോഴിക്കോട്ടും തൃശൂരും കൊച്ചിയും കൊല്ലവും പോലുള്ള പട്ടണങ്ങൾ മാത്രമല്ല, ഇരിങ്ങാലക്കുടയും കൊടകരയും നാട്ടികയുമൊക്കെ പ്രസ്ഥാനത്തെ ജനകീയമാക്കി വളർത്തി. ഇവയിലൂടെയാണ്

കേരളത്തിൽ ഒരു സമാന്തരചലച്ചിത്രാവബോധം വളർന്നു വികസിച്ചത്. ഫെല്ലിനി, ഡിസീക്കാ, റൊസ്സേലിനി, അന്റേണിയോണി, ബെർഗ്മാൻ, കുറസോവാ, ഓസു, സനൂസ്സി, യാങ്ചോ, പൊളാൻസ്കി, ഐസെൻസ്റ്റീൻ, പുഡോവ്കിൻ, ചാർളി ചാപ്ലിൻ, മക്കാജയേവ്, താർക്കോവ്സ്കി, അലെൻ റെനെ, ഗൊദാർദ്, സൊൾടാൻ ഫാബ്രി, ഫാസ്ബൈൻഡർ, ബ്യൂനുവെൽ, ഫെർനാണ്ടോ സൊളെനാസ്, സത്യജിത് റേ, ഋത്വിക് ഘട്ടക്, മണി കൗൾ, ശ്യാം ബെനെഗൾ, മൃണാൾ സെൻ... ഇവരുടെയൊക്കെ സിനിമകൾ ഗ്രാമീണർക്കിടയിൽപ്പോലും ചർച്ചാവിഷയമായ കാലം. ഒപ്പം അടൂർ ഗോപാലകൃഷ്ണന്റെ *സ്വയംവര*വും അരവിന്ദന്റെ *ഉത്തരായണ*വും കെ.പി. കുമാരന്റെ *അതിഥി*യും ജോൺ എബ്രഹാമിന്റെ *അഗ്രഹാരത്തിൽ കഴുത*യും പി എ ബക്കറുടെ *കബനീനദി ചുവന്നപ്പോളും* എം.ടി യുടെ *നിർമ്മാല്യ*വും-ഇവരുടെ മറ്റൊട്ടേറെ സിനിമകൾക്കൊപ്പം ബക്കർ, ലെനിൻ രാജേന്ദ്രൻ, ഭരതൻ, പത്മരാജൻ, കെ.ജി. ജോർജ്, എം.പി. സുകുമാരൻനായർ... തുടങ്ങി പുതിയ സംവിധായകരുടെ ശ്രദ്ധേയങ്ങളായ ആദ്യചിത്രങ്ങളും നമ്മുടെ സിനിമാരംഗത്തെ പുതിയൊരു തലത്തിലേക്കു നയിച്ചു. ഇവരിൽ പലരും പിന്നീട് മുഖ്യധാരയുടെ ഭാഗമാവുകയോ പലതരം സന്ധികളിലേർപ്പെടുകയോ ചെയ്തുവെന്നതു ശരിതന്നെ. പക്ഷേ, ആ സമാന്തരാനുഭവലോകം സൃഷ്ടിക്കുന്നതിന് ഇവരെല്ലാം പല തോതിൽ സംഭാവന ചെയ്തു. ഛായാഗ്രഹണ ശൈലി മാറി, അഭിനയരീതി സ്വാഭാവികമായി, ഭാവാവിഷ്കരണം സൂക്ഷ്മമമായി, എഡിറ്റിങ്ങിൽ ചടുലതയെക്കാൾ കാവ്യാത്മകമായ പ്രവാഹഗുണം പ്രധാനമായി, അനാവശ്യമായ ഗാന-നൃത്തം അപ്രത്യക്ഷമായി, സ്റ്റണ്ടു വേണ്ടെന്നായി, മൈലോഡ്രാമ ഇല്ലാതായി, അവതരിപ്പിക്കുന്ന ജീവിതാവസ്ഥകൾക്ക് വൈവിദ്ധ്യം കൈവന്നു. ഒട്ടും ചെറുതായിരുന്നില്ല ഈ സംക്രമണം. വിദേശ ചലച്ചിത്രങ്ങളുടെ അവതരണങ്ങൾ ചലച്ചിത്രാവബോധത്തിനു ചെയ്തത് വിദേശകവിതകളുടെ വിവർത്തനം കാവ്യഭാവുകത്വത്തിനു ചെയ്തതുപോലെ ഒന്നായിരുന്നു. ഇന്ന് നമ്മുടെ സിനിമാരംഗത്ത് അപൂർവ്വമായി പുതുയത്നങ്ങൾ ഉണ്ടാകുന്നുണ്ടെങ്കിലും ഫിലിം സൊസൈറ്റി പ്രസ്ഥാനത്തിന്റെ ശൈഥില്യവും *ദൃശ്യകല* പോലെയുള്ള മാസികകളുടെ അഭാവവും പൊതുബോധത്തെ ക്ഷീണിപ്പിച്ചിട്ടുണ്ടെന്നു തീർച്ച.

അതേസമയം കേരള ചലച്ചിത്രോത്സവവും ഇപ്പോഴുമുണ്ടാകുന്ന ഭേദപ്പെട്ട ചലച്ചിത്രങ്ങളും അക്കാലത്തിന്റെ ഉത്പന്നങ്ങളോ തുടർച്ചകളോ ആണെന്നും പറയാതെ വയ്യ. അവസാനം വരെ ആ കാലത്തിന്റെ സ്പിരിറ്റ് നിലനിർത്താൻ പവിത്രനെപ്പോലുള്ളവർക്കു കഴിഞ്ഞിരുന്നു; ജോൺ എബ്രഹാമും *അമ്മ അറിയാൻ* വരെ അതു നിലനിറുത്തി. നടക്കാതെ പോയ കയ്യൂർ സമരത്തെക്കുറിച്ചുള്ള സിനിമയുടെ സ്ക്രിപ്റ്റ് ഉൾപ്പെടെയുള്ള ഒരുക്കങ്ങളിൽ ഭാഗഭാക്കായ കാലത്ത് അക്കാലത്തെ

സിനിമാപ്രവർത്തനത്തിന്റെ ജനകീയസ്വഭാവം ഞാൻ അനുഭവിച്ചറിഞ്ഞിട്ടുണ്ട്. ഞങ്ങൾ കുറെപ്പേർ ഇരിങ്ങാലക്കുടയിൽ 'സിയോലൈറ്റ്' എന്ന പേരിൽ ഒരു ഫിലിം സൊസൈറ്റി നടത്തുകയും ചെയ്തിരുന്നു. അത് ഐസൻസ്റ്റീൻ സിനിമകളുടെയും ഗൊദാർദ് സിനിമകളുടെയും ഫെസ്റ്റിവലുകൾ നടത്തി. ബെർഗ്മാനെയും ബ്യുനുവലിനെയും ഹെർസോഗിനെയും ആന്ദ്രെ വൈദയെയും മറ്റും ഞാൻ പരിചയപ്പെടുന്നത് ആ സൊസൈറ്റി വഴിയാണ്. ടി.വി. ചന്ദ്രനെപ്പോലുള്ളവർ അക്കാലത്തെ ഉൾക്കൊണ്ടവരായി തുടരുന്നു.

കൃത്യമായ ഒരു സമാന്തര ശില്പ-ചിത്രകലാ പ്രസ്ഥാനം അന്നു രൂപംകൊണ്ടുവെന്നു പറയുക വയ്യ. എന്നാൽ കൃഷ്ണകുമാറിന്റെയും മറ്റും നേതൃത്വത്തിൽ, വിശേഷിച്ചും, ബറോഡാ സ്കൂളിലെ വിദ്യാർത്ഥികളായിരുന്ന മധുസൂദനനും മറ്റും ഉൾപ്പെട്ടിരുന്ന ഒരു ഗ്രൂപ്പ് സാകാര കലയെ പുതുരീതികളിൽ തിരിച്ചുകൊണ്ടുവരാൻ ഉത്സാഹിച്ചിരുന്നു. ശുദ്ധ അമൂർത്ത കല, താന്ത്രിക് കല, അലങ്കാര കല തുടങ്ങിയ പ്രവണതകളെ വിമർശിച്ചിരുന്ന ഒരു സംഘം തന്നെ ഉണ്ടായിരുന്നു. ഗുലാം മുഹമ്മദ് ഷെയ്ഖിന്റെയും ഭുപൻ ഖാക്കറുടെയും മറ്റും ശിക്ഷണം പ്രഭാകരനെയും ജെയിംസ് ജോസഫിനെയും മറ്റും പോലെ ഏറെ ചിത്രകാരന്മാരെ സൃഷ്ടിച്ചു. എൻ.എൻ. റിംസനെപ്പോലുള്ളവർ ഇന്നും ആ പാരമ്പര്യം-പ്രതിപക്ഷ കലാപാരമ്പര്യമെന്നു പറയാം-നിലനിറുത്തുന്നുണ്ട്. കുറച്ചു കാലം മുൻപു നടന്ന കേരളചിത്രകാരന്മാരുടെ പ്രദർശനം ഈ പാരമ്പര്യം അറ്റുപോയിട്ടില്ലെന്ന് ഉറപ്പു നല്കുന്നതായിരുന്നു. ആർ. നന്ദകുമാറിനെപ്പോലുള്ളവർ പ്രതിപക്ഷകലയ്ക്കു ലഭിച്ച നല്ല വക്താക്കളും സൈദ്ധാന്തികരുമായിരുന്നു. ഇതേക്കുറിച്ച് കൂടുതൽ ആധികാരികമായിപറയാനാവുക കലാകാരന്മാർക്കുതന്നെയാണ്. പികാസോവും ലെഷറും മറ്റുമുൾപ്പെട്ട ആധുനിക ചിത്രകാരന്മാരെക്കുറിച്ചെഴുതിയ ഏറെ ലേഖനങ്ങൾ മാത്രമായിരുന്നു എന്റെ സംഭാവന.

വ്യവസ്ഥാപിത വിദ്യാഭ്യാസ സമ്പ്രദായത്തെക്കുറിച്ചുള്ള അസംതൃപ്തി സമാന്തര വിദ്യാഭ്യാസത്തെക്കുറിച്ചു ചിന്തിക്കാൻ വിദ്യാർത്ഥികളെയും അധ്യാപകരെയും പ്രേരിപ്പിച്ചു. 1967-ലെ ഫ്രഞ്ച് കലാപം വിദ്യാർത്ഥി-തൊഴിലാളി സഖ്യത്തിന്റെ പാഠങ്ങൾ പഠിപ്പിക്കുന്നതായിരുന്നു. അതു കേട്ട് ഡാനിയേൽ കൊഹെൻ ബൺഡിറ്റും മറ്റും എഡിറ്റു ചെയ്ത *സ്റ്റുഡന്റ് പവർ* എന്ന വിദ്യാഭ്യാസവ്യവസ്ഥാവിശകലന സമാഹാരം ഇന്ത്യൻ സന്ദർഭത്തിലേക്കു മാറ്റി പ്രയോഗിക്കാവുന്നതാണെന്ന് ഞാനുൾപ്പെടെ പല അധ്യാപകരും വിശ്വസിച്ചിരുന്നു. പൗലോ ഫ്രെയർ, ഇവാൻ ഇല്ലിച്ച്, ജോൺ ഹോൾട്, എവെറെറ്റ്, റീമർ, മൈക്കേൽ റോസ്മാൻ തുടങ്ങിയവരുടെ വിദ്യാഭ്യാസചിന്തകളും മാവോയുടെയും ചെഗുവേരയുടെയും റെജിസ് ദിബ്രയുടെയും കൃതികളും പുതുവിചാരത്തെ സഹായിച്ചു. മാവോയിസ്റ്റ് വിപ്ലവവിദ്യാർത്ഥി സംഘടന നവവിചാരങ്ങൾക്ക് സംഘടനാ രൂപം നൽകി.

സ്റ്റുഡന്റ് പവറിൽ നിന്ന് ആവേശമുൾക്കൊണ്ട് തൃശ്ശൂരിലെ സെന്റ് തോമസ് കോളേജിൽ ഞാൻ നടത്തിയ പ്രഭാഷണവും എന്റെ പ്രസംഗം ബോയ്ക്കോട്ട് ചെയ്യാൻ ഫാദർ പ്രിൻസിപ്പൽ വിദ്യാർത്ഥികളോടാവശ്യപ്പെട്ടതും എനിക്കോർമ്മയുണ്ട്. ഞാൻ അധ്യാപകനായിരുന്ന ക്രൈസ്റ്റ് കോളേജിലെ വിദ്യാർത്ഥി ദിനത്തിലും ആ ആശയങ്ങൾ അവതരിപ്പിച്ചു. ഒരു വർഷത്തെ കോളേജ് മാഗസിനെ ഞാനും ഏതാനും വിദ്യാർത്ഥികളും ചേർന്ന് - അശോക് കുമാർ, സുബ്രഹ്മണ്യദാസ്, ബ്രഹ്മപുത്രൻ, സി.എസ്. വെങ്കിടേശ്വരൻ - വിദ്യാഭ്യാസ വിമർശനപ്പതിപ്പാക്കി മാറ്റിയതും, അത് കോളേജ് മാഗസിനായി പ്രസിദ്ധീകരിക്കാനാവാതെ കോളേജ് മാനേജ്മെന്റ് അതിനെ *സ്റ്റുഡന്റ് മാഗസിൻ* എന്നു മാമോദീസാ മുക്കിയതും മറ്റൊരു രസകരമായ ഓർമ്മയാണ്. ഞങ്ങളുടെ 'റൈറ്റേഴ്സ് ക്ലബ്' പ്രസിദ്ധീകരിച്ച *ഇന്ന്* ഉൾപ്പെടെ ഏറെ കാമ്പസ് പ്രസിദ്ധീകരണങ്ങൾ അന്നുണ്ടായിരുന്നു. കോളേജുമാസികകളുടെ സ്വഭാവം അപ്പാടെ മാറി അവ പ്രതിപക്ഷ രാഷ്ട്രീയ-സാംസ്കാരിക പ്രകാശനങ്ങളായി പരിണമിച്ചതും അക്കാലത്തുതന്നെ. എണ്ണംകൊണ്ടു കുറവായിരുന്നെങ്കിലും വിപ്ലവവിദ്യാർത്ഥി സംഘടനാംഗങ്ങൾ പ്രവർത്തന തീവ്രതകൊണ്ട് അതു പരിഹരിച്ചിരുന്നു. ശിബ്ദാസ് ഘോഷിന്റെ എസ്.യു.സി.ഐ.യും കുറച്ചു വിദ്യാർത്ഥികളെ ആകർഷിച്ചിരുന്നു. ക്ലാസ് റൂം വിദ്യാഭ്യാസത്തിന്റെ അപര്യാപ്തതകളെയും പാഠ്യപദ്ധതിയുടെ പ്രതിലോമ സ്വഭാവത്തെയും കുറിച്ച് ഗൗരവമായി വിചാരങ്ങളുയർന്ന കാലമായിരുന്നു അത്. പാഠങ്ങൾക്ക് എതിർപാഠങ്ങൾ നിർമ്മിക്കാനും പുതിയ പാരായണരീതികൾ വിദ്യാർത്ഥികളിലെത്തിക്കാനും ഞങ്ങളെപ്പോലുള്ള അധ്യാപകർക്ക് അത് അവസരം നൽകി.

എൺപതുകളുടെ ഒടുവിൽ ഫോറം ഫോർ സെക്യുലർ കൾച്ചറിന്റെ രൂപീകരണത്തിലേക്കു നയിച്ച വർഗീയതാവിമർശനം ശക്തി പ്രാപിച്ചതും എഴുപതെൺപതുകളിൽ തന്നെ. നവഹൈന്ദവവാദം ഫാസിസത്തിന്റെ ഇന്ത്യൻ രൂപമായിത്തന്നെ തിരിച്ചറിയപ്പെട്ടു. (ഹൈന്ദവ പുനരുത്ഥാന വാദത്തെക്കുറിച്ച് *സംവാദങ്ങൾ, സമീപനങ്ങൾ* എന്നീ പുസ്തകങ്ങളിലെ എന്റെ ലേഖനങ്ങൾ കാണുക.) അതിനു പിറകിലെ രാഷ്ട്രീയവും ദർശനവും സമഗ്രമായി വിമർശിക്കപ്പെട്ടു. മാർ പൗലോസിനെപ്പോലുള്ള പുരോഹിതപ്രമുഖർ വർഗസമത്വാശയങ്ങൾ ഏറ്റെടുത്തതും ഇക്കാലത്താണ്. ഫാ. എസ്. കാപ്പൻ തന്റെ 'പീപ്പൽ ട്രീ' എന്ന സംഘടനയിലും *നെഗേഷൻസ്* എന്ന മാസികയിലും കൂടി ക്രിസ്തുമതത്തിന്റെ വിപ്ലവാത്മകത ഉയർത്തിപ്പിടിച്ചു. എം.എം. തോമസിന്റെയും മറ്റും നേതൃത്വത്തിൽ ഡൈനാമിക് ആക്ഷൻ ഗ്രൂപ്പ് രൂപം കൊണ്ടു. *ഡൈനാമിക് ആക്ഷൻ* മാസിക വിപ്ലവപക്ഷത്തു നിലകൊണ്ടു. മത്സ്യത്തൊഴിലാളികളെ സംഘടിപ്പിക്കുന്നതിലും ഗ്രൂപ്പ് മുൻപന്തിയിലായിരുന്നു. ലാറ്റിനമേരിക്കയിലെ കാമിലോ തോറോ, ഓസ്കാർ റൊമേറോ, ഹെൽഡെർ

കാമറാ, ഫിലിപ്പീൻസിലെ കൊൺടാഗോ സൽവേഗ് തുടങ്ങിയ ക്രിസ്ത്യൻ വിപ്ലവകാരികളുടെ മാതൃകകൾ പ്രചാരത്തിൽ വന്നു. ഗുസ്താവോ ഗുട്ടിയേറസ്സിന്റെ *വിമോചന ദൈവശാസ്ത്രം*, ജെയിംസ് കോണിന്റെ *കറുത്തവരുടെ വിമോചന ദൈവശാസ്ത്രം*, പൗലോ ഫ്രെയറിന്റെ *മർദ്ദിതരുടെ ബോധനശാസ്ത്രം* തുടങ്ങിയ കൃതികളും 'ക്രിസ്ത്യൻസ് ഫോർ സോഷ്യലിസം', 'ബന്ധിതരുടെ ദൈവശാസ്ത്രം', 'മൂന്നാം ലോകദൈവശാസ്ത്രം' തുടങ്ങിയ പ്രസ്ഥാനങ്ങളും സുവിശേഷത്തിന്റെ കീഴാള വായനയും അതിന്റെ അടിസ്ഥാനത്തിലുള്ള വിമോചനപ്രവർത്തനങ്ങളും സാധ്യമാക്കി. ക്രിസ്തു സ്വർണം പൂശിയ പള്ളികളിൽ നിന്നിറങ്ങി മർദ്ദിതർക്കിടയിൽ നടന്നു സംവദിക്കാനാരംഭിച്ചു. ബൈബിൾ ചൂഷിതരുടെയും സ്ത്രീകളുടെയും പക്ഷത്തു നിന്നു വായിക്കപ്പെട്ടു. അസ്ഗാർ അലി എൻജിനീയറെയും സയ്യീദ് നക്‌വിയെയും പോലുള്ളവർ ഇസ്ലാമിക തീവ്രവാദത്തെ വിമർശിച്ച് ഖുർ-ആന്റെ വിമോചക പാരായണത്തിനു തുടക്കമിട്ടതും ഇക്കാലത്തു തന്നെ. കുമാരനാശാന്റെ കാലശേഷം ബുദ്ധമതാശയങ്ങൾ കവിതയിൽ പ്രത്യക്ഷപ്പെടുന്നതും ഇതേ സമയത്താണ്.

ഈ പ്രവർത്തനങ്ങൾക്കു പലതിനും നേതൃത്വം നല്കുകയോ പ്രചാരം നല്കുകയോ ചിലപ്പോൾ ഇവയെ നിയന്ത്രിക്കുകയോ ചെയ്തുകൊണ്ടാണ് 'ജനകീയ സാംസ്കാരികവേദി' നിലനിന്നത്. വേദി നിലവിൽ വരും മുൻപുതന്നെ ശില്പശാലകളും കാമ്പസ് പ്രവർത്തനങ്ങളുമെല്ലാം സജീവമായിരുന്നു. അങ്ങനെ സ്വാഭാവികമായുണ്ടായ പ്രതിരോധ സാംസ്കാരിക പ്രവർത്തനങ്ങളെ ഏകോപിപ്പിക്കാനാണ് വേദി രൂപംകൊണ്ടത്. ഇവയുടെ ഏകോപനത്തിലും പ്രചാരണത്തിലും വേദിയും അതിന്റെ മുഖപത്രമായ *പ്രേരണ*യും വലിയ പങ്കുവഹിക്കുകയും ചെയ്തു. അത് സാംസ്കാരികപ്രവർത്തനത്തെയും രാഷ്ട്രീയ പ്രവർത്തനത്തെയും പൂർണമായും രണ്ടായിക്കണ്ടിരുന്നില്ല. 'അനീതിക്കെതിരെ കലാപം ചെയ്യുക' എന്ന ലളിതവും ശക്തവുമായ മുദ്രാവാക്യമുയർത്തി അത് ജനങ്ങളെ ശാക്തീകരിക്കാൻ ശ്രമിച്ചു. അഴിമതിക്കാരായ ഡോക്ടർമാരുടെ വിചാരണയും മറ്റും ഈ സന്ദർഭത്തിലാണുണ്ടാവുന്നത്. ഇവാൻ ഇല്ലിച്ചിന്റെ വൈദ്യവിമർശവും മറ്റും ഇതിന് സൈദ്ധാന്തിക പിന്തുണയായി. ഈ പശ്ചാത്തലത്തിൽ ഇല്ലിച്ചിന്റെ ഒരു പ്രത്യയശാസ്ത്രവിമർശം ഞാൻ നടത്തുകയുണ്ടായി. ഒപ്പം 'ശരീരത്തിന്റെ രാഷ്ട്രീയം' ('സംവാദങ്ങൾ' കാണുക) എന്ന ലേഖനത്തിലൂടെ അലോപ്പതിയുടെ പ്രത്യയശാസ്ത്രവിവക്ഷകൾ വെളിപ്പെടുത്തുകയും ചെയ്തു. ഇത്തരം വിഷയങ്ങൾ കൈകാര്യം ചെയ്തിട്ടേയില്ലാത്ത എന്നെപ്പോലുള്ളവരെപ്പോലും മെഡിസിന്റെ പ്രശ്നങ്ങൾ പഠിക്കാൻ പ്രേരിപ്പിക്കുന്നതായിരുന്നു അന്നത്തെ അന്തരീക്ഷം എന്നർത്ഥം. *പ്രേരണ* ഈ വിഷയത്തിൽ ഒരു പ്രത്യേക ലക്കം തന്നെ ഇറക്കുകയുണ്ടായി.

അഴിമതി നടത്തുന്ന ഡോക്ടർമാരെ ചകിതരാക്കാൻ കോഴിക്കോട്ടെ വിചാരണ പ്രയോജനപ്പെട്ടു. ഒപ്പം സമാന്തരവൈദ്യത്തെക്കുറിച്ച് അന്വേഷണങ്ങൾക്കും അതു പ്രേരണയായി. കൃഷിരംഗത്തുപോലും ഫുക്കുവോക്കയുടെ *ഒറ്റവൈക്കോൽ വിപ്ലവ*വും മറ്റും പ്രചരിച്ചതും സൈലന്റ്‌വാലി പ്രതിരോധത്തിലൂടെ പരിസ്ഥിതിബോധം ശക്തമായതും ഇക്കാലത്തുതന്നെ.

എഴുപതെൺപതുകളെക്കുറിച്ച് പെട്ടെന്ന് ഓർമ്മ വന്നതും ഏതെങ്കിലും രീതിയിൽ എനിക്കു കൂടി ഭാഗഭാഗിത്വമുണ്ടായിരുന്നതുമായ കുറേ കാര്യങ്ങൾ കുറിച്ചിട്ടുവെന്നേയുള്ളൂ. അക്കാലത്തെ പ്രസിദ്ധീകരണങ്ങളിൽനിന്ന് കൂടുതൽ വിവരങ്ങൾ ലഭിക്കും; മുന്നണി പ്രവർത്തകർക്ക് ഏറെ പറയാനുമുണ്ടാകും. മാവോയിസ്റ്റ് രാഷ്ട്രീയപ്രസ്ഥാനത്തെ നേരിട്ട് ഞാൻ പരാമർശിച്ചിട്ടില്ല, അതിനെ പ്രചോദിപ്പിച്ചത് ഒരു സമാന്തര മനുഷ്യവ്യവസ്ഥയെക്കുറിച്ചുള്ള സ്വപ്നങ്ങൾ തന്നെയായിരുന്നുവെങ്കിലും, എന്തുകൊണ്ട് സാംസ്കാരികവേദി തകരുകയും അക്കാലത്തെ ഊർജ്ജങ്ങൾ ക്ഷയിക്കുകയും ചെയ്തുവെന്ന വിശകലനത്തിനുള്ള അവസരവുമല്ല ഇത്. എന്നാൽ ഇക്കാര്യങ്ങളിൽ വ്യക്തികളെ കുറ്റം പറയുന്ന സമീപനത്തോട് എനിക്കു യോജിപ്പില്ല; അത്തരം കുറ്റാരോപണങ്ങൾ പല പ്രവർത്തകരും അങ്ങോട്ടും ഇങ്ങോട്ടും നടത്തിക്കാണാറുണ്ടെങ്കിലും. രാഷ്ട്രീയവും സാംസ്കാരികവും തമ്മിലുണ്ടായ ചില വൈരുദ്ധ്യങ്ങളും, സാംസ്കാരിക പ്രയോഗത്തിന്റെ സ്വച്ഛന്ദസ്വഭാവം അംഗീകരിക്കാൻ രാഷ്ട്രീയ നേതൃത്വത്തിനുണ്ടായ വൈമനസ്യവും ദാർശനികതലത്തിലുള്ള അഭിപ്രായഭേദങ്ങളും സൗന്ദര്യതലത്തിലുള്ള രുചിവൈരുധ്യങ്ങളുമെല്ലാം. ആ ശിഥിലീകരണത്തിനു പിന്നിലുണ്ട്.

അതേസമയം ജനകീയ സാംസ്കാരികവേദി പ്രവർത്തനങ്ങളെ ഏകോപിപ്പിക്കാനായി ഉയർന്നുവന്ന പ്രവർത്തനങ്ങളുണ്ടായിരുന്നു, ഉണ്ടാകുന്നു എന്നും കാണാതിരുന്നുകൂടാ. അക്കാലത്ത് ഉന്നയിക്കപ്പെട്ട ചോദ്യങ്ങൾ പലതും ഇന്നും പ്രസക്തമാണെന്നു ഞാൻ കരുതുന്നു. *ക്രിസ്തുവിന്റെ ആറാം തിരുമുറിവി*ന്റെ നിരോധനത്തിനെതിരായ നീക്കം പൗരാവകാശ പ്രസ്ഥാനത്തിനുതന്നെ തുടക്കം കുറിച്ചതുപോലെ അക്കാലത്തെ പല സംഭവങ്ങളും പുതിയ വിചാരങ്ങൾക്കും മുന്നേറ്റങ്ങൾക്കും കാരണമായിട്ടുണ്ട്. പൗരാവകാശ പ്രസ്ഥാനം, ഉപഭോക്തൃപ്രസ്ഥാനം, സ്ത്രീവാദം, അഴിമതിവിരുദ്ധ മുന്നേറ്റങ്ങൾ, ന്യൂനപക്ഷപ്രസ്ഥാനങ്ങൾ, ആദിവാസി സംഘടനകൾ, ദളിത് സംഘടനകൾ ഇങ്ങനെ തൊണ്ണൂറുകളിൽ ശക്തിയാർജ്ജിച്ച പല പ്രവണതകളുടെയും വിത്തുകൾ വിതയ്ക്കപ്പെട്ടത് എഴുപതെൺപതുകാലത്താണ്. വർഗീസിന്റെയും രാജന്റെയും കൊലപാതകങ്ങളെ സംബന്ധിച്ച വെളിപ്പെടുത്തലുകൾ മലയാളിയുടെ മനഃസാക്ഷിയെ വീണ്ടും എങ്ങനെ പിടിച്ചുലച്ചു എന്നു നമുക്കറിയാം. ഇപ്പോൾ വർക്കല വിജയൻ നമ്മുടെ വാതിലിൽ മുട്ടുന്നു.

എഴുപതെൺപതുകളുടെ മുന്നേറ്റങ്ങൾ അതേപടി ഇനി തിരിച്ചു വരില്ല; വരികയും വേണ്ട. വിപണി വ്യാപനത്തിന്റെയും ആഗോളവത് കരണത്തിന്റെയും ഇടതുപക്ഷാപചയത്തിന്റെയും വലതുപക്ഷാഘോഷ ത്തിന്റെയും ഇക്കാലം ആവശ്യപ്പെടുന്നത് മറ്റൊരുതരം മുന്നേറ്റ മാണെന്നു വരാം. എങ്കിലും ബാഹ്യമായ ആവരണങ്ങളും സംഘടനാ രൂപങ്ങളുമെല്ലാം ഉരിഞ്ഞെറിഞ്ഞാൽ അവശേഷിക്കുന്ന അക്കാലത്തിന്റെ സാംസ്കാരികമായ കാതൽ ഇന്നും പ്രസക്തമാണ്: അത് നീതിബോധ ത്തിന്റെയും സൗന്ദര്യബോധത്തിന്റെയും സമന്വയമാണ്. ഇവ രണ്ടും എല്ലാ മേഖലകളിലും വിഘടിച്ചുകൊണ്ടിരിക്കുന്ന ഇക്കാലത്ത്, രണ്ടി നെയും വിപണി വിലയ്ക്കെടുക്കാൻ മുന്നേറുമ്പോൾ, ജീവിതത്തിലും കലയിലും ഇവയെ പുനരുദ്ഗ്രഥിക്കാൻ കഴിയുമെങ്കിൽ നമുക്ക് അക്കാ ലത്തിന്റെ മൗലികചൈതന്യം വീണ്ടെടുക്കാനാവും. അങ്ങനെ അഴി മതിയാലും സ്ത്രീപീഡനങ്ങളാലും സ്വഭാവഹത്യകളാൽ നിർവചിക്ക പ്പെടുന്ന രാഷ്ട്രീയപ്രവർത്തനങ്ങളാലും അപവാദകൗതുകം വിഷമയ മാക്കിയ മാധ്യമങ്ങളാലും അക്രമപ്രധാനമായ സീരിയൽ ആഖ്യാന ങ്ങളാലും കുടിലമായ ജാതിസങ്കുചിതത്വങ്ങളാലും മതമൗലികവാദ ങ്ങളാലും കലുഷമായ ഭ്രാന്തകേരളത്തെ വീണ്ടുമൊരു ജനാധിപത്യ നവോത്ഥാനത്തിനു പ്രാപ്തമാക്കാനുമാവും. ഓർമ്മകളുടെ ആധി പത്യം നമ്മെ രക്ഷിക്കില്ല; ഓർമ്മകളുടെ മരണമാകട്ടെ, അത്രപോലും രക്ഷിക്കില്ല.

എന്നും അദ്ധ്യാപകൻ

വിദ്യാർത്ഥി ആയിരിക്കെത്തന്നെ എന്റെ അഭിലാഷം അധ്യാപകനാകുക എന്നതായിരുന്നു. എഴുത്തിനെ ഞാൻ ഗൗരവമായെടുത്തത് എം എ വിദ്യാർത്ഥി ആയിരുന്ന കാലത്താണ്. അക്കാലത്താണല്ലോ ഞാൻ പൊതുപ്രസിദ്ധീകരണങ്ങളിൽ കവിതകളും ലേഖനങ്ങളും എഴുതാൻ തുടങ്ങിയത്. ജീവശാസ്ത്രത്തിൽ ബിരുദം എടുത്തുകഴിഞ്ഞപ്പോൾ മെഡിസിൻ പഠിക്കാൻ വീട്ടിൽനിന്ന് നിർബന്ധമുണ്ടായി. അതിനുവേണ്ടി തൃശ്ശൂർ സെന്റ് തോമസ് കോളേജിൽ ഒരു കോഴ്സ് ചെയ്യാതെയുമിരുന്നില്ല. എന്നാൽ ഡോക്ടറുടെ ജീവിതവും സാഹിത്യതാൽപര്യവും ഒത്തുപോകാൻ പ്രയാസമായിരിക്കുമെന്ന് എനിക്ക് തോന്നി. അതുകൊണ്ട് മെഡിസിന് അപേക്ഷിച്ചതുതന്നെയില്ല. മാർക്കനുസരിച്ച് അക്കാലത്ത് പ്രവേശനം കിട്ടുമായിരുന്നെങ്കിലും.

എം എ ബിരുദത്തിന് ഞാൻ ഇംഗ്ലീഷ് സാഹിത്യമാണ് തെരഞ്ഞെടുത്തത്; മലയാളം സ്വയം പഠിക്കാമല്ലോ എന്ന് അപ്പോഴേക്കും എനിക്ക് ആത്മവിശ്വാസം വന്നിരുന്നു. പത്താം ക്ലാസിനുശേഷം മലയാളം ഔപചാരികമായി പഠിക്കാത്തത് എനിക്ക് ഗുണംചെയ്തു എന്നാണ് ഇന്നും എന്റെ വിശ്വാസം. എഴുത്തിലും വിമർശനത്തിലും വഴിമാറി നടക്കാൻ എനിക്ക് കഴിഞ്ഞത് അതുകൊണ്ടു കൂടിയാകണം. അക്കാലത്ത് ഏറെയും മലയാളം പ്രൊഫസർമാർക്ക് സാഹിത്യത്തെയും

സാഹിത്യചരിത്രത്തെയും കുറിച്ചുണ്ടായിരുന്ന യാഥാസ്ഥിതികമായ മുൻവിധികളൊന്നും എന്നെ ബാധിക്കാതിരിക്കാൻ അത് സഹായിച്ചു.

എം എ വിദ്യാർത്ഥി ആയിരിക്കെത്തന്നെ, ഞാൻ ബിരുദപഠനം നടത്തിയിരുന്ന ക്രൈസ്റ്റ് കോളേജ് പ്രിൻസിപ്പൽ ഫാദർ ഗബ്രിയേൽ, പഠനം കഴിഞ്ഞാലുടൻ ക്രൈസ്റ്റ് കോളേജിൽ അധ്യാപകനായി ചേരണം എന്ന് എനിക്ക് കത്തെഴുതിയിരുന്നു. അക്കാലത്ത് ഇംഗ്ലീഷ് എം.എ ക്കാർക്ക് വലിയ ഡിമാന്റ് ആയിരുന്നു. എങ്കിലും എന്റെ അയൽപക്ക ത്തുള്ള കൊടുങ്ങല്ലൂർ കുഞ്ഞിക്കുട്ടൻ കോളേജ് അധികൃതരുടെ നിർബന്ധം മൂലം അവിടെയാണ് ഞാൻ ആദ്യം ചേർന്നത്. അന്ന് അത് ഗവൺമെന്റ് കോളേജ് ആയിട്ടില്ല. ബിരുദ കോഴ്സുകൾ ആരംഭിച്ചിട്ടു മുണ്ടായിരുന്നില്ല. ഞാൻ അവിടെ ചേരുന്നത് കോളേജ് തുടങ്ങി രണ്ടാം വർഷം ആയിരുന്നു. പ്രീഡിഗ്രി എന്നറിയപ്പെട്ട രണ്ടു വർഷത്തെ കോഴ്സ് മാത്രമേ അപ്പോൾ അവിടെ ഉണ്ടായിരുന്നുള്ളൂ. അതുകഴി ഞ്ഞാൽ തന്നെ എൻജിനീയറിങ്, മെഡിസിൻ ഇവയ്ക്കൊക്കെ നേരിട്ട് ചേരാമായിരുന്നു. 1968ലാണ് ഞാൻ അവിടെ ഇംഗ്ലീഷ് അധ്യാപക നായി ചേരുന്നത്. എന്റെ എം എ പരീക്ഷാഫലം വരും മുൻപുതന്നെ. അധ്യാപകർ കുറവായതിനാൽ ആഴ്ചയിൽ 11 മണിക്കൂർ ക്ലാസെടു ക്കേണ്ടിയിരുന്നു. മാനേജ്മെന്റിന് ഏതുസമയവും പിരിച്ചുവിടാം. ശമ്പളം, എല്ലാ ബത്തകളും ഉൾപ്പെടെ, 420 രൂപ എന്നാണ് ഓർമ്മ. ഡോളറിന് 10 രൂപയിൽ താഴെ വിലയുള്ള കാലം. ആദ്യത്തെ ശമ്പളം വാങ്ങി അതേപടി അച്ഛന് കൊടുത്തത് എനിക്ക് നല്ല ഓർമ്മയുണ്ട്. പിന്നീട് ഏറെക്കാലം അദ്ദേഹം ജീവിച്ചില്ലെങ്കിലും.

കുഞ്ഞിക്കുട്ടൻ തമ്പുരാൻ കോളേജ് ആരംഭിച്ചതും ക്ലാസുകൾ തുടങ്ങിയതും മറ്റെല്ലാ കോളേജുകളും തുറന്ന് വളരെ കഴിഞ്ഞായി രുന്നു. ഇതിന് രണ്ടു പ്രത്യാഘാതങ്ങളുണ്ടായി. ഒന്ന്: എങ്ങും പ്രവേ ശനം കിട്ടാതിരുന്ന കുട്ടികളായിരുന്നു അവിടെ ചേർന്നത്, അടുത്തു താമസിക്കുന്ന ചിലർ മാത്രം സൗകര്യമോർത്ത് മറ്റു കോളേജുകളിൽ നിന്ന് ഇങ്ങോട്ട് മാറിയിരുന്നു. രണ്ട്: പല വിദ്യാർത്ഥികളും എന്നെക്കാൾ പ്രായം കൂടിയവരായിരുന്നു. മുമ്പ് പഠിപ്പുനിർത്തിയിരുന്നവർ, പത്താം ക്ലാസ് കഴിഞ്ഞ് പഠനം തുടരാതിരുന്നവർ അങ്ങനെ കുറേ പേരുണ്ടാ യിരുന്നു. അവർക്ക് എന്നോട് ബഹുമാനമല്ല, വാത്സല്യമാണ് ഉണ്ടായി രുന്നത്. എം.എ. കഴിഞ്ഞ്, ആധുനികകൃതികൾ ധാരാളം വായിച്ച് പുത്തനായി വന്ന എന്റെ ആവേശം കുട്ടികൾക്ക് ഉൾക്കൊള്ളാവുന്ന തായിരുന്നില്ല. പല ക്ലാസുകളിലായി കവിതയും ഗദ്യവും വ്യാകരണവും എനിക്ക് പഠിപ്പിക്കേണ്ടിയിരുന്നു. പരിഭാഷാസാമർത്ഥ്യം എനിക്ക് തുണയായി. പഠിക്കാനുള്ള ഇംഗ്ലീഷ് കവിതകൾ ഞാൻ വൃത്തിയായി വൃത്തങ്ങളിൽ വിവർത്തനം ചെയ്ത് കുട്ടികളെ വായിച്ചുകേൾപ്പിക്കും, പിന്നീടാണ് അധ്യാപനം തുടങ്ങുക. അത് ഫലിച്ചു എന്നുതോന്നുന്നു.

വേർഡ്സ്‌വർത്ത്, ഷെല്ലി, ബ്രൗണിങ്, ടെന്നിസൺ, ലോങ്ഫെല്ലോ തുടങ്ങിയവർ മലയാളത്തിൽ കവിതയെഴുതിത്തുടങ്ങിയത് കുട്ടികൾക്ക് രസിച്ചു. ഗദ്യപാഠങ്ങൾ രസകരമാക്കാനും ഞാൻ കഴിവതെല്ലാം ചെയ്തു. വിസ്തരിച്ച് നോട്ടുകൾ കൊടുത്തു, വ്യാകരണമായിരുന്നു മറ്റധ്യാപകർ എടുക്കാൻ മടിച്ചുനിന്ന മറ്റൊരു വിഷയം. അത് രസകരമാക്കാൻ സാധാരണ ജീവിതസന്ദർഭങ്ങളിൽനിന്നുള്ള ഉദാഹരണങ്ങൾ ധാരാളം സ്വീകരിക്കേണ്ടി വന്നു. വിദ്യാർത്ഥികൾ വ്യാകരണം എത്രമാത്രം വശമാക്കി എന്ന് എനിക്കിന്നും ഉറപ്പില്ല, പക്ഷേ ഇംഗ്ലീഷ് വ്യാകരണം പ്രത്യേകമായി ഏറെ പഠിച്ചിട്ടില്ലാതിരുന്ന എനിക്ക് അത് നല്ലൊരു വിദ്യാഭ്യാസമായിരുന്നുവെന്ന് പിൽക്കാലത്ത് ഇംഗ്ലീഷിൽ ലേഖനങ്ങൾ എഴുതാൻ തുടങ്ങുമ്പോൾ ബാധ്യപ്പെട്ടു.

എന്റെ വിദ്യാർത്ഥികൾ പഠിപ്പിൽ ഏറെ മുന്നിലായിരുന്നില്ലെങ്കിലും പലതരം കലാവാസനകൾ ഉള്ളവരായിരുന്നു. പാട്ടുകാരനായിരുന്ന അക്ബർ എന്റെ നല്ല സുഹൃത്തായി മാറുകയും പിന്നീട് ചില സിനിമകളിൽ പാടുകയും ചിലത് സംവിധാനം ചെയ്യുകയുമുണ്ടായി. കോളേജ് വാർഷികത്തിന് കുട്ടികൾ തന്നെ തെരഞ്ഞെടുത്തുകൊണ്ടു വന്ന ഒരു നാടകം ഞാൻ സംവിധാനം ചെയ്തതും ഓർക്കുന്നു. കെ പി ഉമ്മറിന്റെ *രോഗികൾ* എന്ന് നാടകമായിരുന്നു അത്. എന്റെ ഓർമ്മയിലെ *ഈച്ചകളും, കണ്ടാമൃഗവും* പോലുള്ള സാർത്രിന്റെയും അയനെസ്കോവിന്റെയും നാടകങ്ങൾ മറന്ന് ഞാൻ ആ സാധാരണ റിയലിസ്റ്റ് നാടകത്തിന്റെ സംവിധാനത്തിലേർപ്പെട്ടു. അഭിനയപാടവമുള്ള പലരും വിദ്യാർത്ഥികളിൽ ഉണ്ടായിരുന്നു; അരങ്ങൊരുക്കാൻ പറ്റിയ കലാകാരന്മാരും.

ഇരുപത്തിമൂന്നുകാരനായ ഒരു കോളേജധ്യാപകന് പെൺകുട്ടികൾ കൂടി പഠിക്കുന്ന ഒരു കോളേജിൽ സ്വാഭാവികമായും ഉണ്ടാകാവുന്ന ചില അനുഭവങ്ങളും എനിക്ക് ഇല്ലാതിരുന്നില്ല. അതിലൊന്ന് പ്രണയലേഖനങ്ങൾ ലഭിക്കുക എന്നതാണല്ലോ. അവരെ പഠിപ്പിൽ ശ്രദ്ധിക്കാൻ ഉപദേശിക്കുകയാണ് ഞാൻ ചെയ്തത്. അവരിൽ ഒരു കുട്ടിയുടെ മാത്രം പേരും മുഖവും എനിക്ക് ഓർമ്മയുണ്ട്. എന്റെ വിവാഹനിശ്ചയവാർത്ത അറിഞ്ഞപ്പോൾ ആത്മഹത്യ ചെയ്തുകളയും എന്ന് ഭീഷണിപ്പെടുത്തി കത്തെഴുതി - അത് ആദ്യത്തെ കത്തായിരുന്നുവെങ്കിലും! ആ മൂക പ്രണയിനി കടുംകൈ ചെയ്താലോ എന്നോർത്ത് എന്റെ ഉള്ളൊന്നു പിടയ്ക്കാതിരുന്നില്ല. അല്ലെങ്കിൽത്തന്നെ ആധുനിക സാഹിത്യകാരന്മാർ ചെറുപ്പക്കാരെ മയക്കുമരുന്നിലേക്കും ആത്മഹത്യയിലേക്കും നയിക്കുന്നു എന്ന ഒരു ആരോപണം അന്ന് ഉണ്ടായിരുന്നു - അത് അധികവും കഥയെഴുത്തുകാരെ സംബന്ധിച്ചായിരുന്നുവെങ്കിലും. അന്നത്തെ എന്റെ കവിതയിലും വിഷാദം ഉണ്ടായിരുന്നെങ്കിലും ആരെയെങ്കിലും, എന്നെ ഉൾപ്പെടെ, അത് ആത്മഹത്യയിലേക്കു നയിക്കണം എന്ന് ഞാൻ

തീരെ ആഗ്രഹിച്ചിരുന്നില്ല. എന്റെ വിവാഹം കഴിഞ്ഞയുടൻ അവൾ മറ്റൊരധ്യാപകന് പ്രണയലേഖനം കൊടുത്തപ്പോഴേ എനിക്ക് ശ്വാസം നേരെ വീണുള്ളൂ. ഏതായാലും കുഞ്ഞിക്കുട്ടൻ തമ്പുരാൻ കോളേജിന്റെ മാനേജ്മെന്റിന് അധ്യാപകർക്ക് സമയത്ത് ശമ്പളം തരാൻ തന്നെ കഴിയാത്ത സ്ഥിതി വന്നപ്പോൾ ജന്മനാടിനോടുള്ള സ്നേഹം അല്പം മാറ്റിവെച്ച് എനിക്ക് പ്രയോഗികനാകേണ്ടി വന്നു. അവിടെ രണ്ടര വർഷത്തെ സേവനത്തിനുശേഷം, 1970 ജനുവരിയിൽ, അവരോട് മാപ്പു പറഞ്ഞ് ഞാൻ ക്രൈസ്റ്റ് കോളേജിൽ ചേർന്നു. എന്റെ വിദ്യാർത്ഥി ഫെഡറേഷൻ പശ്ചാത്തലം അറിയാനിട വന്ന അവിടത്തെ മാനേജ്മെന്റ് എനിക്ക് അനുകൂലമായിരുന്നില്ല. എന്നാൽ പ്രിൻസിപ്പൽ ഫാദർ ഗബ്രിയേൽ എനിക്കുവേണ്ടി വാദിച്ചു. രാഷ്ട്രീയ വിശ്വാസമൊന്നും പ്രശ്നമല്ലെന്നും നല്ല അദ്ധ്യാപകനായാൽ മതിയെന്നുമായിരുന്നു അദ്ദേഹം വാദിച്ചത് എന്ന് ഞാൻ സഹപ്രവർത്തകരിൽ നിന്ന് പിന്നീട് മനസ്സിലാക്കി. അദ്ദേഹത്തോട് ബഹുമാനം തോന്നിയ ആദ്യത്തെ സന്ദർഭമായിരുന്നു അത് - പിന്നീട് പല സന്ദർഭങ്ങളും ഉണ്ടായെങ്കിലും. പക്ഷേ പ്രതികാരം വന്നത് വേറൊരു വഴിയായിരുന്നു. എന്റെ നിയമനത്തെ എതിർത്തിരുന്നയാൾ തന്നെയായിരുന്നു ഇംഗ്ലീഷ് വകുപ്പിന്റെ അധ്യക്ഷൻ. അന്ന് ക്രൈസ്റ്റ് കോളേജിൽ ഒരധ്യാപകനും കടക്കാൻ ധൈര്യപ്പെടാത്ത ചില ക്ലാസുകൾ ഉണ്ടായിരുന്നു, ഡിഗ്രിയിലും പ്രീഡിഗ്രിയിലും. അവിടെ ചില കുറുമ്പന്മാർ മുതിർന്ന ഇംഗ്ലീഷ് അധ്യാപകരെപ്പോലും ക്ലാസെടുക്കാൻ സമ്മതിച്ചിരുന്നില്ല. വിശേഷിച്ചും ഒരു ക്ലാസ് ആദ്യകാല ലൈബ്രറി ആയിരുന്ന ഒരു താൽക്കാലിക ഷെഡ്ഡിൽ ആയിരുന്നു നടത്തിയിരുന്നത്. അത് പ്രധാന കെട്ടിടത്തിൽ നിന്ന് വിട്ടായിരുന്നതിനാൽ ആരുടെയും നോട്ടം അങ്ങോട്ടെത്തില്ലായിരുന്നു. അവിടെ ഇരിഞ്ഞാലക്കുടയിലെ സമ്പന്നകുടുംബങ്ങളിൽനിന്നുള്ള ഒരു ചെറിയ സംഘം എപ്പോഴും ബഹളം കൂട്ടിക്കൊണ്ടിരിക്കും. പശുക്കളെയും നായ്ക്കളെയും ക്ലാസിൽ കടത്തിവിടുക, പടക്കം പൊട്ടിക്കുക അങ്ങനെ പല കുസൃതികളും അവർ ചെയ്തിരുന്നു. അധ്യാപകർ ചെല്ലാത്തതുകൊണ്ട് ജനുവരി ആയിട്ടും പുസ്തകങ്ങൾ പലതും പഠിപ്പിക്കാതെ കിടക്കുകയായിരുന്നു. ആ ക്ലാസിലാണ് എനിക്ക് ആദ്യം പോകേണ്ടിയിരുന്നത്. ചെറുപ്പമായിരുന്ന ഞാൻ രാജിവച്ചുപോകുമെന്നായിരുന്നു വകുപ്പധ്യക്ഷന്റെ പ്രതീക്ഷ. എന്നാൽ ഒറ്റ ക്ലാസ് കഴിഞ്ഞതോടെ എന്നെത്തന്നെ അത്ഭുതപ്പെടുത്തിക്കൊണ്ട് ബഹളം അവസാനിച്ചു. ക്ലാസിലെ ഭൂരിഭാഗം കുട്ടികൾ സംഘടിച്ച് ആ സംഘത്തെ നിശ്ശബ്ദരാക്കി എന്നാണ് ഞാൻ പിന്നീടറിഞ്ഞത്. അവർക്ക് എന്റെ ക്ലാസ് ഇഷ്ടമായി. അവിടെ ഞാൻ പഠിപ്പിച്ചിരുന്നത് കവിതയായിരുന്നു. പിന്നീട് എനിക്ക് ആ ക്ലാസിൽ പ്രശ്നങ്ങൾ ഉണ്ടായില്ല. ഹാർഡിയുടെ *റിട്ടേൺ*

ഓഫ് ദി നേറ്റിവ് പഠിപ്പിക്കാനുണ്ടായിരുന്ന ഒരു ബികോം ക്ലാസ് ആയിരുന്നു മറ്റൊരു പ്രശ്ന ക്ലാസ് ആയി അറിയപ്പെട്ടിരുന്നത്. അവിടത്തെ കുട്ടികളും വേഗം സുഹൃത്തുക്കളായി.

ക്രൈസ്റ്റ് കോളേജ് അന്ന് കോഴിക്കോട് സർവ്വകലാശാലയിൽ പരീക്ഷകളിലും കലാമത്സരങ്ങളിലും കളികളിലും ഏറ്റവും മുന്നിൽ നിന്ന കോളേജുകളിൽ ഒന്നായിരുന്നു. അതുകൊണ്ട് എന്റെ വിവർത്തന കല അവിടെ അധികം പ്രയോഗിക്കേണ്ടി വന്നില്ല. എന്റെ വിദ്യാർത്ഥി കാലത്തെ ഏറ്റവും നല്ല അധ്യാപകരായിരുന്നു എന്റെ മാതൃക. പുസ്തകവായന എനിക്ക് നല്ല ഗുണം ചെയ്തു. ഒരു ആശയം പറയുമ്പോൾ, അഥവാ ഒരു കവിതയോ കഥയോ നോവലോ പഠിപ്പിക്കുമ്പോൾ, വായിച്ച മറ്റു കൃതികൾ ഓർമ്മിച്ചും താരതമ്യം ചെയ്തും ബന്ധപ്പെടുത്തിയും അവ കുട്ടികളുടെ മനസ്സിലേക്ക് എത്തിക്കാൻ വായന എന്നെ സഹായിച്ചു, ഒപ്പം അവരിൽ വായിക്കാനുള്ള താൽപര്യം ഉണ്ടാക്കാനും. എഴുത്തുകാരെയും കൃതികളെയും സാഹിത്യചരിത്രവുമായി ബന്ധപ്പെടുത്താനും ഞാൻ ശ്രമിച്ചു.

ഒരേ കവിത-വേർഡ്സ്‌വർത്തിന്റെ *ടിന്റേൺ ആബി ലൈൻസ്,* ജോൺ കീറ്റ്സിന്റെ *ഓഡ് ടു എ നൈറ്റിൻഗേൽ, ഓഡ് ടു എ ഗ്രേഷ്യൻ ഏൺ,* ടെന്നിസൺന്റെ *യുലീസ്സസ്,* ടി എസ് എലിയട്ടിന്റെ *ദി ജേണി ഓഫ് ദി മജൈ* തുടങ്ങിയ കവിതകൾ-ഓരോ വർഷവും പഠിപ്പിക്കുമ്പോൾ പുതിയ പുതിയ അർത്ഥവിതാനങ്ങളും ആഴങ്ങളും ഞാൻ കണ്ടു; പുതിയ ഓർമ്മകൾ അവയിലേക്കു വന്നു. ഉദാഹരണത്തിന് വേർഡ്സ്‌വർത്തിന്റെ *ടിന്റേൺ ആബി ലൈൻസ്* തികച്ചും ഒരു പൗരസ്ത്യ കവിതയായി ഉപനിഷത്തുകളുടെ പശ്ചാത്തലത്തിലാണ് ഞാൻ പഠിപ്പിച്ചത്. അപ്പോഴേക്കും എല്ലാ പ്രധാന ഉപനിഷത്തുകളും സവ്യാഖ്യാനം ഞാൻ വായിച്ചു കഴിഞ്ഞിരുന്നു. ഷേക്സ്പിയർ ആയിരുന്നു മറ്റൊരു ഖനി. ബിരുദവിദ്യാർത്ഥി ആയിരിക്കെത്തന്നെ ഒരു ഒഴിവുകാലം മുഴുവൻ ഞാൻ ഷേക്സ്പിയറുടെ മുഴുവൻ നാടകങ്ങൾ വായിച്ച് കുറിപ്പുകൾ എടുത്തിരുന്നു. ജീവിതത്തിലെ ഏറ്റവും മഹത്തായ സാഹിത്യാനുഭവമായി ഇന്നും ഞാൻ അത് ഓർക്കുന്നു. അത് പിന്നീട് ആ നാടകങ്ങളിൽ ചിലത് പഠിപ്പിക്കേണ്ടിവന്നപ്പോൾ എനിക്ക് പ്രയോജനകരമായി. ഓരോ എഴുത്തുകാരനെയും/കാരിയെയും പഠിപ്പിക്കുമ്പോൾ അവരുടെ കിട്ടാവുന്നത്ര കൃതികൾ വായിക്കാൻ ഞാൻ ശ്രദ്ധിച്ചിരുന്നു.

എന്റെ ജീവിതത്തിന്റെ ഏറ്റവും അനുഭവസമ്പന്നമായ ഒരു കാലമാണ് അധ്യാപകൻ എന്ന നിലയിൽ ക്രൈസ്റ്റ് കോളേജിൽ കഴിച്ച ഇരുപത്തിയൊന്നുവർഷം. ആ അനുഭവങ്ങൾ ഒരു ലേഖനത്തിൽ ഒതുങ്ങുന്നതല്ല. അനേകം സഹാധ്യാപകർ അതിനിടെ വന്നുപോയി; അവരിൽ പലരും വിരമിക്കും മുമ്പേ രോഗങ്ങളോ അപകടങ്ങളോ

മൂലം ജീവിതത്തോടു വിടപറഞ്ഞു; ആയിരക്കണക്കിന് വിദ്യാർത്ഥികളെ പഠിപ്പിക്കാൻ എനിക്കവസരം ലഭിച്ചു. അവരെ ഡൽഹിയിലും ഗൾഫ് രാജ്യങ്ങളിലും സ്വീഡനിൽപ്പോലും ഞാൻ കണ്ടുമുട്ടിയിട്ടുണ്ട്. അവരുടെ ഊഷ്മളമായ വാത്സല്യവും ആതിഥ്യവും അനുഭവിച്ചിട്ടുമുണ്ട്.

വിദ്യാർത്ഥികളിൽ നിന്ന് ചില തിക്താനുഭവങ്ങൾ ഉണ്ടായിട്ടില്ലെന്നില്ല. രണ്ടെണ്ണം വിശേഷിച്ചും ഞാൻ ഓർക്കുന്നു. ഒരു വിദ്യാർത്ഥി എല്ലാ മാസവും ഫീസ് അടയ്ക്കാൻ പണമില്ലെന്നുപറഞ്ഞ് എന്റെ കൈയിൽ നിന്ന് പണം വാങ്ങുമായിരുന്നു. (എനിക്ക് കിട്ടിയിരുന്ന ചെറിയ ശമ്പളമായിരുന്നു അന്ന് കുടുംബം പുലർത്താനുള്ള ഒരേയൊരു വരുമാനം). പിന്നീട് അയാൾ പട്ടണത്തിലെ ഒരു വലിയ പണക്കാരനായിരുന്നു എന്നും ധൂർത്തടിക്കാനാണ് എന്റെ കൈയിൽ നിന്ന് പണം വാങ്ങിയിരുന്നതെന്നും അറിഞ്ഞത് എന്നെ വിഷമിപ്പിച്ചിരുന്നു. പണം നൽകിയതിനല്ല, എന്നോട് എങ്ങനെ അയാൾക്ക് നുണ പറയാൻ കഴിഞ്ഞു എന്നാലോചിച്ച്. മറ്റൊരിക്കൽ ഞാൻ പരീക്ഷയ്ക്ക് മേൽനോട്ടം വഹിക്കുമ്പോൾ വായിച്ചിരുന്ന, ഒരു സുഹൃത്ത് സമ്മാനമായി തന്ന ഗ്രീക്ക് തിയ്യേറ്റർ മുതൽ എപ്പിക് തിയ്യേറ്റർ വരെയുള്ള യൂറോപ്യൻ തിയ്യേറ്ററിനെക്കുറിച്ചുള്ള ബൃഹത്തായ ഒരു പഠനം, എന്റെ കണ്ണു തെറ്റിയപ്പോൾ മേശമേൽ നിന്ന് ഒരു വിദ്യാർത്ഥി എടുത്തുകൊണ്ടുപോയതും ഒരു ദുരനുഭവമായിരുന്നു. അത് ആരെന്ന് എനിക്കറിയാമായിരുന്നു. എന്നാൽ ഞാൻ അത് ഭാവിച്ചില്ല. കുറെക്കഴിഞ്ഞ് ഒരു ദിവസം അയാൾ കുറ്റബോധം സഹിക്കാതെ അത് എന്നോട് സമ്മതിച്ചു. പുസ്തകം തിരിച്ചു വേണ്ടെന്നും ഈ അനുഭവം ഓർത്താൽ മതിയെന്നും ഞാൻ പറഞ്ഞു. പിന്നീട് ഞാൻ അയാളെ കാണുന്നത് കൊടുങ്ങല്ലൂരിൽ ഒരു പൊലീസുദ്യോഗസ്ഥനായിട്ടാണ്. അപ്പോൾ എനിക്ക് ചിരി മറയ്ക്കാൻ കഴിഞ്ഞില്ല.

അധ്യാപകൻ എന്ന നിലയിൽ എനിക്ക് ലഭിച്ച അംഗീകാരം ആപത്ഘട്ടങ്ങളിൽ എനിക്ക് തുണയായിട്ടുണ്ട്. അഖില കേരള സ്വകാര്യകലാലയാധ്യാപക സംഘടനയുടെ (എ കെ പി സി ടി എ) അംഗം, ഒരിക്കൽ യൂണിറ്റ് പ്രസിഡന്റ്, ഈ നിലയിൽ എല്ലാ അധ്യാപകസമരങ്ങളിലും ഞാൻ പങ്കെടുത്തിരുന്നു. അത് അന്ന് അനിവാര്യവുമായിരുന്നു. സ്വകാര്യ കോളേജ് അധ്യാപകർക്ക് സർക്കാർ അധ്യാപകരുമായി ശമ്പളത്തിൽ തുല്യത, ജോലിസ്ഥിരത ഇതൊന്നും അന്നുണ്ടായിരുന്നില്ല. ഏതു സമയത്തും മാനേജ്മെന്റിന് ഇഷ്ടമല്ലാത്ത ആരെയും പിരിച്ചുവിടാമായിരുന്നു. എങ്കിലും ഞാൻ സ്പെഷ്യൽ ക്ലാസുകൾ എടുത്ത് പാഠങ്ങൾ തീർക്കും എന്ന് കുട്ടികൾക്ക് ഉറപ്പുണ്ടായിരുന്നതിനാൽ എനിക്ക് അവരുടെ സഹകരണം ലഭിച്ചിരുന്നു. ഇത് മിക്ക അധ്യാപകരെ സംബന്ധിച്ചും ശരിയായിരുന്നു.

എന്റെ രാഷ്ട്രീയം ഒട്ടും ഗോപ്യമായിരുന്നില്ല. ഞങ്ങൾ അന്ന് ഒരു ന്യൂനപക്ഷമായിരുന്നു. ഞാൻ ദേശാഭിമാനി സ്റ്റഡി സർക്കിൾ, ശാസ്ത്ര സാഹിത്യപരിഷത്ത്, ജനകീയ സാംസ്കാരികവേദി, യുവകലാസാഹിതി ഇങ്ങനെ വിവിധ ഇടതുപക്ഷ സംഘടനകളുടെ വേദികളിൽ പങ്കെടുത്തിരുന്നു.

1972–73 കാലത്തോടെ തന്നെ എന്റെ കവിതയും ഏറെക്കുറെ രാഷ്ട്രീയവത്കരിക്കപ്പെട്ടിരുന്നു. *പ്രസക്തി*യിൽ പ്രസിദ്ധീകരിച്ച *ഞങ്ങൾ*, *കേരളകവിത*യിൽ വന്ന *സത്യവാങ്മൂലം*, *ദേശാഭിമാനി* വാരികയിൽ തുടർച്ചയായിവന്ന *ഇന്ത്യൻ സ്കെച്ചുകൾ* തുടങ്ങിയവ ആ മാറ്റം സൂചിപ്പിച്ചിരുന്നു. ഒപ്പം *കലാകൗമുദി*യിലും അനേകം ചെറുമാസികകളിലും കൗമാരകാലത്ത് അസ്തിത്വവാദത്തോട് വിടപറയുന്ന നവ മാർക്സിയൻ സൈദ്ധാന്തിക ലേഖനങ്ങളും പ്രസിദ്ധീകരിക്കാനാരംഭിച്ചിരുന്നു. സംവാദ വിവാദങ്ങളാൽ സമ്പന്നമായിരുന്നു അന്നത്തെ ധൈഷണിക ലോകം. ക്യാമ്പസുകളിലും ആ തരംഗം എത്താതിരുന്നില്ല. ക്രൈസ്റ്റ് കോളേജിൽ ചില വിദ്യാർത്ഥികളുടെ സഹകരണത്തോടെ ഞാൻ *ഇന്ന്* എന്ന ഒരു പ്രസിദ്ധീകരണം ഇറക്കി. റൈറ്റേഴ്സ് ഫോറം എന്നി പേരിൽ ഒരു ചർച്ചാവേദിയും ആരംഭിച്ചു. അതിൽ കോവിലൻ മുതൽ കെ.ജി. ശങ്കരപ്പിള്ള വരെയുള്ള പല എഴുത്തുകാരും വന്നു സംസാരിക്കുമായിരുന്നു. അതിഥികൾ ഇല്ലാത്തപ്പോൾ ഞങ്ങൾ സ്വയം തന്നെ സാഹിത്യ കലാ ചർച്ചകൾ, കവിതാവായനകൾ, നാടകം വായനകൾ മുതലായവ സംഘടിപ്പിച്ചു. ഞാൻ അന്ന് സാഹിത്യത്തെക്കുറിച്ച് മാത്രമല്ല, ചിത്രകല, സിനിമ, നാടകവേദി മുതലായവയെക്കുറിച്ചും ലേഖനങ്ങൾ എഴുതിയിരുന്നു.

അതിനിടെയാണ് 1975 ജൂണിൽ അടിയന്തരാവസ്ഥ പ്രഖ്യാപിക്കപ്പെട്ടത്. അടിച്ചമർത്തലിന്റെ കാലങ്ങൾ എഴുത്തുകാർക്ക് പ്രചോദനമാകും എന്ന് ഞാൻ കേട്ടിട്ടുണ്ട്. കവിയെന്ന നിലയിൽ ഞാൻ ഏറ്റവും സജീവമായ കാലങ്ങളിൽ ഒന്നായിരുന്നു അത്. *നാവുമരം*, *നിഷ്പക്ഷത*, *വടക്കൻ പാട്ട്*, *വേനൽ*, *വടക്കൻ കഥകൾ*, *കോലങ്ങൾ* അങ്ങനെ പ്രതിരോധസ്വഭാവമുള്ള ഏറെ കവിതകൾ അക്കാലത്തെഴുതി. സെൻസർഷിപ്പ് കേരളത്തിൽ അത്ര കഠിനമല്ലാതിരുന്നതുകൊണ്ടു മാത്രമാകണം അവ പ്രസിദ്ധീകരിക്കപ്പെട്ടത്. *നിഷ്പക്ഷത* എന്ന കവിത *ദേശാഭിമാനി വാരിക*യിൽ സെൻസർ ചെയ്യപ്പെട്ടപ്പോൾ രാഷ്ട്രീയമുക്തമായ *മലയാളനാട്* വാരികയിൽ പ്രസിദ്ധീകരിക്കാൻ അനുമതി കിട്ടി.

ദേശാഭിമാനി വാരാന്തപ്പതിപ്പിൽ ആരംഭിച്ച കവിതാവിവർത്തന പരമ്പരയുടെ (ഷാന്തോർ പെത്തഫി, ടാഗോർ, നസ്രുൾ ഇസ്ലാം, നസീം ഹിക്മത് തുടങ്ങിയവരുടെ സ്വാതന്ത്ര്യസംബന്ധിയായ രചനകൾ) ശീർഷകം *സ്വാതന്ത്ര്യഗീതങ്ങൾ* സെൻസർ അനുവദിച്ചില്ല. *നാവുമരം* എന്ന

കവിത *വിവേകോദയ*ത്തിൽ പ്രസിദ്ധീകരിക്കാൻ അന്ന് അതിന്റെ പത്രാധിപരായിരുന്ന സി.പി. വത്സൻ ധൈര്യം കാണിച്ചു. ഞാൻ അറസ്റ്റ് ചെയ്യപ്പെട്ടില്ല; പക്ഷേ ക്രൈം ബ്രാഞ്ചിലെ ഒരു നമ്പൂതിരി എപ്പോഴും എന്റെ കൊച്ചുവാടകവീടിന്റെ പടിക്കൽ ഉണ്ടായിരുന്നു, ആരൊക്കെയാണ് വരുന്നതെന്നറിയാൻ. ആ സമയത്താണ് കെ. വേണു എന്നെ കാണാൻ വരും എന്ന് വിവരം കിട്ടിയത്. അന്ന് ഇന്നത്തെ സംവേദന സംവിധാനങ്ങൾ ഒന്നുമില്ലാത്തതിനാൽ ഞാൻ വലിയ സംഘർഷത്തിലായി. അതാണ് *മാർച്ച് 31* എന്ന എന്റെ കവിതയ്ക്ക് നിദാനം. പക്ഷേ എങ്ങനെയോ വിവരം കിട്ടിയ വേണു വഴി മാറ്റി. തൃശൂരും പാലക്കാടുമുള്ള (ബിന്ദുവിന്റെ വീട് ഒറ്റപ്പാലത്തായതിനാൽ ആ മേൽവിലാസവും അവർക്ക് കിട്ടിയിരുന്നു) ക്രൈം ബ്രാഞ്ച് ഓഫീസുകളിൽ ഞാൻ ചോദ്യം ചെയ്യപ്പെട്ടു. ശാരീരികപീഡനം ഉണ്ടായില്ല, അവർ അപമാനിക്കാനാണ് ശ്രമിച്ചത്. ഒരു സാധാരണ കുറ്റവാളിയെപോലെ ഷർട്ടിൽ ഒരു നമ്പർ തൂക്കി അവർ എന്റെ ഫോട്ടോ എടുത്തു. വി.സി. ശ്രീജൻ എഡിറ്റ് ചെയ്ത, ഒരു ലക്കം മാത്രം ഇറങ്ങിയ, *യെനാൻ* എന്ന മാസികയിൽ *വിശപ്പ്* എന്ന കവിത എഴുതിയതും ആ മാസികയ്ക്ക് വരിക്കാരെ ഉണ്ടാക്കിയതും ആയിരുന്നു എന്റെ കുറ്റം. ചോദ്യം ചെയ്യലിൽ രണ്ടു കാര്യങ്ങൾ ഞാൻ പ്രത്യേകം ഓർക്കുന്നു. ഒന്ന്, ''താൻ കുട്ടികളെ വഴി തെറ്റിക്കുന്നുണ്ട്, അല്ലേ?'' എന്ന് ചോദിച്ചപ്പോൾ, ''അതെ, സോക്രട്ടീസിന്റെ കുറ്റവും അതായിരുന്നു'' എന്ന് മറുപടി പറയുന്നത്. മറ്റൊന്ന് നല്ല തടിയുണ്ടായിരുന്ന ഇൻസ്പെക്ടർ എന്റെ കൈയിലുണ്ടായിരുന്ന യെഹൂദാ അമിച്ചായിയുടെ കവിതകളുടെ പുസ്തകം നിവർത്തി, ''എന്റെ ഓരോ കിലോ തൂക്കത്തിനും ഓരോ കിലോ ദുഃഖമുണ്ട്'' എന്ന വരി ഉറക്കെ വായിക്കുന്നത്.

അറസ്റ്റ് നടന്നത് പിന്നീടായിരുന്നു, സംസ്കാരികവേദിയുടെ പ്രവർത്തനത്തിന്റെ ഭാഗമായി നടവരമ്പ് എന്ന സ്ഥലത്ത് ദളിത് തൊഴിലാളികളുടെ ഒരു കോളനിയിൽ പൊലീസ് അതിക്രമം നടന്നതിൽ പ്രതിഷേധിച്ച് പ്രകടനം നയിച്ചതിന്റെ പേരിൽ. ക്രൈസ്റ്റ് കോളേജിൽ അധ്യാപകനായിരിക്കെത്തന്നെയായിരുന്നു അതും. അഡ്വക്കറ്റ് മേഘനാദൻ, വിദ്യാർത്ഥി പ്രവർത്തകൻ കാർത്തികേയൻ, *പ്രേരണ* പത്രാധിപർ സദാശിവൻ എന്നിവരും ഒപ്പം അറസ്റ്റ് ചെയ്യപ്പെട്ടു, 1980 ജൂലൈ മാസത്തിൽ.

പിറ്റേന്ന് കോളേജിൽ വിപ്ലവ വിദ്യാർത്ഥി യൂണിയന്റെ നേതൃത്വത്തിൽ പ്രതിഷേധവും പഠിപ്പുമുടക്കും ഉണ്ടായി. വൈലോപ്പിള്ളി ശ്രീധരമേനോൻ, അയ്യപ്പപ്പണിക്കർ, കടമ്മനിട്ട രാമകൃഷ്ണൻ തുടങ്ങി പലരും അറസ്റ്റിൽ പ്രതിഷേധിച്ചു. ജാമ്യം എടുക്കണോ എന്ന് ആദ്യമായി അന്വേഷിച്ചത് അന്ന് പ്രിൻസിപ്പൽ ആയിരുന്ന ഫാദർ വിവിയൻ

അമ്പൂക്കൻ ആണ്, ഒപ്പം അറസ്റ്റ് ചെയ്യപ്പെട്ട അഡ്വക്കറ്റ് മേഘനാദൻ ജാമ്യത്തിന് ഏർപ്പാട് ചെയ്തതുകൊണ്ട് അതുവേണ്ടി വന്നില്ലെങ്കിലും. ആ ചേഷ്ട വളരെ പ്രധാനമായിരുന്നു. അമേരിക്കയിൽ നിന്നു ലഭിച്ച ലിബറൽ വിദ്യാഭ്യാസമാകാം അതിന് അദ്ദേഹത്തെ പ്രേരിപ്പിച്ചത്. ഞങ്ങൾക്കെതിരായ കേസ് ദുർബലമായിരുന്നു. ഞങ്ങൾ വിളിക്കാത്ത, പൊലീസിനെ ഭീഷണിപ്പെടുത്തുന്ന തരത്തിലുള്ള, ചില മുദ്രാവാക്യങ്ങൾ കെട്ടിച്ചമച്ച് എഴുതിയുണ്ടാക്കിയായിരുന്നു റൗഡി നിയമപ്രകാരമുള്ള അറസ്റ്റ്. ആ മുദ്രാവാക്യങ്ങൾ വിളിച്ചാൽത്തന്നെയും കുറ്റമാകുന്നില്ലെന്നും അക്രമം പ്രവർത്തിച്ചാലേ കുറ്റമാകൂ എന്നും പിന്നീട് ഹൈക്കോടതി വിധിച്ചു. എങ്കിലും പല ആഴ്ചകൾ ഞങ്ങൾക്ക് തൃശ്ശൂർ മജിസ്ട്രേറ്റ് കോടതിയിൽ ഹാജരാകേണ്ടിവന്നു. ഹൈക്കോടതിയുടെ ഇടപെടൽ ആണ് ഞങ്ങളെ വെറുതെ വിടാൻ കാരണമായത്.

സംസ്കാരത്തിന്റെ രാഷ്ട്രീയം, സൗന്ദര്യത്തിന്റെ രാഷ്ട്രീയം, വായനയുടെ രാഷ്ട്രീയം, മാധ്യമങ്ങളുടെ രാഷ്ട്രീയം ഇങ്ങനെ ചർച്ചാവിഷയമായ പല ലേഖനങ്ങളും ഞാൻ എഴുതുന്നത് എൺപതുകളിലാണ്. അവ ശാസ്ത്രസാഹിത്യപരിഷത്ത്, ദേശാഭിമാനി സ്റ്റഡി സർക്കിൾ തുടങ്ങി പല വേദികളിലും അവതരിപ്പിക്കുകയും ചെയ്തു - കൊരട്ടിയിലെയും മറ്റും ചില തൊഴിലാളികളുടെ യൂണിയനുകളിൽ ഉൾപ്പെടെ.

മറ്റൊരു പ്രധാന പ്രവർത്തനം ഒരേസമയം ലാവണ്യപരവും രാഷ്ട്രീയവുമായ വിവർത്തനങ്ങൾ ആയിരുന്നു. യൂറോപ്യൻ സോഷ്യലിസ്റ്റ് കവികൾ, ആഫ്രിക്കൻ, ആഫ്രോ അമേരിക്കൻ, ലാറ്റിൻ അമേരിക്കൻ കവികൾ, മാവോ, ഹോ ചി മിൻ തുടങ്ങിയ നേതാക്കളുടെ പ്രത്യക്ഷ രാഷ്ട്രീയകവിതകൾ ഇവയ്ക്കൊപ്പം പേരുവച്ചും വയ്ക്കാതെയും പല സൈദ്ധാന്തികരചനകളും ഞാൻ തർജ്ജമ ചെയ്തിരുന്നു. മലയാളത്തിൽ നിന്ന് ഇംഗ്ലീഷിലേക്കുള്ള പരിഭാഷകളും ഇക്കാലത്ത് സാധാരണമായി. വേറൊരു മേഖല മാസികാപ്രവർത്തനമായിരുന്നു. ഏതെങ്കിലും തരത്തിൽ ഞാൻ സംഭാവനചെയ്യാത്ത ലിറ്റിൽ മാഗസിനുകളോ ചെറുപ്രസിദ്ധീകരണങ്ങളോ അന്ന് ഇല്ലായിരുന്നു എന്നു തന്നെ പറയാം. ഇവ കൂടാതെയാണ് *ജ്വാല, ഉത്തരം* തുടങ്ങി ഞാൻ തന്നെ പ്രസിദ്ധീകരിച്ചിരുന്ന മാസികകൾ. പ്രസക്തി എന്ന പേരിൽ ഒരു പ്രസാധനശാലയും അൽപകാലം ഞാൻ നടത്തി. അത് വിപ്ലവോന്മുഖ കവിതയുടെയും കഥയുടെയും സമാഹാരങ്ങളും സോവിയറ്റ് യൂണിയന്റെ വർത്തമാനാവസ്ഥയുടെ ഒരു വിമർശവും പ്രസിദ്ധീകരിച്ചു.

മറ്റൊരനുഭവം ക്രൈസ്റ്റ് കോളേജ് മാസികയുടെ ഒരു ലക്കത്തെ ചുറ്റിപ്പറ്റിയാണ്. മാസികയുടെ എഡിറ്റോറിയൽ കമ്മിറ്റിയിൽ ഞാനും

ഉണ്ടായിരുന്നു. ഞങ്ങൾ കുറച്ചു പേർ എന്റെ വിദ്യാർത്ഥികൾ ആയിരുന്ന സുബ്രഹ്മണ്യ ദാസ് (ചിന്തകൻ, എഴുത്തുകാരൻ, പിന്നീട് ആത്മസംഘർഷങ്ങൾ മൂലം ആത്മഹത്യചെയ്തു), അശോക്കുമാർ (പിന്നീട് കോമ്രേഡ് മാസികയുടെ പത്രാധിപരായി, പ്രസ്ഥാനം വിട്ടശേഷം ക്യാൻസർ രോഗികൾക്കുള്ള സമാശ്വാസകേന്ദ്രത്തിൽ പ്രവർത്തിച്ചു; ഇപ്പോൾ പ്രസ് നടത്തുന്നു. സൈബർ മലയാളത്തിന്റെ പരിഷ്കരണത്തിനുവേണ്ടിയും പ്രവർത്തിക്കുന്നു), ബ്രഹ്മപുത്രൻ (ഇപ്പോൾ ജനസേവകനായ ഡോക്ടർ), സി.എസ്. വെങ്കിടേശ്വരൻ (ഇപ്പോൾ പ്രസിദ്ധ മാധ്യമവിമർശകൻ) എന്നിവരും ഞാനും ആ ലക്കത്തെ സമകാലീന വിദ്യാഭ്യാസസമ്പ്രദായത്തിന്റെയും സിലബസ്സിന്റെയും സോഷ്യലിസ്റ്റ് കാഴ്ചപ്പാടിലുള്ള ഒരു സമഗ്രവിമർശമാക്കാൻ തീരുമാനിച്ചു. ഞങ്ങളെല്ലാം 1964ലെ ഫ്രഞ്ച് വിദ്യാർത്ഥി വിപ്ലവത്തിന്റെയും ഡാനിയൽ കോഹെൻ ബൻഡിറ്റും മറ്റും ചേർന്നിറക്കിയിരുന്ന *സ്റ്റുഡന്റ് പവർ*, പൗലോ ഫ്രെയറിന്റെ *പെഡഗോജി ഓഫ് ദി ഒപ്രെസ്ഡ്* (പീഡിതരുടെ ബോധനശാസ്ത്രം) തുടങ്ങിയ പുസ്തകങ്ങളുടെയും വിദ്യാർത്ഥികളായിരുന്നു. ചെ ഗുവേരയും റെഗിസ് ദിബ്രെയും മാവോയും മറ്റും പിറകിലുമുണ്ടായിരുന്നു. വിദ്യാഭ്യാസത്തിന്റെ സമൂല വിമർശനം അടങ്ങിയ ആ മാസിക അച്ചടിച്ചുവന്നപ്പോഴുണ്ടായ പുകിൽ ഊഹിക്കാമല്ലോ. കെ.എസ്.യു. വിദ്യാർത്ഥികൾ അതിന്റെ കോപ്പികൾ കത്തിച്ചു. മാനേജ്മെന്റിന് എന്തുചെയ്യണം എന്നറിയാതായി. ഒടുവിൽ ഒരു സ്റ്റാഫ് കമ്മിറ്റി വിളിച്ച് അത് കോളേജ് മാഗസിൻ ആക്കാതെ സ്റ്റുഡന്റ്സ് മാഗസിൻ എന്ന പേരിൽ ഇറക്കാൻ അനുമതി തന്നു. ഞങ്ങൾക്ക് അത് മതിയായിരുന്നു. ജോലി പോയാലും സാരമില്ലെന്ന ധൈര്യമുണ്ടെങ്കിൽ പലതും ചെയ്യാൻ കഴിയും എന്ന് അന്ന് പഠിച്ച പാഠം, പിന്നീട് കേന്ദ്ര സാഹിത്യ അക്കാദമിയിൽ മുൻപൊരിക്കലും നടന്നിട്ടില്ലാത്ത കാര്യങ്ങൾ, അഖിലേന്ത്യാ സ്ത്രീസാഹിത്യ സമ്മേളനം, ആദിവാസി സാഹിത്യ സമ്മേളനം, ദളിത് സാഹിത്യസമ്മേളനം, ഈ വിഭാഗങ്ങൾക്കും യുവ എഴുത്തുകാർക്കും പ്രത്യേകം സാഹിത്യവേദികൾ, എട്ടാം ഷെഡ്യൂളിൽ ഇല്ലാത്ത ഭാഷകളിൽ പുരസ്കാരങ്ങളും പ്രസിദ്ധീകരണങ്ങളും, *ഇന്ത്യൻ ലിറ്ററേച്ചർ* ദ്വൈമാസികയുടെ പ്രത്യേക ദളിത് സാഹിത്യപ്പതിപ്പുകൾ, സാഹിത്യസ്ഥാപനത്തെക്കുറിച്ചുള്ള സ്ഥിരധാരണകളെ ചോദ്യം ചെയ്യുന്ന എഡിറ്റോറിയലുകൾ, അങ്ങനെ പലതും ചെയ്തു നോക്കാൻ എനിക്ക് ആത്മവിശ്വാസം നൽകി.

ഞങ്ങളുടെ ഇരിങ്ങാലക്കുടയിലെ വീട് ‘ബോധി’ ഒരു സത്രം പോലെയായിരുന്നു. അജിതയും ടി.എൻ. ജോയിയും മേഘനാദനും ബി. രാജീവനും കെ. രാജീവനും കെ .ജി. ശങ്കരപ്പിള്ളയും കവിയൂർ ബാലനും സേതുവും രാമചന്ദ്രൻ മൊകേരിയും പി.സി. രവീന്ദ്രനും

സദാശിവനും രഘുവും ടി.കെ. രാമചന്ദ്രനും ഉൾപ്പെടെയുള്ള പലപ്പോഴും എഴുത്തുകാർ കൂടിയായിരുന്ന സാംസ്കാരിക രാഷ്ട്രീയപ്രവർത്തകർ മാത്രമല്ല, നിത്യചൈതന്യയതി, സുകുമാർ അഴീക്കോട്, അയ്യപ്പപ്പണിക്കർ, എം.എൻ. വിജയൻ, പി. ഗോവിന്ദപ്പിള്ള, ചിന്ത രവി, ജോൺ അബ്രഹാം, യു.ആർ. അനന്തമൂർത്തി എന്നിവർ തുടങ്ങി എ. അയ്യപ്പനും ബാലചന്ദ്രൻ ചുള്ളിക്കാടും സി.ആർ. പരമേശ്വരനും ഉൾപ്പെടെ കേരളം മുഴുവനുമുള്ള അനേകം എഴുത്തുകാരും ചെറുപ്രസാധകരും പത്രാധിപന്മാരും വരെയുള്ളവർ അവിടെ സന്ദർശകരായി വന്നിരുന്നു, പലരും വീട്ടിൽ താമസിക്കുകയും ചെയ്തിരുന്നു. കടമ്മനിട്ട രാമകൃഷ്ണൻ പോസ്റ്റൽ ഓഡിറ്റ് നടത്താൻ വരുന്ന വർഷങ്ങളിലെല്ലാം ഒരു മാസം എന്റെ ഇരിങ്ങാലക്കുടയിലെ വീട്ടിൽ തങ്ങിയിരുന്നു. അഭിമുഖത്തിനും പരിപാടികൾക്ക് ക്ഷണിക്കാനും മറ്റും വരുന്നവർ വേറെ. തീരെ അറിയാത്തവരും അക്കൂട്ടത്തിൽ ഉണ്ടായിരുന്നു, ചിലപ്പോൾ ഒരു രാത്രി ഹോട്ടൽ മുറി കിട്ടാതെ, അഥവാ അതിനു പണമില്ലാതെ, അഭയംതേടി വരുന്നവർ. സ്വകാര്യത എന്ന ഒരു സങ്കല്പം തന്നെ അന്ന് ഞങ്ങളുടെയൊക്കെ വീടുകളിൽ ഇല്ലായിരുന്നു. ഏതു സമയവും അതിഥികൾ വരാം. പലപ്പോഴും രാത്രി മുഴുവൻ ചർച്ചകൾ നടക്കും. ചിലപ്പോൾ കവിത വായന ഉണ്ടാവും. പണമൊന്നുമില്ലെങ്കിലും എങ്ങനെയെങ്കിലും അവർക്കെല്ലാം ഭക്ഷണമുണ്ടാക്കും. പലപ്പോഴും അയൽവക്കത്തു നിന്ന് കടം വാങ്ങി സന്ദർശകർക്ക് യാത്രക്കൂലി കൊടുക്കേണ്ടി വന്നിട്ടുണ്ട്. ആ കാലത്തിന്റെ മൂല്യബോധമായിരുന്നു അതെല്ലാം ചെയ്യിച്ചത്.

സ്ത്രീകളുടെ സഹനത്തോട് നിസ്സംഗമായിരുന്ന ആ പുരുഷാധിപത്യലോകം ബിന്ദുവിനും സാവിത്രിക്കും - രാജീവന്റെ തൃശൂരിലെ വീടും ഇങ്ങനെ തന്നെയായിരുന്നു - ഒക്കെ നൽകിയ കഷ്ടപ്പാടുകൾ ഓർത്ത് പിന്നീട് ഞാൻ ദുഃഖിച്ചിട്ടുണ്ട്. (അതിഥികളിൽ പ്രിയപ്പെട്ട അജിത മാത്രമാണ് ബിന്ദുവിനെ സഹായിക്കാൻ അടുക്കളയിലേക്കു പോയിരുന്നത് എന്ന് ഞാൻ നന്ദിയോടെ, വിഷമത്തോടെ, ഓർക്കുന്നു) എങ്കിലും അതിൽ മറ്റൊന്നിൽ നിന്നും കിട്ടാത്ത ഒരാനന്ദമുണ്ടായിരുന്നു. പിന്നീട് ഓർമ്മകൾ നിറഞ്ഞ ആ വീട് നിവൃത്തികേടുകൊണ്ട് വിൽക്കേണ്ടി വന്നപ്പോൾ, വാങ്ങിയ ആൾ അത് ഇടിച്ചുനിരത്തുന്നു എന്ന് ഒറ്റക്കുടുംബമായിക്കഴിഞ്ഞ പഴയ അയൽക്കാർ സങ്കടത്തോടെ ഫോണിൽ ഡൽഹിക്കു വിളിച്ചുപറഞ്ഞപ്പോൾ, ഞാൻ വലിയ വേദന അനുഭവിച്ചു. ആ വ്യസനത്തിന്റെ തീക്ഷ്ണത എന്റെ *വീടുവിൽപ്പന, വീടിനെക്കുറിച്ചുള്ള അവസാനത്തെ കവിത* എന്നീ രചനകളിലുണ്ട്.

ഞാൻ അധ്യാപനത്തെക്കുറിച്ചു മാത്രമല്ല എഴുതിയത്. അധ്യാപനവൃത്തിയെ സാമൂഹ്യപ്രവർത്തനത്തിലും സമൂഹത്തിനു വേണ്ടിയുള്ള ചിന്തയിലും നിന്ന് വേർപെടുത്തുന്നത് എങ്ങനെയെന്ന് എനിക്കറിഞ്ഞു

കൂടാ, ക്ഷമിക്കുക. 1992 ൽ ഡൽഹിയിലേക്കു മാറുംവരെ ഞാൻ നടത്തിയിരുന്ന അധ്യാപനവൃത്തിയെത്തന്നെ ശമ്പളത്തിനു വേണ്ടി ചെയ്യുന്ന ഒരു ജോലിയായല്ല ഞാൻ കണ്ടത്, മറ്റൊരുതരത്തിൽ നോക്കിയാൽ ക്ലാസ്മുറിയിൽ മാത്രമല്ല ഞാൻ അധ്യാപകനായിരുന്നതും. ഇന്നും ഞാൻ എന്നെത്തന്നെ ഒരേസമയം ജ്ഞാനകുതുകിയായ ഒരു വിദ്യാർത്ഥിയും സംവേദനോത്സുകനായ ഒരധ്യാപകനുമായി കാണുന്നു.

എന്റെ ലേഖനങ്ങളിലും പ്രസംഗങ്ങളിലും സംഭാഷണങ്ങളിലും ഞാൻ കാര്യങ്ങൾ വ്യക്തമായി എണ്ണിയെണ്ണിപ്പറയുന്ന രീതി കണ്ടാകാം ഒരിക്കൽ എന്റെ പ്രിയ വിദ്യാർത്ഥികളിൽ ഒരാളായിരുന്ന, മുൻപു പറഞ്ഞ, അശോക് കുമാർ എന്ന അശോകൻ പറഞ്ഞു: ''മാഷ് എന്നും മാഷ് തന്നെ.'' ഇന്ന് കേരളത്തിലുള്ള എന്റെ പലപ്രായത്തിലുള്ള സുഹൃത്തുക്കളും എഴുത്തുകാരും വായനക്കാരും അതു കേട്ടറിഞ്ഞ് തമിഴ് എഴുത്തുകാരായ സുകുമാരനെയും ലീനാ മണിമേഖലയെയും ഗുജറാത്തി കവി ദിലീപ് ഝാവേരിയെയും പോലെ പുറത്തുള്ള ചിലരും, എന്നെ മാഷ് എന്ന് വിളിക്കുമ്പോൾ ഞാൻ അശോകൻ പറഞ്ഞത് ഓർത്തുപോകുന്നു സന്തോഷത്തോടെ തന്നെ. എനിക്കേറ്റവും ഇഷ്ടമുള്ള ആ സംബോധന എന്റെ വ്യക്തിപരമായ വേദനകളും ഒറ്റപ്പെടലുകളുമൊക്കെ മറക്കാനും അലസരായ സിനിക്കുകളുടെ അസത്യാത്മകമായ വിമർശനങ്ങളെ അതിജീവിക്കാനും എന്നെ സഹായിക്കുന്നു.

ഡൽഹി മുതൽ ഡൽഹി വരെ

ആ ദിവസം എനിക്ക് ഇപ്പോഴും ഓർമ്മയുണ്ട്. ഇരുപത്തിയേഴു വർഷം മുമ്പ് ഞങ്ങൾ വായ്പ വാങ്ങി പണിതു താമസമാക്കിയിരുന്ന, കയ്പും മധുരവും നിറഞ്ഞ ഓർമ്മകൾ നിറഞ്ഞുനിന്ന ഇരിങ്ങാലക്കുടയിലെ പ്രിയപ്പെട്ട വീടു വിട്ട്, ഞങ്ങൾ നട്ട തെങ്ങിൻ തൈകൾ കായ്ക്കുകയും മാവിൽ മാങ്ങ വിളയുകയും ചെറിച്ചെടിയിൽ പൂക്കൾ വിരിയുകയും ചെയ്യും മുമ്പ്, മൂത്ത മകളെ അവൾക്കിഷ്ടപ്പെട്ടയാൾക്കു വിവാഹം ചെയ്തു കൊടുത്തയച്ച്, ഇളയവളെ കോളജ് ഹോസ്റ്റലിലാക്കി, അത്യാവശ്യമുള്ള വീട്ടുസാധനങ്ങളും പുസ്തകങ്ങളും ഒരു ട്രക്കിൽ മുമ്പേ അയച്ച് ഒരു സാധാരണ തീവണ്ടിയിലെ രണ്ടാം ക്ലാസ് കമ്പാർട്ട്മെന്റിൽ, കാത്തുനിൽക്കുന്ന വിധി എന്തെന്നറിയാതെ ഞങ്ങൾ ന്യൂഡൽഹി റെയിൽവേ സ്റ്റേഷനിൽ വന്നിറങ്ങിയ ദിവസം. ആ വീട് വിടുക എളുപ്പമായിരുന്നില്ല. നൂറുകണക്കിന് യുവചിന്തകരും എഴുത്തുകാരും വിപ്ലവപ്രവർത്തകരും പലകുറി സന്ദർശിക്കുകയോ അന്തിയുറങ്ങുകയോ രാത്രി പകലാക്കി ചർച്ചകളിൽ ഏർപ്പെടുകയോ ചെയ്തിരുന്ന, സി.ഐ.എയുടെ പണം വാങ്ങി പണിത വീടെന്ന് ഒരു സി.പി.ഐ നേതാവ് പട്ടണത്തിലെ ആൽത്തറയ്ക്കൽ നടത്തിയ തെരഞ്ഞെടുപ്പു പ്രസംഗത്തിൽ കളവായി ആരോപിച്ചിരുന്ന, 'പ്രസക്തി ലൈബ്രറി' എന്ന പേരിൽ ഞാൻ നടത്തിയ പുസ്തകപ്രസാധനത്തിന്റെ ഓഫീസായിരുന്ന, *ജ്വാല* മുതൽ *ഉത്തരം* വരെ ഞാൻ പത്രാധിപരായി ഇറക്കിയിരുന്ന പ്രസിദ്ധീകരണങ്ങളുടെ ഉറവിടമായിരുന്ന, *സത്യവാങ്മൂല*വും പനിയും, *വേനൽമഴ*യും *നീതിയുടെ വൃക്ഷ*വും മുതൽ *കായിക്കരയിലെ മണ്ണും*, ഒടുവിൽ *ഞാൻ ഒറ്റയാകുന്നുവും ഇവനെക്കൂടിയും രാമനാഥൻ പാടുമ്പോളും, പശ്ചിമ കാണ്ഡവും ആദികവികളും ഇനിയൊന്നു വിശ്രമിക്കട്ടെയും ശരീരം ഒരു നഗരവും ഹിരോഷിമയുടെ ഓർമ്മയും പറയുന്നു കബീറും മീര പാടുന്നു*വും വരെയുള്ള എന്റെ പല സമാഹാരങ്ങളിലായുള്ള നൂറോളം കവിതകൾക്കും അനേകം ലേഖനങ്ങൾക്കും പിറവി നൽകിയ, ഞങ്ങളുടെ മാത്രം എന്നു പറയാൻ പ്രയാസമായ വിധം, അനേകം യുവകവികളുടെയും യുവകലാപകാരികളുടെയും അഭയമായിരുന്ന വീടായിരുന്നല്ലോ അത്.

അതിനുമുമ്പ് പലകുറി ഞാൻ ഡൽഹി സന്ദർശിക്കാതിരുന്നിട്ടില്ല. അശോക് വാജ്പേയിയുടെ നേതൃത്വത്തിൽ സജീവമായ ഒരു സാംസ്കാരിക കേന്ദ്രമായി മാറിയിരുന്ന ഭോപ്പാലിലെ ഭാരത് ഭവൻ നടത്തിയ ലോക കവിസമ്മേളനത്തിന്റെ ഭാഗമായി, ഐ.സി.സി.ആർ നടത്തിയ വാല്മീകി അന്തർദേശീയ കാവ്യോത്സവത്തിൽ പങ്കെടുക്കാൻ, പഴയ യൂഗോസ്ലാവിയയിലെ സരായെവോ കവിതാദിനങ്ങളിൽ ഭാഗഭാക്കാകാനും ഇന്നില്ലാത്ത സോവിയറ്റ് യൂനിയനിലെ ഇന്ത്യാ ഫെസ്റ്റിവലിൽ പങ്കെടുക്കാനും പോകുംവഴി, സാഹിത്യ അക്കാദമിയുടെ ഒരു കവിതാ സെമിനാറിൽ പ്രബന്ധം അവതരിപ്പിക്കാൻ അങ്ങനെ പലകുറി.

ചിലപ്പോൾ ആനന്ദിന്റെ ക്വാർട്ടേഴ്സിലും ചിലപ്പോൾ സക്കറിയയുടെ വീട്ടിലും ചിലപ്പോൾ ഭോപ്പാലിൽവെച്ച് സുഹൃത്തുക്കളായിരുന്ന ഇന്ത്യൻ അഡ്മിനിസ്ട്രേറ്റീവ് സർവ്വീസിലെ ഗോപാലകൃഷ്ണന്റെയും സുധയുടെയും ഔദ്യോഗിക വസതിയിലും ആണ് അപ്പോഴൊക്കെ താമസിച്ചിരുന്നത്. കവി എന്ന നിലയിൽ ഡൽഹിയിലെ സാഹിത്യ ലോകം എന്നെ അറിയുമായിരുന്നു. അശോക് വാജ്പേയി, കേദാർനാഥ് സിങ്, കുംവർ നാരായൺ, മംഗളേഷ് ദബ്രാൽ തുടങ്ങിയ ഹിന്ദി കവികൾ മിത്രങ്ങളായിക്കഴിഞ്ഞിരുന്നു. എന്റെ കവിതകളുടെ ഒരു ഹിന്ദി പരിഭാഷാ സമാഹാരം 1982ൽ തന്നെ രാജ്കമൽ പ്രകാശൻ പ്രസിദ്ധീകരിച്ചിരുന്നു. ഹിന്ദി മാസികകളിൽ കവിതകളും അഭിമുഖവും വന്നുകഴിഞ്ഞിരുന്നു. ഒ. വി. വിജയൻ, സക്കറിയ, വി.കെ. മാധവൻ കുട്ടി, എം. മുകുന്ദൻ, ആനന്ദ്, ഓം ചേരി, സനൽ ഇടമറുക് തുടങ്ങിയ മലയാളികളുമായും പരിചയമുണ്ടായിരുന്നു – ഞാൻ എത്തുമ്പോഴേക്കും അവരിൽ ചിലർ ഡൽഹി വിട്ടുകഴിഞ്ഞിരുന്നുവെങ്കിലും.

എന്നെയും ബിന്ദുവിനെയും റെയിൽവേ സ്റ്റേഷനിൽ വന്നു സ്വീകരിച്ചത് ആനന്ദ് ആയിരുന്നു. അദ്ദേഹം ഞങ്ങൾക്കു താമസിക്കാനുള്ള ഒരു കൊച്ചു വാടകവീടും ഏർപ്പെടുത്തിയിരുന്നു. എം. മുകുന്ദൻ മുമ്പ് താമസിച്ചിരുന്ന ദക്ഷിണ ഡൽഹിയിലെ ലജ്പത് നഗറിലെ ഒരു അഭയാർഥിക്കോളനിയായ അമർ കോളനിയിൽ, ഒരു വരാന്തയും കിടപ്പുമുറിയും അടുക്കളയും കുളിമുറിയും മാത്രമുള്ള, തീവണ്ടിയുടെ കമ്പാർട്ട്മെന്റ് പോലുള്ള ഒരു വീടായിരുന്നു അത്. സാഹിത്യ അക്കാദമിയുടെ ഇംഗ്ലീഷ് ദ്വൈമാസികയായ *ഇന്ത്യൻ ലിറ്ററേച്ചറി*ന്റെ പത്രാധിപർ ആയിട്ടായിരുന്നു എന്റെ നിയമനം. അയ്യപ്പപ്പണിക്കരുടെ സ്നേഹപൂർവമായ നിർബന്ധം, അക്കാദമി സെക്രട്ടറി ഇന്ദ്രനാഥ് ചൗധരിയുടെ ക്ഷണം, കേരളത്തിൽ ജനകീയ സാംസ്കാരികവേദിയുടെ തകർച്ചയ്ക്കുശേഷം ഞാൻ അനുഭവിച്ചിരുന്ന വിഷാദവും ഏകാകിതയും സ്വന്തം ചെലവിൽ അല്ലാതെ ഒരു പ്രസിദ്ധീകരണം നടത്താമല്ലോ എന്ന ആശ്വാസം, മാസികകൾ നടത്തിയുണ്ടായ ആത്മവിശ്വാസം, പുതിയ ഒരിടത്ത് ജീവിതമാരംഭിക്കുന്നതിന്റെ സാഹസികത ഇതെല്ലാം ചേർന്നാണ് അന്ന്

കോളജിൽ ലഭിച്ചിരുന്ന ശമ്പളത്തെക്കാൾ കുറവ് വരുമാനമുള്ള ഈ ജോലി സ്വീകരിക്കാൻ എന്നെ പ്രേരിപ്പിച്ചത്. വീടിന്റെ കടം വീട്ടി, ചെറിയ തോതിലെങ്കിലും മകളുടെ വിവാഹം നടത്തി പാപ്പരായാണ് ഞങ്ങൾ ഡൽഹിയിൽ എത്തുന്നത്. ഡൽഹിയിലെ വീടിന്റെ വാടക, നാട്ടിലെ ഇളയ മകളുടെ ഹോസ്റ്റൽ ഫീസും കോളജ് ഫീസും എന്നും അക്കാദ മിയിലേക്കുള്ള യാത്രയുടെയും ഡൽഹിയിലെ തണുപ്പും ചൂടും നേരിടാനുള്ള ഒരുക്കങ്ങളുടെയും പുതിയ ചെലവുകൾ - ദയനീയ മായിരുന്നു ആ ദിവസങ്ങളിലെ ഞങ്ങളുടെ ജീവിതം. ആനന്ദും രമ ണിയും മുകുന്ദനും ശ്രീജയും വി.കെ. മാധവൻകുട്ടിയും ഉണ്ടല്ലോ എന്നതായിരുന്നു ഒരാശ്വാസം. ഡൽഹിയുമായി പരിചയപ്പെടാൻ ഒട്ടേറെ സമയമെടുത്തു. രണ്ടാം ഭാഷയായി പഠിച്ചിരുന്ന ഹിന്ദി പൊടി തട്ടി യെടുത്തു. ബിന്ദുവും തന്റെ മുറിഹിന്ദിയിൽ അത്യാവശ്യകാര്യങ്ങൾ സാധിച്ചു. വീട്ടുടമ, വിഭജനത്തിന്റെ അഭയാർത്ഥിയായി എത്തിയ ലാലാജി, വാടക സമയത്ത് കൊടുക്കണം എന്ന നിർബന്ധമൊഴിച്ചാൽ, നല്ല മനുഷ്യനായിരുന്നു. ആ കുടുംബമായിരുന്നു ഞങ്ങളുടെ ആദ്യ സഹായികൾ എന്നുപറയാം.

ബസ്സിലാണ് ഞാൻ അക്കാദമിയിൽ പോവുകയും വരുകയും ചെയ്തി രുന്നത്. സ്വന്തം വീടും കാറുമില്ലാത്തവർ ഡൽഹിയിൽ മിക്കവാറും യാചകരെപ്പോലെയാണ്. ഡൽഹിയിലെ 'ഹൈ സൊസൈറ്റി'യിൽ മേൽവിലാസം വളരെ പ്രധാനമായിരുന്നു. 'അമർ കോളനി' എന്ന വിലാസം മതി ഒരാളുടെ താഴ്ന്ന വർഗം തിരിച്ചറിയാൻ. എന്നിട്ടും ചെറിയ ആനന്ദങ്ങളും വലിയ അമ്പരപ്പുകളുമായി, ഹേമന്തത്തിൽ

തണുത്തു വിറച്ചും ഗ്രീഷ്മത്തിൽ പൊള്ളി വിയർത്തും ഞങ്ങൾ അവിടെ നാലു വർഷം കഴിഞ്ഞുകൂടി. അവിടത്തെ ഒരു നല്ല ഓർമ വി.കെ. ശശിധരൻ ഇടശ്ശേരിയുടെ *പൂതപ്പാട്ട്* ചൊല്ലുന്നതു കേൾക്കാൻ ആനന്ദ്, മുകുന്ദൻ, മുതിർന്ന പത്രപ്രവർത്തകരായ വി.കെ. മാധവൻകുട്ടി, കെ.പി.കെ. കുട്ടി, എ.ഐ.ആറിലെ സുഷമ, ഹഡ്കോ ചെയർമാൻ ആയിരുന്ന സുരേഷും അദ്ദേഹത്തിന്റെ പത്നിയായ, ഇംഗ്ലീഷിൽ കവിതകൾ എഴുതാൻ ആരംഭിച്ചിരുന്ന നീരദയും, എൻ.എസ്. മാധവൻ, കാർട്ടൂണിസ്റ്റ് ഉണ്ണി, ചിത്രകാരന്മാർ എ. രാമചന്ദ്രൻ, കെ. ദാമോദരൻ, മധുസൂദനൻ എന്നിവരെല്ലാം ഞങ്ങളുടെ കൊച്ചു അതിഥിമുറിയിൽ ഒത്തുകൂടിയതാണ്. അവരിൽ ചിലരെങ്കിലും അന്നാണ് പരസ്പരം പരിചയപ്പെടുന്നതു തന്നെ.

അതിനിടെ ആ പ്രദേശത്തു തന്നെ മൂന്നു തവണ ഞങ്ങൾ വീടുകൾ മാറി. ഒരു വർഷം കഴിഞ്ഞപ്പോൾ ഇളയ മകൾ സബിതകൂടി ഡൽഹിക്ക് വന്നു, ലേഡി ശ്രീറാം കോളജിൽ ഇംഗ്ലീഷ് ബി.എ ഓണേഴ്സിനു ചേർന്നു. എൻ.എസ്. മാധവനും മുകുന്ദനും ആനന്ദുമായി വളരെ അടുത്തു (മാധവൻ എന്റെ മഹാരാജാസ് വിദ്യാർത്ഥികാലത്തെ സുഹൃത്തായിരുന്നെങ്കിലും). ഓഫീസിൽ പലർക്കും ഞാൻ ഒരു അമ്പരപ്പായിരുന്നു. ഒരു ദിവസം എന്റെ അസിസ്റ്റന്റ് എഡിറ്റർ (അവർ ഒരു കശ്മീരി ബ്രാഹ്മണസ്ത്രീ ആയിരുന്നു) എന്നോട് ''താങ്കൾ ബ്രാഹ്മണനാണോ'' എന്ന് നേരിട്ട് ചോദിച്ചു. കേരളത്തിൽനിന്നു വന്ന ഞാൻ അത്തരം ഒരു ചോദ്യം പ്രതീക്ഷിച്ചിരുന്നില്ല. ഞാൻ ജാതി പറയുന്നതിനു പകരം ബോധപൂർവം തന്നെ, 'അല്ല, ശൂദ്രൻ' എന്ന് മറുപടി പറഞ്ഞു. അത് അവരെ ഞെട്ടിച്ചു. അപ്പോഴാണ് ഞാൻ സാഹിത്യ അക്കാദമിയിലെ സെക്രട്ടറിമാർ, ഡെപ്യൂട്ടി സെക്രട്ടറിമാർ, എഡിറ്റർമാർ തുടങ്ങി അൽപം ഭേദപ്പെട്ട തലത്തിൽ ജോലി ചെയ്യുന്നവരെ ഓർത്തെടുത്തത്. അത്ഭുതം: എല്ലാവരും ബ്രാഹ്മണർ! സംവരണ വിഭാഗങ്ങളിൽപെട്ടവരെല്ലാം അറ്റൻഡർ, പ്യൂൺ തുടങ്ങിയ ജോലികൾ ചെയ്യുന്നു. അങ്ങനെ ഞാൻ അക്കാദമിയിലെ ആദ്യത്തെ 'ശൂദ്ര പത്രാധിപർ' ആയി, പിന്നീട് ആദ്യത്തെ ദക്ഷിണേന്ത്യൻ സെക്രട്ടറിയും. ഈ രണ്ടു രീതിയിലും എന്നെ ദ്രോഹിക്കാനുള്ള ധാരാളം ശ്രമങ്ങൾ നടന്നു. എഡിറ്ററുടെ ശമ്പളം കുറവായതിനാൽ എന്റെ കോളജിലെ ശമ്പളം സംരക്ഷിക്കാം എന്ന ഉറപ്പിലാണ് ഞാൻ അക്കാദമിയിൽ ചേർന്നത്. പക്ഷേ, അതിനെതിരെ ഭരണച്ചുമതലയുള്ള ഡെപ്യൂട്ടി സെക്രട്ടറി (മത്സ്യം കഴിക്കുന്ന ബംഗാളി-കശ്മീരി ബ്രാഹ്മണർ ബ്രാഹ്മണർ അല്ലെന്നു വാദിച്ചിരുന്ന ഒരു യു.പി ബ്രാഹ്മണൻ) ഇടപെട്ടു. ഒടുവിൽ ഞാൻ രാജിക്കത്തെഴുതി കേരളത്തിലേക്ക് മടങ്ങാൻ ഉറച്ചപ്പോഴാണ് സെക്രട്ടറി ഇടപെട്ട് അക്കാര്യം തീർപ്പാക്കിയത്.

പക്ഷേ, എനിക്ക് സുഹൃത്തുക്കളും ഇല്ലാതിരുന്നില്ല. ഹിന്ദി എഡിറ്ററും കവിയുമായ ഗിരിധർ റാഠ്ഠി അവരിൽ ഒരാൾ ആയിരുന്നു. എന്റെ കവിതകൾ മുമ്പേ ഹിന്ദിയിൽ വായിച്ചിരുന്നതുകൊണ്ടാകാം അദ്ദേഹം അവയിൽ വലിയ താൽപര്യമെടുത്തു. എന്നും ജോലി കഴിഞ്ഞ് വൈകുന്നേരം ഞങ്ങൾ ഒന്നിച്ചിരുന്ന് ഒരു വലിയ പുസ്തകത്തിന് വേണ്ടത്ര കവിതകൾ മലയാളത്തിൽനിന്ന് ഹിന്ദിയിലേക്ക് പരിഭാഷ ചെയ്തു. പിന്നീടു ഹിന്ദിയിൽ എന്റെ ആറു പുസ്തകങ്ങൾകൂടി ഇറങ്ങിയെങ്കിലും ഇന്നും എന്റെ ഏറ്റവും നല്ല ഹിന്ദി പരിഭാഷകൾ ആ സമാഹാരത്തിലേതാണ് എന്ന് ഞാൻ കരുതുന്നു. അദ്ദേഹത്തേക്കൂടാതെ മുമ്പ് ചെയ്യപ്പെട്ട ചില പരിഭാഷകളും - ഗഗൻ ഗിൽ, രാജേന്ദ്ര ധോഡപ്കർ തുടങ്ങിയവർ ചെയ്തത് - അതിൽ അദ്ദേഹം ഉൾക്കൊള്ളിച്ചു. *എല്ലാം ഓർമ്മിച്ചവൻ, (വോ ജിസ്‌കോ സബ് യാദ് ഥാ)* എന്ന, 'കിത്താബ് ഘർ' പ്രകാശിപ്പിച്ച ആ പുസ്തകം ഹിന്ദി സഹൃദയലോകം നന്നായി സ്വീകരിച്ചു. അന്ന് അക്കാദമി അധ്യക്ഷൻ ആയിരുന്ന അസമീസ് നോവലിസ്റ്റ് ബീരേന്ദ്രകുമാർ ഭട്ടാചാര്യയും എന്നെ ഏറെ സ്നേഹിച്ചിരുന്നു. സാഹിത്യസംബന്ധിയായ സംശയങ്ങൾ അദ്ദേഹം എന്നോടാണ് ചോദിക്കുക പതിവ്. ഒരിക്കൽ അദ്ദേഹം ജ്ഞാനപീഠ പുരസ്കാര സമിതിയിൽ ഉള്ളപ്പോൾ അസമീസ് കവികളിൽ നീൽമണി ഫുക്കൻ ആണോ നവകാന്ത ബറുവയാണോ കൂടുതൽ നല്ല കവി എന്ന് ചോദിച്ച് എന്നെ ധർമസങ്കടത്തിലാക്കുകയും ചെയ്തു. രണ്ടു പേരും എന്റെ സുഹൃത്തുക്കളും രണ്ടു രീതിയിൽ നല്ല കവികളും ആയിരുന്നു. എനിക്ക് ഭാഷ അറിയില്ലല്ലോ എന്നു പറഞ്ഞ് ഒഴിയാൻ ശ്രമിച്ചപ്പോൾ അദ്ദേഹം രണ്ടു പേരുടെയും മികച്ച കുറെ കവിതകളുടെ ഇംഗ്ലീഷ് പരിഭാഷകൾ തന്ന് എന്നോട് തിരഞ്ഞെടുക്കാൻ പറഞ്ഞു. രണ്ടു പേരുടെയും സവിശേഷതകൾ ചൂണ്ടിക്കാണിച്ച് ഞാൻ രക്ഷപ്പെട്ടു എന്നു പറഞ്ഞാൽ മതിയല്ലോ. ഒരാൾ ടാഗോർ പാരമ്പര്യത്തിലുള്ള നല്ല കാൽപനിക കവിയും മറ്റെയാൾ തന്റെ ഭാഷയിലെ ആധുനികതയുടെ അഗ്രദൂതനുമായിരുന്നു.

എല്ലാ വിഷമസന്ധികളിലും എന്നെ താങ്ങിനിർത്തിയത് ഇന്ത്യൻ എഴുത്തുകാർ എനിക്ക് നൽകിയ സ്നേഹ-ബഹുമാനങ്ങളായിരുന്നു. അപൂർവ വ്യക്തിത്വമുള്ള ഒട്ടേറെ എഴുത്തുകാർ എന്റെ ഉത്തമസുഹൃത്തുക്കളായി. തന്റെ വിശുദ്ധമായ ചിരിയുമായി നിന്ന ഭീഷ്മസാഹ്നിയാണ് അവരിൽ മുമ്പൻ എന്നു പറയാം. അനേകം കണ്ടുമുട്ടലുകളിലൂടെ അദ്ദേഹം ഉറ്റ സുഹൃത്തായി. ബാബരി മസ്ജിദ് ആർ.എസ്.എസുകാർ തകർത്തപ്പോൾ ഞങ്ങൾ ഉണ്ടാക്കിയ കൂട്ടായ്മയിൽ ഭാഗഭാക്കായി. ഞാൻ ഡൽഹിയിൽ ചെന്ന ശേഷം ആദ്യം പങ്കെടുത്ത പ്രധാന രാഷ്ട്രീയ സംഭവം ബാബരിമസ്ജിദ് തകർത്തതിന്റെ ഒന്നാം വാർഷികത്തിൽ ഞങ്ങൾ, കേരളം ഉൾപ്പെടെ ഇന്ത്യയുടെ പല ഭാഗങ്ങളിൽ

നിന്നു വന്ന കവികളും കലാകാരന്മാരും അയോധ്യയിൽ ഒരു രാത്രി ഉറക്കമൊഴിച്ചു പ്രതിഷേധിച്ചതാണ്. ഗിരിജാദേവിയെപ്പോലുള്ള വലിയ പാട്ടുകാർ, കൃഷൻ ഖന്നയെയും ഗുലാം ഷേഖിനെയും ഭൂപൻ ഖാക്കറെയും പോലുള്ള ചിത്രകാരന്മാർ, ഇർഫാൻ ഹബീബും കെ.എൻ. പണിക്കരും ഉൾപ്പെട്ട ചരിത്രകാരന്മാർ, അശോക് വാജ്പേയി മുതൽ കടമ്മനിട്ട വരെയുള്ള കവികൾ, അയോധ്യാനിവാസികളായ സംഗീതജ്ഞർ, ഞങ്ങൾ കവിത ചൊല്ലിയും പാടിയും വരച്ചും നാടകങ്ങൾ അവതരിപ്പിച്ചും സർഗാത്മകമായി പ്രതിഷേധിച്ചു. ഡൽഹിയിൽ അതിനു നേതൃത്വം നൽകിയത് സഫ്ദർ ഹഷ്മി ട്രസ്റ്റ് ആയിരുന്നു. ഞാൻ അതുമായി സഹകരിച്ചു പ്രവർത്തിച്ചിരുന്നു. ഇപ്പോഴും 'സഹ്മത്തി' ന്റെയും അതിൽനിന്ന് തെറ്റിപ്പിരിഞ്ഞ 'അൻഹദി'ന്റെയും പരിപാടികളിൽ ഞാൻ പങ്കെടുക്കുന്നു. മുൽക്ക് രാജ് ആനന്ദ്, കേദാർ നാഥ് സിങ്, കുൻവർ നാരായൻ, മഹാശ്വേത ദേവി, നിർമൽ വർമ, കൃഷ്ണ ബൽ ദേവ് വൈദ്, കൃഷ്ണാ സോബ്തി ഇങ്ങനെ മറക്കാനാകാത്ത നിരവധി വലിയ എഴുത്തുകാരുമായി അഗാധമായ സൗഹൃദം പങ്കിടാൻ ഡൽഹി എനിക്ക് സൗകര്യം നൽകി. അവരിൽ ഒരാൾ പോലും ഇന്ന് ജീവിച്ചിരിപ്പില്ല.

അക്കാദമിയുടെ അധ്യക്ഷനും സെക്രട്ടറിയും എന്റെ ജോലിയിൽ കൈകടത്തിയിരുന്നില്ല. തനിക്ക് ഇഷ്ടമില്ലാത്ത ഒരു എഴുത്തുകാരന്റെ വിവർത്തനം പ്രസിദ്ധീകരിച്ചപ്പോൾ പ്രൊഫസർ ചൗധരി അൽപം നീരസം പ്രകടിപ്പിച്ചതോ, പതിവ് തെറ്റിച്ചു ഞാൻ കേദാർനാഥ് സിങ്ങുമായുള്ള അഭിമുഖത്തോടൊപ്പം അദ്ദേഹത്തിന്റെ ചിത്രം കൊടുത്തപ്പോൾ ഇഷ്ടപ്പെടാതിരുന്നതോപോലുള്ള ചെറിയ സംഭവങ്ങൾ ഒഴിച്ചാൽ. *ഇന്ത്യൻ ലിറ്ററേച്ചറിൽ* ആദ്യമായി ഞാൻ അഭിമുഖ സംഭാഷണങ്ങൾ പ്രസിദ്ധീകരിക്കാൻ തുടങ്ങി (ആദ്യത്തേത് ഞാൻ തന്നെ മുൽക്ക്‌രാജ് ആനന്ദുമായി നടത്തിയ സംഭാഷണം ആയിരുന്നു). ദലിത് സാഹിത്യത്തിനും സ്ത്രീസാഹിത്യത്തിനുമായി പ്രത്യേക പതിപ്പുകൾ ഇറക്കി. പ്രാദേശിക ഭാഷകളുടെയും ഇന്ത്യൻ യുവകവിതയുടെയും വിശേഷാൽ പ്രതികൾ പ്രസിദ്ധീകരിച്ചു. ഗൗരവമുള്ള, പലപ്പോഴും പ്രതിപക്ഷ സ്വഭാവമുള്ള, പത്രാധിപക്കുറിപ്പുകൾ എഴുതാൻ ആരംഭിച്ചു. *സെക്കൻഡ് ട്രഡീഷൻ* എന്ന പേരിൽ ഇന്ത്യൻ കവിതയിലെ പ്രതിപാരമ്പര്യത്തെ പ്രതിനിധാനം ചെയ്യുന്ന ഭക്തി-സൂഫി-നാടോടി കവിതകളുടെ പംക്തി ആരംഭിച്ചു.

ഇതിനിടെ അക്കാദമിയുടെ അധ്യക്ഷനായി യു.ആർ. അനന്തമൂർത്തി വന്നത് എന്റെ കൈകൾക്ക് ശക്തി പകർന്നു. അദ്ദേഹം എന്റെ നവീകരണശ്രമങ്ങൾക്ക് പൂർണ പിന്തുണ നൽകി. *ഇന്ത്യൻ ലിറ്ററേച്ചർ* ദ്വൈമാസികയെ ആദ്യമായി സമകാലിക ഇന്ത്യൻ സാഹിത്യത്തിന്റെ കണ്ണാടിയായി മാറ്റാനായിരുന്നു എന്റെ ശ്രമം. ആധുനിക ചിത്രകാരന്മാരും

എന്നോടു സഹകരിച്ചു, അവരുടെ ചിത്രങ്ങൾ കവറിൽ ഉപയോഗിക്കാൻ അനുവദിച്ചു. മധുസൂദനൻ മാസിക തന്നെ പുതുതായി ഡിസൈൻ ചെയ്യാൻ സഹകരിച്ചു. ഉള്ളിൽ ഞാൻ ചിത്രങ്ങൾ പ്രസിദ്ധീകരിക്കാനും തുടങ്ങി. മാസികയുടെ വലുപ്പം റോയൽ സൈസ് ആക്കി താളുകൾ കൂട്ടുകയും ചെയ്തു.

1994ൽ പ്രൊഫസർ ചൗധരി റിട്ടയർ ചെയ്തപ്പോൾ ഞാൻ സെക്രട്ടറി പദവിക്ക് അപേക്ഷിച്ചു. അത് തുറന്ന പോസ്റ്റ് ആയിരുന്നു. അശോക് വാജ്പേയി, എം.ടി. വാസുദേവൻ നായർ, ചന്ദ്രശേഖർ കാമ്പാർ, അനന്തമൂർത്തി, ജെ.വി. പവാർ, നിർമ്മൽ വർമ്മ തുടങ്ങിയവർ ഉൾപ്പെട്ട ഒമ്പതു പ്രമുഖരായ എഴുത്തുകാരുടെ ഒരു സംഘം ആണ് ഇന്റർവ്യൂ നടത്തിയത്. ഇരുപതിലേറെ വളരെ നല്ല അപേക്ഷകർ ഉണ്ടായിരുന്നു. പലരും സുഹൃത്തുക്കൾ, ചില സഹപ്രവർത്തകർ ഉൾപ്പെടെ. ഞാൻ എതിരില്ലാതെ തിരഞ്ഞെടുക്കപ്പെട്ടു. *ഇന്ത്യൻ ലിറ്ററേച്ചറി*ലെ എന്റെ അനുഭവവും ഞാൻ അതിൽ വരുത്തിയ മാറ്റങ്ങളുമാണ് തുണച്ചത്. സാഹിത്യത്തിൽ എം.എ, പിഎച്ച്.ഡി തുടങ്ങി ആ ജോലിക്ക് അത്യാവശ്യമായ ബിരുദങ്ങളും എനിക്കുണ്ടായിരുന്നുവല്ലോ. അക്കാദമിയുടെ സെക്രട്ടറിയെ തെരഞ്ഞെടുക്കുന്നതിൽ സർക്കാറിന് കാര്യമായ പങ്കില്ലാത്ത വിധമാണ് അതിന്റെ ഭരണഘടന നെഹ്റു രൂപപ്പെടുത്തിയിരുന്നത്. പേരിനു സാംസ്കാരിക വകുപ്പിന്റെ ഒരു പ്രതിനിധിയോ നോമിനിയോ ഉണ്ടാകും എന്നു മാത്രം.

ശമ്പളത്തിൽ ഗണ്യമായ മാറ്റമൊന്നും ഉണ്ടായിരുന്നില്ലെങ്കിലും ഇഷ്ടമുള്ള ഒട്ടേറെ കാര്യങ്ങൾ ചെയ്യാൻ ആ തെരഞ്ഞെടുപ്പ് എനിക്ക് അവസരം നൽകി. മൂന്ന് അധ്യക്ഷന്മാരുടെ കൂടെ പത്തു വർഷം ഞാൻ അക്കാദമിയുടെ എക്സിക്യൂട്ടിവ് ഹെഡ് എന്ന നിലയിൽ പ്രവർത്തിച്ചു. അതിനിടെ സർക്കാർ മാറി അടൽ ബിഹാരി വാജ്പേയിയുടെ നേതൃത്വത്തിലുള്ള എൻ.ഡി.എ സർക്കാർ വന്നു. പക്ഷേ, രണ്ടു സർക്കാറുകളും എന്റെയോ അക്കാദമിയുടെയോ പ്രവർത്തനങ്ങളിൽ ഇടപെട്ടില്ല. ഒരിക്കൽ കാർഗിൽ ദിവസം ആഘോഷിക്കാൻ വകുപ്പിൽനിന്ന് നിർദ്ദേശം വന്നപ്പോൾ ''എഴുത്തുകാർ വിദ്വേഷവും യുദ്ധവും ആഘോഷിക്കില്ല'' എന്നു പറഞ്ഞ് ഞാൻ ഒഴിഞ്ഞുനിന്നു. മറ്റ് അക്കാദമികൾ അത് ആഘോഷിച്ചു.

ഗുജറാത്തിലെ വംശഹത്യയ്ക്കുശേഷം ഞാൻ മഹാശ്വേത ദേവിയുമൊത്ത് അഹ്മദാബാദിലെ അഭയാർത്ഥി ക്യാമ്പുകൾ സന്ദർശിച്ചതും ഗുജറാത്തി എഴുത്തുകാരുടെ യോഗം വിളിച്ചതും അതിനെക്കുറിച്ച് ലേഖനവും കവിതകളും എഴുതിയതും *(സാക്ഷ്യങ്ങൾ) ഇന്ത്യൻ എക്സ്പ്രസ്സി*ന് വംശഹത്യയ്ക്കെതിരെ അഭിമുഖം നൽകിയതും ആർ.എസ്. എസ്സിനെ ചൊടിപ്പിച്ചു എന്നത് നേരാണ്. അവരുടെ ഹിന്ദി

മുഖപത്രമായ *പാഞ്ചജന്യ* എനിക്കെതിരെ ഒരു ലേഖനപരമ്പരതന്നെ പ്രസിദ്ധീകരിച്ചു. അതിൽ ഏറെയും നുണകളായിരുന്നു. അവർക്ക് ഇഷ്ടപ്പെടാത്ത കാര്യങ്ങളാണ് ഞാൻ ചെയ്തുകൊണ്ടിരുന്നത്. രണ്ട് അഖിലേന്ത്യാ ദലിത് സാഹിത്യ സമ്മേളനങ്ങൾ, ആദിവാസി സാഹിത്യ സംഗമങ്ങൾ, സ്ത്രീസാഹിത്യ സമ്മേളനങ്ങൾ, ആദിവാസി സാഹിത്യ പ്രസിദ്ധീകരണങ്ങളും അതിനായി ഗണേഷ് ഡേവിയുടെ നേതൃത്വ ത്തിൽ ബറോഡയിൽ ഒരു കേന്ദ്രത്തിന്റെ ആരംഭവും ന്യൂനപക്ഷ സാഹിത്യത്തെപ്പറ്റി ഒരു ദേശീയ സെമിനാർ, പാർശ്വവത്കൃത സാഹി ത്യങ്ങൾക്കും യുവസാഹിത്യത്തിനും പ്രത്യേക പ്ലാറ്റ്ഫോമുകൾ, ധാരാളം പുതിയ പരിഭാഷാ പദ്ധതികൾ, അക്കാദമിയിൽ ജോലി ചെയ്യുന്നവർ ക്കായി ഒരു ഹിന്ദി പ്രസിദ്ധീകരണം, ന്യൂസ് ബുള്ളറ്റിനുകൾ, ഓരോ വർഷവും മുപ്പതോളം സെമിനാറുകൾ, മുന്നൂറിലേറെ പരിപാടികൾ, 'കവിസന്ധി' എന്ന കവിതാപരിപാടി, മറ്റ് അക്കാദമികളുമായി ചേർന്ന് നൃത്തത്തിലും ചിത്രത്തിലും മറ്റും കൂടി കവിതകൾ അവതരിപ്പിക്കുന്ന 'ആവിഷ്കാർ' എന്ന പരിപാടി അങ്ങനെ അന്നോളം അക്കാദമി ചെയ്തിട്ടില്ലാത്ത അനേകം കാര്യങ്ങൾ എനിക്ക് ചെയ്യാൻ കഴിഞ്ഞു. പ്രതിരോധത്തിന്റെ സൂക്ഷ്മ പ്രകാശനങ്ങളായിരുന്നു പല പരിപാടി കളും. പക്ഷേ, *പാഞ്ചജന്യ*ത്തിൽ വന്ന ലേഖനപരമ്പരയോ, ആർ. എസ്.എസ് നടത്തിയ നിവേദനമോ അന്ന് സാംസ്കാരിക വകുപ്പ് മന്ത്രിയായിരുന്ന, ഒരു നല്ല വായനക്കാരനായിരുന്ന, ജഗ്മോഹൻ

ചെവിക്കൊണ്ടില്ല. എന്റെ ഇടപെടലുകളെക്കുറിച്ചുള്ള മന്ത്രിയുടെ അന്വേഷണത്തിന് സാംസ്കാരിക വകുപ്പിൽ ജോയിന്റ് സെക്രട്ടറി ആയിരുന്ന കെ. ജയകുമാർ നൽകിയ മറുപടി ഞാൻ എക്കാലത്തും ഒരു മനുഷ്യാവകാശപ്രവർത്തകൻകൂടി ആയിരുന്നെന്നും അടിയന്തരാവസ്ഥയെയും ഞാൻ എതിർത്തിരുന്നു എന്നുമാണ്; അതൊന്നും സെക്രട്ടറി എന്ന നിലയ്ക്കല്ല, സാമൂഹികബോധമുള്ള എഴുത്തുകാരൻ എന്ന നിലയ്ക്കാണ് ഞാൻ ചെയ്യുന്നതെന്നും. പിന്നീട് അന്വേഷണങ്ങളൊന്നും ഉണ്ടായില്ല. അക്കാദമി ഭരണഘടന അനുസരിച്ച് എന്നെ മാറ്റാൻ സർക്കാറിന് കഴിയില്ലെന്നും മന്ത്രി മനസ്സിലാക്കിയിരിക്കണം.

അനന്തമൂർത്തി അക്കാദമി അധ്യക്ഷനായിരുന്ന കാലത്താണ് ഞാൻ സെക്രട്ടറി ആയത് എന്നത് എന്റെ ഭാഗ്യമായിരുന്നു. അദ്ദേഹം എന്റെ മനസ്സ് കണ്ടറിഞ്ഞു, ഞങ്ങൾ പലപ്പോഴും ഒരുപോലെ ചിന്തിച്ചു. ഞാൻ ആവിഷ്കരിച്ച പുതുപരിപാടികൾക്കെല്ലാം ഉറച്ച പിന്തുണ നൽകി. പലരും അഭ്യർത്ഥിച്ചിട്ടും രണ്ടാമതൊരു വട്ടം തെരഞ്ഞെടുപ്പിന് നിൽക്കാൻ അദ്ദേഹം കൂട്ടാക്കിയില്ല. അക്കാദമി ചട്ടങ്ങൾ അത് വിലക്കിയിരുന്നില്ല. എന്നാൽ, അക്കാദമിയിൽ ആരും മുമ്പ് രണ്ടാംവട്ടം തെരഞ്ഞെടുപ്പിന് നിന്നിരുന്നില്ല. താൻ ആ പതിവ് ലംഘിക്കുന്നത് ജനാധിപത്യവിരുദ്ധമാണ് എന്ന് അദ്ദേഹം കരുതി. പക്ഷേ, വ്യക്തിപരമായ ഞങ്ങളുടെ അടുപ്പം അദ്ദേഹം മരിക്കുവോളം നിലനിന്നു. പലകുറി ഞാൻ അദ്ദേഹത്തെ ബംഗളൂരുവിലെ വീട്ടിലും മൈസൂരിലെ കൃഷിസ്ഥലത്തും പോയി സന്ദർശിച്ചു. സങ്കടകരമായ സാഹചര്യത്തിലായിരുന്നു അവസാനത്തെ കൂടിക്കാഴ്ച. ഹൃദയശസ്ത്രക്രിയ കഴിഞ്ഞ്, വൃക്കകളുടെ തകരാറു മൂലം പതിവായി ഡയാലിസിസ് ചെയ്തുകൊണ്ടിരുന്ന സമയം. മോദി ഭരണത്തിൽ വന്നാൽ താൻ ഇന്ത്യ വിടും എന്ന പ്രസ്താവന രാജ്യദ്രോഹികളായ വലതുപക്ഷക്കാരെ പ്രകോപിപ്പിച്ചിരുന്നു. അവരിൽ ചിലർ അദ്ദേഹത്തെ അപമാനിക്കാനായി ആ അവസ്ഥയിലും ഇസ്ലാമാബാദിലേക്കുള്ള വിമാന ടിക്കറ്റ് അയച്ചുകൊടുത്തു. എം.എം. കൽബുർഗിയോടൊപ്പം അവരുടെ ഹിറ്റ്ലിസ്റ്റിൽ അനന്തമൂർത്തി ഉണ്ടായിരുന്നു എന്ന് തീർച്ച. എന്നാൽ, അതിനവസരം നൽകാതെ അദ്ദേഹം ഇരുണ്ടുകൊണ്ടിരുന്ന ഇന്ത്യയിൽനിന്ന് യാത്രയായി. മരിക്കുന്നതിന് ഒരു മാസം മുമ്പാണ് ഞാനും ഇ.വി. രാമകൃഷ്ണനും ഒന്നിച്ച് അദ്ദേഹത്തെ സന്ദർശിച്ചത്. വീടിനു പൊലീസ് കാവൽ ഉണ്ടായിരുന്നു. അനുമതി വാങ്ങി ഞങ്ങൾ അകത്തു ചെന്നു. തീരെ അവശനായ ആ അവസ്ഥയിലും അദ്ദേഹം ഒരു മണിക്കൂറിലേറെ ഞങ്ങളോട് സംസാരിച്ചു. അത് മുഴുവൻ ഇന്ത്യയുടെ ഭാവിയെക്കുറിച്ചായിരുന്നു. ഗാന്ധിയുടെ ഹിന്ദ് സ്വരാജിനെക്കുറിച്ചുള്ള തന്റെ അവസാനത്തെ ലഘുപുസ്തകത്തിന്റെ രചനയിലായിരുന്നു അദ്ദേഹം അപ്പോൾ; അധികവും സംസാരിച്ചത് ഗാന്ധിയെക്കുറിച്ചും ഇന്ത്യൻ ജനാധിപത്യത്തിന്റെ ഭാവിയെക്കുറിച്ചുള്ള

തന്റെ ആധികളെക്കുറിച്ചുമായിരുന്നു. ഒരുപക്ഷേ, ഇനി എനിക്ക് അദ്ദേഹത്തെ കാണാൻ ആവില്ലെന്ന് അന്നേ തോന്നിയിരുന്നു; അത്രയ്ക്കും അവശനും ദുഃഖിതനുമായിരുന്നു അദ്ദേഹം. ഉള്ളിൽ കരച്ചിലുമായാണ് ഞാൻ പുറത്തിറങ്ങിയത്. കന്നട സാഹിത്യത്തെയും സംസ്കാരത്തെയും അത്രയേറെ പോഷിപ്പിച്ച ഒരാൾക്ക് സ്വന്തം നാട്ടുകാരിൽനിന്ന് നേരിടേണ്ടിവന്ന ക്രൂരതയും കൃതഘ്നതയും അത്രമേൽ ഹൃദയഭേദിയായിരുന്നു.

അനന്തമൂർത്തിയുമായുണ്ടായ അപൂർവ സാഹോദര്യം കൊണ്ടുകൂടിയാകാം അദ്ദേഹത്തെ തുടർന്നുവന്ന രണ്ട് അക്കാദമി അധ്യക്ഷന്മാരെയും എനിക്ക് അങ്ങനെ സ്നേഹിക്കാൻ കഴിയാതിരുന്നത്. അവരിൽ ആദ്യത്തെയാൾ എനിക്ക് ബഹുമാനവും പരിചയവുമുള്ള കവിയായിരുന്നു. എന്നാൽ, പെരുമാറ്റത്തിൽ തനി ഉദ്യോഗസ്ഥമേധാവിയും. ഒഡിഷയിൽ ചീഫ് സെക്രട്ടറി ആയിരുന്ന ഒരു ഐ.എ.എസ് ഉദ്യോഗസ്ഥനായിരുന്നു അദ്ദേഹം. അക്കാദമിയിൽ അദ്ദേഹം പെരുമാറിയിരുന്നത് വളരെ വിചിത്രമായ രീതികളിൽ ആയിരുന്നു. ഞങ്ങളെ ഭിന്നിപ്പിക്കാൻ ഒരു ഡെപ്യൂട്ടി സെക്രട്ടറി ധാരാളം അസത്യങ്ങൾ എന്നെക്കുറിച്ച് അദ്ദേഹത്തോട് പറയുകയും ചെയ്തിരുന്നു. അത് അയാളുടെ സ്ഥിരം സ്വഭാവമായിരുന്നു എന്ന് മറ്റു സഹപ്രവർത്തകരിൽ നിന്ന് ഞാൻ അറിഞ്ഞു. ആ വിടവിൽ തന്റെ കാര്യങ്ങൾ നടത്തിയെടുക്കുകയായിരുന്നു ആ സ്വാർത്ഥമതിയുടെ ലക്ഷ്യം. എന്റെ ശമ്പളം വെട്ടിക്കുറപ്പിക്കാൻ വരെ അയാൾ ശ്രമിച്ചു. അധ്യക്ഷന് ഇഷ്ടമില്ലാതിരുന്ന - തെരഞ്ഞെടുപ്പിൽ അദ്ദേഹത്തോട് മത്സരിച്ചു തോറ്റ - മറ്റൊരു എഴുത്തുകാരന്റെ ഉപദേശപ്രകാരമാണ് ഞാൻ പ്രവർത്തിക്കുന്നത് എന്നായിരുന്നു ആ ഉദ്യോഗസ്ഥൻ അദ്ദേഹത്തെ തെറ്റായി ധരിപ്പിച്ചത്. അതുകൊണ്ട് കഴിയുന്നതും എന്റെ പ്രവർത്തനം പരിമിതപ്പെടുത്താനായിരുന്നു അധ്യക്ഷന്റെ ശ്രമം. അക്കാദമിക്കുകളോട് അദ്ദേഹത്തിന് അസൂയ കലർന്ന വിദ്വേഷവും ഉണ്ടായിരുന്നു. ഇതിനകം ഇന്ത്യൻ എഴുത്തുകാരുടെ സ്നേഹാദരങ്ങൾക്ക് ഞാൻ പാത്രമായിരുന്നത് അദ്ദേഹത്തെ അസ്വസ്ഥനാക്കി. എല്ലാ സെമിനാറുകളിലും ഞാൻ നടത്തിയിരുന്ന ആമുഖപ്രസംഗങ്ങൾക്ക് ലഭിച്ച വലിയ സ്വീകരണവും പ്രസംഗചാതുരി തീരെ ഇല്ലാതിരുന്ന അദ്ദേഹത്തിന് വിഷമം ഉണ്ടാക്കിയിരുന്നു. അദ്ദേഹം ഒരു വിഭക്ത വ്യക്തിത്വമായിരുന്നു എന്നാണ് എന്റെ ദയാപൂർവ്വമായ നിഗമനം. പലപ്പോഴും ഞങ്ങളുടെ വീട്ടിൽ വരുമ്പോൾ അദ്ദേഹം വേറെ ഒരാളായിരുന്നു. പരസ്പരം കവിതകൾ വായിച്ചു കേൾക്കും, തുറന്നു സംസാരിക്കും. എന്നാൽ ഓഫീസിൽ ശിലാഹൃദയനായ ഒരു മേലുദ്യോഗസ്ഥനെപ്പോലെ ആയിരുന്നു അദ്ദേഹം. അക്കാദമിയുടെ ഭരണഘടന അനുസരിച്ച് പ്രസിഡന്റ് പദവി ഒരലങ്കാരം മാത്രമാണ്. ദൈനംദിന കാര്യങ്ങളുടെ നടത്തിപ്പ് സെക്രട്ടറിയുടെ മാത്രം ചുമതലയിലാണ്.

പക്ഷേ, അദ്ദേഹത്തിന് അധികാരങ്ങൾ വേണമായിരുന്നു. പിന്നീട് ഒഡിഷയിൽ പോയപ്പോൾ അദ്ദേഹത്തിന്റെ ക്രൂരതകളെക്കുറിച്ച് ഞാൻ ധാരാളം കഥകൾ കേട്ടു. എങ്കിലും കവി എന്ന നിലയിൽ അദ്ദേഹത്തെ ഞാൻ ഇഷ്ടപ്പെട്ടിരുന്നു. അതുകൊണ്ടു മാത്രമാണ് ആ അധികാരപ്രയോഗങ്ങൾ എനിക്ക് സഹിക്കാനായത്. കൂടുതൽ പരിപാടികൾ നടത്തി വാർഷിക ഗ്രാന്റ് കൂടുതൽ വാങ്ങാനായിരുന്നു എന്റെ ശ്രമം. പക്ഷേ, വിചിത്രമെന്നു പറയട്ടെ, അദ്ദേഹം സർക്കാറിന്റെ ആളെപ്പോലെയാണ് പെരുമാറിയത്. കിട്ടിയ ഗ്രാന്റിൽ എത മാത്രം സർക്കാറിന് തിരിച്ചു കൊടുക്കാനാവും എന്നാണ് അദ്ദേഹം നോക്കിയിരുന്നത്. എന്നോട് വളരെ അടുപ്പമുണ്ടായിരുന്ന സാംസ്കാരികവകുപ്പ് സെക്രട്ടറിക്കു പോലും അത് ഒരത്ഭുതമായിരുന്നു. പ്രസിഡന്റ് എതിർത്തിട്ടും അദ്ദേഹം എനിക്ക് പ്രൊഫസറുടെ ശമ്പളം അനുവദിച്ചുതരുകയും ചെയ്തു. അതും പ്രസിഡന്റിനെ കോപാകുലനാക്കി. പക്ഷേ, അപ്പോഴെല്ലാം എഴുത്തുകാരും അക്കാദമി എക്സിക്യൂട്ടിവ് അംഗങ്ങളും എനിക്ക് നൽകിയ പിന്തുണയാണ് എന്നെ രാജിവെക്കാതെ പിടിച്ചുനിർത്തിയത്. പുതിയ പരിപാടികളെല്ലാം ചെലവു ചുരുക്കിയാണെങ്കിലും ഞാൻ മുന്നോട്ടു കൊണ്ടുപോവുകയും ചെയ്തു. ഞങ്ങളെ ഭിന്നിപ്പിക്കാൻ ശ്രമിച്ചുകൊണ്ടിരുന്ന, അക്കാദമിയിൽ എല്ലാ സഹപ്രവർത്തകരും വെറുക്കുകയും ഭയപ്പെടുകയും ചെയ്തിരുന്ന, ആ ഉദ്യോഗസ്ഥൻ ഇപ്പോൾ ഇല്ല. അമിത മദ്യപാനത്തിനും പ്രമേഹത്തിനും ഇരയായി ആ മനുഷ്യൻ അമ്പതു വയസ്സാകുമ്പോഴേ മരണത്തിനു കീഴടങ്ങി. ഇനിയെങ്കിലും അദ്ദേഹം സ്വസ്ഥനാകട്ടെ.

തുടർന്നുവന്ന അക്കാദമി പ്രസിഡൻറ് അക്കാദമി നന്നായി നടക്കണം എന്ന് താൽപര്യമുള്ള ആളായിരുന്നു. അതുകൊണ്ട് എനിക്ക് വലിയ എതിർപ്പ് നേരിടേണ്ടിവന്നില്ല. ദൈനംദിന കാര്യങ്ങളിലുള്ള ഇടപെടൽ അദ്ദേഹവും തുടർന്നു എന്നു മാത്രം. ഓരോ ജോലിക്കും കരാറുകാരെ നിശ്ചയിക്കുന്നതും സ്വന്തക്കാരെ നിയമിക്കുന്നതും അദ്ദേഹത്തിന് പ്രിയമായിരുന്നു. അതേക്കുറിച്ച് അത്ര നല്ലതല്ലാത്ത കഥകളുമുണ്ട്. അവയിലേക്കു ഞാൻ കടക്കുന്നില്ല. ഏതായാലും ഇതിനകം കാര്യക്ഷമതയുള്ള സെക്രട്ടറി എന്ന നിലയിലും എഴുത്തുകാരൻ എന്ന നിലയിലും അംഗീകാരം നേടിക്കഴിഞ്ഞിരുന്നതുകൊണ്ട് അദ്ദേഹത്തിന് എന്നെ ദ്രോഹിക്കുക അനായാസമായിരുന്നില്ല. ഞാൻ സെക്രട്ടറി ആയുള്ള അവസാനത്തെ ജനറൽ കൗൺസിൽ യോഗത്തിൽ ഞാൻ പിരിയുകയാണ് എന്ന് അംഗങ്ങളോട് പറയാതിരിക്കാൻ ശ്രദ്ധിച്ചു എന്നു മാത്രം. അവർ ഞാൻ ഒരിക്കലും സൂചിപ്പിക്കാതെ തന്നെ എനിക്ക് രണ്ടു വർഷം നീട്ടി നൽകണം എന്ന അഭിപ്രായക്കാരായിരുന്നു. മുൻ സെക്രട്ടറിക്ക് ആ ആനുകൂല്യം ലഭിക്കുകയും ചെയ്തിരുന്നു. എന്റെ സാമ്പത്തിക സത്യസന്ധതയെ അദ്ദേഹം ഭയപ്പെട്ടിരുന്നു, അതിനു

കാരണങ്ങളും ഉണ്ടായിരുന്നു. ഏതായാലും ഞാൻ അക്കാര്യം കൗൺസിൽ യോഗത്തിൽ പറഞ്ഞില്ല. പതിവുള്ള വിടപറച്ചിൽ പ്രസംഗം പോലും നടത്താൻ എനിക്ക് അവസരം നൽകപ്പെട്ടില്ല, പിന്നീട് എനിക്ക് നല്ല ഒരു യാത്രയയപ്പ് നൽകപ്പെട്ടുവെങ്കിലും.

എന്നാൽ, അക്കാദമിക്കാലം എനിക്ക് നൽകിയ കാര്യങ്ങൾ ആലോചിക്കുമ്പോൾ ഒരു പരാതിക്കും അവകാശമില്ല. ഇന്ത്യയിലെമ്പാടുമുള്ള എഴുത്തുകാരുമായുള്ള സൗഹൃദം, ഇന്ത്യയ്ക്കകത്തും പുറത്തുമുള്ള യാത്രകൾ - അവയിൽ മിക്കവയും ആതിഥേയരുടെ ചെലവിൽ ആയിരുന്നു. കവി എന്ന നിലയിലുള്ള ക്ഷണങ്ങളായിരുന്നു ഏറെയും. അനേകം വിദേശ സാഹിത്യകാരന്മാരുമായുള്ള പരിചയം, എമ്പാടും നിന്ന് ലഭിച്ച സ്നേഹം, എന്റെ കവിതയ്ക്ക് ലഭിച്ച പുതിയ ദിശാബോധങ്ങൾ, ഇന്ത്യൻ സാഹിത്യത്തെക്കുറിച്ച് പഠിക്കാൻ ലഭിച്ച അവസരങ്ങളും അതിന്റെ ഉൽപന്നങ്ങളായ നാലു ഇംഗ്ലീഷ് സമാഹാരങ്ങളിൽ സ്വരൂപിക്കപ്പെട്ട പ്രബന്ധങ്ങളും, ഒരു പ്രതി പാരമ്പര്യം എന്ന നിലയിൽ ഭക്തി - സൂഫി കവികളെക്കുറിച്ച് നടത്തിയ പഠനങ്ങളും അവയുടെ ഉപോൽപന്നങ്ങളായ കവിതകളും. കേരളത്തെയും മലയാളഭാഷയെയും കുറിച്ചെഴുതിയ, പുറത്തു ജീവിച്ചിരുന്നില്ലെങ്കിൽ എഴുതാൻ ഇടയില്ലാത്ത കവിതകൾ, ഇന്ത്യൻ കവികളുടെ പരിഭാഷകൾ, ഹിന്ദിയിലും ഉർദുവിലും നേടിയ ചെറുതെങ്കിലുമായ പ്രാവീണ്യം, ഇന്ത്യൻ ഭാഷകൾ തമ്മിലുള്ള ബന്ധങ്ങളെക്കുറിച്ചുള്ള നവബോധം, ഇന്ത്യൻ സംസ്കാരത്തിന്റെയും തത്ത്വചിന്തയുടെയും സാഹിത്യത്തിന്റെയും ഗോത്രഭാഷകൾ ഉൾപ്പെടെയുള്ള ഭാഷകളുടെയും അനന്തവൈവിധ്യത്തെക്കുറിച്ചുള്ള ഉറച്ച ബോധ്യം, താരതമ്യ സാഹിത്യത്തിലേക്കുള്ള ഉൾക്കാഴ്ചകൾ, അതുകൊണ്ടുതന്നെ ഒരു ദേശം - ഒരു മതം - ഒരു ഭാഷ തുടങ്ങിയ ഏകശിലാരൂപവും അധികാരോന്മുഖവുമായ സങ്കൽപത്തോടുള്ള വിട്ടുവീഴ്ചയില്ലാത്ത എതിർപ്പ്, ഇന്ത്യൻ കല-സാഹിത്യങ്ങളിലെ പ്രതിരോധ സമ്പ്രദായങ്ങളുടെ കണ്ടെത്തൽ, കേരളത്തെ ദൂരെനിന്നു സ്നേഹിക്കുന്നതോടൊപ്പം കൂടുതൽ വസ്തുനിഷ്ഠമായും വിമർശനാത്മകമായും കാണാൻ നേടിയ പ്രാപ്തി, പലതരം ജീവിതശൈലികളുമായുള്ള പരിചയം നൽകിയ വീക്ഷണവിശാലത, സംഗീതം, നാടകം, ചിത്രശിൽപകലകൾ, ചലച്ചിത്രം ഇങ്ങനെ എനിക്ക് താൽപര്യമുള്ള ഇതരകലകളുമായുള്ള നിരന്തര സമ്പർക്കത്തിനുള്ള അവസരം; ഇതെല്ലാം ഡൽഹി എനിക്ക് നൽകി.

2006 ൽ അക്കാദമിയിൽ നിന്ന് വിരമിച്ച ശേഷവും ഞാൻ പത്തു വർഷം വിവിധ ജോലികൾ ചെയ്തുകൊണ്ടിരുന്നു. കേന്ദ്ര ഗവൺമെന്റ് ഉന്നതവിദ്യാഭ്യാസ വകുപ്പിന്റെ ഉപദേഷ്ടാവ് എന്ന നിലയിൽ ഗോത്രഭാഷകൾക്ക് പ്രോത്സാഹനം നൽകാൻ കഴിഞ്ഞത്, സാർക്ക് സംഘടനയിൽ പ്രവർത്തിക്കുമ്പോൾ അനേകം പ്രധാന അന്തർദേശീയ

സെമിനാറുകളും ഒരു വലിയ സാർക്ക് കലോത്സവവും സംഘടിപ്പിക്കു കയും, *ബിയോണ്ട് ബോർഡേഴ്സ്* എന്ന ത്രൈമാസികത്തിന്റെയും സാർക്ക് രാജ്യങ്ങളിലെ കവിതകളുടെയും കഥകളുടെയും പല സമാ ഹാരങ്ങളുടെയും സമ്പാദനം നടത്തുകയും ചെയ്തത്, 'കഥ' എന്ന പ്രസാധന സ്ഥാപനത്തിൽ ഇന്ത്യൻ സാഹിത്യ ലൈബ്രറി എന്ന പുസ്തകപരമ്പരയ്ക്ക് തുടക്കം കുറിച്ചത്, ഒരിക്കൽക്കൂടി ഒരു വർഷം സാഹിത്യ അക്കാദമിയുടെ അഭ്യർത്ഥന മാനിച്ച് *ഇന്ത്യൻ ലിറ്ററേച്ചർ* ദ്വൈമാസികത്തിന്റെ ഗസ്റ്റ് എഡിറ്റർ ആയി പ്രവർത്തിച്ചത് ഇവയെല്ലാം ഓർക്കാൻ കൊള്ളാവുന്ന കാര്യങ്ങളാണ്. എഴുപതു വയസ്സായപ്പോൾ ഇനി ഓഫീസ് ജോലികൾ ചെയ്യുകയില്ലെന്നു തീരുമാനിച്ചു.

ഇതിനിടെ എന്റെ വ്യക്തി ജീവിതത്തിലും സാമൂഹിക ജീവിത ത്തിലും സാഹിത്യ ജീവിതത്തിലും ഒട്ടേറെ കാര്യങ്ങൾ സംഭവിക്കു ന്നുണ്ടായിരുന്നു. ഇളയ മകൾ സബിതയുടെ വിവാഹം, ഒരു ദശാബ്ദം പലകുറി വാടക വീടുകളിൽ താമസിച്ച ശേഷം കേരളത്തിലെ വീട് വിറ്റ് കിഴക്കൻ ഡൽഹിയിൽ ഒരു ചെറിയ ഫ്ളാറ്റ് വാങ്ങി പല കാരണ ങ്ങളാൽ ഈ നഗരത്തിൽത്തന്നെ ജീവിതം തുടരാൻ തീരുമാനിച്ചത്, അക്കാദമിയിൽവെച്ച് നടത്തിയതിനെക്കാൾ കൂടുതൽ വിദേശയാത്ര കൾ ഇറ്റലി, ഫ്രാൻസ്, ജർമനി, റഷ്യ, സ്ലൊവീനിയ, മാസിഡോണിയ, ക്യൂബ, വെനിസ്വേല, പെറു, കൊളംബിയ, ദക്ഷിണാഫ്രിക്ക, സ്പെയിൻ, ചൈന, ഹോങ്കോങ്, ശ്രീലങ്ക, ഇംഗ്ലണ്ട്, നെതർലന്റ്സ്, അറബ് നാടു കൾ അങ്ങനെ മുമ്പ് പോയതും പോകാത്തതുമായി നാടുകളിൽ, എല്ലാം സാഹിത്യവുമായി ബന്ധപ്പെട്ട് പലപ്പോഴും ബിന്ദുവിനോടൊപ്പം നട ത്തിയത്, ഇരുപത്തിയാറു ഭാഷകളിൽ നാൽപതോളം കവിതാസമാ ഹാരങ്ങൾ വിവർത്തനം ചെയ്യപ്പെട്ട് പുറത്തുവന്നത്, ഒരിക്കലും മറക്കാ നാവാത്ത അനേകം ആത്മമിത്രങ്ങൾ ഭൂമിയിലെ നിവാസം അവസാ നിപ്പിച്ചു പിരിഞ്ഞുപോയത്, ഇങ്ങനെ...

ഒപ്പം പ്രതിരോധപ്രവർത്തനങ്ങളിൽ കൂടുതൽ സജീവമാകാൻ പുതിയ രാഷ്ട്രീയ സാഹചര്യങ്ങൾ എന്നെ പ്രേരിപ്പിച്ചുകൊണ്ടിരുന്നു. ഞാൻ പല പ്രതിരോധ സംഘങ്ങളുടെയും ഭാഗമായി. കേരളത്തിലും ഇന്ത്യയുടെ ഇതരഭാഗങ്ങളിലും വിദേശങ്ങളിലും ഇന്ത്യൻ ജനാധിപത്യം നേരിടുന്ന വലിയ വെല്ലുവിളിയെക്കുറിച്ച് അനേകം പ്രഭാഷണങ്ങൾ നടത്തുകയും പ്രബന്ധങ്ങൾ അവതരിപ്പിക്കുകയും അഭിമുഖങ്ങൾ നൽ കുകയും ചെയ്തു. എന്നാൽ, ഇന്നും തുടരുന്ന ഏറ്റവും പ്രധാനമായ പ്രവർത്തനം 2014ൽ ചരിത്രകാരി റോമിലാ ഥാപ്പർ, അഡ്വക്കേറ്റ് ഇന്ദിരാ ജയ്സിങ്, നാടകപ്രവർത്തക അനുരാധാ കപൂർ, അംബേദ്കർ സർവ്വ കലാശാലാ വൈസ് ചാൻസലർ ശ്യാം മേനോൻ എന്നിവർ അംഗ ങ്ങളായും ഞാനും നോവലിസ്റ്റ് ഗീതാ ഹരിഹരനും ട്രസ്റ്റികളായും അശോക് വാജ്പേയി, ഗണേഷ് ഡേവി, ആനന്ദ്, ഗോപാൽ ഗുരു തുടങ്ങി

നിരവധി പേരുടെ പിന്തുണയോടെ 'ഇന്ത്യൻ റൈറ്റേഴ്സ് ഫോറം' എന്ന ട്രസ്റ്റ് രൂപവത്കരിച്ച് അതിനു കീഴിൽ *ഇന്ത്യൻ കൾച്ചറൽ ഫോറം* എന്ന വെബ്സൈറ്റ്, *ഗുഫ്ട്ഗു* എന്ന ഓൺലൈൻ ത്രൈമാസികം എന്നിവ ആരംഭിച്ചതാണ്. ദിനംതോറും പുതുക്കുന്ന വെബ്സൈറ്റ് ഇതിനകം രാജ്യത്തെ ഹിന്ദുത്വ സമഗ്രാധിപത്യത്തിനെതിരായ പ്രതിരോധത്തിന്റെ ഏറ്റവും സമഗ്രവും വളരുന്നതുമായ ആർക്കൈവ് ആയി കഴിഞ്ഞിട്ടുണ്ട്. ത്രൈമാസികമാകട്ടെ പ്രതിഷേധസാഹിത്യത്തിനും കലയ്ക്കും പ്രാധാന്യം നൽകുന്നു.

ഇന്ത്യയിലെ പ്രമുഖരും ഉയർന്നു വരുന്നവരുമായ നിരവധി എഴുത്തുകാരും കലാകാരന്മാരും ഞങ്ങളോട് സഹകരിക്കുന്നുണ്ട്. അനേകം ചർച്ചകളും സമ്മേളനങ്ങളും അറുപതിലേറെ സംഘടനകളെ ഒന്നിപ്പിച്ചുകൊണ്ട് ഞങ്ങൾ ഇതിനകം നടത്തി. ധിഷണയുടെ നൈരാശ്യത്തിന്റെ ഇക്കാലത്തും ഇച്ഛയുടെ ശുഭാപ്തിവിശ്വാസം ഉയർത്തിപ്പിടിക്കാനുള്ള ഒരെളിയ ശ്രമമാണ് ഞങ്ങൾ നടത്തുന്നത്. ഒരുതരം വിഭാഗീയതയുമില്ലാതെ ശരിയായ ജനാധിപത്യത്തിലും ഇന്ത്യൻ ഭരണഘടനയിലും അടിസ്ഥാന സ്വാതന്ത്ര്യങ്ങളിലും നാനാത്വം നിറഞ്ഞ ഇന്ത്യ എന്ന ആശയത്തിലും വിശ്വസിക്കുന്നവരുടെ വലിയ ഒരു കൂട്ടായ്മ ഈ പ്രവർത്തനങ്ങളുടെ ഫലമായി രൂപംകൊള്ളുന്നുണ്ട്. ഇരുട്ടിന്റെ വിജയം താൽക്കാലികമാണെന്നും വെളിച്ചത്തിന്റെ തിരോധാനത്തിനെതിരെ കലാപം ചെയ്യുക വഴി മാത്രമേ നാം ജീവിച്ചിരിക്കുന്നു എന്ന് നമ്മെത്തന്നെ ബോധ്യപ്പെടുത്താൻ നമുക്കാവൂ എന്നും ഞങ്ങൾ കരുതുന്നു.

ഡൽഹിയിലെ എന്റെ ഇരുപത്തിയാറു വർഷങ്ങളുടെ കഥ ഇവിടെ പറഞ്ഞുതീർത്തു എന്ന് ഞാൻ കരുതുന്നില്ല. ഇക്കാലത്ത് ഞാൻ മലയാളത്തിലും ഇംഗ്ലീഷിലും എഴുതിയ ലേഖനങ്ങൾ, കവിതകൾ, നാടകങ്ങൾ, കഥകൾ, പ്രസിദ്ധീകരിച്ച പുസ്തകങ്ങൾ, യാത്രാവിവരണങ്ങൾ, ഞാൻ നടത്തിയ വിവർത്തനങ്ങൾ, പ്രഭാഷണങ്ങൾ, ഞാൻ പങ്കാളിയായ സംഘടനകൾ, പ്രസിദ്ധീകരണങ്ങൾ, പലപ്പോഴായി നടത്തിയ നൂറുകണക്കിന് ഇടപെടലുകൾ ഇവയെല്ലാം ചേരുമ്പോൾ മാത്രമേ ഈ കഥ പൂർത്തിയാകുകയുള്ളൂ. അപ്പോഴും ഇത് അൽപകാലം കൂടി തുടരും എന്ന് ഞാൻ പ്രതീക്ഷിക്കാതെ പ്രതീക്ഷിക്കുന്ന, ദുരന്തങ്ങളും ആഹ്ലാദങ്ങളും സംഘർഷങ്ങളും പ്രതിരോധങ്ങളും കലർന്ന, ഒരു കഥയുടെ ഒരു ഭാഗം മാത്രമേ ആകുന്നുള്ളൂ.

ചില യാത്രാസ്മരണകൾ

യാത്ര പോയ എല്ലാ നാടുകളെയും പറ്റി ഞാൻ യാത്രാവിവരണങ്ങൾ എഴുതിയിട്ടില്ല. ഉദാഹരണത്തിന് ഇംഗ്ലണ്ട്, അമേരിക്ക, ജർമനി, സ്ലോവീനിയാ തുടങ്ങിയ നാടുകളെക്കുറിച്ച് എഴുതിയിട്ടില്ല. വന്നയുടൻ മറ്റു തിരക്കുകൾ ഉണ്ടായതോ എന്റേതു മാത്രമായ അനുഭവം ഒന്നും ഇല്ലാതിരുന്നതോ ആ നാടുകളെക്കുറിച്ച് പല യാത്രാവൃത്താന്തങ്ങളും മുൻപേ എഴുതപ്പെട്ടിട്ടുള്ളതോ ഒക്കെയാണ് കാരണങ്ങൾ. ഈ ചെറു ലേഖനത്തിൽ *ദേശാഭിമാനി* ആവശ്യപ്പെട്ട പ്രകാരം ചില പ്രത്യേക നിമിഷങ്ങൾ മാത്രം ഓർത്തെടുക്കുകയാണ്.

ഒന്നാമതായി ഓർമ്മ വരുന്നത് ജർമ്മനിയിലെ ഫ്രാങ്ക്ഫർട്ട് പുസ്തക മേളയിലെ ഒരു കൂടിക്കാഴ്ചയാണ്. കിം ചിഹാ (ജ. 1941) തെക്കൻ കൊറിയയുടെ മഹാകവിയാണ്. 1969 ൽ *ഈവനിങ് സ്റ്റോറി* എന്ന കവിത യിലൂടെ രംഗപ്രവേശം ചെയ്ത അദ്ദേഹം, വളരെ പെട്ടെന്നുതന്നെ *ദി യെല്ലോ എർത്ത്* തുടങ്ങിയ കവിതാസമാഹാരങ്ങളിലൂടെയും ഒരു കുഷ്ഠരോഗിയും യേശുവുമായുള്ള കൂടിക്കാഴ്ച ചിത്രീകരിക്കുന്ന *ദി ഗോൾഡ് ക്രൗൺഡ് ജീസസ്* എന്ന നാടകത്തിലൂടെയും ജനശ്രദ്ധ നേടി. ചി ഹാ എന്ന പേര് (അണ്ടർഗ്രൗണ്ട് എന്ന് അർത്ഥം) അദ്ദേഹം

സ്വീകരിച്ചത് പാർക്ക് ചുങ്ങിന്റെ പീഡക ഭരണകൂടത്ത എതിർക്കുന്ന ആൾ എന്ന നിലയിലാണ്. തെരഞ്ഞെടുക്കപ്പെട്ട പ്രസിഡന്റ് യുന്നിന്റെ സർക്കാരിനെ പട്ടാള അട്ടിമറിയിലൂടെ മറിച്ചിട്ട് പാർലമെന്ററി ഭരണത്തിന് പകരം ഏകാധിപത്യ ഭരണം കൊണ്ടുവന്ന ആൾ ആണ് പാർക്ക് ചുൻഗ്. കിം ചി ഹാ ആകട്ടെ തൊഴിലാളി പ്രസ്ഥാനത്തോട് കൂറു പുലർത്തിയ ആളും. പാർക്ക് ഭരണകൂടം വിമർശകരെ പീഡിപ്പിച്ച് അവർ ചെയ്യാത്ത കുറ്റങ്ങൾ സമ്മതിപ്പിച്ചു ജയിലിൽ അടയ്ക്കുന്നത് ചൂണ്ടിക്കാണിച്ചതിന്റെ പേരിൽ ഗവൺമെന്റ് കവിക്കെതിരെ കേസ്സെടുത്തു, ജയിലിൽ അടച്ചു, തുക്കിക്കൊല്ലാൻ വിധിച്ചു. ജനങ്ങൾ ഇളകിയതുകൊണ്ട് കുറച്ചുകാലം കഴിഞ്ഞ് അദ്ദേഹത്തെ വിടേണ്ടിവന്നു. എന്നാൽ 1974ൽ വീണ്ടും അദ്ദേഹം ഈ ആരോപണം ഉന്നയിച്ചപ്പോൾ തുറുങ്കിലടച്ച് മർദ്ദിച്ചു. *അഞ്ചു കള്ളന്മാർ* എന്ന ഭരണകൂടവിരുദ്ധ കവിത നിരോധിച്ചു. അത് അച്ചടിച്ച മാസിക തന്നെ കണ്ടുകെട്ടി. കിം ചിഹായെ തൂക്കിക്കൊല്ലാൻ വിധിച്ച കാലത്താണ് ഞാൻ *വേനൽമഴ* എന്ന കവിത എഴുതുന്നത്. സ്വീഡനിൽനിന്ന് വന്ന ബോ ഗുന്നാർസൻ എന്ന ഇടതുപക്ഷ പത്രപ്രവർത്തകനാണ് എന്റെ കേരളത്തിലെ വീട്ടിൽ വച്ച് എന്നോട് അദ്ദേഹത്തെക്കുറിച്ച് പറഞ്ഞത്. കിം ചിഹാ *വേനൽമഴ*യിലെ പ്രധാന കഥാപാത്രമാണ്. അദ്ദേഹത്തെ പിന്നീട് വിട്ടയച്ച കാര്യം ഞാൻ വളരെ വൈകിയാണ് അറിയുന്നത്. വർഷങ്ങൾ കഴിഞ്ഞാണ്, 2005 ൽ, ഞാൻ ഫ്രാങ്ക്ഫർട്ട് പുസ്തകമേളയിൽ പങ്കെടുക്കുന്നത്. ആ വർഷത്തെ അതിഥി രാജ്യം കൊറിയ ആയിരുന്നു. പിന്നത്തെ വർഷം ഇന്ത്യ. കൊറിയയിൽനിന്ന് ഇന്ത്യയ്ക്ക് വേണ്ടി റിലേ ഏറ്റു വാങ്ങുന്ന ചടങ്ങിനാണ് ഞാൻ നിയോഗിക്കപ്പെട്ടിരുന്നത്. അവിടെ ചെന്നപ്പോൾ എനിക്ക് റിലേ തന്നത് കിം ചിഹാ! എനിക്ക് അത്ഭുതവും ആഹ്ലാദവും തോന്നി. അദ്ദേഹമായിരുന്നു കൊറിയയുടെ ഭാഗത്തു

നിന്നുള്ള മേളയുടെ മുഖ്യ അതിഥി. ഞാൻ എന്റെ കവിതയെക്കുറിച്ച് അദ്ദേഹത്തോട് പറഞ്ഞു. ഒരു ഇന്ത്യൻ കവി അദ്ദേഹത്തെക്കുറിച്ച് കവിതയിൽ എഴുതിയ കാര്യം അദ്ദേഹം അറിഞ്ഞിരുന്നു. അത് ഞാൻ ആണെന്നറിഞ്ഞപ്പോൾ ആ അറുപത്തിനാലുകാരന് വലിയ സന്തോഷം. തന്റെ ഒപ്പും മുദ്രയുമുള്ള ഒരു ചെറിയ വെണ്ണക്കൽ തുണ്ട് അദ്ദേഹം എനിക്ക് സമ്മാനിച്ചു. ഞാൻ എന്നും ഓർക്കുന്ന ഒരു യാത്രാനുഭാവമാണ് അത്.

മറ്റൊന്നുണ്ടായത് ഫ്രാൻസിൽ ആണ്. ഇതിനെ യാത്രാനന്തരാനുഭവം എന്ന് വിളിക്കുകയാവും ശരി. 2003 ൽ ആയിരുന്നു എന്റെ രണ്ടാമത്തെ ഫ്രാൻസ് സന്ദർശനം. അവിടെ നടന്ന പ്രാങ്തോംപ് (കവികളുടെ വസന്തം) എന്ന കാവ്യോത്സവത്തിൽ പങ്കെടുത്ത് അഞ്ചു നഗരങ്ങളിൽ കവിത വായിക്കാനായിരുന്നു ക്ഷണം. എന്റെ കവിതകളുടെ ഫ്രഞ്ച് പരിഭാഷാ സമാഹാരം അതിനു തൊട്ടു മുമ്പ് പുറത്തിറങ്ങിയിരുന്നു. 1997ൽ ഞാൻ മറ്റൊരു കവിതോത്സവത്തിൽ പാരീസിലെ സെൻട്രൽ ജയിൽ ഉൾപ്പെടെയുള്ള സ്ഥലങ്ങളിൽ എന്റെ കവിതകൾ വായിച്ചിരുന്നു. എന്റെ *അപൂർണം* എന്ന കവിതയിൽ ആ അനുഭവം ഉണ്ട്. മലയാളത്തിൽ നിന്ന് നേരിട്ട് കവിതകൾ വിവർത്തനം ചെയ്ത ഫ്രഞ്ച് എഴുത്തുകാരിയും കഥകളി നർത്തകിയുമായ മാർടിൻ ഷേമാനായും ഒത്തായിരുന്നു ഇക്കുറി വായനകൾ. എല്ലാ സ്ഥലത്തും ഹാളുകളിൽ നിറയെ ആളുകൾ ഉണ്ടായിരുന്നു. ധാരാളം ഒന്ഗ്കോർ (ഒരിക്കൽ കൂടി) വിളികളും ഉണ്ടായി. ഇംഗ്ലീഷ് ഒഴിവാക്കി ആയിരുന്നു വായന; മലയാളവും ഫ്രഞ്ചും മാത്രം. ഒരു വായന ലാ രോഷേൽ പട്ടണത്തിൽ ഞാൻ ഏറെ ബഹുമാനിക്കുന്ന പലസ്തീൻ കവി മഹ്മൂദ് ദാർവിഷിന്റെ കൂടെ ആയിരുന്നു. വായനകളും സന്ദർശനങ്ങളും കഴിഞ്ഞു തിരിച്ചെത്തിയപ്പോൾ വിവിയൻ ത്രൂത്തെ എന്ന ഒരു സ്ത്രീയുടെ കത്ത്. അവർ എന്റെ ഫ്രഞ്ച് സമാഹാരം വായിക്കുകയും പാരീസിൽ നടന്ന വായന കേൾക്കുകയും ചെയ്തിരുന്നു. അവിടെ അനാഥർക്കും അംഗഭംഗം വന്നവർക്കും ബുദ്ധിമാന്ദ്യം ഉള്ളവർക്കും വേണ്ടിയുള്ള ഒരു സംഘടന നടത്തുകയാണ് അവർ. അവരുടെ സംരക്ഷണയിലുള്ള ഡെന്നിസ് എന്ന കുട്ടിക്ക് - നടക്കാനോ എണീറ്റ് നിൽക്കാനോ വയ്യാത്ത കുട്ടി - എന്റെ കവിതകൾ വളരെ ഇഷ്ടമായി എന്നും അവനുവേണ്ടി ആ ഇന്ത്യൻ കവിയോട് ഒരു കവിത എഴുതിത്തരാൻ പറയാമോ എന്ന് അവൻ ചോദിച്ചു എന്നും ആയിരുന്നു കത്ത്. ''ചില വരികളെങ്കിലും അവനുവേണ്ടി കുറിച്ചയയ്ക്കണം. അവനു ജീവിക്കാൻ അവ കരുത്തു നൽകും. ദയവായി താങ്കൾ അത് ചെയ്യില്ലേ?'' ഇങ്ങനെയാണ് കത്ത് അവസാനിച്ചത്. ഈ കത്ത് എന്നെ ആഴത്തിൽ സ്പർശിച്ചു. ആരെങ്കിലും പറഞ്ഞാൽ കവിത എഴുതുന്ന ശീലം ആദ്യം മുതലേ എനിക്കില്ല. വിദ്യാർത്ഥി ആയിരിക്കെത്തന്നെ ബിരുദം കഴിഞ്ഞു കവിതാമത്സരങ്ങളിൽ നിന്ന് വിട്ടുനിന്നതും അതുകൊണ്ടാണ്. എന്നാൽ നാടകങ്ങൾക്ക് വേണ്ടി

ചില പാട്ടുകൾ എഴുതിയിട്ടുണ്ട്. ആ സ്വത്വത്തെ ആശ്രയിക്കുക തന്നെ. അതിനിടെ വിവിയന്റെ രണ്ടാമത്തെ കത്തും വന്നു: ‘‘ഡെന്നിസ് കവിത കാത്തിരിക്കുന്നു. അവനെ നിരാശപ്പെടുത്തല്ലേ.’’ ഞാൻ റിപ്ലയ് അമർത്തി വന്നപാടെ ഇംഗ്ലീഷിൽ ചില വരികൾ കുറിച്ചു. വരികളുടെ അർത്ഥം ഏതാണ്ട് ഇങ്ങനെ ആയിരുന്നു.

‘‘ഒരു നാൾ കുരുടർ മാലാഖമാരെ കാണും, ഡെന്നിസ്
രാപ്പാടികൾ ബധിരർക്കു വേണ്ടി പാടും
ഒരു ദിവസം ഊമകൾ കടലുകളുടെ നാവുകൊണ്ടു സംസാരിക്കും
മുടന്തർ നക്ഷത്രങ്ങളിൽ സവാരി ചെയ്യും
കൊല്ലന്റെ ഇരുമ്പ് സ്വർണമായി മാറും
ചരൽ അപ്പമാവും, മഴ വീഞ്ഞാവും
തിരമാലകൾക്കടിയിൽ നിന്റെ കുളിരകറ്റുന്ന അഗ്നി ആളിക്കത്തും
നീ പറയും സ്നേഹം; അപ്പോൾ ഇരുട്ട് പൂവിടും
നീ പറയും സമാധാനം;
അപ്പോൾ ബോംബുകൾ കളിപ്പാട്ടങ്ങളായി മാറും
നീ പറയും നീതി; അപ്പോൾ കുനിഞ്ഞവർ നിവർന്നുനിൽക്കും
നീ പറയും സ്വാതന്ത്ര്യം;
അപ്പോൾ വിത്തുകൾ വെളിച്ചത്തിലേക്ക് പൊട്ടിത്തൂവും
നമുക്ക് തറിയെയും ചൂലിനെയും പ്രകീർത്തിച്ചു പാടാം
തെരുവിലെ പെണ്ണിനെ, അഭയാർത്ഥിയെ, തെണ്ടിയെ,
എല്ലാം നഷ്ടപ്പെട്ടവരെ, യുദ്ധം അംഗഭംഗപ്പെടുത്തിയവരെ,
ദുരാധിപത്യം കൊന്നവരെക്കുറിച്ചും
പാടൂ, ഡെന്നിസ്, സ്നേഹത്തിന്റെ മന്ദിരങ്ങളായ
നമ്മുടെ ശരീരങ്ങളെക്കുറിച്ച്
ശാന്തിയുടെ തേൻകൂടുകൾ ആയ നമ്മുടെ ആത്മാവുകളെക്കുറിച്ചും.’’

വലിയ കവിതയൊന്നും അല്ല ഇത് എന്ന് എനിക്കറിയാം. ഡെന്നിസ്സിനു മനസ്സിലാകാൻ ഇടയുള്ള, സ്വപ്നം നിറഞ്ഞ, ഏതാനും വരികൾ, അത്ര മാത്രം. പക്ഷേ, ഈ വരികൾ മതിയായിരുന്നു അവന്. വിവിയൻ മറുപടിയിൽ എഴുതി: ‘‘ഡെന്നിസ് ഇന്നു വലിയ ആഹ്ലാദത്തിലാണ്, ഇന്ത്യയിലെ ഒരു വലിയ കവി അവനായി ചില വരികൾ കുറിച്ചതിന്ന്... ഇത് ഫ്രഞ്ചിൽ ഒരു പാട്ടായി ഞാൻ ട്യൂൺ ചെയ്യിക്കുകയാണിപ്പോൾ, സേവന സംഘങ്ങളുടെ വാർഷികമേളയിൽ പാടാൻ...’’

അതെ, ഓഡൻ പറഞ്ഞപോലെ കവിത ഒന്നും സംഭവിപ്പിക്കുന്നില്ലായിരിക്കാം, പക്ഷേ അത് ഹൃദയങ്ങളെ സ്പർശിക്കുന്നുണ്ട്, സൂക്ഷ്മമായി മാറ്റുന്നുണ്ട്. എന്റെ *വിക്ക്* എന്ന കവിത വിക്കുള്ളവർക്ക് സ്പീച്ച് തെറാപ്പിക്കായി ഉപയോഗിക്കുന്നു എന്ന് ബംഗളൂരിൽനിന്ന് ഒരു ചികിത്സകയുടെ കത്ത് കിട്ടിയപ്പോൾ, *നിൽക്കുന്ന മനുഷ്യൻ* എന്ന കവിതയാണ് തങ്ങളെ നിൽപ്പുസമരത്തിനു പ്രേരിപ്പിച്ചതെന്ന് സഹ്യസംരക്ഷകർ എഴുതിയപ്പോൾ ഒക്കെ ഞാൻ ഇത് അനുഭവിച്ചു. *മുസ്ലിം* എന്ന

കവിത കേട്ട് ''നിങ്ങളെങ്കിലും ഞങ്ങളെ ഭീകരവാദികളായി കാണുന്നി ല്ലല്ലോ'' എന്ന് കേൾവിക്കാർ വന്നു കെട്ടിപ്പിടിച്ചപ്പോൾ, സരായെവോ യിലെ കവിത വായന കഴിഞ്ഞപ്പോൾ ചിലർ വന്ന് ''ഇപ്പോൾ യൂറോപ്യൻ കവിത ഞങ്ങളോട് സംസാരിക്കുന്നില്ല, അത് കേവലം ധൈഷണികാ ഭ്യാസമായി. പക്ഷേ, താങ്കളുടെ കവിതയിൽ ഹൃദയമുണ്ട്'' എന്ന് എന്നോട് അഭിപ്രായപ്പെട്ടപ്പോൾ, എല്ലാം ഞാൻ ഇതനുഭവിച്ചു.

ലാറ്റിൻ അമേരിക്കൻ കവിതകൾ ഏറെ ഞാൻ പണ്ടേ പരിഭാഷ ചെയ്തി ട്ടുണ്ടെങ്കിലും കഴിഞ്ഞ വർഷമാണ് എനിക്കവിടെ പോകാൻ അവസരം ലഭിച്ചത്. ആദ്യം കൊളംബിയയിലെ മേഡലിൻ കാവ്യോത്സവത്തിൽ, പിന്നെ പെറുവിലും ക്യൂബയിലും കവി സമ്മേളനങ്ങളിലും ചർച്ചകളിലും. പെറുവിൽ എനിക്ക് അഞ്ചു സ്ഥലങ്ങളിൽ വായന ഉണ്ടായിരുന്നു, എല്ലാ വായനയ്ക്കും വന്ന ഒരു മധ്യവയസ്കയെ എനിക്ക് ശ്രദ്ധിക്കാതിരി ക്കാൻ കഴിഞ്ഞില്ല. എന്റെ കൂടെയുള്ള കവികൾ പലയിടത്തും വായിക്കു മ്പോഴും ഇവർ എന്താണ് എന്നെ പിന്തുടരുന്നത്? എനിക്ക് ചോദിക്കാൻ മടിയായിരുന്നു. പക്ഷേ, അവസാന വായന കഴിഞ്ഞപ്പോൾ അവർ എന്റെയടുത്തു വന്ന് പറഞ്ഞു: ''എന്റെ പേര് ല്യൂസ് എലീനാ. ഞാൻ ഇന്ത്യയിൽ പലകുറി വന്നിട്ടുണ്ട്. യാത്ര എനിക്കിഷ്ടമാണ്. താങ്കളുടെ കവിതകൾ എന്നെ അഗാധമായി ആകർഷിച്ചു... താങ്കളെ ഞാൻ നാളെ എന്റെ വീട്ടിൽ ലഞ്ചിന് വിളിക്കട്ടെ?'' ഞാൻ ആദ്യം മടിച്ചു. പക്ഷേ, പെറുവിലെ ഒരു കുടുംബം കാണാനുള്ള താൽപ്പര്യം എന്നെക്കൊണ്ട് ശരി എന്ന് പറയിച്ചു.

പിറ്റേന്ന് അവർ വന്ന് എന്നെ തീവണ്ടിയിൽ കൊണ്ടുപോയി, ശാന്ത മായ ഒരു കുന്നിൻചെരിവിൽ, ലീമയ്ക്ക് പുറത്ത് ആണ് അവരുടെ ഭംഗിയുള്ള വീട്. ''ഭർത്താവ്? കുട്ടികൾ?'' ഞാൻ മടിയോടെ ചോദിച്ചു. അവർ പറഞ്ഞു, ''ഇല്ല, ഞാൻ സ്വതന്ത്രയായി ജീവിക്കാൻ ഇഷ്ടപ്പെടുന്നു. ഇതാ ഇത് എന്റെ ചേച്ചി. വിധവയാണ്. അവരുടെ കൂടെയാണ് എന്റെ താമസം.'' പിന്നെ ഞങ്ങൾ പെറുവിനെക്കുറിച്ചും ഏറെ സംസാരിച്ചു, ഗംഭീരമായ വിരുന്നിനുശേഷം, ഒരു അയൽക്കാരനെയും അവർ ക്ഷണി ച്ചിരുന്നു. തിരിച്ചു വന്ന് പെറുവിനെക്കുറിച്ച് ഒരു കവിതാപരമ്പര എഴുതി യപ്പോൾ അവർക്ക് വേണ്ടി ഒരു കവിത എഴുതാതിരിക്കാൻ എനിക്കാ യില്ല. ഒറ്റ എന്ന് അതിനു പേര്:

ഞാൻ സ്വതന്ത്രയാണ്,
നീ പറഞ്ഞു, കാരണം
ഞാൻ ഒറ്റയാണ്
ആരെയും സ്നേഹിക്കാൻ
നിർബന്ധിക്കപ്പെടാത്തതുകൊണ്ട്
ഞാൻ എല്ലാവരെയും
സ്നേഹിച്ചു

വീട്ടിൽ
കെട്ടിയിടാത്തതുകൊണ്ട്
ഞാൻ ലോകം മുഴുവൻ
യാത്ര ചെയ്തു
കാലിന്നടിയിലെ പൊടി
ആകാത്തതുകൊണ്ട്
ഞാൻ മേഘങ്ങളോളം ഉയർന്നു
വീടില്ലാത്തതുകൊണ്ട്
എല്ലാ വീടും എന്റേതായി
അമ്മയാകാതെ തന്നെ സ്ത്രീ
ഒരു മുഴുമനുഷ്യനാണ്
നീ പ്രകൃതിയാണ്
താഴ്‌വര വിളിച്ചു പറഞ്ഞു
വന്യയും അനശ്വരയുമായ പ്രകൃതി
നീ വെള്ളച്ചാട്ടം പോലെ
പൊട്ടിച്ചിരിച്ച്
ഇളംകാറ്റായി ഉയർന്ന്
ആകാശത്തെ ആശ്ലേഷിച്ചു
ആ ചിരി ഞാൻ എന്റെ
രണ്ടു പെൺകുട്ടികൾക്കും കൊടുത്തു
അവർ വെളുത്ത
പൂക്കളണിഞ്ഞ
അശോകമരങ്ങളായി.

ചില മാസങ്ങൾ കഴിഞ്ഞ് അവർ ഡൽഹിയിൽ വന്നു. അതിനിടെ അവർ കവിയാണെന്നും വിദുഷി ആണെന്നും ഞാൻ മനസ്സിലാക്കിയിരുന്നു. അവർക്ക് ഞാൻ സാഹിത്യ അക്കാദമിയിൽ ഒരു കവിതവായന ഏർപ്പാട് ചെയ്തു. ഞാൻ തന്നെ ഇംഗ്ലീഷിൽ അവരുടെ കവിതകൾ ഒരു സ്പാനിഷ് വിദ്വാന്റെ സഹായത്തോടെ പരിഭാഷ ചെയ്തു.

എന്റെ ആദ്യപുസ്തകം

കവികളുടെ ആദ്യപുസ്തകം കവിത ആകേണ്ടതാണ്. എന്നാൽ, എന്റെ ആദ്യപുസ്തകം *കുരുക്ഷേത്രം* എന്ന പേരിലുള്ള ആധുനിക കവിതാ പഠനങ്ങളുടെ സമാഹാരമായിരുന്നു. അതിന്റെ പ്രസിദ്ധീകരണം അപ്രതീക്ഷിതമായിരുന്നു. എറണാകുളം മഹാരാജാസ് കോളേജിൽ എം.എ. വിദ്യാർത്ഥി ആയിരുന്ന കാലം മുതലേ ഞാൻ കവിതയെക്കുറിച്ച് എഴുതാൻ ആരംഭിച്ചിരുന്നു. അതിനു പ്രധാന പ്രേരണയായത് പണ്ഡിതനും കവിയുമായ അയ്യപ്പപ്പണിക്കർ ആയിരുന്നു. ആധുനിക കവിതയെക്കുറിച്ച് ഞാൻ എഴുതിയ ആദ്യലേഖനം *ആധുനിക കവിതയിലെ ആധുനികതയും കവിതയും* എന്ന പേരിലുള്ളതായിരുന്നു. അതു പ്രസിദ്ധീകരിച്ചത് പോഞ്ഞിക്കര റാഫി എഡിറ്റ് ചെയ്തിരുന്ന *സാഹിത്യ പരിഷത്ത്* ത്രൈമാസികത്തിലായിരുന്നു. പരിഷത്ത് ഓഫീസ് ഞാൻ താമസിച്ചിരുന്ന മഹാരാജാസ് ഹോസ്റ്റലിനു തൊട്ടുമുന്നിലായിരുന്നു

അന്ന്. ഇടയ്ക്ക് അവിടെ ഞാൻ പോയിരിക്കുമായിരുന്നു. എം. തോമസ് മാത്യു, ടി.ആർ. എന്ന് പിന്നീട് പ്രസിദ്ധനായ ടി. രാമചന്ദ്രൻ തുടങ്ങിയവരും അവിടെ വരുമായിരുന്നു. റാഫി ബോധധാരാരീതിയിൽ *സ്വർഗ്ഗദൂതൻ* എഴുതി പ്രശസ്തനായിരിക്കുന്ന കാലമായിരുന്നു അത്. എന്റെ ലേഖനം റാഫിക്ക് ഇഷ്ടമായി. പിന്നീടു പല ലേഖനങ്ങളും ഞാൻ എഴുതിയത് അയ്യപ്പപ്പണിക്കരും കെ.എസ്. നാരായണ പിള്ളയും പത്രാധിപന്മാരായിരുന്ന, ഞങ്ങൾ ഇരുപതു പേർ ആജീവനാംഗങ്ങൾ ആയിരുന്ന *കേരളകവിത*യ്ക്കുവേണ്ടിയായിരുന്നു. സുഗതകുമാരിയുടെ *കാളിയമർദനം*, ചെറിയാൻ കെ. ചെറിയാന്റെ *പാലാഴിമഥനം*, മാധവൻ അയ്യപ്പത്തിന്റെ *മണിയറക്കവിതകൾ* - ഇവയുടെ പഠനങ്ങൾ കേരളകവിതയിൽ വന്നു. പണിക്കരുടെ *കുരുക്ഷേത്ര*ത്തിന്റെ പഠനം മറ്റേതോ ലിറ്റിൽ മാഗസിനിലാണ് വന്നത്. *പുരൂരവസ്സ്* പഠനം *മാതൃഭൂമി ആഴ്ചപ്പതിപ്പി*ലും (*മാതൃഭൂമി*യിൽ അതിനു ശേഷമാണ് എന്റെ കവിതകൾ വരാൻ തുടങ്ങിയത്.). ഒറ്റക്കവിതാപഠനങ്ങൾ അന്ന് അപൂർവമായേ മലയാളത്തിൽ ഉണ്ടായിരുന്നുള്ളൂ. എം.പി. ശങ്കുണ്ണിനായരാണ് ശ്രദ്ധേയമായ ചില കവിതാപഠനങ്ങൾ നടത്തിയിരുന്നത്.

ആ വിദ്യാർത്ഥിക്കാലത്തുതന്നെയാണ് ഞാൻ തൃശ്ശൂരിലെ *ജ്വാല* എന്ന അനൗപചാരിക സംഘവുമായി അടുക്കുന്നത്. അതിന്റെ പ്രധാന സൂത്രധാരൻ തൃശൂരിൽ ബെസ്റ്റ് പ്രിന്റേഴ്സ് എന്ന പ്രസ്സ് നടത്തിയിരുന്ന പി.കെ.എ. റഹിം ആയിരുന്നു. എം.എൻ. റോയിയുടെ വ്യാഖ്യാതാവായിരുന്ന വന്നേരിയിലെ എൻ. ദാമോദരൻ, ചരിത്രകാരൻ എം. ഗംഗാധരൻ, നിരൂപകൻ എം. തോമസ് മാത്യു, തത്ത്വചിന്താധ്യാപകൻ പി.വി. ഉണ്ണിക്കൃഷ്ണൻ, കാട്ടുമാടം നമ്പൂതിരി, ഇടയ്ക്കു വരുന്ന എം. ഗോവിന്ദൻ, എം.വി. ദേവൻ, അന്നു നിയമവിദ്യാർത്ഥിയായിരുന്ന എം. കൃഷ്ണകുമാർ, തൃശ്ശൂരിലെ വിദ്യപ്പൻ, പിന്നീട് തമിഴിൽ പ്രസിദ്ധ നടനായിത്തീർന്ന വിജയൻ, ഇങ്ങനെ കുറെ പേർ ചേർന്ന ഒരു സംഘമായിരുന്നു അത്. ഇടയ്ക്കിടെ ചർച്ചകൾ നടത്തുക, *ജ്വാല* എന്ന പേരിൽ ഒരു ആനുകാലികം നടത്തുക - ഇങ്ങനെ പലതും അതു ചെയ്തിരുന്നു. *ജ്വാല* പ്രസിദ്ധീകരണരംഗത്ത് ഇറങ്ങിയാലെന്തെന്ന് ഇടയ്ക്ക് ഒരാലോചന വന്നു. ഞാൻ അപ്പോഴേക്കും ഇംഗ്ലീഷ് എം.എ. കഴിഞ്ഞു കൊടുങ്ങല്ലൂർ കുഞ്ഞിക്കുട്ടൻ തമ്പുരാൻ കോളേജിൽ അധ്യാപകനായി ചേർന്നിരുന്നു. ആദ്യപുസ്തകങ്ങൾ എന്താകണം എന്ന് ആലോചന വന്നു. മൂന്നു ലേഖനസമാഹാരങ്ങളാണ് ആലോചനയിൽ വന്നത്. എന്റെ *കവിതാപഠനങ്ങൾ* പുസ്തകമാക്കാം എന്ന് നിർദ്ദേശിച്ചത് തോമസ് മാത്യു ആയിരുന്നു. അതിനു ഞാൻ *കുരുക്ഷേത്രം* എന്ന പേരും നിർദ്ദേശിച്ചു. എൻ. ദാമോദരന്റെ *വ്യക്തി, സമുദായം, വിപ്ലവം* എന്ന മറ്റൊരു പുസ്തകവും പാശ്ചാത്യതത്ത്വചിന്തയെക്കുറിച്ച് പി.വി. ഉണ്ണിക്കൃഷ്ണന്റെ പുസ്തകവുമാണ് പിന്നെ നിർദ്ദേശിക്കപ്പെട്ടത്.

*കുരുക്ഷേത്ര*ത്തിന്റെ കവർ എം.വി. ദേവന്റേതായിരുന്നു. ആമുഖമായി *പരിഷത്ത്* മാസികയിൽ വന്ന ലേഖനവും പിന്നെ ഒറ്റക്കവിതാപഠന ങ്ങളും ചേർത്തതായിരുന്നു എന്റെ പുസ്തകം. അത് 1970ലാണ് പുറത്തു വന്നത്. പിന്നത്തെ വർഷമാണ് എന്റെ ആദ്യ കവിതാസമാഹാരം, *അഞ്ചു സൂര്യൻ* കോഴിക്കോട്ടെ പൂർണ ബുക്സ് പുറത്തിറക്കുന്നത്. അങ്ങനെ ഞാൻ മലയാളത്തിൽ ആധുനിക കവിതയെക്കുറിച്ചുള്ള ആദ്യത്തെ പുസ്തകത്തിന്റെ എഴുത്തുകാരനായി, ഒട്ടും പ്രതീക്ഷിക്കാതെ നിരൂപ കനുമായി. *കുരുക്ഷേത്ര*ത്തിലെ ലേഖനങ്ങൾ ചിലത് പിന്നീട് എന്റെ *മുഹൂർത്തങ്ങൾ* (ഡി.സി. ബുക്സ്), *മലയാളകവിതാപഠനങ്ങൾ* (മാതൃ ഭൂമി) എന്നീ ഗ്രന്ഥങ്ങളിൽ പുനഃപ്രസിദ്ധീകരിക്കപ്പെട്ടിട്ടുണ്ട്. പുതു കവിത ആഹ്ലാദത്തിനും എതിർപ്പിനും വക നൽകിയിരുന്ന ഒരു കാലം മുഴുവൻ ആ പുസ്തകത്തിന്റെ പരിസരമായി ഉണ്ട്. ആ കാലത്തിന്റെ കോരിത്തരിപ്പുകൾ ഇന്നും എന്റെയുള്ളിൽ സജീവമാണ്.

വരിക സമുദ്രമേ മൂടുകയെന്നെ നിൻ ഘനനീല ജലനിശീഥത്തിൽ...

എന്നെങ്കിലും ഗസലുകൾ എന്നു വിശേഷിപ്പിക്കാവുന്ന ഗീതങ്ങളെഴുതുമെന്ന് അങ്ങനെ ചിലതെഴുതും വരെ ഞാൻ കരുതിയിരുന്നില്ല. ഞാൻ വളർന്നുവരുന്ന കാലത്ത് ഗസലുകൾ കേരളത്തിൽ, വിശേഷിച്ചും തൃശ്ശൂർജില്ലയിലും പരിസരങ്ങളിലും ഏറെയൊന്നും പ്രചാരം നേടിയിരുന്നില്ല. കോഴിക്കോട്ടും കൊച്ചിയിലും മാത്രമാണ് ശ്രദ്ധേയമായ ഒരു ഗസൽ സംസ്കാരം നിലനിന്നത്.. എന്നാൽ എഴുപതെൺപതുകളായപ്പോഴേക്കും ഹിന്ദുസ്ഥാനി സംഗീതത്തോടൊപ്പം ഗസലുകളും കേരളത്തിലെ സംഗീതാസ്വാദകരുടെ മനസ്സുകളിൽ ഇടം കണ്ടെത്താൻ തുടങ്ങിയിരുന്നു.

കോഴിക്കോട് അബ്ദുൾഖാദറിലും മെഹബൂബിലും നിന്നാരംഭിച്ചിരുന്ന ഒരു സംഗീത സംസ്കാരം രമേശ് നാരായണനും ശിഷ്യന്മാരും പ്രചരിപ്പിച്ച ഹിന്ദുസ്ഥാനി ക്ലാസ്സിക്കൽ സംസ്കാരത്തിന്റെ കൂടി പിൻബലം നേടിയതാകാം ഇതിനൊരു കാരണം. കേരളത്തിൽവച്ചു തന്നെ ഗുലാം അലിയുടെയും പങ്കജ് ഉധാസിന്റെയും മെഹ്ദി ഹസന്റെയും ആബീദാ പർവീണിന്റെയും രൂണാ ലൈലയുടെയും ജഗ്ജീത് സിങ്ങിന്റെയും മുന്നീബേഗത്തിന്റെയും ഫരീദാ ഖാന്നൂമിന്റെയും മറ്റും ഗസൽ ആലാപനങ്ങളുമായി കാസ്സറ്റുകളിലൂടെ പരിചയപ്പെട്ടിരുന്നു; ഫയ്യാസ് ഖാനും മറ്റും മുതൽ ഭീം സെൻ ജോഷി, കുമാർ ഗന്ധർവ്വ്, പണ്ഡിറ്റ് ജസ്‌രാജ്, കിഷോരീ അമോൻകർ, മല്ലികാർജ്ജുൻ മൻസൂർ, ഗംഗുഭായി ഹംഗൽ തുടങ്ങി അന്നു പ്രശസ്തരായിരുന്ന സമകാലീനരുടെ വരെ വിവിധ ഘരാനകളിൽ പെട്ട ഹിന്ദുസ്ഥാനി സംഗീത സമ്പ്രദായങ്ങളുമായും ആഭിമുഖ്യം വളർത്തിയിരുന്നു. ഭോപ്പാലിൽ ഭാരത് ഭവനിൽ വച്ച് ഇവരിൽ പലരുടെയും കച്ചേരികൾ നേരിട്ടു കേൾക്കാനും അവസരം ലഭിച്ചിരുന്നു. ദില്ലിയിലെ പ്രവാസം ഈ അന്തരീക്ഷത്തെ കൂടുതൽ സജീവമാക്കി. ഹിന്ദുസ്ഥാനി കച്ചേരികളും ഗസൽ കച്ചേരികളും ധാരാളമായി കേൾക്കാൻ അവസരം ലഭിച്ചു. പുതിയ തലമുറയിലെ പാട്ടുകാരെയും

കേൾക്കാനാരംഭിച്ചു. അതിനെക്കാളേറെ പ്രധാനം ഉർദുവിന്റെ സാന്നിദ്ധ്യമായിരുന്നു. കുറെയൊക്കെ ആ ഭാഷ കേട്ടാൽ മനസ്സിലാവുമെന്നായി. ദേവനാഗരി ലിപിയിൽ കിട്ടിയാൽ വായിക്കാമെന്നായി. ഹിന്ദിയിലും ഇംഗ്ലീഷിലുമുള്ള പരിഭാഷകളും സഹായത്തിനെത്തി. മീർതാക്കി മീറിനെയും മിഴ്സാഗാലിബ്ബിനെയും പോലുള്ള പഴയ ആചാര്യന്മാരുടെയും ഫിറാഖ് ഗോരഖ്പുരി, ഫൈസ് അഹ്മ്മദ് ഫൈസ് തുടങ്ങിയ പില്ക്കാല വിചക്ഷണരുടെയും ഷഹരിയാർ, ഗുൽസാർ, ജാവേദ് അഖ്തർ, നിദാ ഫസ്‌ലി, അഹമ്മദ് ഫറാസ് തുടങ്ങിയ മുൻഗാമികളുടെ മുമ്പിൽ ചെറിയവരെങ്കിലും പാരമ്പര്യം നിലനിർത്താൻ സഹായിക്കുന്ന സമകാലീനപ്രയോക്താക്കളുടെയും ഗസലുകളുമായി അങ്ങനെ പരിചയം നേടി. പേഴ്സ്യൻ സ്തുതിഗീതമായ *കസീദാ*യുടെ 'തഷ്ബീബ്' എന്ന ഭാഗം വേറിട്ട് അറേബ്യയിൽ നിന്ന് ഇറാനിലെത്തി പത്താം നൂറ്റാണ്ടോടെ പിറവി കൊണ്ട ഗസൽ, അമീർ ഖുസ്രോ, വാലി ദക്ഖ്നി തുടങ്ങിയവരിലൂടെ കടന്ന് ഉർദുവിലെ പ്രധാനമായൊരു കാവ്യരൂപമായി മാറിയ പരിണാമകഥ വായിച്ചും കേട്ടും അറിയുകയും ചെയ്തു.

എന്നാൽ ഇതെല്ലാം എന്റെ പതിവു കാവ്യാസ്വാദനത്തിന്റെയും സംഗീതാസ്വാദനത്തിന്റെയും ഭാഗം മാത്രമായിരുന്നു. ഗസലുകളെഴുതാനുള്ള ഒരാലോചനയും അപ്പോഴില്ലായിരുന്നു. കേരളത്തിൽവച്ച് വിപ്ലവാശയ പ്രചാരണത്തിന്റെ ഭാഗമായി ചില ഗസലുകളെഴുതിക്കൂടേ എന്ന ചില യുവസുഹൃത്തുക്കളുടെ നിർദ്ദേശം ഞാൻ നിരാകരിക്കുകയും ചെയ്തിരുന്നു. ചലച്ചിത്രഗാനങ്ങളും ഗസലുകളും മറ്റും രചിക്കുന്നവർ രണ്ടാംതരം കവികളാണെന്ന ധാരണയും ഗസൽ പ്രാഥമികമായും ഒരു പ്രണയ കാവ്യരൂപമാണെന്ന അറിവുമാകണം ആ നിരാകരണത്തിനു കാരണം. ഒരു ചലച്ചിത്രത്തിന് പാട്ടെഴുതാമോ എന്നു ചോദിച്ചു വന്നവരെ ഞാൻ അഹന്തയോടെ തിരിച്ചയയ്ക്കുകയും ചെയ്തിരുന്നു. ആറുവർഷം മുമ്പ് ഒരു ഗാൾ ബ്ലാഡർ ശസ്ത്രക്രിയ കഴിഞ്ഞു വിശ്രമിക്കുമ്പോഴാണ് മനസ്സിൽ വരികൾ വന്നു നിറയാൻ തുടങ്ങിയത്. അവ എന്റെ കവിതകളുടെ രീതിയിൽ നിന്നു വ്യത്യസ്തമായിരുന്നുവെന്ന് ഞാൻ ഉടൻ തിരിച്ചറിഞ്ഞു. ചിലപ്പോൾ ടാഗൂറിന്റെ ഗീതങ്ങളെയും ചിലപ്പോൾ ഗസലുകളെയും ഓർമ്മിപ്പിക്കുന്നതായിരുന്നു അവയുടെ ബിംബകല്പനയും ഭാവവും സ്വരഘടനയും. അതേസമയം ഓരോ ഈരടിയും സ്വതന്ത്രമായിരിക്കുക, അവസാനപദം ആവർത്തിക്കുക, മാത്രാനിയമം കണിശമായിരിക്കുക തുടങ്ങിയ ഗസലിന്റെ ചിട്ടകൾ അവ പിന്തുടർന്നിരുന്നില്ല.

'ആസാദ് ഗസൽ' എന്നറിയപ്പെടുന്ന സ്വതന്ത്രരൂപത്തോടും രബീന്ദ്ര സംഗീതത്തിലെ ഗാനരൂപങ്ങളോടുമാണ് അവയ്ക്കടുപ്പം എന്നു തോന്നി. ശ്രീനാരായണഗുരു 'ഈഴവശ്ശിവനെ' പ്രതിഷ്ഠിച്ച നാട്ടിൽ ഇതിനെ 'മലയാളം ഗസൽ' എന്നു വിളിക്കുകയാവും ഉചിതം. മലയാളികൾക്കു

പ്രിയപ്പെട്ട പല ചലച്ചിത്രഗാനങ്ങളും - *താമസമെന്തേ വരുവാൻ, ഒരു വട്ടം കൂടിയെന്നോർമ്മകൾ മേയുന്ന* തുടങ്ങിയവ പെട്ടെന്നോർമ്മ വരുന്നു - ഇത്തരത്തിൽ മലയാളം ഗസലുകളാണ്.

പ്രത്യക്ഷമായ സംഗീതാത്മകത, ഒരു ഭാവത്തെയോ അവസ്ഥയെയോ തുടർച്ചയായി പിന്തുടരുന്നതോ (ഉദാ: ഹസ്രത്ത്, ഇഖ്ബാൽ, ജോഷ്) ഒരു വിചാരത്തിൽ നിന്നു മറ്റൊന്നിലേക്കു മാറിക്കൊണ്ടിരിക്കുന്നതോ (ഉദാ: ഗാലിബ്ബ്, മീർ) ആയ ആവിഷ്കരണ രീതി, കഠിനപദങ്ങളൊഴിവാക്കുന്ന ശൈലി; ഗസലുകൾക്കു പൊതുവായ പ്രത്യേകതകൾ ഇവയാണ്. കനമേറിയതും സങ്കീർണ്ണവുമായ ധൈഷണികാവിഷ്കാരങ്ങൾക്ക് ഗസൽ അനുയോജ്യമല്ല. ഐറണി, കറുത്ത നർമം തുടങ്ങിയവയും പ്രയാസമാണ്. അഭിലാഷം, സ്വപ്നം, ഗൃഹാതുരത്വം, പ്രണയാനുഭൂതി, വിരഹാനുഭവം, പ്രകൃതിസ്നേഹം, സൗന്ദര്യാരാധന, ജനകീയമായ ആദ്ധ്യാത്മികത - ഇത്തരം ഭാവങ്ങൾക്ക് ഗസൽ അനുയോജ്യമാണ്. ഫൈസ് അഹമ്മദ് ഫൈസ്, അലി സർദാർ ജാഫ്രി, സഹീർ ലുധിയാൻവി, സജ്ജദ് സഹീർ തുടങ്ങിയവർ പരോക്ഷമായി രാഷ്ട്രീയ പ്രമേയങ്ങളും ഗസലുകളിൽ കൊണ്ടുവരാതിരുന്നിട്ടില്ല. ഗസലുകളെഴുതുമ്പോൾ അബോധത്തിൽ ഈ ധാരണകളും ഉണ്ടായിരുന്നിരിക്കാനിടയുണ്ട്. എന്റെ അനുഭവം അവയ്ക്ക് വെറുതെ വഴങ്ങിക്കൊടുക്കുന്നതായിരുന്നെങ്കിലും അവയുടെ പ്രവാഹം നിലച്ചപ്പോൾ എഴുത്തു നിർത്തുകയും ചെയ്തു. മൂന്നു നാലു വർഷത്തിനുശേഷം ഇപ്പോൾ, വീണ്ടും ചില വരികൾ മനസ്സിലൊഴുകിയെത്താൻ തുടങ്ങുന്നുണ്ടെങ്കിലും പ്രമേയപരമായി നോക്കിയാൽ എന്റെ കവിതകളിൽ പലപ്പോഴായി കടന്നുവന്നിട്ടുള്ള അനുഭവങ്ങളും ഓർമ്മകളുമൊക്കെയാണ് ഗസലുകളിലും ഉള്ളത്. അപ്പോൾ, ഞാനാലോചിക്കുകയാണ്, എല്ലാ ലജ്ജയും മുൻവിധിയും മാറ്റിവച്ച്, അവയെഴുതാൻ എന്നെ പ്രേരിപ്പിച്ചതെന്താകാം? ഇതിനു വ്യക്തമായ ഉത്തരമൊന്നും എനിക്കു കിട്ടിയിട്ടില്ല, എങ്കിലും രണ്ടു കാര്യങ്ങൾ തോന്നാറുണ്ട്. ഒന്ന്. പുതിയ കവിത നേരിട്ടുള്ള, ലളിതമായ വികാരാവിഷ്കാരത്തെ ഘടന കൊണ്ടുതന്നെ പ്രതിരോധിക്കുന്നുണ്ട്. അങ്ങനെ തടയപ്പെട്ട, ചിലപ്പോഴൊക്കെ കാല്പനിക സ്വഭാവമുള്ള വികാരത്തിനൊരു മാധ്യമം വേണമായിരുന്നു. രണ്ട്; എന്റെയുള്ളിൽ നിറയെ സംഗീതമുണ്ട്. അതു മുഴുവനായി ഉൾക്കൊള്ളാൻ കവിതയ്ക്കു കഴിയാറില്ല. ഈ അധികസംഗീതവും ആവിഷ്കാരം തേടുന്നുണ്ടായിരുന്നു.

അതേസമയം ശരിക്കും രചനയാരംഭിച്ചപ്പോൾ എവിടെയോ എന്റെ കവിതയുടെ രീതിയും ഗസലിനെക്കുറിച്ചുള്ള പ്രതീക്ഷകളും തമ്മിൽ ഒരു സംവാദമോ ഒത്തുതീർപ്പോ നടക്കുകയുണ്ടായി. എന്റെ നാല്പത്തിയഞ്ചു ഗസലുകളെയും സാധാരണ ഗാനങ്ങളിൽ നിന്ന് വ്യത്യസ്തമാക്കുന്നത് അവയുടെ നവീന കവിത്വം തന്നെയാണെന്ന് എനിക്കു

ബോദ്ധ്യമുണ്ട്. ഗസൽ ഗായകർക്ക് അവ പ്രയാസകരമാക്കുന്നതും അതുതന്നെ. കൂടുതൽ വിഷമമേറിയവ വിട്ടും എടുത്തവയിൽത്തന്നെ പ്രയാസമുള്ള വരികൾ ഉപേക്ഷിച്ചുമാണ് ഉമ്പായി ഒരു ആൽബം തയ്യാറാക്കിയത്.

ഈ നവീനതയുടെ ഒരു മുഖ്യനിദാനം അവയിലെ രൂപകങ്ങളും ബിംബങ്ങളും തന്നെയാണ്. 'തേരിറങ്ങുന്ന നീർച്ചാട്ടം', 'പൂവാകച്ചേലെഴും യക്ഷി', 'നെല്ലിമരത്തിലെ നീതി തൻ ദേവത', 'കൊന്ന പൂക്കും പോൽ ചിരിക്കും കിടാങ്ങൾ', 'മഴകളിൽ വരും കാലത്തിൻ ചെമ്പകം പൂക്കും മണങ്ങൾ', 'ഇന്നത്തെ ദുഃഖങ്ങൾ പാട്ടിനും ചിതയ്ക്കും കൈമാറുക' എന്നിവ *പാടുന്നതെന്തിന്* എന്ന ഞാനാദ്യമെഴുതിയ ഗസലിൽത്തന്നെ ഉള്ളതാണ്. അതവസാനിക്കുന്നതും സാധാരണ വരികളിലല്ല.

ജ്ഞാനികളോടു പറഞ്ഞാലും; സ്വാതന്ത്ര്യം
താണവരുണ്ടാക്കുമപ്പം
വീഞ്ഞല്പം വേണമോ? രക്ഷകാ, വെള്ളമേ-
യില്ലാറ്റിൽ, വാക്കിൽ, മനസ്സിൽ

വേദപുസ്തകത്തെ അനുസ്മരിപ്പിക്കുന്നതാണ് ഈ വരികളിലെ അപ്പവും വെള്ളം വീഞ്ഞാക്കലും. ഒപ്പം സ്വാതന്ത്ര്യമെന്നത് താണവരുണ്ടാക്കുന്ന അപ്പമാണെന്ന വിമോചനാശയവും നമ്മുടെ കാലത്തിന്റെ യഥാർത്ഥവും സംവേദനപരവുമായ വരൾച്ചയും സൂചിപ്പിക്കപ്പെടുകയും ചെയ്യുന്നു.

പാഴിലയിൽ വെറുതെ ഇഴയുന്ന വൈകുന്നേരം, പെരുമഴയിൽ കുതിർമണികൾ പോലെ അലിയുന്ന ചക്രവാളം, ഇരുളിന്റെ പുകചിന്തി വരുന്ന കരിവണ്ടിയിൽ നിന്നിറങ്ങുന്ന മൃത്യുവിൻ പട, കൊടുങ്കാറ്റിൽ കട പുഴകിയ ആലിൻ പൊത്തിലുദിക്കുന്ന കിളിക്കുഞ്ഞിൻ പനിനീർക്കാൽ, തകർന്ന പുരാതന മന്ദിരത്തിൽ തറക്കല്ലിൽ വിരിഞ്ഞുയരുന്ന കാശിത്തുമ്പ പോലെ വിടർന്നുയരുന്ന പുലരി തൻ തരി, രാക്കുയിൽപ്പാട്ടിൻ ചഷകം *(പറഞ്ഞാലും തോഴി)*, മറവിതൻ വാതിലിൻ പിന്നിൽ ചിരി പോലെ കിലുങ്ങുന്ന വളകൾ, ഹൃദയമിടിപ്പിന്റെ ലയമായി മാറുന്ന നൃത്തച്ചുവട്, തരുണമായ് മാറിയ സിരകളിൽ വിടരുന്ന വാകപ്പൂങ്കുല, മണൽ വിഴുങ്ങുന്ന ചിരി, ചുഴലികൾ റാഞ്ചുന്ന മുല്ലമണം, അലറുന്ന നഗരത്തിന്റെ ചക്രാരവങ്ങളിൽ ഞെരിയുന്ന കരിവള, കടുകയ്പിൻ കായലിൽ തേൻ കലർത്തുന്ന ഓർമ്മ, അമാവാസിയിൽ പൂക്കുന്ന നിലാപ്പാല *(പ്രണയഗാനങ്ങൾ...)*, മഞ്ഞിന്റെ തംബുരു മീട്ടുന്ന പുതുസൂര്യൻ *(ഒരു ഞരമ്പിപ്പൊഴും പച്ച)*, വറ്റിയ പേനയിൽ നീലമേഘങ്ങൾ നിറയ്ക്കുക, വാൽ താഴ്ത്തി ഉമ്മറത്തുറങ്ങുന്ന ദുഃഖം, മേൽക്കൂരയിലിരുന്നു ചിലയ്ക്കുന്ന ഓർമ്മ, വീടു മുരളിയാക്കുന്ന കാറ്റ്, തൂവൽ മുളയ്ക്കുന്ന പേരക്കിടാങ്ങൾ *(നിൽക്ക മരണമേ)*, കിളിക്കുഞ്ഞിനെ

മുലയൂട്ടുന്ന ചന്ദ്രൻ, തടവറയിലെ ഭ്രാന്തിയുടെ കരച്ചിലിൽ വീശുന്ന ഇടിമിന്നൽ, ഒരു മുറം മുത്തശ്ശിക്കഥ *(മഴയിൽ കുളിച്ച മരങ്ങളേ)*, വേദനയുടെ ഇളംചില്ലയിൽ തുങ്ങിക്കാണുന്ന മൃത്യുവിന്റെ ആഴം, മൃത്യുവിൻ നൃത്തം മുറിച്ചു ചുവടു വെയ്ക്കുന്ന കുഞ്ഞ്, വീണ മരത്തിനുള്ളിൽ നിന്നു ഭാവിയുടെ ഗാനം പാടുന്ന പുള്ള് *(ഊമകൾ പാടും)*, നിറയെശ്ശവങ്ങളുമായിപ്പോകുന്ന സഹസ്രാബ്ദം, മഴപെയ്യും നീലിച്ച മറുകര *(വിട, സഹസ്രാബ്ദം)*, മഞ്ഞുകാലത്തിലെ ഇളം വെയിലിൽ കാട്ടുപൂ പോലുള്ള മുഖം, പഥികർ തീക്കായുന്ന നിള തൻ നിലാത്തിട്ട പോലുള്ള നെറ്റി, അഗ്നിയും വജ്രവും ചിതറുന്ന നീർച്ചാട്ടം പോലുള്ള നോട്ടം, പതിതന്റെ പാട്ടിലെ പഴവും പുലരിയും പോലുള്ള ചുണ്ട്, തേനും കനകവുമൊഴുകുന്ന അരുവികൾപോലുള്ള കൈകൾ, മഴ പെയ്യും മുമ്പെത്തും ചടുലമാം കാറ്റിനെപ്പോലുള്ള നട *(മധുരാഷ്ടകം)*, ഇങ്ങനെ സമാഹാരത്തിലെ *(ഗസലുകൾ ഗീതങ്ങൾ)* ആദ്യത്തെ ഏഴെട്ടു ഗസലുകളിൽനിന്നു മാത്രം ഉദാഹരണങ്ങൾ എടുത്തു കാട്ടാം. എന്റെ ഏതു കവിതയും പോലെ ബിംബസമൃദ്ധമാണ് ഈ രചനകളെന്നു തോന്നുന്നു.

ഗസൽ എന്നാൽ സ്ത്രീയോടു സംസാരിക്കുന്ന കവിതയാണ്. എന്റെ ഗസലുകളിൽ വളരെക്കുറച്ചേ സ്ത്രീയോട്, വിശേഷിച്ചും കാമുകിയോട് സംസാരിക്കുന്നതായി ഉള്ളൂ. ബാല്യം, മരണം, ഭാഷ, മഴ, ദർശനം തുടങ്ങിയ എന്റെ പ്രിയ പ്രമേയങ്ങളാണിവിടെ ഏറെയും. *ഒരു സൂഫി പാടി* എന്നത് സൂഫിയുടെ ദർശനത്തിന്റെ വ്യാഖ്യാനമാണ്. *പറയാതെ പരിഭവം* നശ്വരതയെക്കുറിച്ചാണ്. *നിൽക്കുന്ന മരണമേ, മൂടാതെ വർഷമേ, വിടരുക* ഇവയിൽ മരണം കേന്ദ്രത്തിലുണ്ട്. *പാടുന്നതെന്തിന്?, പറഞ്ഞാലും തോഴി, അതിർത്തികൾ, ഒരു ഞരമ്പിപ്പൊഴും പച്ച, ഊമകൾ പാടും, വിട സഹസ്രാബ്ദമേ* മുതലായവ സമൂഹത്തിന്റെയോ പ്രകൃതിയുടെയോ രാഷ്ട്രീയമാണു പ്രമേയമാക്കുന്നത്. *നീ വന്നുവല്ലോ, പിന്നെയും വന്നു, മഴയിൽ കിടയ്ക്ക വിരിക്കൂ, മഴയിൽ കുളിച്ച മരങ്ങളേ, മൂടാതെ വർഷമേ, പുതുമഴ* ഇങ്ങനെ പലതിലും മഴ ഒരു മുഖ്യസാന്നിദ്ധ്യമാണ്.

എന്റെ ഗസലുകളിൽ പലതും 'ആന്റി ഗസലു'കളാണെന്നു പറയാം. 'ഇനിയീ ഞരമ്പുകൾക്കാവില്ല രാഗത്തിന്നിടയഗീതങ്ങൾ രചിക്കാൻ' *(പ്രണയഗാനങ്ങൾ...)*, 'നീ വിളിക്കുന്നു നൃത്തം ചെയ്യുവാൻ, എനിക്കിഷ്ടം വാൾമുനയിലെ നൃത്തം; പോരണമെങ്കിൽ പോരൂ... *(പോരണമെങ്കിൽ പോരൂ)*, 'പ്രേമമേ നിൽക്കൂ, നാളെയാകട്ടെ; എനിക്കിന്നു നിറയേ ജോലി; സ്വർണവീണ വയ്ക്കുക താഴെ' *(പ്രേമമേ നിൽക്കൂ)*, 'നരകത്തിലേക്കു വിളിക്കുന്നതെന്തിനേ, നരകത്തിലോമനേ എൻ വിലാസം' *(നരകത്തിലേക്കു...)* 'അറിവീലയെങ്ങനെ നിൻ പ്രേമസല്ലാപം മുഴുവനും

മുള്ളായി മാറി' *(വിട)*, തകരുന്ന നമ്മുടെ കാലം, കേൾക്കുകിടിവെട്ട തിന്നാർത്ത നാദം' *(മഴയിൽ കിടയ്ക്ക വിരിക്കൂ)*, 'ജീവിതമേ, നീ മരണമോ, പാതിരായ്ക്കീ വിധമെന്നെ വിളിക്കാൻ?' *(ജീവിതമേ നീ മരണമോ)*, 'വരിക പ്രണയമേ, വരിയുകെൻ പ്രാണനെ മരണം കണ ക്കത്ര ഗാഢം' *(വരിക സമുദ്രമേ)*, ഞാനൊരു രാക്കിളി പാതിരാ ത്തുഞ്ചത്തു നീരവം പേടിച്ചിരിക്കെ, ഭൂമി വരവേറ്റു നിൽക്കുന്നതേതൊരു ഭീകരദേവതയ്ക്കാകാം?' *(വരവേല്പ്)* ഇങ്ങനെ നിഷേധാത്മകമായ പ്രണയവും ഭീതിയും മൃത്യുവും പല ഗസലുകളിലും പ്രത്യക്ഷമാകുന്നു.

ഇവയൊന്നും തന്നെ വെറുതെ പാട്ടുകെട്ടും മട്ടിലല്ല ഞാനെഴുതി യത്. എല്ലാറ്റിനും എന്റെ കവിതകൾക്കെന്നപോലെ തന്നെ, വൈയ ക്തിക സന്ദർഭങ്ങളുണ്ട്. അവ സംബോധന ചെയ്യുന്നതും മരിച്ചവരോ ജീവിച്ചിരിക്കുന്നവരോ ആയ വ്യക്തികളെയാണ്. അതേ സമയം ഇവ എഴുതിക്കൊണ്ടിരിക്കേ കവിതകളെഴുതുമ്പോൾ പലപ്പോഴും അനുഭവി ക്കാത്ത ഒരുതരം നിരായാസതയും ആഹ്ലാദവും എനിക്കനുഭവപ്പെട്ടി രുന്നു.

'പുതിയ വീട്ടിലെന്നെക്കാത്തിരിക്കണം
ഒരു പനിക്കൂർക്ക, കാന്താരി, നാരകം
ഒരു ബലിക്കാക്ക, ചീവീട്,
നെയ്യുറുമ്പൊരു കുറുംകുഴൽ, ചന്ദ്രൻ, മഴ, മകൾ' എന്ന്

'ആരു മന്ത്രിപ്പൂ നിൻ പേർ? ജലമാവുമോ
ശാരദാകാശമോ
തീയോ' എന്ന്,

'മഴയിൽ കിടയ്ക്ക വിരിക്കൂ,
വരൂ, കാറ്റു മുരളട്ടെ, ചുറ്റും കിടക്കൂ,
പുടവകളൊക്കെയഴിക്കൂ, കാലത്തിന്റെ
പടി കടന്നപ്പുറം പോകൂ' എന്ന്,

'ഹാ, നിറയട്ടേ രാത്രിമുല്ല തൻ സുഗന്ധത്താൽ
മ്ലാനനീരവം ശ്മശാനോന്മുഖമാമെൻ മനം' എന്ന്

'പാടുക വീണ്ടും, ഞങ്ങൾ വിസ്മരിച്ചൊരു തീക്ഷ്ണ
ഭൈരവി ചുടുകാറ്റിൻ സ്വർണ്ണതന്ത്രികൾ മീട്ടി' എന്ന്,

'വരിക സമുദ്രമേ മൂടുകയെന്നെ നിൻ
ഘനനീല ജലനിശീഥത്തിൽ' എന്ന്,

'ആരു മന്ത്രിപ്പൂ നിൻ പേർ? ജലമാവുമോ
ശാരദാകാശമോ, തീയോ' എന്ന് എഴുതുന്നതിന്റെ വെറും ആഹ്ലാ ദമാവും മറ്റെന്തിനേക്കാളും ഇനിയും എന്നെ ഗസലുകളിലേക്കു ക്ഷണി ക്കുക.

സാഹിത്യോത്സവസ്മരണകൾ

ഏതായിരുന്നു ഞാൻ ആദ്യം പങ്കെടുത്ത സാഹിത്യോത്സവം? 1982 ലായിരുന്നു അത്. മധ്യപ്രദേശിൽ ഭോപ്പാലിലെ ഭാരത് ഭവനിൽ അശോക് വാജ്പേയിയുടെ നേതൃത്വത്തിൽ നടന്ന ലോക കാവ്യോത്സവത്തിൽ. ലോക കവിതയുമായി വായനയിലൂടെയും പരിഭാഷയിലൂടെയും പരിചയം നേടിയിരുന്നുവെങ്കിലും പ്രിയപ്പെട്ട ചില കവികളെ ആദ്യമായി കണ്ട അനുഭവമായിരുന്നു അത്. അതിൽ എല്ലാവരെയും എനിക്ക് ഓർമ്മയില്ല. എന്നാൽ കരീബിയൻ കവി ഡെരക് വാൽകോട്ട്, സ്വീഡിഷ് കവി തോമസ് ട്രാൻസ്ട്രോമർ എന്നിവരെയും ശംഖ ഘോഷ്, സുനിൽ ഗംഗോപാധ്യായ, ശക്തി ചതോപാധ്യായ, അജ്ഞേയ് (എസ്. എച്ച്. വാത്സ്യായൻ), ശ്രീകാന്ത് വർമ, രഘുവീർ സഹായ്, കുംവർ നാരായൻ, കേദാർനാഥ് സിങ്, സീതാകാന്ത് മഹാപത്ര, രമാകാന്ത് രഥ്, നീലമണി ഫൂക്കൻ, നവകാന്ത്ബറുവാ, ജ്ഞാനക്കൂത്തൻ, ചന്ദ്രശേഖര കംബാർ, ജയന്ത മഹാപത്ര, യൂനിസ് ഡിസൂസ തുടങ്ങിയ

ഇന്ത്യൻ കവികളെയും ആദ്യമായി ഞാൻ കാണുന്നത് അവിടെ വെച്ചാണ്. ഒരു വലിയ കതകു തുറക്കലായിരുന്നു അത്. മലയാളത്തിൽ നിന്ന് അയ്യപ്പപ്പണിക്കരും ഞാനും ആയിരുന്നു പങ്കെടുത്തത്. വൈകുന്നേരങ്ങളിൽ ഹിന്ദുസ്ഥാനി സംഗീതമോ നാടകമോ ഉണ്ടായിരുന്നു. കുമാർ ഗന്ധർവ്, മല്ലികാർജുൻ മൻസൂർ തുടങ്ങിയ മഹാഗായകരെ ഞാൻ നേരിട്ടു കേൾക്കുന്നത് അവിടെ വെച്ചായിരുന്നു. ബി.വി. കാരന്തുമായി പരിചയമാകുന്നതും അന്നാണ്. അദ്ദേഹം ആദിവാസികളെ അഭിനേതാക്കളാക്കി ബർതോൾട് ബ്രഹ്തിന്റെ *കോക്കേസ്യൻ ചാക്ക് സർക്കിൾ* എന്ന നാടകം ബുന്ദേൽഖണ്ടി വാമൊഴി ഭാഷയിൽ അന്ന് അവതരിപ്പിച്ചു. അതിൽ ആസ്ദേയ്ക്ക് ആയിരുന്ന മഹാനടനെ ഞാൻ ഇന്നും ഓർക്കുന്നു. അന്ന് കണ്ട കേദാർനാഥ് സിങ്, സീതാകാന്ത് മഹാപത്ര, സുനിൽ ഗംഗോപാധ്യായ, ശക്തി ഛതോപാധ്യായ, ചന്ദ്രശേഖര കംബാർ എന്നിവർ പിന്നീട് എന്റെ സുഹൃത്തുക്കളായി മാറി. സമകാലിക ഹിന്ദി കവിതയും ശ്രീകാന്ത് വർമയുടെ 'മഗധ്' എന്ന ദീർഘകാവ്യവും പരിഭാഷ ചെയ്ത് എന്റെ മറന്നു തുടങ്ങിയിരുന്ന ഹിന്ദി ഞാൻ വീണ്ടെടുക്കുന്നതും അതിനു ശേഷമായിരുന്നു. ആ ഹിന്ദി ഒരു പതിറ്റാണ്ടു കഴിഞ്ഞ് ഡൽഹിയിലേക്കു ചേക്കേറിയപ്പോൾ എനിക്കു പ്രയോജനപ്പെട്ടു. പിന്നീട് പല കുറി ഞാൻ ഭാരത് ഭവന്റെ അതിഥിയായി ഭോപ്പാലിൽ നടന്ന 'കവിഭാരതി', 'കവിതാ ഏഷ്യ' തുടങ്ങിയ കാവ്യോത്സവങ്ങളിൽ പങ്കെടുത്തു. ഫിലിപ്പീൻസിലെ വെർജീനിയ മോരേനോ, ജപ്പാനിലെ കസുക്കോ ഷിരേഷി തുടങ്ങിയ ഏഷ്യൻ കവികളുമായുള്ള സൗഹൃദം ഒപ്പം പല തലമുറകളിലെ ഇന്ത്യൻ കവികളുമായും അങ്ങനെ വികസിച്ചു.

അതിനിടയ്ക്കാണ് 1985 ൽ, ഇന്ത്യൻ കൗൺസിൽ ഫോർ കൾച്ചറൽ റിലേഷൻസ് ഡൽഹിയിൽ നടത്തിയ 'വാല്മീകി കാവ്യോത്സവ'ത്തിലേക്കുള്ള ക്ഷണം വരുന്നത്. ലോക കവിതയിലേക്കുള്ള മറ്റൊരു കവാടമായിരുന്നു അത്. വോൾ സോയിങ്ക, തോമസ് ട്രാൻസ്ട്രോമർ, യഹൂദ അമിച്ചായ്, ലെസ് മുറെ ഇങ്ങനെയുള്ള മുൻനിരക്കാർ അതിൽ ഉണ്ടായിരുന്നു. എന്നാൽ, എനിക്ക് ഏറ്റവും ഓർമ്മയുള്ളത് ഞങ്ങൾ എല്ലാവരും ഭോപ്പാലിൽ വാതകദുരന്തം നടന്ന യൂനിയൻ കാർബൈഡിനു മുന്നിൽ പ്രതിഷേധിച്ചു കവിതകൾ വായിച്ചതാണ്.

ആദ്യമായി ഞാൻ ഒരു വിദേശ സാഹിത്യോത്സവത്തിൽ പങ്കെടുക്കുന്നത് അതേ വർഷം തന്നെയാണ്. ഇന്ന് ഇല്ലാത്ത യുഗോസ്ലാവിയയിൽ സരായെവോ നഗരത്തിൽ നടന്ന 'കവിതാദിനങ്ങൾ' ലോകത്തിന്റെ പല ഭാഗങ്ങളിലും നിന്ന് ഒട്ടേറെ കവികളെ ഒന്നിച്ചു കൊണ്ടു വന്നു. എന്റെ ചില ആദ്യകാല കവിതകൾ ഇംഗ്ലീഷ് പരിഭാഷയിൽ വായിച്ച് ഇഷ്ടപ്പെട്ട ഹിന്ദി കവി ശ്രീകാന്ത് വർമയാണ് എന്നെ ഇന്ത്യൻ പ്രതി

നിധിയായി തിരഞ്ഞെടുത്തതെന്ന് ഡൽഹിയിൽനിന്ന് മനസ്സിലായി. അദ്ദേഹം അന്ന് കോൺഗ്രസ് ജനറൽ സെക്രട്ടറി കൂടിയാണ്. എന്റെ ആദ്യത്തെ യാത്രാവിവരണവും *(വേനലിൽ ഒരു വസന്തം)* ആദ്യത്തെ ദീർഘമായ യാത്രാകവിതയും *(പശ്ചിമകാണ്ഡം)* എനിക്ക് നൽകിയത് ഈ യാത്രയായിരുന്നു. റോമിലൂടെ പോയി ഫ്രാങ്ക്ഫർട്ടിലൂടെ വന്ന യാത്ര. യോസ്സിപ് ഓസ്തി, ഹുസൈൻ താമിഷിച്, ഇസത് സരയ്ളിച് തുടങ്ങിയ യൂഗോസ്ലാവ് കവികൾ, അൽജീരിയയിലെ മിറിയം ബെൻ, ബ്രിട്ടനിലെ ഡേവിഡ് ഹാർസെന്റ്, അമേരിക്കയിലെ ജോൺ കെന്ദ്രിക്ക്, റഷ്യയിലെ വ്ലാദിമിർ സെബിൻ, നെതർലൻഡ്സിലെ ഹെലെൻ ക്നോപ്പർ, പോളണ്ടിലെ ഡോരോട്ടാ ക്രോഷ്യലെവ്സ്കാ... നല്ല കവി കൾ. 'ടാഗോറിൻെറ നാട്ടിൽനിന്ന് വന്ന കവി'ക്കു വലിയ സ്വീകരണം. മൊസ്താറിലെ യുദ്ധസ്മാരകത്തിൽ എഴുതി വെച്ച, കൊല്ലപ്പെട്ട കുട്ടി കളുടെ പേരുകൾ ഇപ്പോഴും ഞാൻ ഓർക്കുന്നു. ഉദ്യോഗസ്ഥമേധാ വിത്വപരമായ, പരിസ്ഥിതി നശിപ്പിക്കുന്ന, 'നടപ്പ് സോഷ്യലിസ'ത്തെ ക്കുറിച്ചുള്ള രൂക്ഷ വിമർശനങ്ങളും. ഞങ്ങൾ പുഴകളുടെയും കവിത യുടെയും ഉറവകളിലേക്ക് ബീച്ച് മരങ്ങൾക്കിടയിലൂടെ സഞ്ചരിച്ചു. ഊണിലും ഉറക്കത്തിലും കവിതകൾ ചൊല്ലി.

പിന്നീട് ഞാൻ പോയത് മോസ്കോയിലെ സാംസ്കാരികോത്സ വത്തിലേക്കാണ്, വലിയ കവികളുടെ ഒരു ഇന്ത്യൻ സംഘത്തിന്റെ ഭാഗമായി. *ഒരു മോസ്കോ അനുഭവം* എന്ന ലേഖനത്തിൽ അതിന്റെ വർണ്ണനയുണ്ട്. 1988ലെ ഈ സന്ദർശനത്തിൽത്തന്നെ സോവിയറ്റ് യൂണി യൻ തകരാൻ പോകുന്നതിന്റെ സൂചനകൾ ഞാൻ കേട്ടിരുന്നു, അത് രേഖപ്പെടുത്തുകയും ചെയ്തു. സോവിയറ്റ് കവികൾക്കൊപ്പം വിശാല മായ ഒരു ഓപ്പറാ ഹാളിൽ നടന്ന ആ കവിതാവായന ഒരിക്കൽ കവിസുഹൃത്ത് ഫിലിപ്പ് നിക്കൊലായെവ് ഡൽഹിയിലെ എന്റെ വീട്ടിൽ വന്നപ്പോൾ ഓർത്തെടുത്തു. അന്ന് അയാൾക്ക് ചെറുപ്പമായിരുന്നു. പസ്തർനാക്കും മറ്റും പുനരധിവസിപ്പിക്കപ്പെട്ട ഗോർബച്ചേവിൻെറ കാലം. യുവാക്കളുമായി നടത്തിയ സംഭാഷണങ്ങളിലൂടെ റഷ്യയുടെ ആന്ത രിക ശൈഥില്യവും യുവതലമുറയുടെ നൈരാശ്യവും ബോധ്യമായ സന്ദർശനമായിരുന്നു അത്. അന്ന് ഞങ്ങൾ ലാത്വിയയിലും വായന യ്ക്കു പോയി. ഇന്ന് അത് മറ്റൊരു രാജ്യമാണ് (വർഷങ്ങൾക്കു ശേഷം ഒറ്റ രാജ്യമായി മാറിയ റഷ്യയിൽ തമിഴ് നോവലിസ്റ്റ് പാമയും ബിപൻ ചന്ദ്രയും മറ്റുമൊത്ത് മോസ്കോ പുസ്തകോത്സവത്തിനു പോയപ്പോൾ ഞാൻ ആ ആദ്യസന്ദർശനം ഓർത്തു). തുടർന്നാണ് ഞാൻ പാരീസിനു പുറത്തുള്ള ഐവി-സുർ സയിൻ എന്ന സ്ഥലത്ത് ഫ്രാൻസിലെ ഇടതുപക്ഷത്തിന്റെ മുൻകൈയിൽ നടത്തി വരാറുള്ള കാവ്യോത്സവ ത്തിൽ പങ്കെടുക്കുന്നത്. പല ഇടങ്ങളിലുള്ള വായനകൾ ആയിരുന്നു

അതിലെ മുഖ്യ പരിപാടി. പാരിസ് സെൻട്രൽ ജയിലിലെ വായന ഞാൻ ഇന്നും ഓർക്കുന്നു. തടവുകാരികൾ ആയിരുന്നു കേൾവിക്കാർ. ഞാൻ അവർക്കു വേണ്ടി ഒരു കവിത പിന്നീട് എഴുതുകയും ചെയ്തു.

ഫ്രാങ്ക്ഫർട്ട് പുസ്തകോത്സവത്തെക്കുറിച്ചുള്ള ഏറ്റവും ദീപ്തമായ ഓർമ്മ എന്റെ *വേനൽമഴ* എന്ന കവിതയ്ക്ക് വിഷയമായ കൊറിയൻ വിപ്ലവകവി കഴുമരത്തോളം ചെന്ന് തിരിച്ചു പോന്നയാളുമായുണ്ടായ കൂടിക്കാഴ്ചയും അദ്ദേഹം തൻെറ കൈയൊപ്പുള്ള ഒരു ശിലാഫലകം എനിക്ക് സമ്മാനിച്ചതുമാണ്. മറ്റൊരു തവണ അവിടെവെച്ച് എന്റെ ജർമ്മൻ കവിതാപരിഭാഷകളുടെ സമാഹാരം പ്രകാശനം ചെയ്യപ്പെട്ടു. പുസ്തകോത്സവങ്ങളിൽ ചെറിയ ആൾക്കൂട്ടങ്ങളിലുള്ള പുസ്തകചർച്ചകൾ, സാഹിത്യ സംവാദങ്ങൾ, വായനകൾ എന്നിവയാണ് ഉണ്ടാവുക. ഇത് ലീപ്സിഗ്, മോസ്കോ, ഗോട്ട് ബുർഗ്, ബെയ്ജിങ്, ലാഹോർ, പാരീസ്, ലണ്ടൻ, ഡൽഹി, ഷാർജ എന്നിവിടങ്ങളിൽ ഞാൻ കവിത വായിക്കുകയും ചർച്ചകളിൽ പങ്കെടുക്കുകയും ചെയ്ത പുസ്തകോത്സവങ്ങളിലും കണ്ടു. എന്നാൽ, ബർലിൻ സാഹിത്യോത്സവം മറ്റൊരനുഭവമാണ്. ഞാൻ പോയ വർഷം ലാറ്റിനമേരിക്കയിലെ മുൻനിര എഴുത്തുകാരനായ മരിയാ വർഗാസ് യോസ ആയിരുന്നു ഉദ്ഘാടകൻ. ലോകത്തെമ്പാടു നിന്നും എഴുത്തുകാർ ഉണ്ടായിരുന്നെങ്കിലും യൂറോപ്പിന് തന്നെയായിരുന്നു പ്രാധാന്യം. ടിക്കറ്റ് വെച്ചായിരുന്നു കവിത

വായന. പത്ത് യൂറോ വെച്ചു കൊടുത്ത് ഹാൾ നിറയെ കേൾവിക്കാർ വന്നത് എന്നെ വിസ്മയിപ്പിച്ചു. കിട്ടുന്നതിൽനിന്ന് 200 യൂറോ കവിക്കുള്ള വീതമാണ്. കവി മാത്രമല്ല കവിത അവതരിപ്പിക്കുക. വിവർത്തനങ്ങൾ പ്രസിദ്ധ നടന്മാരോ നടികളോ ആണ് അവതരിപ്പിക്കുക. പിന്നീട് ബോൺ, കൊളോൺ എന്നിവിടങ്ങളിൽ കവിത വായിച്ചപ്പോഴും ഈ രീതി ഞാൻ കണ്ടു. സാധാരണ സാഹിത്യോത്സവങ്ങളിൽ എഴുത്തുകാർക്കൊന്നും പ്രതിഫലം കൊടുക്കുന്ന പതിവില്ല. യാത്രയും താമസവും മാത്രമേ നൽകൂ. (പ്രതിഫലം നൽകുന്ന മറ്റൊരിടം ഷാർജ പുസ്തകോത്സവമാണ്.)

കാനഡയിലെ മോൺട്രിയലിൽ നടന്ന 'ബ്ലൂ മെട്രോപൊലീസ്, കൊളംബിയയിലെ മെഡലിൻ, വെനിസ്വേലയിലെ കറാക്കസ്, സ്പെയിനിലെ സോറിയാ എന്നിവിടങ്ങളിലെ ലോക കാവ്യോത്സവങ്ങൾ എനിക്ക് ഒട്ടേറെ കവികളുടെ സൗഹൃദം നൽകിയിട്ടുണ്ട്. ഓർക്കുന്ന ഒരു കാര്യം മെഡലിനിൽ ഞാൻ കവിത വായിച്ച അഞ്ച് ഇടങ്ങളിലും മുന്നിൽ വന്നിരുന്നു കവിത കേട്ട ല്യൂസ് സെപ്പൾവെഗാ എന്ന സ്ത്രീ (അവരും ഒരു കവിയാണ് എന്ന് പിന്നെ മനസ്സിലായി) എന്നെ വീട്ടിൽ വിളിച്ചു കൊണ്ടുപോയി സൽക്കരിച്ചതും അവരുടെ ഇന്ത്യായാത്രകളുടെ വീഡിയോകൾ കാണിച്ചുതന്നതുമാണ്. പിന്നീട് അവർ ഡൽഹിയിൽ വന്നപ്പോൾ അവർക്ക് സാഹിത്യ അക്കാദമിയിൽ കവിത വായിക്കാൻ ഞാൻ ഒരവസരം ഉണ്ടാക്കിക്കൊടുക്കുകയും ചെയ്തു. ഈ പല കാവ്യോത്സവങ്ങൾ പുഷ്കിൻ, പസ്തർനാക്ക്, വാൾട്ട് വിറ്റ്മാൻ, അന്തോണിയോ മച്ചാഡോ, ദസ്തയേവ്സ്കി തുടങ്ങിയ എന്റെ പ്രിയപ്പെട്ട എഴുത്തുകാരുടെ വീടുകളോ സ്മാരകങ്ങളോ സന്ദർശിക്കാനും എനിക്ക് അവസരങ്ങൾ നൽകി. ഫ്രാൻസിൽ നാലു നഗരങ്ങളിൽ നടന്ന കവിത വായനയ്ക്കിടയിലാണ് പലസ്തീനിയൻ കവി മഹമൂദ് ദർവീശിനോടൊപ്പം കവിത വായിക്കാൻ എനിക്ക് അവസരം ഉണ്ടായത്. സിറിയ, പാക്കിസ്താൻ, ന്യൂയോർക്ക്, വാഷിങ്ടൺ, സെന്റ് പീറ്റേഴ്സ്ബർഗ്, ഹവാന, ലീമ, സ്റ്റോക്ക്ഹോം, റോം, വെനീസ്, ലെയ്ഡൻ, വെയിൽസ്, ഇംഗ്ലണ്ട്, ദുബൈ, ഒമാൻ, സലാല, ഷാർജ, ആംസ്റ്റർഡാം തുടങ്ങിയ ഇടങ്ങളിൽ എന്നെ എത്തിച്ചതും കവിത തന്നെയെന്നു നന്ദിപൂർവം സ്മരിക്കട്ടെ.

ഏറ്റവുമിഷ്ടപ്പെട്ട കാവ്യോത്സവം ഏതായിരുന്നു എന്ന് ഞാൻ പലപ്പോഴും ആലോചിച്ചു നോക്കിയിട്ടുണ്ട്. വൻ ജനപങ്കാളിത്തവും ആവേശവുംകൊണ്ട് മെഡലിൻ തന്നെ. എന്നാൽ കവികളുടെ തിരഞ്ഞെടുപ്പിലെ കണിശതയും പരിപാടികളുടെ ഗൗരവവും കൊണ്ട് നെതർലൻഡ്സിലെ റോട്ടർഡാം കാവ്യോത്സവം മികച്ചു നിൽക്കുന്നു. അവിടെ വരാത്ത ഒരു വലിയ കവിയും ഇന്ന് ലോകത്തില്ല. ഓരോ

കവിക്കും ധാരാളം നേരം വായനയ്ക്കു നൽകപ്പെടുന്നു, ഒരു ദീർഘ സംഭാഷണം അയാളും/അവരും ആയി നടത്തുന്നു. കവിതകൾ മനോഹരമായി ഡച്ച് ഭാഷയിലേക്ക് വിവർത്തനം ചെയ്യുന്നു, ഒരു ഡച്ച് കവിയെ അതിഥികൾ വിവർത്തനം ചെയ്യുന്നു. തീക്ഷ്ണവും കാവ്യ മാത്രപ്രസക്തവുമാണ് ആ ഉത്സവങ്ങൾ. ഒടുവിൽ ഞാൻ നേരിട്ട് പങ്കെടുത്ത രണ്ടു കാവ്യോത്സവങ്ങൾ സ്ലോവീനിയായിലെ വിലേനികാ, മാസിഡോണിയായിലെ സ്ട്രൂഗാ എന്നിവിടങ്ങളിലേതാണ്. മഹാമാരി യുടെ കാലത്ത് മെഡലിൻ, ജയ്പൂർ, കൊൽക്കത്തയിലെ രണ്ടു കാവ്യോ ത്സവങ്ങൾ ഇവയിൽ വെർച്വൽ ആയാണ് പങ്കുകൊണ്ടത്.

ഇന്ത്യയിൽ ഇപ്പോൾ നൂറോളം സാഹിത്യോത്സവങ്ങൾ ഉണ്ട് എന്ന റിയുന്നു. അവയിൽ ഭുവനേശ്വർ, അഹമ്മദാബാദ്, പട്ന, ബനാറസ്, ഡൽഹി, ഗോവ, ബംഗളൂരു, ഹൈദരാബാദ്, കൊൽക്കത്ത, മുംബൈ യിലെ ഗേറ്റ്വേ, ചെന്നൈയിലെ ഹിന്ദു സാഹിത്യോത്സവം, പലയിട ത്തായി രതി സക്സേനയുടെ നേതൃത്വത്തിൽ നടക്കുന്ന കൃത്യാ കാവ്യോത്സവം, തിരുവനന്തപുരത്ത് നടന്നിരുന്ന, നിലച്ചുപോയ കോവളം സാഹിത്യോത്സവം, കനകക്കുന്നിൽ രണ്ടു വർഷം നടന്ന ഹേ ഫെസ്റ്റിവൽ, തിരൂരിലെ തുഞ്ചൻ ഉത്സവം, പട്ടാമ്പിയിലെ കവിത ക്കാർണിവൽ, കാഞ്ഞങ്ങാട്ടെ കാവ്യോത്സവം എന്നിവയിൽ ഞാൻ പങ്കാളിയായിട്ടുണ്ട്. ഇന്ത്യൻ ഭാഷകൾക്ക് പ്രാധാന്യം നൽകുന്ന ഡൽഹി യിലെ ഹാബിറ്റാറ്റ് സെന്റർ നടത്തുന്ന സമന്വയ്, ഇന്ത്യ ഇന്റർനാഷനൽ സെന്റർ നടത്തുന്ന വാർഷികോത്സവം, സാഹിത്യ അക്കാദമി നടത്തുന്ന ഫെസ്റ്റിവൽ ഓഫ്ലെറ്റേഴ്സ്, ഐ.സി.സി.ആർ ഡൽഹിയിൽ നടത്തിയ ആദ്യസാഹിത്യോത്സവം, രാജസ്ഥാനിൽ നടന്ന ഇൻഡോ ആഫ്രിക്കൻ റൈറ്റേഴ്സ് മീറ്റ് എന്നിവയുടെ നടത്തിപ്പുകാരിൽ ഒരാൾകൂടി ആയ അനുഭവവും ഉണ്ട്.

ഇപ്പോഴും ഇന്ത്യയിലെ ഏറ്റവും വലിയ സാഹിത്യോത്സവം ജയ്പൂ രിലേതു തന്നെ. ടൂറിസവുമായി ആ നഗരത്തിനുള്ള ബന്ധം കൂടി അതിനു കാരണമാണ്. അവിടെ വെച്ചാണ് ജെ.എം. കൂറ്റ്സെ, വി.എസ്. നയ്പോൾ, ബെൻ ഓക്രി, ഒർഹാൻ പാമുക്, സൽമാൻ റുഷ്ദി തുടങ്ങി ഒട്ടേറെ പ്രസിദ്ധ സാഹിത്യകാരന്മാരെ ഞാൻ കാണുകയും കേൾക്കു കയും ചെയ്തത്. രണ്ടു വർഷം മുമ്പ്, പ്രതിഷേധിക്കുന്ന എഴുത്തുകാരെ പരിഹസിച്ച 'സീ' ടെലിവിഷന്റെ പങ്കാളിത്തം മൂലം സ്വയം അത് ബഹി ഷ്കരിക്കും വരെ ഞാൻ അവിടെ ഒരു പതിവുകാരനായിരുന്നു. എല്ലാ വർഷവും മൂന്നോ നാലോ ചർച്ചകളിലും വായനകളിലും ഞാൻ പങ്കെ ടുത്തിരുന്നു. അതിന്റെ വളർച്ചയുടെ സാക്ഷിയുമാണ് ഞാൻ. ആദ്യ എഡിഷനിൽ ഞങ്ങൾ നാൽപത് ഇന്ത്യൻ എഴുത്തുകാരും മുന്നൂറോളം കേൾവിക്കാരും മാത്രം. ദിഗി പാലസിൽ ഒത്തുകൂടിയ ഒരു കൊച്ചു

സംഭവമായിരുന്നു അത്. പിന്നീട് ഡി.എസ്.സി കമ്പനി ഏറ്റെടുത്തതോടെയാണ് അതിന്റെ വളർച്ച ആരംഭിക്കുന്നത്. ഇന്ന് അതൊരു വലിയ മേളയായി മാറിയിട്ടുണ്ട്.

ഞാൻ ഡയറക്ടർ ആയി ഡി.സി. ബുക്സിന്റെ ആഭിമുഖ്യത്തിൽ നടക്കുന്ന 'കേരള സാഹിത്യോത്സവം' ലോക സാഹിത്യ ഭൂപടത്തിൽ സ്ഥാനം പിടിച്ചു കഴിഞ്ഞു. അതിന്റെ അഞ്ചാം പതിപ്പിൽ നാനൂറിൽ പരം എഴുത്തുകാരും മൂന്നു ലക്ഷം കേൾവിക്കാരും പങ്കെടുത്തു. ജനപ്രിയതകൊണ്ടും വിഷയനാനാത്വം കൊണ്ടും അത് ജയ്പൂരിനെ അതിശയിച്ചു കഴിഞ്ഞു. 2021ൽ മറ്റു പല ഉത്സവങ്ങളെയും പോലെ അത് വെർച്വൽ ആക്കേണ്ടി വന്നു. ഇതെഴുതുമ്പോൾ ഒരു ലോക കാവ്യോത്സവത്തോടെ അത് ആരംഭിച്ചുകഴിഞ്ഞിരിക്കുന്നു. സേതു ഡയറക്ടർ ആയി ഒരു കുറി നടന്ന 'കേസരി സാഹിത്യോത്സവം', 'മാധ്യമം' ഗ്രൂപ്പ് നടത്തിയ തിരൂരിലെ സാഹിത്യോത്സവം, മാതൃഭൂമി തിരുവനന്തപുരത്ത് നടത്തി വരുന്ന അക്ഷരോത്സവം, കണ്ണൂരിലെ കൈരളി സാഹിത്യോത്സവം ഇവയും ഓർമ്മയിൽ വെയ്ക്കാം. എഴുത്തുകാരും ചിന്തകരും വായനക്കാരും തമ്മിലുള്ള ബന്ധം ശക്തമാക്കാനും സാഹിത്യവും ഇതര കലകളും ആശയലോകങ്ങളും തമ്മിലുള്ള സംവാദം മുന്നോട്ടു കൊണ്ടുപോകാനും സംസ്കാരത്തിന്റെ കഴുത്തു ഞെരിക്കപ്പെടുന്ന ഈ നിർദ്ദയകാലത്ത് സംസ്കാരത്തിന്റെ സ്വതന്ത്രവും മതേതരവുമായ തുറസ്സുകൾ നിർമ്മിക്കാനും ഇത്തരം കൂട്ടായ്മകൾക്ക് കഴിയും. അതു തന്നെയാണ് ഇവയുടെ മുഖ്യലക്ഷ്യവും നേട്ടവും.

ചെറുമാസികകളും ഞാനും

ഞാൻ ചെറുമാസികകളിൽ എഴുതി വളർന്നുവന്ന എഴുത്തുകാരനാണ്. ഇത് ഞാൻ അഭിമാനത്തോടെയാണ് പറയുന്നത്. എന്റെ ആദ്യകാല കവിതകളും ലേഖനങ്ങളും പ്രത്യക്ഷപ്പെട്ടത് *കേരളകവിത*, *അന്വേഷണം*, *സമീക്ഷ* തുടങ്ങിയ ആനുകാലികങ്ങളിലാണ്. വൈകിയാണ് എന്റെ രചനകൾ *മാതൃഭൂമി* ഉൾപ്പെടെയുള്ള പ്രസിദ്ധീകരണങ്ങൾ പ്രകാശിപ്പിച്ചു തുടങ്ങിയത്. *മാതൃഭൂമി* ആഴ്ചപ്പതിപ്പിൽ *എഴുത്തച്ഛൻ എഴുതുമ്പോൾ* എന്ന കവിത വരും മുൻപേ ഞാൻ *കേരളകവിത*യിൽ *അഞ്ചുസൂര്യൻ, ഒരു തുള്ളി, ആത്മഗീത*, *അന്വേഷണ*ത്തിൽ *തപസ്സ്, പുനർജ്ജന്മം, വിയറ്റ്നാം*, *സമീക്ഷ*യിൽ *ഇനിയും*, *കേരള ഡൈജെസ്റ്റി*ൽ *ഓപ്പോൾ* തുടങ്ങിയ കവിതകൾ എഴുതിക്കഴിഞ്ഞിരുന്നു. മുഖ്യധാരാമാസികകളിൽ എഴുതാൻ തുടങ്ങിയിട്ടും ചെറുമാസികകളുമായുള്ള ബന്ധം ഞാൻ തുടർന്നു. ആഫ്രിക്കൻ കവിതയെക്കുറിച്ചുള്ള എന്റെ ലേഖനവും അസ്തിത്വവാദത്തെയും സാർത്രിനെയും കുറിച്ചുള്ള പത്ത് ലേഖനങ്ങളുടെ പരമ്പരയും ഞാൻ മഹാരാജാസിൽ വിദ്യാർത്ഥി ആയിരിക്കുമ്പോൾ ആണ് *കേരള ഡൈജസ്റ്റ്* പ്രസിദ്ധീകരിക്കുന്നത്, തുടർന്ന് അസ്തിത്വവാദത്തെക്കുറിച്ചുള്ള ദീർഘലേഖനം *യുഗരശ്മി*യിൽ വന്നു. പിന്നീട് *സമതാളം, രാഷ്ട്രശിൽപി, ഉപാസന*,

രസന, സംക്രമണം, പ്രസക്തി, സമസ്യ, വിചിന്തനം, പ്രേരണ, അമർഷം, ഗൾഫ് വോയ്സ്, പമ്പരം, ഗീതം, വിവേകോദയം, സുഹൃത്ത്, അക്ഷരം, ബോധി, നിത്യത, കർപ്പൂരം, തുഗ്ലക്ക്, വൈദ്യശസ്ത്രം, സ്ട്രീറ്റ്, ഭയം, ഇന്ന്, സൂചീമുഖി, തനിമ, പച്ചമലയാളം, പച്ചക്കുതിര, തോർച്ച, അകം, വായനശാല, വാക്ക്, പാഠഭേദം, വീക്ഷണം, കാക്ക, പ്രസാധകൻ - പേരുകൾ മറന്നു പോയ മറ്റൊട്ടേറെ മാസികകൾ ഉണ്ട് - തുടങ്ങിയ ചെറിയ പ്രസിദ്ധീകരണങ്ങളിൽ എന്റെ അനേകം കവിതകളും ലേഖനങ്ങളും ചിത്രങ്ങളും - *സുഹൃത്തി*ന്റെ ഒരു കവർ എന്റെ ഒരു ലിനോക്കട്ട് ആയിരുന്നു - വന്നു, വന്നുകൊണ്ടിരിക്കുന്നു. അങ്ങനെ കേരളത്തിലെ ലിറ്റിൽ മാഗസിൻ പ്രസ്ഥാനവുമായി അഭേദ്യമായി ബന്ധപ്പെട്ടിരിക്കുന്നു എന്റെ സാഹിത്യജീവിതം. ഒരുപക്ഷേ മലയാളത്തിൽ ഏറ്റവുമധികം ചെറു മാസികകളിൽ എഴുതിയ ആൾ - മറ്റൊരാൾ അയ്യപ്പപ്പണിക്കർ ആയിരിക്കാൻ ഇടയുണ്ട് - ഞാൻ ആയിക്കൂടെന്നില്ല.

ഇംഗ്ലീഷിൽ എഴുതാനും പരിഭാഷ ചെയ്യാൻ ആരംഭിച്ചപ്പോഴും എന്റെ ആശ്രയം ലിറ്റിൽ മാസികകൾ ആയിരുന്നു. ജയന്ത മഹാപത്ര എഡിറ്റു ചെയ്ത കട്ടക്കിൽ നിന്നുള്ള *ചന്ദ്രഭാഗ*, ഡൽഹിയിൽനിന്ന് മീനാക്ഷി മുഖർജി എഡിറ്റു ചെയ്ത *വാഗർത്ഥ്*, കൽക്കത്തയിൽ നിന്നുള്ള ഗായത്രി സിൻഹയുടെ *ബ്രൗൺ ക്രിട്ടീക്*, സുബോധ് സർക്കാരിന്റെ *ഭാഷാനഗർ*, ബറോഡയിൽ നിന്ന് ഗണേഷ് ഡേവി ഇറക്കിയിരുന്ന *സേതു*, ബംഗലുരുവിൽനിന്ന് ഫാദർ എസ്. കാപ്പൻ പ്രസിദ്ധപ്പെടുത്തിയിരുന്ന *നെഗേഷൻസ്*, ബോംബെയിൽ നിന്നുള്ള *ഗാലറി*, ഡൽഹിയിൽ നിന്ന് അന്തരാ ദേവ് സെൻ ഇറക്കുന്ന *ദി ലിറ്റിൽ മാഗസിൻ*, കൊല്ലത്തു നിന്ന് പി. കെ. ശ്രീനിവാസൻ ഇറക്കുന്ന *ജേർണൽ ഓഫ് ലിറ്ററേച്ചർ ആൻഡ് ഈസ്തെറ്റിക്സ്*, കോട്ടയത്ത് എം ജി യൂണിവേഴ്സിറ്റിയിൽ നിന്നുള്ള *ഹരിതം*, സാഹിത്യ അക്കാദമിയുടെ *ഇന്ത്യൻ ലിറ്ററേച്ചർ*, ലണ്ടനിൽ നിന്നുള്ള *പോയട്രി*, ലണ്ടനിൽ നിന്നു തന്നെയുള്ള *വാസഫിരി*, കൊളറാഡോവിൽ നിന്നുള്ള *മൗണ്ടൻസ് മൂവിംഗ്*, പിന്നെ ഫ്രാൻസിലും ഇറ്റലിയിലും നിന്നുള്ള ചില പ്രസിദ്ധീകരണങ്ങൾ, പല ഓൺലൈൻ മാസികകൾ. ഇവയിൽ അധികവും കവിതകളും പിന്നെ ലേഖനങ്ങളും അഭിമുഖങ്ങളും ആണ് വന്നിട്ടുള്ളത്. ഇവയെല്ലാം ലിറ്റിൽ മാഗസിൻ എന്ന എന്റെ സങ്കൽപ്പത്തെ തൃപ്തിപ്പെടുത്തുന്നുണ്ടോ എന്നു ചോദിച്ചാൽ വീണ്ടുമൊന്നാലോചിക്കേണ്ടി വരും; ചെറുമാസിക അഥവാ 'ലിറ്റിൽ മാഗസിൻ' എന്നാൽ എന്താണ്?

വലിപ്പത്തിൽ ചെറുതായതുകൊണ്ടോ കുറച്ചു കോപ്പികൾ മാത്രം അച്ചടിക്കുന്നതുകൊണ്ടോ കൃത്യമായി ഇറങ്ങാത്തതുകൊണ്ടോ യുവാക്കളുടെ കൃതികൾ പ്രസിദ്ധീകരിക്കുന്നതുകൊണ്ടോ ഒരു ആനുകാലികം 'ചെറുമാസിക' ആവുമോ? എങ്കിൽ നമുക്ക് നൂറുകണക്കിന്

ചെറുമാസികകൾ ഉണ്ടായിട്ടുണ്ട്. ഈ സ്വഭാവങ്ങളെല്ലാം ചെറുമാസികകൾ കാണിച്ചെന്നിരിക്കാം. എന്നാൽ അതിനെ ഒരു ലിറ്റിൽ മാഗസിൻ ആക്കുന്നത് ഇതൊന്നുമല്ല, അത് മുഖ്യധാരാപ്രസിദ്ധീകരണങ്ങളിൽ നിന്ന് തികച്ചും വ്യത്യസ്തമായ ഒരു സംസ്കാരം മുന്നോട്ടു വെയ്ക്കുന്നു എന്നതാണ്. അത് ഒരു 'അവൻഗാദ്' (മുന്നോടി) പ്രകാശനമാണ്. മുഖ്യധാര അവഗണിക്കുന്നതോ വിട്ടുകളയുന്നതോ അതിന് അറിവില്ലാത്തതോ ആയ ആശയ - ആവിഷ്കാരങ്ങളുടെ ലോകത്തെ, ലോകങ്ങളെ, അത് വായനക്കാർക്ക് മുന്നിൽ തുറന്നിടുന്നു. ലോകത്തെ നോക്കിക്കാണുന്ന പുതിയ രീതികൾ, അനുഭവത്തെ ആവിഷ്കരിക്കുന്ന നവസമ്പ്രദായങ്ങൾ, കലയുടെ നൂതന സാധ്യതകൾ, അതു കാണിച്ചു തരുന്നു. അത് മുന്നിൽ നടക്കുന്നു, ലോകത്തോട് സമകാലീനമായിരിക്കുന്നു. മിക്കപ്പോഴും ഏതെങ്കിലും പുതിയ പ്രസ്ഥാനത്തിന്റെയോ വിചാരധാരയുടെയോ മുഖപത്രം കൂടിയായാണ് ചെറുമാസികകൾ അവതരിക്കുക പതിവ്. അല്ലെങ്കിൽ പൊതുവേ പുതിയ പ്രവണതകളെ പ്രതിനിധാനം ചെയ്തുകൊണ്ട്. കേരളത്തിൽ നവോത്ഥാനവുമായി ബന്ധപ്പെട്ടുണ്ടായ മാസികകൾ - *കേസരി, ഭാഷാപോഷിണി, വിദ്യാവിനോദിനി, രസികരഞ്ജിനി, വിദ്യാവിലാസിനി, സുജനാനന്ദിനി, ലക്ഷ്മീഭായി, കവനോദയം, മംഗളോദയം, മഹിള, മുസ്ലിം വനിത* തുടങ്ങിയവ - ഒരർത്ഥത്തിൽ ചെറുമാസികകൾ ആയിരുന്നു. അക്കാലത്തിന്റെ പുതിയ ഊർജ്ജത്തെയും വിദ്യാഭ്യാസ മുന്നേറ്റത്തെയും സ്ത്രീ സ്വാതന്ത്ര്യ ശ്രമങ്ങളെയും ഇംഗ്ലീഷ് വിദ്യാഭ്യാസത്തിലൂടെ കൈവന്ന ലിബറൽ മൂല്യങ്ങളെയും അവ പ്രതിനിധാനം ചെയ്തു. *നവസാഹിതിയും ഗോപുര*വും ആധുനിക സാഹിത്യവും നവചിന്തയും പ്രചരിപ്പിക്കുന്നതിൽ മുന്നിൽ നിന്നു.

എം. ഗോവിന്ദനും കെ.സി.എസ് പണിക്കരും സി.ജെ. തോമസ്സും അവയിൽ ഒന്നിച്ചു. ഗോവിന്ദന്റെ *സമീക്ഷ* പ്രസാധന നിലവാരത്തിൽ വീണ്ടും മുന്നോട്ടു പോയി. 'എല്ലാം പുതുക്കുക' (Make it New) എന്നതായിരുന്നു അതിന്റെ നിയോഗം; ''മനുഷ്യന്റേതായ ഒന്നും അന്യമല്ല'' എന്ന് അത് പ്രഖ്യാപിച്ചു, ''മനുഷ്യനാണ് എല്ലാറ്റിന്റെയും മാനദണ്ഡം'' എന്ന ഹ്യൂമനിസ്റ്റ് മുദ്രാവാക്യം ഏറ്റുവിളിച്ചു. സമൂഹത്തെയും കലയെയും കുറിച്ചുള്ള ചർച്ചകളും വിദേശസാഹിത്യപരിചയങ്ങളും ആധുനികരായി പിന്നീട് അറിയപ്പെട്ട എഴുത്തുകാരുടെ രചനകളും കൊണ്ട് സമ്പന്നമായിരുന്ന *സമീക്ഷ*യുടെ ലക്കങ്ങൾ, മൂന്ന് ഇംഗ്ലീഷ് വിശേഷാൽ പതിപ്പുകളിലൂടെ അത് ഇന്ത്യ മുഴുവൻ ശ്രദ്ധ പിടിച്ചുപറ്റി. *മംഗളോദയവും തിലക*വും മറ്റും വേറൊരു വശത്ത് സാഹിത്യത്തെ സജീവമായി നിലനിർത്താൻ സഹായിച്ചു, *സമീക്ഷ*യുടെ സാർവ്വലൗകികതയും ആധുനിക ഭാവവും അവയ്ക്ക് ഇല്ലായിരുന്നെങ്കിലും. അയ്യപ്പപ്പണിക്കരും

കെ.എസ്. നാരായണപിള്ളയും ചേർന്നു തുടങ്ങിയ *കേരള കവിത കവിത*യുടെയും കവിതാപരിഭാഷയുടെയും കവിതാനിരൂപണത്തിന്റെയും ക്ഷേത്രത്തിൽ അഭൂതപൂർവ്വമായ ഉണർവ്വാണ് സൃഷ്ടിച്ചത്. പിന്നീടാണ് കെ.ജി. ശങ്കരപിള്ളയുടെ *സമകാലീന കവിത* ഇറങ്ങിയത്. അൻവർ അലിയും മറ്റും ചേർന്ന് *കവിതയ്ക്ക് ഒരിടം, പക്ഷിക്കൂട്ടം* എന്നീ പ്രസിദ്ധീകരണങ്ങളും ഇറക്കി. *കേരള പഠനങ്ങൾ* ആയിരുന്നു മറ്റൊരു പ്രധാന മാസിക. ഭാസുരേന്ദ്രബാബുവിന്റെ *സംവാദം*, കെ. വേണുവും മറ്റും പങ്കെടുത്തിരുന്ന *മലയാളനാട്* എന്നിവ പ്രാഥമികമായും രാഷ്ട്രീയ മാസികകൾ ആയിരുന്നു. മദിരാശിയിൽ നിന്ന് ടി.വി. കുഞ്ഞികൃഷ്ണൻ ആരംഭിച്ച *അന്വേഷണം*, എ. അയ്യപ്പന്റെ *അക്ഷരം*, ഇ.എം. മുരളീധരൻ നായരുടെ *യുഗരശ്മി* എന്നീ ആനുകാലികങ്ങളും പുതിയ എഴുത്തിനെ പ്രോത്സാഹിപ്പിച്ചു.

മലയാളത്തിലെ സാഹിത്യപ്രണയികളിൽ ഒട്ടേറെപ്പേർ എന്നെങ്കിലും ഒരു ചെറുമാസിക നടത്തിയവരോ, നടത്താനായി ടൈറ്റിൽ വാങ്ങി വെച്ചിട്ടുള്ളവരോ, നടത്തണമെന്ന് ആഗ്രഹിക്കുന്നവരോ ആണെന്ന് എനിക്ക് അനുഭവത്തിൽ നിന്നറിയാം.

സ്വന്തം അനുഭവം പറയാം:

ഞാൻ *ജ്വാല* എന്ന ചെറുമാസിക ആരംഭിക്കുന്നത് തൃശൂരിൽ ബെസ്റ്റ് പ്രിന്റേഴ്സ് ഉടമയായിരുന്ന പി.കെ.എ. റഹീമിനെ പ്രസാധകൻ ആക്കിക്കൊണ്ടാണ്. അദ്ദേഹത്തിന്റെ പൂർണ്ണ സഹകരണം ഇല്ലെങ്കിൽ അത് ഒരു സ്വപ്നം മാത്രമാകുമായിരുന്നു. വാസ്തവത്തിൽ ആ ടൈറ്റിൽ അദ്ദേഹത്തിന്റേതായിരുന്നു. വല്ലപ്പോഴും ഇറങ്ങിയിരുന്ന ഒരു പ്രസിദ്ധീകരണമായിരുന്നു അത്. എന്നെ അതിലേക്ക് ആകർഷിച്ചത് അതിന്റെ ഒരു എം.എൻ. റോയ് വിശേഷാൽപ്പതിപ്പാണ്. ഞാൻ അന്ന് എറണാകുളത്ത് മഹാരാജാസ് കോളേജിൽ ഇംഗ്ലീഷ് മാസ്റ്റേഴ്സിനു പഠിക്കുന്നു. എം.എൻ. റോയിയും ഴാൻ പോൾ സാർത്രും ശിരസ്സിൽ കയറിയിരിക്കുന്ന കാലം.

എം. ഗോവിന്ദന്റെ *സമീക്ഷ*യിലൂടെ ആണ് റോയിയെപ്പറ്റി ആദ്യം മനസ്സിലാക്കുന്നത്. പിന്നെ റിനൈസൻസ് പബ്ലിഷേഴ്സ് വഴി അദ്ദേഹത്തിന്റെ പുസ്തകങ്ങൾ വരുത്തി വായന തുടങ്ങി. റൂം മേറ്റ് ആയിരുന്ന, പിന്നീട് ഐ.എ.എസ്. ഓഫീസർ ആയിരിക്കെ ഒരു മാഫിയയാൽ കൊല ചെയ്യപ്പെട്ട, സി.ടി. സുകുമാരനും ഞാനും ആ പുസ്തകങ്ങൾ മാറി മാറി വായിച്ചു. *ന്യൂ ഹ്യൂമനിസം* എന്ന പുസ്തകത്തിലെ റാഡിക്കൽ ആശയങ്ങൾ ഞങ്ങൾക്ക് നന്നായി ഇഷ്ടമായി. തുടർന്ന് 'റാഡിക്കൽ ഹ്യൂമനിസ്റ്റുകൾ' എന്ന് സ്വയം വിശേഷിപ്പിച്ചു കൊണ്ട് പി.കെ.എ. റഹീമിന് ഒരു കത്തയച്ചു. അതായിരുന്നു റഹീമുമായുള്ള നീണ്ട സൗഹൃദ

ബന്ധത്തിന്റെ തുടക്കം. അദ്ദേഹം ഞങ്ങളെ തൃശൂർ നമ്പൂതിരി വിദ്യാലയത്തിൽ നടത്താറുള്ള ചർച്ചകളിലേക്ക് ക്ഷണിച്ചു. തുടർന്ന് വന്നേരിയിലും തിരുനാവായിലും ഒക്കെ ചർച്ചകൾ നടന്നു. സമകാലീന വിഷയങ്ങൾ, വിശേഷിച്ചും ജനാധിപത്യത്തിന്റെ പ്രശ്നങ്ങൾ ആയിരുന്നു പ്രധാന വിഷയം. വി.ടി. ഭട്ടതിരിപ്പാട്, എം. തോമസ് മാത്യു, ചരിത്രകാരൻ എം. ഗംഗാധരൻ, സി.പി. ഗംഗാധരൻ, വളാഞ്ചേരിയിലെ എൻ. ദാമോദരൻ, ചെറിയ ഇ.എം.എസ് എന്നറിഞ്ഞിരുന്ന തൃശ്ശൂരിലെ ഇ.എം.എസ്, വന്നേരിയിലെ അബ്ദുമാസ്റ്റർ, വാരിയർ മാസ്റ്റർ, സി.ജി. ജോർജ്ജ്, പിന്നീട് തമിഴ് നടനായ വിജയൻ, വിദ്യപ്പൻ എന്ന് ഞങ്ങൾ വിളിച്ചിരുന്ന, ഇപ്പോൾ ബാംഗ്ലൂരിൽ ഉള്ള വിദ്യാസാഗരൻ, അന്ന് ലോ വിദ്യാർത്ഥി ആയിരുന്ന കൃഷ്ണകുമാർ, റഹീമിന്റെ പുന്നയൂർക്കുളം സുഹൃത്തുക്കൾ, അപ്പപ്പോൾ വന്നിരുന്ന സുഹൃത്തുക്കൾ, ചിലപ്പോൾ കാട്ടുമാടം നാരായണൻ, തത്ത്വചിന്താ അധ്യാപകനായ പി.വി. ഉണ്ണികൃഷ്ണൻ ഇങ്ങനെയായിരുന്നു ആ സംഘം. മറ്റു പലരെയും ഞാൻ വ്യക്തമായി ഓർക്കുന്നില്ല.

പഴയ *ജ്വാല* ഏതാണ്ട് നിലച്ചപ്പോഴാണ് അതേ പേരിൽ എന്തുകൊണ്ട് ഒരു കൊച്ചുമാസിക ആരംഭിച്ചുകൂടാ എന്ന് ഞാൻ റഹീമിനോട് നിർദ്ദേശിച്ചത്. പന്ത്രണ്ട് ലക്കങ്ങൾ മാത്രം. അത് ആദ്യമേ പ്രഖ്യാപിച്ചിരുന്നു. അഞ്ച് രൂപ വാർഷിക വരിസംഖ്യ. അഞ്ഞൂറ് കോപ്പി എന്നാണ് എന്റെ ഓർമ്മ. ഓരോ ലക്കവും ഓരോ ചിത്രകാരന്മാരാണ് ഡിസൈൻ ചെയ്തത്. ഓരോന്നിന്റെയും സൈസ് വ്യത്യസ്തമായിരുന്നു. പക്ഷേ, പൊതുവേ ഡെമ്മി 1/16 ഇൽ 32 പേജ് ആയിരുന്നു. ആദ്യലക്കം 16 ആയി മടക്കിയ ഒറ്റ ഷീറ്റ് ആയിരുന്നു. സി.എൻ. കരുണാകരന്റെ ഡിസൈൻ, കളർ ചിത്രങ്ങൾ സഹിതം, അതിനെ മനോഹരമാക്കി. പിന്നെ പലതും വിശേഷപ്പതിപ്പുകൾ ആയിരുന്നു. വിദ്യാഭ്യാസപ്പതിപ്പ്, ക്ഷോഭപ്പതിപ്പ്, ഖസാക്ക് പതിപ്പ്, മനപ്പതിപ്പ്, ഒടുവിൽ മരണപ്പതിപ്പ് എന്നിങ്ങനെ. ചെറിയ എഡിറ്റോറിയലുകൾ ഓരോ ലക്കത്തിലും ഞാൻ എഴുതിയിരുന്നു. എം.വി. ദേവൻ ആണ് ഖസാക്കുചിത്രങ്ങൾ വരച്ചത്. അത് കിട്ടിയ ഒ.വി. വിജയൻ 'Overwhelmed' എന്ന് എനിക്കു ടെലഗ്രാം ചെയ്തത് ഓർക്കുന്നു. കോവിലൻ, നിർമ്മൽകുമാർ, മേതിൽ രാധാകൃഷ്ണൻ തുടങ്ങിയവർ അതിൽ എഴുതിയിരുന്നു. എ.സി.കെ. രാജാ, കെ. ദാമോദരൻ തുടങ്ങിയ ചിത്രകാരന്മാരും ലക്കങ്ങൾ മനോഹരമാക്കി.

ഒരു ലക്കത്തിലെ പ്രധാന ഇനം ജാപ്പനീസ് ഹൈക്കുകൾ ആയിരുന്നു - ബാഷോയുടെയും മറ്റും. മറ്റൊന്നിൽ കോൺക്രീറ്റ് കവിതകൾ, ഒന്നിൽ ഒഗ്ഡൻ നാഷിന്റെ ലിമെറിക്കുകൾ. അതിൽ ഒരു കവിത ഞാൻ തർജ്ജമ ചെയ്തത് ഇപ്പോഴും ഓർക്കുന്നു: 'Candy is dandy, but liquor is quicker' എന്നത് 'കൽക്കണ്ടം കാമൻ, പക്ഷേ കള്ളല്ലോ വേഗൻ' എന്നായി മലയാളത്തിൽ. മേതിൽ രാധാകൃഷ്ണന്റെ *ഒമേഗ്* ('മരിച്ചു പോയീ, മരിച്ചു പോയീ മേതിൽ രാധാകൃഷ്ണൻ'...) എന്ന കവിത,

എൻ.എസ്. മാധവന്റെ *ആന്റിഗണി* എന്ന കഥ - ഇങ്ങനെ പിന്നീട് പ്രസിദ്ധരായ ഒട്ടേറെ എഴുത്തുകാരുടെ സൃഷ്ടികൾ, എം. മുകുന്ദന്റെയും മറ്റും കഥകൾക്കൊപ്പം *ജ്വാല* പ്രകാശിപ്പിച്ചു. ജെ. കൃഷ്ണമൂർത്തിയുടെയും പൗലോ ഫ്രെയരിന്റെയും വിപ്ലവകരങ്ങളായ വിദ്യാഭ്യാസ സങ്കല്പങ്ങൾ ഒരു ലക്കത്തെ സമ്പന്നമാക്കി. അവസാനലക്കത്തിന്റെ - മരണപ്പതിപ്പ് - എഡിറ്റോറിയൽ ഞാനും റഹീമും മാറി മാറി പല തരം ചായങ്ങളിൽ മുക്കി പതിച്ച കൈപ്പത്തി ആയിരുന്നു. കവർ വെറും കുറുപ്പും. ഓരോ ലക്കത്തിനും ഉപയോഗിച്ച കടലാസ്സു പോലും പല തരമായിരുന്നു. ക്ഷോഭപ്പതിപ്പിന് ഒപ്പുകടലാസാണ് ഉപയോഗിച്ചത്.

കുറച്ചു കാലം *പ്രേരണ*യുമായി ഞാൻ അടുത്തിടപഴകിയിരുന്നു, കെ.ജി. ശങ്കരപ്പിള്ളയും ഉണ്ടായിരുന്നു. തൃശൂരിൽ ഒരു ചെറിയ പ്രസ്സിലാണ് ആ ലക്കങ്ങൾ അടിച്ചിരുന്നത്. മാറ്റർ ഉണ്ടാക്കൽ മുതൽ പ്രൂഫ് നോട്ടം വരെ ചെയ്യേണ്ടി വന്നിട്ടുണ്ട്. ഒരു ലക്കം മുഴുവൻ ഞാനാണ് ഉണ്ടാക്കിയത് - ബ്രെഹ്ത് പതിപ്പ്. ബ്രെഹ്തിന്റെ നാടകവേദിയെപ്പറ്റിയുള്ള ഏറെ കുറിപ്പുകൾ അതിനായി തർജ്ജമ ചെയ്തു. പിന്നീട് *ഇള* (പിന്നെ *മാതൃഭൂമി* ഇറക്കി) പുറത്തിറക്കിയ *ബ്രെഹ്തിന്റെ കല* എന്ന പുസ്തകത്തിന്റെ ഉള്ളടക്കം ഏറെയും അന്നു ചെയ്തതാണ്. പിന്നെ ഞാൻ *മാതൃഭൂമി* ആഴ്ചപ്പതിപ്പിൽ എഴുതിയ ബ്രെഹ്തിന്റെ എപിക് തിയ്യേറ്ററിനെക്കുറിച്ചുള്ള ലേഖനവും. അത് നല്ല കടലാസ്സിൽ ചെയ്യണം എന്ന് എനിക്കുണ്ടായിരുന്നു. എന്നാൽ പത്രാധിപരായിരുന്ന സദാശിവൻ (അദ്ദേഹം ഇന്നില്ല) ഏറ്റവും വില കുറഞ്ഞ തവിട്ടുനിറത്തിലുള്ള കടലാസ്സിൽ അടിക്കുന്നതേ 'പ്രോലെട്ടേരിയൻ' ആകൂ എന്ന വീക്ഷണക്കാരനായിരുന്നു.

1982-ൽ ആരംഭിച്ച *ഉത്തരം* ആണ് പിന്നീട് എന്റെ പത്രാധിപത്യത്തിൽ ഇറങ്ങിയ മാസിക. സാംസ്കാരികവേദി ശിഥിലമാവുകയും മാവോയിസ്റ്റ് പ്രസ്ഥാനത്തിന്റെ ആദ്യഘട്ടം കൊലപാതകങ്ങളിലും ആത്മഹത്യകളിലും നാടുവിടലുകളിലും സന്ന്യാസങ്ങളിലും കൂറുമാറ്റങ്ങളിലും ചെന്നൊടുങ്ങുകയും ചെയ്ത കാലം. കെ.ജി. ശങ്കരപിള്ള *അഗ്നിശമന*വും ഞാൻ *ഒടുവിൽ ഞാൻ ഒറ്റയാകുന്നു*വും എഴുതിയ സമയം. *അഗ്നിശമനം* വന്നത് *ഉത്തര*ത്തിന്റെ ഒന്നാം ലക്കത്തിലാണ്. മൈത്രേയനും ടി.എൻ. ജോയിയും മുരളീധരനും പി.സി. രവീന്ദ്രനും കവിയൂർ ബാലനും ബി. രാജീവനും കെ. രാജീവനും എല്ലാം ചേർന്ന് ഹരിപ്പാടിന്നടുത്ത് മൈത്രേയന്റെ വീട് കേന്ദ്രമാക്കി ഗ്രാംഷി ഇൻസ്റ്റിറ്റ്യൂട്ട് ആരംഭിക്കുന്നു. പുതിയ അന്വേഷണങ്ങളുടെ ആവശ്യം എല്ലാവർക്കും അനുഭവപ്പെട്ട സമയം. ഒരുതരം ഒറ്റപ്പെടലിൽനിന്നും നൈരാശ്യത്തിൽ നിന്നും രക്ഷപ്പെടാൻ കൂടിയാണ് ഞാൻ പി.കെ. അശോക് കുമാറിന്റെ പിന്തുണയോടെ *ഉത്തരം* ആരംഭിച്ചത്. അന്ന് പോളണ്ടിൽ ലേ വലേസ മാറ്റങ്ങൾ തുടങ്ങി വെയ്ക്കുന്ന സമയമായിരുന്നു. അതുകൊണ്ട് ആദ്യ

ലക്കം പോളണ്ട് സ്പെഷ്യൽ ആക്കാൻ ഞാൻ തീരുമാനിച്ചു. പോളണ്ടിനെക്കുറിച്ച് ഒരുപാട് വസ്തുതകളും ലേഖനങ്ങളും കവിതകളും ശേഖരിച്ചു. കുറേയെല്ലാം കെ.സി. നാരായണൻ വഴി എം. ഗോവിന്ദനിൽനിന്ന് ലഭിച്ചവ ആയിരുന്നു. ലേഖനങ്ങളും വസ്തുതകളും ഓരോ പേജിലും രണ്ടു കോളങ്ങളായി തുടർച്ചയായി അച്ചടിക്കുകയായിരുന്നു - ഒരു വലിയ കോളം, വലിയ ടൈപ്പിൽ, മറ്റൊരു ചെറിയ കോളം ചെറിയ ടൈപ്പിൽ. പിന്നെ മറ്റു ലേഖനങ്ങൾ. കെ.ജി. സുബ്രഹ്മണ്യവുമായുള്ള അഭിമുഖം, ആനന്ദിന്റെ *അഭയാർഥികൾ* എന്ന നോവലിലെ ഒരധ്യായം, കെ.ജി. ശങ്കരപിള്ളയുടെ കവിതയെക്കുറിച്ച് പി. ഉദയകുമാറിന്റെ പഠനം, എ. അയ്യപ്പന്റെ *പച്ച*, അയ്യപ്പപണിക്കരുടെ *ഉത്തരായനം* എന്നീ കവിതകൾ, അരവിന്ദന്റെ *പോക്കുവെയിൽ* എന്ന സിനിമയെക്കുറിച്ച് ഒരു ചർച്ച, ഇതൊക്കെയായിരുന്നു ഒന്നാം ലക്കത്തിൽ. തുടർന്നുള്ള നാലു ലക്കങ്ങളിൽ ലൂഷ്യോ കൊളെറ്റിയുടെ *ഭരണകൂടവും വിപ്ലവവും* എന്ന കൃതിയെക്കുറിച്ച് എന്റെ വിലയിരുത്തൽ (എം.വി. നരേന്ദ്രൻ എന്ന കള്ളപ്പേരിൽ), രാജൻ ഗുരുക്കളുടെ കേരളീയ സാമൂഹ്യരൂപീകരണത്തെക്കുറിച്ചുള്ള ലേഖനം, ആനന്ദുമായുള്ള സംഭാഷണങ്ങൾ (തുടർച്ചയായി), ഫ്രെഡ്രിക് ജെയിംസനുമായി അയ്യപ്പപ്പണിക്കരുടെ സംഭാഷണം, വിഭാഗീയതയെപ്പറ്റി പൗലോ ഫ്രെയരുടെ കുറിപ്പ്, മാർക്വേസിന്റെ നോബൽ സമ്മാനപ്രസംഗം, നിക്കോളാസ് ഗിയെന്റെ കവിതകൾ, എൻ.എസ്. മാധവന്റെ *ഖസാക്കിന്റെ സമ്പദ് വ്യവസ്ഥ* എന്ന ലേഖനം, കെ.സി. നാരായണന്റെ അയ്യപ്പപ്പണിക്കർ വിമർശനം *(നമ്മുടെ കവികൾ ഈമട്ടിൽ ആകാതിരിക്കട്ടെ), സാർത്രും മാർക്സിസവും* എന്ന ഞാൻ തയ്യാറാക്കിയ ഫീച്ചർ, സാംസ്കാരിക വിപ്ലവത്തെക്കുറിച്ച് സി.ആർ. പരമേശ്വരന്റെ *(ഗബ്രിയേൽ)* ലേഖനം ഇങ്ങനെയെല്ലാം ആയിരുന്നു വിഭവങ്ങൾ. ചില ലക്കങ്ങളിൽ സുബ്രമണ്യദാസിന്റെ സ്കെച്ചുകൾ ഉണ്ടായിരുന്നു. ഒരു തുറന്ന സമീപനത്തിന്റെ തുടക്കമായിരുന്നു അത്. പ്രധാനമായും സാമ്പത്തിക കാരണങ്ങളാൽ *ഉത്തരം* തുടരാനായില്ല.

കുറേക്കൂടി സ്വതന്ത്രമായ *പച്ചക്കുതിര* എന്ന മാസികയെക്കുറിച്ച് ഞാനും ചിത്രകാരൻ - ഇപ്പോൾ ചലച്ചിത്രകാരൻ - മധുസൂദനനും കൂടിയാണ് ആദ്യം ആലോചിച്ചത്.. *സമീക്ഷ* പോലെ എല്ലാറ്റിനുമുള്ള ഒരു ത്രൈമാസികം - അതായിരുന്നു സങ്കല്പം. ഷാജഹാൻ മാടമ്പാട്ട് ആണ് ഡി.സി. ബുക്സ് ഏതായാലും ഒരു പ്രസിദ്ധീകരണത്തെക്കുറിച്ച് ആലോചിക്കുന്നുണ്ട്. അപ്പോൾ ഞാൻ എഡിറ്റ് ചെയ്ത് അവർക്ക് *പച്ചക്കുതിര* പ്രകാശിപ്പിച്ചു കൂടേ എന്ന് ചോദിച്ചത്. ഒരു മാസിക ഇറക്കുന്നതിന്റെ സംഘാടനപരമായ ബുദ്ധിമുട്ടുകൾ നന്നായി അറിയാവുന്നതുകൊണ്ട് ഞാൻ സമ്മതം മൂളി. രവി ഡി.സി. സമ്മതിക്കയും ചെയ്തു. അങ്ങനെ എഡിറ്റിംഗ് ഞാനും ഡിസൈൻ മധുവും ഡൽഹിയിൽനിന്നും

അച്ചടി കോട്ടയത്തുനിന്നും എന്ന് വെച്ചു. 2003-2004 കാലത്തായിരുന്നു അത്. ഒന്നാം ലക്കം കോട്ടയത്ത് ഒ.വി. വിജയൻ ആണ് റിലീസ് ചെയ്തത്. സുന്ദരരാമസ്വാമി അതിഥി ആയിരുന്നു. *പച്ചക്കുതിര*യുടെ എട്ടു ലക്കങ്ങളെക്കുറിച്ച് എനിക്ക് തികഞ്ഞ അഭിമാനമുണ്ട്. ഡിസൈൻ കൊണ്ടും ഉള്ളടക്കം കൊണ്ടും ഇത്ര മികവു പുലർത്തിയ ഏതെങ്കിലും ചെറുമാസിക മലയാളത്തിൽ ഉണ്ടായതായി എനിക്ക് ഓർക്കാൻ കഴിയുന്നില്ല. 200, ചിലപ്പോൾ അല്പം കുറവ്, ചിലപ്പോൾ കൂടുതൽ, ക്രൗൺ 1/4 ലുള്ള പേജുകൾ ആയിരുന്നു ഓരോ ലക്കത്തിനും. ഗോവിന്ദന്റെ *സമീക്ഷ*യിൽ നിന്നുള്ള ഒരു മുന്നോട്ടു പോക്കായിരുന്നു അത്. അവയുടെ ഉള്ളടക്കം വിവരിക്കാൻ ഒരുപാടുസ്ഥലം വേണ്ടി വരും. ഓർമ്മയിൽ നിൽക്കുന്ന ചിലത്: 'സ്ത്രീവാദവും ഇസ്ലാമും', 'ദളിത്: ഇന്ന്', 'വിമത ലൈംഗികത' തുടങ്ങിയ വിഷയങ്ങളെക്കുറിച്ച് പലർ പങ്കെടുത്ത ചർച്ചകൾ, സുമാ ജോസ്സന്റെ *സാരി*യുടെ തിരക്കഥ, ഒ.വി. വിജയന്റെ കാർട്ടൂണുകളെക്കുറിച്ച് പ്രശസ്ത കാർട്ടൂണിസ്റ്റ് ഉണ്ണിയുടെ പഠനം, ജോയ് മാത്യുവിന്റെ നാടകം, ഇക്കാലത്ത് അന്തരിച്ച എഡ്വേർഡ് സയ്ദ്, ഭൂപൻ ഖാക്കാർ, വി.കെ.എൻ, നരേന്ദ്രപ്രസാദ് ഇവരെക്കുറിച്ചുള്ള അനുസ്മരണ ലേഖനങ്ങൾ, ഴാക് പ്രേവേർ, വിസ്വാവ ഷിമ്പോർസ്കാ, പോൾ സെലാൻ, എവ്തുഷേങ്കോ, റഫീക്ക് അഹമ്മദ്, വീരാൻകുട്ടി, ആശാലത, രൂപേഷ് പോൾ, വി.ആർ. സന്തോഷ്, എം.ബി. മനോജ്, എൻ. ബൈജു, പി.ടി. ബിനു തുടങ്ങിയവരുടെ കവിതകൾ, സമകാലീന ചൈനീസ് സാഹിത്യത്തെക്കുറിച്ച് പ്രത്യേക ഫീച്ചർ, ഗാവോ സിന്ഗ്ജ്യാനിന്റെ നൊബേൽ പ്രഭാഷണം, അഷീസ് നന്ദി, ദിലീപ് മേനോൻ, എം.ആർ. രാഘവവാരിയർ, വന്ദനാ ശിവ, ശബാനാ ആസ്മി, ഇ.വി. രാമകൃഷ്ണൻ, ടി.വി. മധു, നിസാർ അഹമ്മദ്, എം. മുരളീധരൻ, ജോർജ്ജ് വർഗീസ്, എം.ടി. അൻസാരി, എസ്. ആനന്ദ്, ചന്ദ്രഭാൻ ആസാദ്, കരുണാകരൻ, വി.സി. ഹാരിസ് തുടങ്ങിയവരുടെ കനമുള്ള ലേഖനങ്ങൾ, സക്കറിയയും ജെ. ദേവികയുമായുള്ള സംഭാഷണം, സാറാ ജോസഫുമായുള്ള സംഭാഷണം, ക്ലാരിസ് ലിസ്പെക്ടോർ, ബ്രയാൻ ആൽഡിസ്, സി. ഗണേഷ്, കരുണാകരൻ, സാവിത്രി രാജീവൻ തുടങ്ങിയവരുടെ കഥകൾ. നിറയെ ഫോട്ടോകളും ചിത്രങ്ങളും. പിൽക്കാലത്ത് മുഖ്യധാരാ മാസികകൾ ആ ഡിസൈനിന്റെ ചില അംശങ്ങൾ പകർത്തുകയുണ്ടായി, വിശേഷിച്ചും പരാമർശിക്കപ്പെടുന്ന എഴുത്തുകാരുടെ ഫോട്ടോകൾ നെറ്റിൽ നിന്ന് എടുത്തും മറ്റും ചേർക്കുന്ന പതിവ്. രണ്ടു വർഷത്തിനുശേഷം സാമ്പത്തിക കാരണങ്ങളും പ്രൊഡക്ഷൻ സൗകര്യവും കണക്കിലെടുത്ത് ഡി.സി. രവി അതിനെ ഒരു ചെറിയ മാസികയാക്കി മാറ്റുകയായിരുന്നു.

2006-ൽ അയ്യപ്പപ്പണിക്കരുടെ വേദനാകരമായ വേർപാടിനു ശേഷം അദ്ദേഹം നടത്തിയിരുന്ന *കേരളകവിത*യുടെ - വാർഷികം -ചുമതലയും എന്റെ മേൽ വന്നു ചേർന്നു. അതിനു പുതിയ ദിശകളും ഗൗരവവും

നൽകാൻ ഞാൻ കഴിയുന്ന പോലെ ശ്രമിച്ചിട്ടുണ്ട്. ഇപ്പോഴുള്ള സാമ്പത്തിക പ്രതിസന്ധി പരിഹരിക്കാനായാൽ അത് തുടർന്നു പോകാൻ കഴിയും എന്ന പ്രതീക്ഷയും ഉണ്ട്.

ഈ ഓർമ്മക്കുറിപ്പ് മുഴുവൻ ആകണമെങ്കിൽ ഇംഗ്ലീഷിൽ ഞാൻ എഡിറ്റ് ചെയ്ത - ചെയ്യുന്ന -ചില പ്രസിദ്ധീകരണങ്ങളെക്കുറിച്ചു കൂടി പറയണം. അത് കേന്ദ്രസാഹിത്യ അക്കാദമിയുടെ മുഖപത്രമായ *ഇന്ത്യൻ ലിറ്ററേച്ചർ* (Indian Literature) ആണ്. ഞാൻ വളരെക്കാലം അതിന്റെ വരിക്കാരനും വായനക്കാരനും ആയിരുന്നു. 1992 ൽ അക്കാദമി ഒരു പത്രാധിപരെ അന്വേഷിക്കുന്നു എന്നും ഞാൻ ചേർന്നാൽ സന്തോഷമായിരിക്കുമെന്നും അയ്യപ്പപണിക്കരാണ് എന്നോടു പറഞ്ഞത്. ഞാൻ സ്വാഭാവികമായും ആദ്യം മടിച്ചു. ഇരിങ്ങാലക്കുട ക്രൈസ്റ്റ് കൊളേജിൽ അന്ന് ഞാൻ ഇംഗ്ലീഷ് പ്രൊഫസ്സർ (അന്ന് കോളേജുകളിലും പ്രൊഫസ്സർമാർ ഉണ്ടായിരുന്നു) ആണ്. കേരള സാംസ്കാരികരംഗത്ത് ഞാൻ നിറഞ്ഞുനിന്നിരുന്ന കാലം. ജീവിതം ശാന്തം. സകുടുംബം പുതുതായി പണിത വീടു വിട്ട് ഡൽഹിയിലേക്കു മാറുക എന്നത് ഒട്ടും എളുപ്പമായിരുന്നില്ല. സാമ്പത്തികമായി ഞാൻ പാപ്പരായിരുന്നു, വീടിന്റെ കടവും മൂത്ത മകളുടെ വിവാഹവും കഴിഞ്ഞു കടം മാത്രമുള്ള അവസ്ഥ. ഡൽഹിയിൽ വാടകയും ചിലവും കൂടും എന്നും അറിയാമായിരുന്നു. ഒരു വർഷം ലീവ് എടുത്ത് പോയി പരീക്ഷിക്കാൻ തീരുമാനിച്ചു. കോളേജിലെ ശമ്പളത്തേക്കാൾ കുറവായിരുന്നു എഡിറ്ററുടെ ശമ്പളം. പക്ഷേ അത് സംരക്ഷിക്കാം എന്ന കരാറിലാണ് ഞാൻ വന്നത്. വന്നപ്പോൾ അത് പറ്റില്ലെന്നായി അക്കാദമി അഡ്മിനിസ്ട്രേഷൻ. ഒരു ടിപ്പിക്കൽ മദ്രാസി വിരോധം. രാജി ഭീഷണി കൊണ്ടേ അത് സമ്മതിപ്പിക്കാൻ ആയുള്ളൂ. ഈ ബുദ്ധിമുട്ടുകൾ ഇവിടെ പറയുന്നത് സാമ്പത്തിക പരാധീനത ഇല്ലാതെ അല്പം സഹായികളോടു കൂടി ഒരു ചെറുമാസിക നടത്താനുള്ള എന്റെ മോഹത്തിന് കൊടുത്ത വില എന്തെന്ന് പറയാനാണ്.

ഞാൻ പരിചയപ്പെട്ട *ഇന്ത്യൻ ലിറ്ററേച്ചർ* ഏതാണ്ടൊരു ഗസറ്റു പോലെ ആയിരുന്നു. ഉള്ളടക്കം മോശമായിരുന്നില്ല. ചില നല്ല എഡിറ്റർമാരും ഉണ്ടായിരുന്നു. പ്രസാധനം തീരെ മോശമായിരുന്നു. പൊതുവേ നിർജ്ജീവമായ ഒരു സർക്കാർ മാസിക. എനിക്കു മുൻപുണ്ടായിരുന്ന എസ്. ബാലുറാവു ആണ് ആദ്യമായി കവറിൽ പെയിന്റിങ്ങുകൾ ഉപയോഗിക്കാൻ തുടങ്ങിയത്. ഞാൻ ആദ്യം ചെയ്തത് പ്രസിദ്ധീകരണത്തിന്റെ 'കെട്ടും മട്ടും' മാറ്റുകയായിരുന്നു. സൈസ് ഡെമി 1/8-ഇൽ നിന്ന് റോയൽ ആക്കി മാറ്റി, പേജുകൾ കൂട്ടി, അകത്തു ചിത്രകാരന്മാരെക്കൊണ്ട് സ്കെച്ചുകൾ വരപ്പിച്ചു തുടങ്ങി, അഭിമുഖങ്ങളുടെ കൂടെ ഫോട്ടോകൾ കൊടുത്തു, (അഭിമുഖങ്ങൾ ആരംഭിച്ചതും ഞാൻ ആണ്, ഞാൻ തന്നെ മുൽക്ക് രാജ് ആനന്ദിനെ ഇന്റർവ്യൂ ചെയ്തുകൊണ്ട്)

പിന്നെ ഉള്ളടക്കത്തിൽ ഗണ്യമായ മാറ്റങ്ങൾ വരുത്തി. മുഖ്യമായും ചെയ്തത് ഓരോ ലക്കത്തിനും ഓരോ ഫോക്കസ് നൽകുകയായിരുന്നു. ഒപ്പം അതുവരെ മാറ്റി നിർത്തപ്പെട്ടിരുന്ന എഴുത്തുകാരെയും പ്രസ്ഥാനങ്ങളെയും ദ്വൈമാസികയിൽ അവതരിപ്പിച്ചു. സ്ത്രീകളുടെ രചനയ്ക്ക് രണ്ടു പ്രത്യേക ലക്കങ്ങൾ, ഗുജറാത്തി ദളിത് സാഹിത്യം, പഞ്ചാബി ദളിത് സാഹിത്യം, എ.കെ. രാമാനുജൻ, വിവർത്തനം, യുവകവിത, വിവിധ ഭാഷാസാഹിത്യങ്ങൾ (ഹിന്ദി, മറാത്തി, കന്നട, മലയാളം, തെലുങ്ക്, തമിഴ്, ഉർദു...) തുടങ്ങിയവയ്ക്ക് ഊന്നൽ നൽകുന്ന ലക്കങ്ങൾ, അങ്ങിനെ; കൂടാതെ *അയൽക്കാർ* എന്ന പേരിൽ ബംഗ്ലാദേശ്, പാക്കിസ്ഥാൻ, ശ്രീലങ്ക തുടങ്ങിയ നാടുകളിൽ നിന്നുള്ള കൃതികൾ ഉൾപ്പെടുത്തി ഒരു പംക്തിയും *ദി സെക്കൻഡ് ട്രെഡിഷൻ* എന്ന പേരിൽ ഭക്തി-സൂഫി കവിതയുടെ ഒരു പംക്തിയും ആരംഭിച്ചു. മുഴു നാടകങ്ങളും ചെറുനോവലുകളും ഉൾപ്പെടുത്തിത്തുടങ്ങി. പുരോഗമന സാഹിത്യം, ആധുനിക സാഹിത്യം തുടങ്ങിയ വിഷയങ്ങളിൽ ചോദ്യാവലികൾ അയച്ചു ചർച്ചകൾ നടത്തി. മധുസൂദനന്റെ സഹായത്തോടെ, പ്രത്യേകം കവർ ഡിസൈനുകൾ, ഉള്ളടക്കത്താൾ, ബാര ഭാസ്കരന്റെ സ്കെച്ചുകൾ. അങ്ങനെ പ്രസിദ്ധീകരണം ആകെ മാറി. വരിക്കാർ നാലിരട്ടി ആയി. അതിനു വേണ്ടി പ്രത്യേകം ബ്രോഷറുകൾ വിതരണം ചെയ്തു. ക്രമേണ ഈ മാതൃക അക്കാദമിയുടെ ഹിന്ദി മാധ്യമമായ *സമകാലീൻ ഭാരതീയ സാഹിത്യ*യും പിന്തുടർന്നു. ചില പുസ്തകങ്ങളും ഞങ്ങളുടെ വകുപ്പ് ഇറക്കി മാതൃക കാണിച്ചു. 1992-94 കാലത്ത് ആയിരുന്നു ഇത്. കിട്ടുന്നതിൽ നിന്ന് തിരഞ്ഞെടുക്കുന്ന രീതി മാറ്റി പരിഭാഷകൾ കമ്മീഷൻ ചെയ്യാൻ തുടങ്ങിയതും ഞാനാണ്. പിന്നീട്, 1994ൽ എന്നെ അക്കാദമിയുടെ കാര്യദർശി ആയി തിരഞ്ഞെടുക്കാനുള്ള പ്രധാന കാരണം *ഇന്ത്യൻ ലിറ്ററേച്ചറിൽ* നടത്തിയ നവീകരണവും ഇന്ത്യൻ എഴുത്തുകാരുമായി സ്ഥാപിച്ച അഗാധ സൗഹൃദവും ആണെന്നു കരുതുന്നു, യു ആർ അനന്തമൂർത്തിയുടെ ആദരം കലർന്ന പ്രത്യേക വാത്സല്യത്തോടൊപ്പം, പിന്നെ സെക്രട്ടറി ആയി തുടർന്ന പത്ത് വർഷവും ഞാൻ *ഇന്ത്യൻ ലിറ്ററേച്ചർ* പത്രാധിപസമിതി അംഗമായിരുന്നു. പിരിഞ്ഞ ശേഷം കുറച്ചു കാലം ഗസ്റ്റ് എഡിറ്റർ ആയും ജോലി ചെയ്തു. അങ്ങനെ നോക്കിയാൽ എനിക്ക് ഏറ്റവും കൂടുതൽ കാലത്തെ ബന്ധമുള്ള പ്രസിദ്ധീകരണം അതു തന്നെ. എന്നെത്തുടർന്നു വന്ന ശിവപ്രകാശ്, നിർമൽ കാന്തി ഭട്ടാചാര്യ, എ.ജെ. തോമസ്, സുബോധ് സർക്കാർ തുടങ്ങിയവർ ഞാൻ തുടങ്ങി വെച്ചതെല്ലാം തുടരുകയും പരിഷ്കരിക്കയും ചെയ്തു. ഇന്നും ഞാൻ ആ മാസികയുടെ വായനക്കാരനും എഴുത്തുകാരനും ആണ്.

അക്കാദമിയിൽ നിന്ന് പിരിഞ്ഞശേഷം രണ്ടു വർഷം *ബിയോണ്ട് ബോർഡേഴ്സ്* (Beyond Borders) എന്ന സാർക്ക് മാസികയുടെ പത്രാധിപരായി പ്രവർത്തിച്ചു. അവിടെയും ഏറെ മാറ്റങ്ങൾ കൊണ്ടുവരാനും

വിശേഷാൽ പതിപ്പുകൾ ഇറക്കാനും എനിക്ക് കഴിഞ്ഞു, കൂടെ *സാർക്ക് ലൈബ്രറി ഓഫ് ലിറ്ററേച്ചർ* എന്ന ഗ്രന്ഥപരമ്പരയും എഡിറ്റ് ചെയ്തു.

കുറച്ചു കാലം മേതിൽ രാധാകൃഷ്ണന്റെ സാങ്കേതിക പിന്തുണയോടെ വിവിധ രാജ്യങ്ങളിലെ പ്രമുഖ കവികളെ അംബാസിഡർമാരാക്കി 'വൺ ഓവർ ദി എയ്ത്ത്' എന്ന ഇംഗ്ലീഷ് ഓൺലൈൻ കവിതാമാസിക ഞാൻ എഡിറ്റ് ചെയ്തു. ഇപ്പോൾ 'ഗുഫ്ട്ടുഗു' (സ്വകാര്യം, സംവാദം) എന്ന ഓൺലൈൻ ത്രൈമാസികം ഗീതാ ഹരിഹരനുമൊത്ത് എഡിറ്റ് ചെയ്യുന്നു. റൊമീലാ ഥാപ്പർ, ഇന്ദിരാ ജൈസിംഗ്, അനുരാധാ കപൂർ, ശ്യാം മേനോൻ തുടങ്ങിയവർ കൂടി ട്രസ്റ്റികളായുള്ള 'ഇന്ത്യൻ റൈറ്റേഴ്സ് ഫോറം' ആണ് ഇതിനു പിറകിൽ. ഞങ്ങൾ 'ഇന്ത്യൻ കൾച്ചറൽ ഫോറം' എന്ന, പ്രതിരോധപ്രധാനമായ, ഒരു വെബ്സൈറ്റും നടത്തുന്നുണ്ട്.

അങ്ങനെ ചെറുമാസികകളുമായുള്ള എന്റെ ബന്ധം പുതിയ രീതികളിൽ സജീവമായിത്തന്നെ തുടരുന്നു.

ഞാൻ എന്തിനെഴുതുന്നു?

'നിങ്ങൾ എന്തിനെഴുതുന്നു?' എല്ലാ എഴുത്തുകാരും ഈ ചോദ്യത്തിന് വിശദീകരണം നൽകേണ്ടി വന്നിട്ടുണ്ടാവും; ഒരു വട്ടമല്ല, പല വട്ടം. തത്ത്വശാസ്ത്രപരമോ രാഷ്ട്രീയമോ അതല്ലെങ്കിൽ വൈയക്തികമോ ആയി ഈ ചോദ്യത്തെ വായിച്ചെടുക്കാമെന്നിരിക്കെ പലപ്പോഴായി ഉത്തരങ്ങളും വിഭിന്നങ്ങളായിരുന്നിരിക്കണം. പോരാത്തതിന് ഇതേ ചോദ്യം തന്നെ വ്യത്യസ്തമായ ഊന്നലുകളോടെ ഉയർത്തപ്പെടാം.

'നിങ്ങൾ' എന്തിന് എഴുതുന്നു?

നിങ്ങൾ 'എന്തിന്' എഴുതുന്നു?

നിങ്ങൾ എന്തിന് 'എഴുതുന്നു'?

ഒന്നാമത്തേത്, എഴുത്തുകാരന്റെ/എഴുത്തുകാരിയുടെ വ്യക്തിപരമായ തെരഞ്ഞെടുപ്പിന്റെ സാംഗത്യവുമായി ബന്ധപ്പെട്ട ചോദ്യമാണ്. രണ്ടാമത്തേത്, വളരെ സാധാരണമായ, പൊതുവായ ഒരന്വേഷണം (സ്വരമൊന്നു മാറിയാൽ തികഞ്ഞ അവജ്ഞയാവാം ചോദ്യത്തിൽ). ആത്മാവിഷ്കാരത്തിനോ അതല്ലെങ്കിൽ 'ഒരിടപാട്' എന്ന നിലയ്ക്കോ മറ്റു പല മാർഗങ്ങളുമുണ്ടെന്നിരിക്കെ, 'എഴുത്ത്' എന്ന ഈ മാധ്യമം

തന്നെ നിങ്ങൾ എന്തിന് സ്വീകരിച്ചു എന്നാണ് അവസാന ചോദ്യത്തിന്റെ വിവക്ഷ. രണ്ടാമത്തെ ചോദ്യമാണിവിടെ ഉയർത്തപ്പെട്ടതെന്നു ഞാൻ വിചാരിക്കുന്നു. എഴുത്തിന്റെ അസ്തിത്വ കാരണം എന്ത്?

ഈ ചോദ്യത്തിന് ഋജുവായ ഒരുത്തരം എന്റെ കൈയിലുണ്ടെന്നു ഞാൻ വിചാരിക്കുന്നില്ല. അല്ലെങ്കിൽ, ഒന്നിലേറെ ഉത്തരങ്ങളുണ്ട് എന്നതാവാം: ഓരോ കവിതയുടെ കാര്യത്തിലും വ്യത്യസ്തമായ ഉത്തരങ്ങൾ! ഉദാഹരണത്തിന് അടിയന്തരാവസ്ഥക്കാലത്തെഴുതിയ കവിതകൾ. വിയറ്റ്നാമിലെ യുദ്ധത്തിന്റെ പശ്ചാത്തലത്തിലും പിന്നീട് 1984ലെ സിഖ് കൂട്ടക്കൊലയുടെ കാലത്തും ബാബരി മസ്ജിദ് സംഭവത്തെത്തുടർന്നും അതുപോലെ ഗുജറാത്ത് കലാപത്തിന്റെയും ഒറീസ്സാ കൂട്ടക്കൊലയുടെയും ഒടുവിൽ നിഥാരിയിലെ കുട്ടികളെ കൊല ചെയ്ത സംഭവമുണ്ടായപ്പോഴൊക്കെ ഞാനെഴുതിയ കവിതകളുടെ പ്രചോദനം സാമൂഹികമായ ജാഗ്രതയായിരുന്നു എന്നു വേണം കരുതാൻ. ഭോപ്പാൽ ദുരന്തത്തിന്റെ പശ്ചാത്തലത്തിലെഴുതിയ കവിതകളും എഴുപതുകളിലെ രാഷ്ട്രീയകവിതകളും ഈ ഗണത്തിൽപ്പെടുന്നവ തന്നെയാണ്.

വ്യത്യസ്തമായ ഭൂപ്രദേശങ്ങൾ, പുഴകൾ, പൂക്കൾ, പക്ഷികൾ, ചിത്രങ്ങൾ, സംഗീതം, കവിത, മരണം ഇവയെയൊക്കെപ്പറ്റി ഞാനെഴുതിയിട്ടുള്ളത് അവയുടെ ശുദ്ധസൗന്ദര്യാത്മകത കൊണ്ടുതന്നെയാവും.

മൂന്നാമതൊരു കൂട്ടം കവിതകൾ - ഭാഷാപരമായ സാധ്യതകൾ ഉപയോഗിക്കാനുള്ള എന്റെ ആഗ്രഹത്തിന്റെ സൃഷ്ടികൾ - *പൂച്ച, സംഗീതം ജോൺ കേജിനുശേഷം, കോവണിയിറങ്ങുന്ന നഗ്ന* എന്നിവയൊക്കെ. പാരമ്പര്യവുമായി സംഭാഷണത്തിലേർപ്പെടാനുള്ള ആശയുടെ ഫലമാണ് എനിക്കു മുമ്പത്തെ മലയാളകവികളെപ്പറ്റിയും പിന്നീട് ഇന്ത്യയിലെ ഋഷി കവികളെപ്പറ്റിയുമൊക്കെ എഴുതിയിട്ടുള്ളവ.

വളരെ വ്യക്തിപരമായ കാര്യങ്ങൾ ആവിഷ്കരിക്കാൻ വേണ്ടിയുള്ള ഒരു കൂട്ടം കവിതകളാണ് അഞ്ചാമത്തെ വിഭാഗത്തിൽപ്പെടുന്നത്. *ആത്മഗീത, അസ്വസ്ഥം,* മറ്റ് ആത്മകഥാപരമായ കവിതകൾ, *അനന്തം, അപൂർണം* പോലുള്ള പ്രണയകവിതകൾ... ഒരർത്ഥത്തിൽ ഈ അംശങ്ങളൊക്കെ എല്ലാ കവിതകളിലുമുണ്ട്. വളരെ വ്യക്ത്യധിഷ്ഠിതമായ കവിതയ്ക്കുമുണ്ടാവും ഒരു സാമൂഹികമാനം. അതുപോലെതന്നെ, ഏതൊരു സാമൂഹിക വിഷയവും ഞാൻ നോക്കിക്കാണുന്നത് എന്റെ വ്യക്തിപരമായ കാഴ്ചപ്പാടിലൂടെയാണു താനും. പ്രകൃതിയെപ്പറ്റിയും പുഴകളെപ്പറ്റിയും ഞാനെഴുതിയതിലൊക്കെയുമുണ്ട് മാനുഷികമായൊരംശം. കവിതാപാരമ്പര്യവുമായി സംവദിക്കാൻ ശ്രമിച്ച് ഞാനെഴുതിയ കവിതകൾക്കും സാമൂഹികമായ ഒരു സന്ദർഭമുണ്ട്. അതുകൊണ്ടു

തന്നെ, ചരിത്രവുമായി സംവദിക്കാനുള്ള ശ്രമത്തിന്റെ ഭാഗമായാണു ഞാൻ എഴുതുന്നത്.

ഞാനെഴുതുന്നത് സമൂഹത്തോടു സംവദിക്കാനാണ്, പ്രപഞ്ചത്തിന്റെയും സ്വത്വത്തിന്റെയും നിഗൂഢതകളന്വേഷിക്കാനാണ്, മനുഷ്യനും പ്രകൃതിയുമുൾച്ചേർന്ന ചുറ്റുപാടുകളോടുള്ള എന്റെ പ്രതികരണങ്ങൾ അടയാളപ്പെടുത്താനാണ്, ജീവിതത്തിന്റെ വൈവിധ്യവും സമൃദ്ധിയും ആഘോഷിക്കാനാണ്, വ്യക്തിപരമായ വേദനകളും ആകാംക്ഷകളും പ്രകടിപ്പിക്കാനാണ്, ഭാഷയെ പുനരുദ്ധരിക്കാനും പുനരുജ്ജീവിപ്പിക്കാനുമാണ്, മരണമെന്ന ശാശ്വതസത്യത്തെ വെല്ലുവിളിക്കാനാണ്. ഇതെല്ലാം പരസ്പരവൈരുധ്യത്ത ഭയക്കാതെ തന്നെ എനിക്കു പറയാനാവും.

നാടിന്റെ അവസ്ഥയെ അഭിമുഖീകരിക്കാത്ത കവിതകൾ നിഷ്ഫലങ്ങളാണെന്ന് അഭിപ്രായപ്പെടുന്ന ചെസ്വാ മീവോഷിനോട് യോജിക്കുമ്പോൾത്തന്നെ വ്യക്തികളുടെ അവസ്ഥയെ അവഗണിക്കുന്ന കവിത മാനുഷിക ധർമ്മത്തിന്റെ തലത്തിൽ പരാജയപ്പെടും എന്നു കൂടി എനിക്കഭിപ്രായമുണ്ട്. എന്നെ സംബന്ധിച്ചിടത്തോളം കവിതയ്ക്ക് രണ്ടു ചിറകുകളാണുള്ളത്. വൈയക്തികാംശവും സാമൂഹികാംശവും. ഒന്നാമത്തേത് അതിന് ആധികാരികത നല്കുന്നു. രണ്ടാമത്തേത് അതിന്റെ പ്രസക്തി ഉറപ്പാക്കുന്നു. ''ഓഷ്വിറ്റ്സിനുശേഷം കവിത അസാധ്യമാണ്'' എന്ന അഡോണോയുടെ പ്രസ്താവനയുടെ അർത്ഥം ബോധ്യമുള്ളപ്പോൾത്തന്നെ ''ദുഷ്കാലത്തും കവിതയുണ്ടാവും, ദുഷ്കാലത്തെക്കുറിച്ചുള്ള കവിത'' എന്ന ബ്രെഹ്തിന്റെ വാക്കുകളെയും ഞാൻ വിശ്വസിക്കുന്നു.

2006ൽ, 40 വർഷമായി എഴുതിയ കവിതകളെല്ലാം സമാഹരിക്കവെയാണ് എനിക്കൊരു കാര്യം ബോധ്യമായത്. കവിത എന്നതു തന്നെയായിരുന്നു എന്റെ എഴുത്തിന്റെ ഒരു പ്രധാന വിഷയം. ''നിങ്ങൾ എന്തിനെഴുതുന്നു?'' എന്ന ചോദ്യത്തിനുത്തരം നല്കാനുള്ള ഒരു വഴി, കവിതയെപ്പറ്റിയുള്ള എന്റെ തന്നെ വ്യത്യസ്തങ്ങളായ വരികൾ ഉദ്ധരിക്കുക എന്നതാവും.

1973ൽ എഴുതിയ *അമ്മൂമ്മ* എന്ന കവിത ഇങ്ങനെയാണ്:

എന്റെ അമ്മൂമ്മയ്ക്ക് കിറുക്കായിരുന്നു
കിറുക്ക് മൂത്തു മരണമായി
എന്റെ ലുബ്ധനായ അമ്മാമൻ അവരെ
വൈക്കോലിൽ പൊതിഞ്ഞു കലവറയിൽ സൂക്ഷിച്ചു.
പഴുത്തുണങ്ങിയപ്പോൾ
അമ്മൂമ്മ വിത്തുകളായി പൊട്ടിച്ചിതറി

കലവറജനലിലൂടെ പുറത്തു ചാടി
അതിലൊരു കുരു പടുമുള മുളച്ച്
എന്റെ അമ്മയായി
വെയിലും മഴയും വന്ന്
അമ്മയുടെ കിറുക്കു മുളച്ച് ഞാനും.
പിന്നെ ഞാനെങ്ങനെ
സ്വർണപ്പല്ലുള്ള കുരങ്ങന്മാരെക്കുറിച്ച്
കവിതയെഴുതാതിരിക്കും?

മറ്റു ചിലയിടങ്ങളിലും കവിതയെ ഭ്രാന്തുമായി ബന്ധപ്പെടുത്താൻ ഞാൻ ശ്രമിച്ചിട്ടുണ്ട്; ഭ്രാന്തില്ലാത്തവർക്ക് ഇതിലും ലാഭമുള്ള കാര്യങ്ങൾ വേറേ ചെയ്യാനുണ്ട് എന്നതുകൊണ്ടാവാം. *ഭ്രാന്തന്മാർ* (1996) എന്ന കവിതയിൽ ഭ്രാന്തില്ലാത്തവരെക്കാൾ വെളിവുള്ളവരായിട്ടാണ് ഞാൻ ഭ്രാന്തന്മാരെ കാണുന്നത്. കാരണം, അവർക്ക് ജാതിയോ മതമോ ഇല്ല; നമ്മുടെ ലിംഗ വിഭജനങ്ങൾ അവർക്കു ബാധകവുമല്ല. പൗർണമി ദിവസം സ്നേഹം നിലാവായി കവിഞ്ഞൊഴുകുന്ന സമാന്തരലോകത്തിന്റെ സൃഷ്ടികളാണവർ. അവർ കാണുന്നതു നാം കണ്ടിട്ടേയില്ലാത്ത ദേവതമാരെയാണ്. ഈച്ചകൾക്കും ആത്മാവുണ്ടെന്ന് അവർ കരുതുന്നു. അദൃശ്യമായ ചിറകുകളുണ്ടവർക്ക്. വൃക്ഷങ്ങളിൽനിന്നു ചോരയൊലിക്കുന്നതും തെരുവിൽ നിന്നു സിംഹങ്ങൾ അലറുന്നതും അവർ കാണുന്നുണ്ട്. അവർ പൂച്ചയുടെ കണ്ണിൽ സ്വർഗം തിളങ്ങുന്നത് കാണുകയും ഉറുമ്പുകൾ സംഘം ചേർന്നു പാടുന്നത് കേൾക്കുകയും ചെയ്യുന്നുണ്ട്. ഞൊടിനേരംകൊണ്ട് അവർ ബുദ്ധനിലും ക്രിസ്തുവിലുമെത്തും. ഇവിടെയുള്ള ഭ്രാന്തന്റെ രൂപം കവിയുടേതു തന്നെയാണ്. അതേ വർഷത്തെ തന്നെ *പ്രതിമകൾ* എന്ന കവിതയിൽ ഞങ്ങളുടെ മഹാകവിയുടെ പ്രതിമ തെരുവിലൂടെ കടന്നുപോവുന്നതും അക്ഷരവും അനക്കവും വറ്റിയ വെങ്കല ച്ചുണ്ടുകൾക്കുമീതേ രണ്ടീച്ചകൾ ഇണ ചേരുന്നതും ചുഴികളും ചുഴലികളുമുണർത്തിയിരുന്ന ചൂണ്ടുവിരലിൽ ഒരു കാക്ക വന്നിരുന്നു നിർമലയായി തിരിച്ചുപോകുന്നതും ഞാൻ കാണുന്നുണ്ട്. പണ്ട് നാടു വാണരുളിയ പൊന്നുതിരുമേനിയുടെയും പിന്നീട് വന്ന ചക്രവർത്തിമാരുടെയും ജനനേതാക്കളുടെയുമൊക്കെ പ്രതിമകൾ ഈ വഴിയേ എഴുന്നള്ളിക്കപ്പെട്ടത് ഞാനോർക്കുന്നു. കവിത അവസാനിക്കുന്നത് ഇങ്ങനെയാണ്:

പെട്ടെന്ന്,
ജീവനുള്ള എല്ലാറ്റിനെയും സ്പർശിച്ചു പ്രതിമയാക്കുന്ന
ഒരു ദുർമന്ത്രവാദിനിയായി

സമയം എന്റെ മുമ്പിൽ വന്നുനില്ക്കുന്നു
മരിക്കുക എന്നാൽ
ഒരു വെറും നോക്കുകുത്തിയായി മാറുക എന്നാണർത്ഥം.

ഒരുപക്ഷേ, ഇതാവാം അനശ്വരത എന്ന വാഗ്ദാനം നിരസിക്കാൻ പിന്നീടെഴുതിയ *വിസ്മൃതി* എന്ന കവിതയിൽ എന്നെ പ്രാപ്തനാക്കിയത്.

ഒരായിരം കവികൾ
കവിതയെഴുതുകയും വിസ്മരിക്കപ്പെടുകയും ചെയ്തു.
അതിൽ ഒരു കവി മാത്രം ഓർമ്മിക്കപ്പെട്ടു.
തുല്യരും സുഹൃത്തുക്കളുമില്ലാത്ത
അനശ്വരനായ ഒറ്റക്കവിയാവുന്നതിനെക്കാൾ
എനിക്കിഷ്ടം തൊള്ളായിരത്തി തൊണ്ണൂറ്റൊമ്പത് കവികൾക്കൊപ്പം
നശ്വരതയുടെ സാഹോദര്യം പങ്കിടാനാണ്.

കവിതയുടെ സ്വാഭാവികമായ അർത്ഥസന്ദിഗ്ധതയും അപാരമായ അർത്ഥസാധ്യതകളും എന്നെ അമ്പരപ്പിച്ചിട്ടുണ്ട്. തന്റെ ഉടലിൽ മറ്റൊരു കവിയുടെ ശിരസ്സു താങ്ങി നിറുത്തുന്നതുപോലുള്ള, വിക്രമാദിത്യൻ കഥയിലെ അമ്പരപ്പിക്കുന്ന തല മാറ്റിവയ്ക്കൽ പോലുള്ള ഒരു പ്രവൃത്തിയായി വിവർത്തനത്തെ കാണുന്ന *കവിതാവിവർത്തനം* എന്ന കവിത അവസാനിക്കുന്നതിങ്ങനെയാണ്:

ഒരു ദിവസം ഞാൻ എന്റെ കവിത
എന്റെ തന്നെ ഭാഷയിലേക്കു
വിവർത്തനം ചെയ്യുന്നതായി സ്വപ്നം കണ്ടു.
നാമേവരും ഓരോ കവിതയും
നമ്മുടെ ഭാഷയിലേക്ക് വിവർത്തനം ചെയ്യുന്നു
പിന്നെ നാം അർത്ഥത്തെച്ചൊല്ലി വഴക്കിടുന്നു
എനിക്കു തോന്നുന്നു
ബാബേൽ ഒരിക്കലും പണി തീരുകയില്ല.

1973ലെ *പനി* എന്ന കവിതയിൽ ഒരു കവി സുഹൃത്ത് എന്നോടു ചോദിക്കുന്നുണ്ട്:

"എന്തുകൊണ്ട് നമ്മുടെ കവിതയും
പൊട്ടിത്തെറിക്കുന്ന കൃഷ്ണമണികളെപ്പോലെ
കറുത്തിരിക്കുന്നില്ല?
മെരുങ്ങാത്ത നയാഗ്രയെപ്പോലെ വനത്തിന്റെ ആഴങ്ങളിൽ
സിംഹഗാനങ്ങളാലപിക്കുന്നില്ല?

മഴക്കാലത്തെ ആമസോണിനെപ്പോലെ
ഉറക്കമില്ലാത്ത ചുവന്നു വീർത്ത
മുഖവുമായി കുത്തിയൊലിക്കുന്നില്ല?''

വിപ്ലവകവികൾ ജ്വലിപ്പിക്കുമെന്നു ഞങ്ങൾ പ്രതീക്ഷിച്ചിരുന്ന, ചാരം മൂടിയ കനലുകളെയാണ് ഞാൻ ഇവിടെ പരതിയിരുന്നത്. വിപ്ലവ കവിതയെ തിന്മയെ ഇല്ലാതാക്കി ലോകത്തെ ശുദ്ധീകരിക്കുന്ന അഗ്നി യോടുപമിക്കുന്ന സന്ദർഭങ്ങൾ എന്റെ മറ്റു ചില കവിതകളിലുമുണ്ട്; വിപ്ലവാവേശം പടർന്നിരുന്ന ആ ദശകത്തിലെ മറ്റു പല കവികളിലു മെന്നപോലെ ഈ ലോകത്തിനു വേണ്ടി വേദനകൾ സഹിച്ച്, ചോര യൊലിപ്പിച്ച്, കത്തിമുനയിലൂടെ നടക്കുന്ന കവിയുടെ ചിത്രം *ആശുപത്രി* എന്ന കവിതയിൽ കാണാം. അതേ കവിതയിൽത്തന്നെ, ആത്മഹത്യ ചെയ്ത ജർമ്മൻ ജൂതകവി പോൾ സെലാന് അഭിവാദ്യമർപ്പിക്കുന്ന *അന്ത്യസന്ദേശം* എഴുതി:

ഒരു കവിയുടെ ആത്മഹത്യ
അയാളുടെ അവസാനത്തെ കവിതയാണ്
പ്രത്യയശാസ്ത്രങ്ങൾ സഹായകരമാണ്
എങ്കിലും ചിലപ്പോൾ സത്യം അതിലേറെ സഹായകമാണ്.
ജീവിതം നല്ലതാണ്.
എങ്കിലും ചിലപ്പോൾ, ചിലർക്ക്,
മരണം അതിനേക്കാൾ നല്ലതാണ്.

അറബിക്കഥകൾ എന്ന പേരിൽ 2004 ൽ എഴുതിയ സിറിയൻ കവിത കളിലെ സാലേ എന്ന കവിക്ക് സമർപ്പിച്ച *വിട* എന്ന കവിത ഇതിന്റെ കൂടെ വായിക്കാവുന്നതാണ്:

റെയിലിൽ തലവെച്ചവൻ
വണ്ടിയുടെ അടുത്തടുത്തു വരുന്ന
ഇരമ്പം കേട്ടുകൊണ്ട്
തൊണ്ട ഇരുമ്പിനടിയിൽ ഞെരിയും മുമ്പ്
തിരക്കിട്ടു പാടുന്ന
സ്വപ്നനിർഭരമായ
അവസാനത്തെ പാട്ടാണ്
നമ്മുടെ കവിത.

സത്യവാങ്മൂലത്തി (1973) ലെ കവി പറയുന്നു:

ചക്രവർത്തി നഗ്നനാണെന്നു വിളിച്ചുപറയുന്ന
പഴങ്കഥയിലെ കുട്ടിയാണു ഞാൻ.

ഒരു വീടിനുമുൾക്കൊള്ളാനാകാത്ത ഒരു മുറിയാണു ഞാൻ
ഒരു ശരീരത്തിലുമൊതുക്കാനാകാത്ത ഒരു മനസ്സാണു ഞാൻ
കരുത്തനായ ഒരു പുത്രനുവേണ്ടി
നിലവിളിക്കുന്ന ഗർഭപാത്രമാണു ഞാൻ.
കവിതയെപ്പറ്റി പറയുന്നതിങ്ങനെ:
കവിത അഭയവും പ്രവർത്തനവുമാണ്,
വിതയും കൊയ്ത്ത്തുമാണ്
തേൻകൂടും മിഴാവും കടലും മുക്കുവനുമാണ്.

മയ്ക്കൊഫ്സ്കി ആത്മഹത്യ ചെയ്തതെങ്ങനെ? (1979) എന്ന കവിതയിൽ അസ്വാതന്ത്ര്യം കവിയെ കൊല്ലുന്നതെങ്ങനെയെന്നാണ് ഞാൻ പറയാൻ ശ്രമിച്ചത്. ശത്രുക്കൾക്കായി കരുതിയിരുന്ന തോക്ക് സ്വന്തം ശിരസ്സിനു നേരെ ഉയർത്തിയ കവിയുടെ മെരുങ്ങാത്ത ചോര, മുഴുമിക്കാത്ത കൈയെഴുത്തു പ്രതികളിലൂടെ പാഞ്ഞുനടന്നു.

വഴിയുടെ ക്രൂരതയാൽ ലക്ഷ്യത്തിന്റെ കാരുണ്യം
മറന്നുപോകുന്നവർക്ക് ഒരു താക്കീത്,
വളരുന്ന അധികാര പ്രമത്തതയ്ക്കെതിരേ
നീണ്ടുനീണ്ടു വരുന്ന ഒരു ചൂണ്ടുവിരൽ.

ഭൂമിയുടെ ചടങ്ങുകൾ (1982) എന്ന കവിതയിൽ വാക്കുകളുടെ രാത്രികൊണ്ട് വെളിച്ചത്തിന്റെ വീടു പണിയാൻ വരുന്ന പ്രവാചകനാണ് കവി.

ഏകാകിയുടെ നെടുവീർപ്പിലും ജനതതിയുടെ ക്രോധത്തിലും
അവൻ വാക്കുകളെ മുക്കിയെടുക്കുന്നു
ബുദ്ധന്റെ ഉപ്പും യേശുവിന്റെ വീഞ്ഞും
അവൻ വാക്കുകളിൽ വെച്ചു കെട്ടുന്നു.
യാഥാർത്ഥ്യത്തിന്റെ എഴുപതു മൂലകളുള്ള
വജ്രശില കൊണ്ട് അവൻ മലമുകളിൽ
പിന്നെയും വാക്കുകൾ കൊത്തിവയ്ക്കുന്നു:
സ്നേഹം, സമരം, സ്വാതന്ത്ര്യം.

പെറൂവിയൻ കവിയും സുഹൃത്തുമായ കാർലോസ് ജർമ്മൻ ബെല്ലിക്ക് സമർപ്പിച്ച *ദരിദ്രരുടെ അപ്പം* എന്ന കവിതയിൽ അദ്ദേഹത്തിന്റെ കവിതയെ ഞാനുപമിച്ചിരിക്കുന്നത് ആരാച്ചാരുടെ കൺവെട്ടിച്ച്, തെരുവിലെ ചാരത്തിൽനിന്നു പെറുക്കിയെടുത്ത ലളിതമായ ഒരു വാക്ക്, വയെഹോ (സെസാർ വയെഹോ, പെറൂവിയൻ മഹാകവി) വിനെപ്പോലെ ഉണങ്ങിക്കരിഞ്ഞ ഒരപ്പം അതിഥികൾക്കു കൊണ്ടുവന്നു വിളമ്പുന്ന

പെറുവിലെ ഒരു മെലിഞ്ഞ കുട്ടിയോടാണ്. കേദാർനാഥ് സിങ്ങിനും ശക്തി ചതോപാധ്യായയ്ക്കും സമർപ്പിക്കപ്പെട്ട *ഭോപ്പാലിലെ രാത്രി* (1984) എന്ന കവിതയിൽ നമ്മളെത്തന്നെ ഉപമിക്കുന്നത് തീവയ്ക്കപ്പെട്ട വീട്ടിലെ പാതിവെന്ത അതിഥികളോടാണ്. അടിയന്തരാവസ്ഥക്കാലത്ത് എഴുതി പ്രസിദ്ധീകരിച്ച *നാവുമരം* (1976) എന്ന കവിതയിലെ നാട്ടമ്മ കോട്ടയിൽനിന്നരുൾ ചെയ്തത് തട്ടകത്തെ നാവെല്ലാം കെട്ടിയിട്ടു കുരുതി ചെയ്യാനാണ്. നാവിലൊന്നു മുള പൊട്ടി, നാളുതോറും നീണ്ടു വന്ന്, നാരായവേരുപൊട്ടി തുടി മുഴക്കുകയാണ്. ആരുടേതാണീ നാവെന്നങ്ങരിശപ്പെട്ടമ്മ ചോദിക്കേ നാവുമരം പറയുന്നത് ഉലകത്തെ യിരുളിൽനിന്ന് തുയിലുണർത്തിയ തിരുവരങ്കന്റെ (ആദികവി) നാവാണു താനെന്നാണ്. നല്ല തേവി നാട്ടമ്മയും അപ്പാട്ടിൽ പൂത്തതാണ് എന്നും പറയുന്നു. പാട്ടു പാടാൻ നാവില്ലേൽ നാട്ടാരെന്നു നേരറിയാൻ? നേരറി ഞ്ഞില്ലെങ്കിലെന്നീ നാടാകെ തുയിലുണരാൻ? ക്രുദ്ധയായ നല്ലതേവി മരത്തിന്റെ കടയറുക്കാൻ വാളെടുക്കുകയാണ്. അറുത്തിടത്തു ചോര വന്ന്, ആയിരം നാവില വിരിഞ്ഞ്, മറഞ്ഞുനിന്ന് നേരെല്ലാം ഇലതോറും മിന്നി നിന്ന് നാവുമരം പന്തലിക്കുന്നിടത്താണ് കവിത അവസാനിക്കുന്നത്. 1980–ൽ ഇറങ്ങിയ *പീഡനകാലം* എന്ന സമാഹാരത്തിൽപെട്ട *കവി തയും പൊലീസും* പറയുന്നതും അധീശ ശക്തികളെ ചെറുക്കാനുള്ള കവിതയുടെ കഴിവിനെക്കുറിച്ചാണ്. കെൻ സാരോ വിവയ്ക്ക് സമർ പ്പിച്ച *പച്ച*, കൊറിയൻ റെബൽ കവി കിംചി ഹായിക്ക് സമർപ്പിക്കപ്പെട്ട *വേനൽമഴ* (1981), ഫലസ്തീനിയൻ കവി മഹ്മൂദ് ദാർവീശിന് സമർ പ്പിച്ച *ഞങ്ങൾ അവശിഷ്ടങ്ങളിൽ നിന്ന് പാടുന്നു* (2004) എന്നീ കവി തകളിലും ഈ ആശയം ആവർത്തിക്കുന്നുണ്ട്.

1993 ൽ എഴുതിയ *ഗാന്ധിയും കവിതയും* എന്നതിൽ ഗാന്ധിയെ കാണാൻ ആശ്രമത്തിലെത്തിയ കവിതയോട് അദ്ദേഹം ചോദി ക്കുന്നു:

എപ്പോഴെങ്കിലും നൂൽനൂറ്റിട്ടുണ്ടോ?
തോട്ടിയുടെ വണ്ടി വലിച്ചിട്ടുണ്ടോ?
വെളുപ്പിനെണീറ്റ് അടുക്കളയിലെ
പുകയേറ്റിട്ടുണ്ടോ?
എപ്പോഴെങ്കിലും പട്ടിണി കിടന്നിട്ടുണ്ടോ?

''പാട്ടല്ലാതെ ഒരു തൊഴിലുമറിയില്ല'' എന്നാണ് കവിത നല്കുന്ന മറുപടി.

''കുറെക്കാലം പാട്ടുപാടി
കൊട്ടാരങ്ങളിൽ കഴിഞ്ഞു

അന്നു വെളുത്തു കൊഴുത്തിരുന്നു
ഇപ്പോൾ തെരുവിലാണ്, അരവയറിൽ.''

ഇതു നല്ലതു തന്നെ എന്നാണ് ഗാന്ധി പറയുന്നത്. ''സംസ്കൃതം പറയുന്ന ശീലം മുഴുവനുപേക്ഷിക്കണം'' എന്നുമുപദേശിക്കുന്നു.

കവിത ഒരു വിത്തായി രൂപം മാറി വയലിലെത്തി
പുതുമഴ പെയ്ത് നിലമുഴുതു മറിക്കാൻ
കൃഷിക്കാരനെത്തുന്ന ദിവസവും കാത്തുകിടന്നു.

കവിയുടെ ലക്ഷ്യം ഇതേപോലെ മറ്റൊരിടത്തും പരാമർശിക്കുന്നുണ്ട്. *തല* (1996) എന്ന കവിതയിൽ:

ഉടൽ മുഴുവൻ മണ്ണിനടിയിൽ
തലമാത്രം പുറത്ത്;
എങ്ങനെ ഈ ഭൂമിയെ രക്ഷിക്കാമെന്നാലോചിച്ചുകൊണ്ട്.

ഇന്ത്യൻ കവി (1997) യിലെ ഇന്ത്യൻ കവി മൂന്നു മുഖങ്ങളുള്ള ഒരു ദൈവമാണ്; ഒന്ന് വർത്തമാനത്തിലേയ്ക്കും മറ്റൊന്ന് ഭൂതകാലത്തിലേയ്ക്കും മൂന്നാമത്തേത്, ഭാവിയിലേയ്ക്കുമാണ്.

അയാളുടെ ഉപമകളിൽ നരിച്ചീറുകൾ മുട്ടയിടുന്നു.
ഉൽപ്രേക്ഷങ്ങളിൽ മാറാല പൊതിയുന്നു
നാമങ്ങളിൽ നിന്ന് പുരാണങ്ങളിലെ
ദേവതമാർ എത്തിച്ചു നോക്കുന്നു.
വിശേഷണങ്ങളിൽ ആദിരൂപങ്ങൾ
കുരുങ്ങിക്കിടക്കുന്നു.
ഭാവിയുടെ രൂപകങ്ങൾക്ക്
മുഗൾ ശ്മശാനങ്ങളുടെ ഗന്ധമുണ്ടാകുന്നു.
വരിയുടെ നടുവിലെത്തുമ്പോൾ
അവന്തിയിൽ നിന്നൊരു ഭടൻ കുന്തം നീട്ടി
അവനെ ചോദ്യം ചെയ്യുന്നു
മൗര്യകാലത്തെ മഴ അവന്റെ
ഉണക്കാനിട്ട സ്വപ്നങ്ങളെ മുഴുവൻ കുതിർക്കുന്നു.
എന്നിട്ടും അവന്റെ കവിത
കാലത്തിന്റെ കൊമ്പിൽ തലകീഴായിക്കിടന്ന്
ചോദ്യങ്ങൾ തുടരുകതന്നെയാണ്:
വേതാളത്തെപ്പോലെ.

അപൂർണം (1998) എന്ന ദീർഘമായ കവിതയിൽ, പാരിസ് സെൻട്രൽ ജയിലിലെ തടവുകാർക്കുവേണ്ടി കവിത വായിക്കെ 'എല്ലാ മതിലുകൾക്കുമെതിരായ ഒരു നിലവിളി' എന്നാണ് കവിതയെ നിർവചിക്കുന്നത്. *വിക്ക്* (2004) അവസാനിക്കുന്നത് ഈ വരികളിലാണ്.

മനുഷ്യനെ സൃഷ്ടിച്ചപ്പോൾ
ദൈവവും വിക്കിയിരിക്കണം
അതുകൊണ്ടാണ് മനുഷ്യരുടെ
എല്ലാ വാക്കുകളും ദുരൂഹമായത്.
അതുകൊണ്ടാണ് മനുഷ്യരുടെ
പ്രാർത്ഥനകൾ മുതൽ
കല്പനകൾ വരെ
എല്ലാം വിക്കുന്നത്
കവിതയെപ്പോലെ.

കവിത, ഒരു മതം (2003) മുഴുവനായി അവതരിപ്പിച്ചുകൊണ്ട് ഈ ഭാഗം അവസാനിപ്പിക്കാം:

കവിത ഒരു മതമാണ്
ഈ മതത്തിലില്ല പുണ്യവും പാപവും
ഇല്ല പ്രവാചകനും സുവിശേഷവും
നല്ല കവിതയെഴുതാത്തവർ പോലും
നരകത്തിൽ പോകുന്നില്ല.
നായയോടൊപ്പം അതൊന്നു
കാണുക മാത്രം ചെയ്യുന്നു.
അവിടെ തന്റെ വായനക്കാരെയും.
കവിതയിൽ വിശ്വസിക്കുന്നവർ
കൂട്ടം ചേരുന്നില്ല, മതം മാറ്റുന്നില്ല
വിഗ്രഹമില്ലാത്തതിനാൽ
വിഗ്രഹത്തിന്റെ പേരിൽ കലഹിക്കുന്നില്ല
ക്ഷേത്രമില്ലാത്തതിനാൽ
മറ്റാരുടെയും ക്ഷേത്രം തകർക്കുന്നില്ല.
അവർ ഒറ്റയ്ക്കൊറ്റയ്ക്കു വിഷം കഴിക്കുന്നു
ഒറ്റയ്ക്കൊറ്റയ്ക്കു ചങ്ങലയിൽ കിടക്കുന്നു
ഭ്രാന്തരെന്നു ചാട്ടവാറടിയേറ്റു വാങ്ങുന്നു
തടവറയും തൂക്കുമരവും മരണവാതകവും

വൈദ്യുതക്കസേരയും ഏറ്റുവാങ്ങുന്നു
മുഴുവൻ പ്രപഞ്ചത്തിനും വേണ്ടി പ്രാർത്ഥിച്ചുകൊണ്ട്.
ഈ മതത്തിൽ പുഴുവിനുമുണ്ട് ആത്മാവ്
പുല്ലിനുമുണ്ട് ഭൂമിയിൽ അതിന്റെ ഓഹരി
നീർത്തുള്ളിക്കുമുണ്ട് അനന്തതയിൽ അവകാശം
ഇവിടെ വസ്തുക്കൾക്കുമുണ്ട് ജീവൻ.
വല്ലപ്പോഴും, വല്ലപ്പോഴും മാത്രം
വ്രണിതനും ഏകാകിയുമായൊരു ദൈവം
വരികൾ വകഞ്ഞു മാറ്റി എത്തിനോക്കുന്നു
അപ്പോൾ വാക്കുകൾ
മിന്നൽപിണരിലെന്നപോലെ തിളങ്ങുന്നു,
അവയുടെ അതിരുകൾ വെളിപ്പെടുത്തിക്കൊണ്ട്.
തിളങ്ങുന്നത് ശബ്ദമോ മൗനമോ
എന്ന് വായനക്കാർ അമ്പരക്കുന്നു
അവരും ആ ദൈവത്തെക്കാണുന്നു
അവരും കാണുന്നു അതിരുകൾ,
ഭാഷയുടെയും സ്വത്വത്തിന്റെയും.
കവിത എന്റെയും മതമാണ്.
മതമില്ലാത്തവന്റെ മതം.

'എങ്ങനെ എഴുതുന്നു?' എന്നത് ഇതിലും വിഷമംപിടിച്ച ചോദ്യമാണ്. ''പരിപൂർണമായ ശാന്തതയിലേ എഴുതാനാവൂ'', ''പ്രശാന്തതയിൽ അനുസ്മൃതമാകുന്ന വികാരമാണ് കവിത'', ''മനോഹരമായ താഴ്വരകൾ, സൂര്യോദയം, സൂര്യാസ്തമയം എന്നിവയൊക്കെ കവിതയെ പ്രചോദിപ്പിക്കും'' ഇത്യാദി അന്ധവിശ്വാസങ്ങൾ ഒട്ടേറെയുണ്ട്, എഴുത്തിനെപ്പറ്റി. ഇതിലൊന്നും തന്നെ എനിക്കത്ര വിശ്വാസം പോരാ. കവിതയെഴുതാൻ പ്രത്യേകമായ ഒരു സമയം എന്നും എനിക്കില്ല. നിശ്ശബ്ദതയാണ് മനസ്സിനിഷ്ടമെങ്കിൽത്തന്നെ, നല്ല ബഹളത്തിനിടയിലിരുന്നും ഞാനെഴുതിയിട്ടുണ്ട്. മനോഹരമായ പ്രകൃതിദൃശ്യങ്ങളുടെ ഓർമ്മകളെക്കാൾ എഴുത്തുമേശയിലേക്ക് എന്നെ കൊണ്ടുപോവുന്നത് പലപ്പോഴും മനുഷ്യന്റെ വേദനകളും ദുരിതങ്ങളുമാണു താനും. നിയതമായ ഒരു പ്രമേയവും ഇല്ല എന്റെ എഴുത്തിന്. അപ്പോഴത്തെ മൂഡ് അനുസരിച്ച് എന്തും എന്നിൽ ഒരിളക്കം സൃഷ്ടിക്കാം. അത് മഴയുടെ സംഗീതമോ, കിളികളുടെ ചിലമ്പലോ, തണുപ്പിൽ വിറയ്ക്കുന്ന ഒരു മനുഷ്യനോ, പുതിയൊരു ചിന്താശകലമോ, പ്രണയത്തിന്റെയും വേദനയുടെയും വിവിധ വർണങ്ങളോ, സസ്യജീവജാലങ്ങളുടെ നില

നില്പിലെ നിഗൂഢ വിസ്മയങ്ങളോ, വെറുമൊരു സ്വപ്നമോ, ഒരു യാത്രയോ എന്തുമാവാം. ഇതിലേതായിരുന്നാലും എന്റെ കവിതയിലെ ആശയങ്ങളെ ആറു വിഭാഗങ്ങളിൽ ഉൾക്കൊള്ളിക്കാം എന്നു തോന്നുന്നു. എന്നോടുതന്നെയുള്ള എന്റെ ബന്ധം, മറ്റുള്ളവരുമായുള്ളത്, ഭാഷയുമായുള്ളത്, പ്രകൃതിയുമായുള്ളത്, കാലവുമായുള്ളത്. പിന്നെ, ദൈവം എന്നു നമ്മൾ പേരിട്ടു വിളിക്കുന്ന പ്രാപഞ്ചിക നിഗൂഢതകളുമായുള്ള ബന്ധം.

എഴുത്തിനെ സംബന്ധിച്ച 'സുവർണ നിയമങ്ങൾ' ഒന്നുമില്ലെനിക്ക്. മലയാളത്തിന്റെ കാവ്യപാരമ്പര്യവും വിശാലമായ ഇന്ത്യൻ കവിതാപാരമ്പര്യവും ഇതിലുപരിയായി ലോകകവിതയുടെ പാരമ്പര്യവും ഞാനുൾക്കൊണ്ടിട്ടുണ്ട്. ഏകവചനമാണ് ഉപയോഗിച്ചതെങ്കിലും ഓരോ കവിതാപാരമ്പര്യവും ബഹുധാരകൾ ഉൾപ്പെട്ടതാണെന്നു നമുക്കറിയാം. ഇവയിൽ നിന്നൊക്കെ നല്ല കൃതികളെ തെരഞ്ഞെടുക്കുന്നതിന് എന്റേതായ ഇഷ്ടങ്ങളാണു ഞാൻ പിന്തുടരാറുള്ളത്. ഇത് പലപ്പോഴും സാമ്പ്രദായികമായി പഠിച്ചുവന്നതും വിമർശകവൃന്ദം പൊതുവിൽ അംഗീകരിച്ചതുമായ പട്ടികയ്ക്ക് വിരുദ്ധമാവാറാണു പതിവ്. പത്താം ക്ലാസ്സിനപ്പുറത്തേക്ക് ഞാൻ മലയാളം പഠിച്ചിട്ടില്ല; ഇതിന്റെ കോട്ടവും എനിക്കുണ്ടായിരിക്കണം. സ്വന്തം നിലയിൽ വായന തുടരാനും എന്റേതായ നിശ്ചയങ്ങളിലും ഉൾക്കാഴ്ചകളിലും എത്തിച്ചേരാനും കഴിഞ്ഞു എന്നുള്ളത് ഇതിന്റെ നേട്ടവുമാണ്. പഠിക്കുന്ന കാലം മുതൽ തന്നെ ചെയ്തുവരുന്ന കവിതാവിവർത്തനങ്ങൾ വലിയൊരു പരിശീലനം തന്നെയായിരുന്നിട്ടുണ്ട് എനിക്ക്. ലോകത്തിന്റെ പല ഭാഗത്തുള്ള എഴുത്തുകാരുടേതുമായി 1600ലധികം പേജ് കവിതകൾ ഞാൻ

ഇതിനോടകം വിവർത്തനം ചെയ്തിട്ടുണ്ട്. സൂക്ഷ്മമായ തന്മയീഭാവത്തോടെയുള്ള വായനയാണ് വിവർത്തനം. തൊട്ടു പിന്നിൽ തൊട്ടു നിന്ന് കവിശ്രേഷ്ഠരുടെ എഴുത്തനുഭവമറിയാനുള്ള ഒരവസരം. പദ-ശൈലീവിന്യാസങ്ങൾ, ബിംബസൃഷ്ടിപ്പുകൾ, മിത്തിന്റെയും ആർക്കിടൈപ്പുകളുടെയും ഉപയോഗം, പ്രാസതാളങ്ങളുടെ സമ്മേളനം. ചുരുക്കത്തിൽ സർവവിധ ഭാഷാഭാവനാവിലാസങ്ങൾ.

നിരന്തരമായ നിരീക്ഷണം എന്റെ പരിശീലനത്തിന്റെ മറ്റൊരു ഭാഗമാണ്. മഴ, മരം, പുഴ, നക്ഷത്രങ്ങൾ, മേഘം, മൃഗം, ആണുങ്ങൾ, പെണ്ണുങ്ങൾ, കുട്ടികൾ. ലോകത്തിന്റെ പല ഭാഗത്തേക്കും നടത്താൻ കഴിഞ്ഞ യാത്രകൾ, വിഭിന്നങ്ങളായ വീക്ഷണങ്ങളെയും സംസ്കാരങ്ങളെയും ഭാഷകളെയും ജീവിതരീതികളെയും ആദരിക്കാൻ എന്നെ ശീലിപ്പിച്ചിട്ടുണ്ട്. ഒരുവിധം മതങ്ങളുടെയെല്ലാം പ്രധാന ഗ്രന്ഥങ്ങൾ ഞാൻ വായിച്ചിട്ടുണ്ട് - വിഭിന്നങ്ങളായ ഭാഷകളിലാണെങ്കിലും അവയെല്ലാം പറയുന്നത് ഒരേ വിസ്മയത്തെപ്പറ്റിത്തന്നെ. വ്യത്യസ്തങ്ങളാവുന്നത് ബാഹ്യരൂപങ്ങളായ ദൈവങ്ങളുടെ വിളിപ്പേരുകളിലും ആചാരാനുഷ്ഠാനങ്ങളിലും ആഘോഷങ്ങളിലും മാത്രം. ഈ തിരിച്ചറിവ്, എല്ലാത്തരത്തിലുള്ള യാഥാസ്ഥിതിക കാഴ്ചപ്പാടുകളെയും ചെറുക്കാനുള്ള കരുത്ത് എനിക്ക് നല്കിയിട്ടുണ്ട്. ആശയസംഹിതകളെപ്പറ്റിയാണെങ്കിലും സത്യമിതുതന്നെ. വിമോചനാശയസംഹിതകൾ പലതും മർദനോപാധികളാവുന്നതിനും ശരിയായ അർത്ഥത്തിലുള്ള സ്വാതന്ത്ര്യത്തിലേക്കു വഴികാട്ടേണ്ടിയിരുന്ന വിപ്ലവങ്ങൾ പോലും സമഗ്രാധിപത്യത്തിലേയ്ക്കും പിന്നീട് ഏകാധിപത്യത്തിലേക്കും വഴിമാറുന്നതിനും ഞാനും സാക്ഷിയാവേണ്ടി വന്നിട്ടുണ്ട്. അതുകൊണ്ടു തന്നെയാണ് എല്ലാ വരട്ടുതത്ത്വവാദങ്ങളും ഞാനുപേക്ഷിച്ചിരിക്കുന്നത്.

ചിത്രം, ശില്പം, സംഗീതം, നാടകം, സിനിമ പിന്നെ ഇതെല്ലാം ഒന്നിച്ചുപയോഗിക്കുന്ന പുത്തൻ കലാരൂപങ്ങൾ - ഇവയിൽനിന്നെല്ലാം ഞാൻ ഏറെ പഠിച്ചിട്ടുണ്ട്. എല്ലാ കലാരൂപങ്ങളും പരസ്പര ബന്ധിതങ്ങളാണെന്നിരിക്കെ, ഒന്നു മറ്റൊന്നിനോടു സംവദിക്കാനും പരസ്പരം പാഠങ്ങൾ ഉൾക്കൊള്ളാനും തയ്യാറാവണമെന്ന് ഞാൻ വിശ്വസിക്കുന്നു. ഇത്തരം സംവാദങ്ങൾ സജീവമായിരുന്ന, അതുകൊണ്ടു തന്നെ കലാരംഗം മൊത്തത്തിൽ ജീവസ്സുറ്റതായിരുന്ന അറുപതുകളിലാണ് ഞാൻ കവിതയിലേക്കു വരുന്നത്. സാഹിത്യത്തെപ്പറ്റി എഴുതിയ അത്രതന്നെ മറ്റു കലാരൂപങ്ങളെപ്പറ്റിയും - വിശിഷ്യ ചിത്രകലയെപ്പറ്റി - ഞാനെഴുതിയിട്ടുണ്ട്. എവിടെ യാത്ര പോയാലും ഞാൻ ആദ്യം സന്ദർശിക്കാറുള്ളത് അവിടത്തെ ആർട്ട് ഗാലറികളും മ്യൂസിയങ്ങളുമാണ്. സാൽവദോർ ദാലി, പോൾ ക്ലീ, ദുഷാമ്പ് എന്നിങ്ങനെയുള്ളവരുടെ ശില്പചിത്രങ്ങളെപ്പറ്റിയും മല്ലികാർജുൻ മൻസൂർ, കുമാർ

ഗന്ധർവ്, എം.ഡി. രാമനാഥൻ, ജോൺ കെയ്ജ് എന്നീ സംഗീതകാര ന്മാരെപ്പറ്റിയും ഞാൻ കവിതകളെഴുതിയിട്ടുണ്ട്. ഇതിനെപ്പറ്റിയൊക്കെ എഴുതാത്തപ്പോൾ പോലും ഈ കലാരൂപങ്ങളൊക്കെ എന്റെ കവിത കളെ ദീപ്തമാക്കുകയും ബിംബങ്ങൾക്കും ചിന്തകൾക്കുമുള്ള സ്രോത സ്സായി വർത്തിക്കയും ചെയ്യാറുണ്ട്. ബർഗ്മാൻ, കുറസോവ, ഗൊദാർദ്, തർക്കോവ്സ്കി, കീസ്ലോവ്സ്കി, യാങ്ചോ, ആൻജലോ പൗലോസ്, കിം കി ഡുക്ക് എന്നിവരുടെയൊക്കെ സിനിമയുടെ കാര്യത്തിലും ഇതു തന്നെയാണ് അനുഭവം.

വാക്കുകളുടെ സംഗീതം, കനം, വർണം, ഗന്ധം, രുചി, സൂചന, സാംഗത്യം ഇവയൊക്കെ അറിയുമ്പോഴാണു നമ്മൾ വാക്കുകളെ അറി യാൻ തുടങ്ങാറുള്ളത്. ബഹുതലമായ അർത്ഥസാധ്യതകൾ ഉൾച്ചേർന്ന സൂക്ഷ്മരൂപമാണ് ഓരോ വാക്കും. അക്കാദമിക് പഠനങ്ങളോ, ഘടനാ വാദാനന്തരചിന്തകളിൽ നടത്തിയ ഔപചാരിക ഗവേഷണമോ എന്റെ കവിതകളെ നേരിട്ട് ബാധിച്ചിട്ടില്ല എന്നാണു ഞാൻ വിചാരിക്കുന്നത്. എന്നാൽ, പതഞ്ജലിയും ഭർതൃഹരിയും പാണിനിയും ഭരതമുനിയും കുന്തകനും ഭാമഹനും മുതൽ സൊസ്സ്യൂറും ദെറിദയും ലക്കാനും ബാർതും ഫൂക്കോയും വരെയുള്ള ചിന്തകരും കാവ്യമീമാംസകരും ഭാഷയുടെ രസതന്ത്രത്തെപ്പറ്റി വലിയ ഉൾക്കാഴ്ചകൾ നല്കിയിട്ടുണ്ടെ നിക്ക്. എന്റെ വായനയുടെ സ്വഭാവവും ഇങ്ങനെയൊക്കെത്തന്നെയാണ്. ഒരു പ്രത്യേക മേഖല എന്നൊന്നുമില്ല.

കവിതയും നോവലും നാടകവും ധാരാളം വായിക്കും; വിമർശ സിദ്ധാന്തങ്ങളും ചരിത്രവും രാഷ്ട്രീയവും... പിന്നെ, പുതിയ ശാസ്ത്ര ങ്ങളും വായിക്കാറുണ്ട്, എനിക്ക് മനസ്സിലാവുന്നിടത്തോളം. ഈ രീതി യിലുള്ള കവിതയാണ് കൂടുതലിഷ്ടം എന്നുമില്ല. എഴുത്തിനാധാരമായ അനുഭവങ്ങൾ തന്നെയാണ് കാവ്യസ്വരൂപത്തെയും നിർണയിക്കുന്നത്. ഒരുവിധമെല്ലാ ദ്രാവിഡവൃത്തങ്ങളിലും ഞാൻ എഴുതിയിട്ടുണ്ട്. ചില പ്പോഴൊക്കെ സംസ്കൃത വൃത്തങ്ങളിലും നാടോടി ഈണങ്ങളിലും. എഴുതിയ കവിതകളിൽ അധികവും പ്രാസവൃത്താദികൾ ഇല്ലാത്ത വയോ ഗദ്യകവിതകളോ ആണ് എന്നതാണു യാഥാർത്ഥ്യം.

പലപ്പോഴും കവിതകളുടെ കേന്ദ്രബിന്ദുവായി ഭവിക്കുന്ന വിരു ദ്ധോക്തി, ഒരു കാവ്യസങ്കേതം എന്നതിലുപരി ജീവിതത്തിന്റെ അനി വാര്യമായ വിരോധാഭാസങ്ങളെ നോക്കിക്കാണാനുള്ള ഒരു മാർഗമാ ണെനിക്ക്. ഇത്, കവിതയിൽ കൈകാര്യം ചെയ്യപ്പെടുന്ന വിഷയത്തിൽ നിന്ന് ഒരകലം സാധ്യമാക്കുന്നുമുണ്ട്. ദൃഢബിംബങ്ങൾ ഒട്ടുണ്ടാവാറു ണ്ടെന്നതു കൊണ്ടുതന്നെ ആത്യന്തികമായി എന്റെ കവിതകൾക്ക് ഒരു ദൃശ്യസ്വഭാവമാണുള്ളതെന്നു പല വിമർശകരും അഭിപ്രായപ്പെട്ടിട്ടുണ്ട്. പക്ഷേ, ശബ്ദപ്രധാനമായ കവിതകളും ഞാനെഴുതിയിട്ടുണ്ട്. ചിന്തയും

വികാരവും കവിതയിൽ വേറിട്ടു നില്ക്കുന്ന കാര്യങ്ങളല്ല. ഇവ രണ്ടും ചേർന്നാണ് ജീവസ്സുള്ള കാവ്യാനുഭവത്തിലേക്കു നയിക്കുന്നത്. അതു കൊണ്ടു തന്നെയാണ് സംവേദനക്ഷമതയില്ലാത്തവരെപ്പോലെ തന്നെ ചിന്താശേഷി കുറഞ്ഞവരും എഴുത്തിൽ ശരാശരി നിലവാരത്തിനപ്പുറ മെത്താതിരിക്കുന്നത്. ചിന്തയിൽ സ്ഫുടം ചെയ്യാത്ത വൈകാരികത അതിഭാവുകത്വത്തിൽ ചെന്നടിയും. വൈകാരികത തൊട്ടുതീണ്ടാത്ത ചിന്തകൾ നമ്മെ അതി ബൗദ്ധികതയിലെത്തിക്കും. ഡബ്ല്യൂ.എച്ച്. ഓഡൻ, ബെർതോൾട് ബ്രെഹ്റ്റ്, എൻസെൻസ് ബെർഗർ, നികാനോർ പാർറ എന്നിവരുടെയോ അല്ലെങ്കിൽ ലോർക, നെരൂദ, മഹ്മൂദ് ദർവീശ്, ലിയോപോൾഡ് സെൻഗോർ എന്നിവരുടെയോ കവിതകൾ ഒന്നെടുത്തു നോക്കൂ. റീൽകെ, സെസാർ വയേഹോ, യാന്നിസ് റിറ്റ്സോസ്, യഹൂദ അമിച്ചായി എന്നിങ്ങനെ ഞാനേറെ ആരാധിക്കുന്ന കവികളുടെ രചന കളിൽ വൈകാരികതയ്ക്കാണോ ചിന്തയ്ക്കാണോ മേൽക്കൈ എന്ന തീരുമാനത്തിലെത്താൻ നമ്മൾ വല്ലാതെ ബുദ്ധിമുട്ടേണ്ടി വരും.

'എന്തുകൊണ്ടെഴുതുന്നു?', 'എങ്ങനെ എഴുതുന്നു?' ഈ രണ്ടു ചോദ്യങ്ങൾക്കും വേണ്ടവിധം ഉത്തരം പറയാൻ കഴിഞ്ഞോ എന്നെ നിക്കറിയില്ല. ചോദ്യങ്ങളിൽനിന്നൊഴിഞ്ഞുമാറാനുള്ള മാർഗങ്ങൾ കണ്ടെത്തുന്നത് അവയോടു പ്രതികരിക്കാനുള്ള മാർഗങ്ങളിൽ ഒന്നു തന്നെയാണ്. ചില ഉത്തരങ്ങൾ നിർദ്ദേശിക്കുക മാത്രമാണു ഞാൻ ചെയ്തത്. അവ നിങ്ങളുടെ വ്യാഖ്യാനത്തിനു വിടുകയാണ്.

(2010 ജനുവരി ആറിന് ന്യൂഡൽഹിയിലെ സാഹിത്യ അക്കാദമി യിൽ 'ഞാൻ എന്തിനെഴുതുന്നു? ഞാൻ എങ്ങനെ എഴുതുന്നു?' എന്ന വിഷയത്തെ ആസ്പദമാക്കി നടന്ന സിമ്പോസിയത്തിൽ നടത്തിയ പ്രഭാഷണം. വിവർത്തനം: കെ.പി. പ്രേംകുമാർ)

എന്റെ ജീവിതം, എന്റെ കവിത

(ഡൽഹിയിൽ സാഹിത്യ അക്കാദമിയിൽ 'മീറ്റ് ദി ഓഥർ' പരിപാടിയിൽ നടത്തിയ പ്രഭാഷണത്തിന്റെ സ്വതന്ത്രപരിഭാഷ)

കവിത എന്നിലേക്കു വന്നത് എവിടെ നിന്നാണെന്ന് എനിക്കു പറയാനാവില്ല. കുടുംബത്തിൽ മുൻഗാമികളുണ്ടായിരുന്നില്ല. ഇതേക്കുറിച്ചോർക്കുമ്പോഴൊക്കെ എന്റെ നാട്ടിൻപുറത്തെ അവിരാമമായ മഴയുടെ ഭിന്നശ്രുതികൾ കാതിലെത്തുന്നു; ഒപ്പം കടലിലെ തിരമാലകൾപോലെ തടവില്ലാതെ തനിക്ക് വാക്കുകൾ തോന്നിക്കേണമേ എന്നു പ്രാർത്ഥിക്കുന്ന എഴുത്തച്ഛന്റെ കോടിസൂര്യപ്രഭയുറ്റ വരികളും. പുച്ചകളോടും പശുക്കളോടും വൃക്ഷങ്ങളോടും സംസാരിക്കാൻ അമ്മ എന്നെ പഠിപ്പിച്ചു; ആത്മാക്കളും ദേവതകളുമായി സംവദിക്കാൻ ഭക്തനായിരുന്ന അച്ഛനിൽ നിന്നഭ്യസിച്ചു; ഭ്രാന്തിയായിരുന്ന അമ്മൂമ്മ ദൈനംദിന

ലോകത്തിന്റെ മടുപ്പിക്കുന്ന സാധാരണതയിൽനിന്നു രക്ഷപ്പെടാൻ ഒരു സമാന്തരലോകം എങ്ങനെ നിർമ്മിക്കാമെന്നു കാണിച്ചുതന്നു; മരിച്ചു പോയവർ മണ്ണുമായി ഒന്നായലിയാൻ പഠിപ്പിച്ചു; സ്വയം അദൃശ്യമായി നിന്ന് എങ്ങനെ ചലിക്കുകയും ചലിപ്പിക്കുകയും ചെയ്യാമെന്ന് കാറ്റു പറഞ്ഞുതന്നു; മഴ എന്റെ ശബ്ദത്തെ ആയിരം സ്വരഭേദങ്ങൾ പരിശീലിപ്പിച്ചു. ഇത്തരം ഗുരുക്കളുള്ളപ്പോൾ എനിക്ക് ഒരു അരക്കവിയെങ്കിലുമാകാതിരിക്കാൻ കഴിയുമായിരുന്നില്ലെന്നു വരാം. *അമ്മൂമ്മ* എന്ന ഒരാദ്യകാലകവിതയിൽ എന്റെ ഉത്പത്തി ഞാനിങ്ങനെ നിർലേപതയോടെ ആവിഷ്കരിച്ചിട്ടുണ്ട്:

''എന്റെ അമ്മൂമ്മയ്ക്കു കിറുക്കായിരുന്നു.
കിറുക്കുമുത്ത് മരണമായി.
എന്റെ ലുബ്ധനായ അമ്മാമൻ അവരെ
വൈക്കോലിൽ പൊതിഞ്ഞ് കലവറയിൽ സൂക്ഷിച്ചു.
പഴുത്തുണങ്ങിയപ്പോൾ
അമ്മൂമ്മ വിത്തുകളായി പൊട്ടിച്ചിതറി
കലവറ ജനലിലൂടെ പുറത്തു ചാടി
അതിലൊരു കുരു പടുമുള മുളച്ച്
എന്റെ അമ്മയായി.
വെയിലും മഴയും വന്ന്
അമ്മയുടെ കിറുക്കു മുളച്ച് ഞാനും.
പിന്നെ ഞാനെങ്ങനെ
സ്വർണപ്പല്ലുള്ള കുരങ്ങന്മാരെക്കുറിച്ച്
കവിതയെഴുതാതിരിക്കും?
(*അമ്മൂമ്മ*, സച്ചിദാനന്ദന്റെ കൃതികൾ 1965–85,1986)

അമ്മൂമ്മയ്ക്കു മാത്രമായിരുന്നില്ല ഭ്രാന്ത്: കുടുംബത്തിൽ മൂന്നു സ്ത്രീകളുണ്ടായിരുന്നു. എന്റെ കവിത സമചിത്തതയെ സംശയിക്കുകയും ഉന്മാദത്തെ ആഘോഷിക്കുകയും ചെയ്യുന്നുണ്ടെങ്കിൽ അതിനൊരു കാരണം ഇതുമാകാം.

ഞങ്ങളുടെ ഗ്രാമം മനോഹരമായിരുന്നു: അവിടെക്കഴിയുമ്പോൾ അതിന്റെ വശീകരണം ഞാൻ ശ്രദ്ധിച്ചിരുന്നില്ലെങ്കിലും. വെള്ളപ്പൊക്കം വരുമ്പോൾ ജലത്തിൽ മൂടിപ്പോകുന്ന നെൽവയലുകൾ, പേരറിയുന്നതും അറിയാത്തതുമായ വള്ളികളും പൂക്കളും നിറഞ്ഞ കുന്നിൻപുറങ്ങൾ, ചെറിയ വഞ്ചികളും വള്ളങ്ങളും ആളുകളും ചരക്കുകളുമേറ്റിപ്പൊയ്ക്കൊണ്ടിരിക്കുന്ന കായൽ, ഇപ്പോൾ പലപ്പോഴും കാണുംപോലെ ചെകുത്താന്മാർക്കു ജന്മം നൽകുന്നതിനു പകരം യഥാർത്ഥ ദൈവങ്ങൾക്കു പിറവി നൽകിയിരുന്ന ശാന്തമായ അമ്പലങ്ങളും മുസ്‌ലിം-ക്രിസ്ത്യൻ പള്ളികളും.. ഇതൊക്കെ അവിടെയുണ്ടായിരുന്നു. നാട്ടിൻപുറത്തിന്റെ വടക്കുഭാഗത്ത് കമ്മ്യൂണിസ്റ്റുകാരായിരുന്നു ഏറെയും.

തെക്ക് കോൺഗ്രസ്സുകാരും. എന്റെ പ്രൈമറി സ്കൂളും അപ്പർ പ്രൈമറി സ്കൂളും വടക്കുംപുറത്തായിരുന്നു, അവിടെ ഞാനൊരു പൊടി കമ്മ്യൂണിസ്റ്റായിരുന്നുവെന്നർത്ഥം: വീട്ടിലോ എല്ലാവരും കോൺഗ്രസ്സും. ഞങ്ങളുടെ പൂജാമുറി അലങ്കരിച്ചിരുന്ന ദൈവങ്ങൾപോലും രണ്ടിലേതെങ്കിലുമൊരു പാർട്ടിയാണെന്നു തോന്നിച്ചു, പാർട്ടിക്കാർ തലയോട്ടിമാല ധരിക്കുകയോ വാളും വേലും കൊണ്ടുനടക്കുകയോ പല ശിരസ്സുകൾ കഴുത്തിലേറ്റുകയോ ചെയ്തിരുന്നില്ലെങ്കിലും. എങ്കിലും കുടുംബം ആരാധിച്ചിരുന്ന ആ ഗോയാരൂപങ്ങൾ ഗാന്ധിക്കു ശേഷമുള്ള ആ കാലഘട്ടത്തിനു ചേരുന്നവയായിരുന്നു. അത് സർറിയലിസത്തിൽ എന്റെ രണ്ടാമത്തെ പാഠമായിരുന്നു; ആദ്യപാഠം എന്നെ മിക്കവാറും കൊന്ന നാലാം വയസ്സിലെ തൊണ്ണൂറാം പനിയായിരുന്നു. എന്റെ ആദ്യകാല കവിതകളിൽ നിറഞ്ഞു നിൽക്കുന്ന ദാലിച്ചിത്രങ്ങളനുസ്മരിപ്പിക്കുന്ന ദുഃസ്വപ്നങ്ങൾ സമ്മാനിച്ചത് ആ പേപിടിച്ച മൂന്നുമാസങ്ങളായിരുന്നുവല്ലോ.

ഞാൻ ജനിച്ചത് ഒരു മധ്യവർഗ്ഗകുടുംബത്തിലാണ്; ഞാൻ ജനിച്ചപ്പോഴേക്കും അത് ഒരു ഒറ്റക്കുടുംബമായിരുന്നു. ഹൈസ്കൂളിനപ്പുറം പഠിക്കാത്ത എന്റെ അച്ഛനമ്മമാരും ജ്യേഷ്ഠനും ജ്യേഷ്ഠത്തിയും. അച്ഛൻ പല ജോലികൾ ചെയ്തുകൊണ്ടിരുന്നു, സ്വന്തം പുരയിടത്തിൽ- ഞങ്ങളും കൂടുമായിരുന്നു- തെങ്ങും കവുങ്ങും പച്ചക്കറികളും കൃഷി ചെയ്യുക, ഒരു വക്കീലാപ്പീസിൽ പണിയെടുക്കുക, കേസ്സുകളും തീറാധാരങ്ങളും മറ്റും തയ്യാറാക്കാൻ ആളുകളെ സഹായിക്കുക, ഇതെല്ലാം. മുമ്പദ്ദേഹം പൊലീസിലായിരുന്നു. സ്വയം പെൻഷൻ പറ്റി പിരിഞ്ഞതായിരുന്നു. എന്റെ രണ്ടു സഹോദരിമാർ ഞാൻ ജനിക്കുംമുമ്പേ മരിച്ചിരുന്നു. രണ്ടും അപകടമരണങ്ങൾ. അതിൽ ഒരു ഓപ്പോളെക്കുറിച്ച് ഞാനൊരു കവിതയെഴുതിയിട്ടുണ്ട്. ഒരു രാത്രി തളിർവെറ്റില പോലുള്ള കൈകൾ എന്റെ കൈയിൽവച്ച് അവരെന്നെ ക്ഷണിച്ചു, ഭൂമിയിൽ നിന്നല്പം മീതെ, സ്വർഗ്ഗത്തിൽനിന്നല്പം താഴെ, അവളുടെ മാസ്മരലോകത്തേക്ക്.

അമ്മ എല്ലാ മതങ്ങളെയും ബഹുമാനിക്കാനെന്നെ പഠിപ്പിച്ചു. അമ്പലത്തിലെ താലപ്പൊലിക്കു പോകുന്ന അതേ ഉത്സാഹത്തോടെ എന്റെ സഹപാഠി അബ്ദുൽ ഖാദറിന്നൊപ്പം ഞാൻ പള്ളിയിലെ ചന്ദനക്കുടത്തിനും പോയി. അവന്റെ സഹോദരി ഖദീജ ഉണ്ടാക്കിയ പത്തിരിക്കു നല്ല സ്വാദായിരുന്നു. എന്റെ ജ്യേഷ്ഠൻ ഹരി കവിതയെഴുതുമായിരുന്നു. പിന്നീടദ്ദേഹം എൻജിനീയറായി. ഞങ്ങൾക്കു കോളേജിൽ ചേരാൻ സമയമായപ്പോഴേക്കും കുടുംബം ഭൂപരിഷ്കരണം വഴി ഒന്നുകൂടി ദരിദ്രമായിരുന്നു; ഭൂപരിഷ്ക്കരണം അനിവാര്യമായിരുന്നെങ്കിലും. ഭൂമിയിലൊരു നല്ല പങ്ക് പാട്ടക്കാരുടേതായി. സ്കോളർഷിപ്പുകൾ ഞങ്ങളെ തുണച്ചു. എനിക്കു ബിരുദപഠനത്തിനു സമയമായപ്പോഴേക്കും ജ്യേഷ്ഠന് ജോലി കിട്ടിയതും തുണയായി; ജ്യേഷ്ഠനയച്ച പണമേറെയും പുതിയ

പുസ്തകങ്ങൾ വാങ്ങാനായി എറണാകുളത്തെ ആസാദ് ബുക് സ്റ്റാളിലാണ് എത്തിയതെങ്കിലും. എന്റെ സഹോദരി ഇതിനിടെ എഴുത്തുകാരനായ വി.ടി. നന്ദകുമാറിനെ (പുനർ) വിവാഹം ചെയ്തിരുന്നു. അങ്ങനെ രണ്ടെഴുത്തുകാരെക്കൊണ്ടു പൊറുതി മുട്ടിയ കുടുംബത്തിൽ ഒരെഴുത്തുകാരൻ കൂടി വന്നുചേർന്നു.

മലയാളം മാധ്യമമായിരുന്ന എന്റെ സ്കൂളിലെ സഹപാഠികൾ ഏറെയും ദരിദ്രകുടുംബങ്ങളിൽ നിന്നുള്ളവരായിരുന്നു. സഹപാഠികളെക്കുറിച്ചുള്ള എന്റെ കവിതയിൽ ഞാനവരിൽ ചിലരെ ഓർമ്മിച്ചിട്ടുണ്ട്: കുഞ്ഞിമുഹമ്മദ്, വാസു, ജാനകി. ആരും കോളേജിലെത്തിയില്ല. ഹൈസ്കൂൾ കൊടുങ്ങല്ലൂരായിരുന്നു; ഗ്രീക്കുകാരും റോമാക്കാരും അറബികളും കേരളത്തിൽ വന്നിറങ്ങിയ തുറമുഖമായിരുന്നു 'മുസിരിസ്'. നടന്ന് പുഴ കടന്ന് വീണ്ടും ഏറെ നടന്നു വേണമായിരുന്നു സ്കൂളിലെത്താൻ. അവിടത്തെ അധ്യാപകർ, വിശേഷിച്ചും രാഘവൻ മാസ്റ്റർ, എന്റെ എഴുത്തു പ്രോത്സാഹിപ്പിച്ചു. എല്ലാ കവിതാമത്സരങ്ങൾക്കും അദ്ദേഹമെന്നെ പറഞ്ഞയയ്ക്കും. ശിഷ്യൻ ഗുരുവിനെ നിരാശപ്പെടുത്തിയതായി ഓർക്കുന്നില്ല. ഗ്രാമമൂലയിലെ ശങ്കരനെന്ന ഭ്രാന്തനെയും മറക്കുക വയ്യ; ശങ്കരൻ മുമ്പ് ഒരു മലയാളം മുൻഷിയായിരുന്നത്രേ. ശങ്കരൻ മാഷ് കുമാരനാശാന്റെ ആഖ്യാനകവിതകൾ പാടി വ്യാഖ്യാനിക്കുന്നതു കേട്ടു നിന്ന് എനിക്കു സ്കൂളിൽ നേരം വൈകിയിട്ടുണ്ട്. പക്ഷേ ഇതായിരുന്നു കൂടുതൽ നല്ല വിദ്യാഭ്യാസം. അപ്പർ പ്രൈമറിയിലുണ്ടായിരുന്ന നീലകണ്ഠദാസ് മാസ്റ്ററും മലയാളത്തിലും കവിതയിലും എനിക്കു താത്പര്യം വളർത്തിയിരുന്നു. ഗ്രാമീണ വായനശാലയുടെ കൈയെഴുത്തു മാസികയിലും ഹൈസ്കൂൾ മാസികകളിലുമാണ് എന്റെ ആദ്യകവിതകൾ പ്രസിദ്ധീകരിച്ചു വന്നത്.

ബിരുദപഠനം നടത്തിയ ഒന്നാന്തരമൊരു കാർമലൈറ്റ് സ്ഥാപനമായ ക്രൈസ്റ്റ് കോളേജിൽ ധാരാളം പുസ്തകങ്ങളുള്ള ഒരു ലൈബ്രറിയുണ്ടായിരുന്നു. എന്റെ ആദ്യ വായനകൾ നാട്ടിൻപുറത്തെ കുമാരനാശാൻ സ്മാരക വായനശാലയിലായിരുന്നു. മലയാളത്തിലെ വലിയ കവികളുടെയും നോവലിസ്റ്റുകളുടെയും കൃതികൾ മാത്രമല്ല, ടാഗോർ, ബങ്കിം, ശരത്ചന്ദ്ര, താരാശങ്കർ, മാണിക് ബാനർജി, ബിമൽ മിത്ര, യശ്പാൽ, ജൈനേന്ദ്ര കുമാർ, ടോൾസ്റ്റോയ്, ഡൊസ്റ്റൊയെവ്സ്കി, യൂഗോ, സോളാ, മോപ്പസാങ്, ഫ്ളോബേർ, തൊമാസ് മാൻ തുടങ്ങി ഏറെപ്പേരുടെ കൃതികളും പരിഭാഷകളിലൂടെ ഞാൻ വായിച്ചിരുന്നു.

അക്കാലത്തെ മലയാളം വാരികകൾ ബംഗാളിയിലോ ഹിന്ദിയിലോ നിന്നുള്ള ഒരു നോവൽ പരിഭാഷയെങ്കിലുമില്ലാതെ പുറത്തിറങ്ങാറില്ലായിരുന്നു. ക്രൈസ്റ്റ് കോളേജിലെത്തിയപ്പോൾ ഞാൻ ഇംഗ്ലീഷിൽ ചിട്ടയായ വായന തുടങ്ങി. ലാറ്റിൻ വിദ്വാനായിരുന്ന ലൈബ്രേറിയൻ ജോൺ മാസ്റ്റർക്ക് എന്നെ സഹായിക്കാൻ സന്തോഷമായിരുന്നു. അക്കാലത്താണ്

ഞാൻ *ബൈബിൾ* ശ്രദ്ധാപൂർവം വായിച്ചത്. അത് എന്റെ ദർശനത്തെയും ഭാവനയെയും അഗാധമായി സ്വാധീനിച്ചു. അതിലെ പല 'പുസ്തകങ്ങളും' മനം മഥിക്കുന്ന ജീവിതരേഖകളും ഒപ്പം മഹത്തായ സാഹിത്യവുമായിരുന്നു. ഇയ്യോബിന്റെ പുസ്തകവും വെളിപാടു പുസ്തകവും-സർറിയലിസത്തിൽ എന്റെ മൂന്നാമത്തെ പാഠം - സ്തുതിഗീതങ്ങളും (പ്രത്യേകിച്ചും ദാവൂദിന്റേത്) എന്നെ വിശേഷിച്ചാകർഷിച്ചു. പിന്നീടാണ് ഞാൻ *ധമ്മപദ* (ധർമ്മപഥം) വായിച്ചത്. അതും എന്റെ നൈതിക ഭാവനയെ ത്വരിപ്പിച്ചു. *ബൈബിളി*നെപ്പോലെ പിന്നീടെന്നെ വിസ്മയിപ്പിച്ചത് കുഞ്ഞിക്കുട്ടൻ തമ്പുരാന്റെ പരിഭാഷയിൽ വായിച്ച *മഹാഭാരത*മായിരുന്നു. വിശേഷിച്ചും അതിലെ ജീവിതസന്ദർഭങ്ങളുടെ വൈവിധ്യവും ധർമ്മസങ്കടങ്ങളുടെ ആഴവും. എന്റെ നൈതികചോദനയെ ഉണർത്തിയ മറ്റൊരു പുസ്തകം *കമ്മ്യൂണിസ്റ്റ് മാനിഫെസ്റ്റോ* ആയിരുന്നു. അതിന്റെ ഭവിഷ്യദ്ദർശനവും ആവിഷ്ട ഭാഷയും എന്നെ പിടിച്ചുകുലുക്കി. ക്രൈസ്റ്റ് കോളേജിൽ വച്ചുതന്നെയാണ് ഒന്നാംവർഷത്തിനു ശേഷമുള്ള ഒരൊഴിവുകാലം ഞാൻ ഷേക്സ്പിയറിനു നൽകിയത്. ഇംഗ്ലിഷ് റൊമാന്റിക് കവികളുടെ സമ്പൂർണ്ണ സമാഹാരങ്ങൾ വായിച്ചതും അവിടെ വച്ചുതന്നെ, ഒപ്പം കീറ്റ്സിന്റെയും ഷെല്ലിയുടെയും ജോൺ മേസ്ഫീൽഡിന്റെയും മറ്റും പല കവിതകളും പരിഭാഷപ്പെടുത്തുകയും ചെയ്തു.

ക്രൈസ്റ്റിൽ മലയാളം അധ്യാപകനായിരുന്ന മാമ്പുഴ കുമാരൻ മാസ്റ്ററുടെ ഓർമ്മയിൽ അവ കണ്ടേക്കും. എന്റെ രണ്ടാം ഭാഷ ഹിന്ദിയായിരുന്നെങ്കിലും; ഏറെ വർഷം കഴിഞ്ഞ് ആ ഹിന്ദിപഠനം എനിക്കു പ്രയോജനപ്പെടുമെന്ന് അന്ന് ആലോചിച്ചിരുന്നതു പോലുമില്ല. പരിഭാഷ ഞാൻ സ്കൂളിലേ തുടങ്ങിയിരുന്നു. ഹൈസ്കൂളിൽവച്ച് ഇംഗ്ലീഷ് പാഠപുസ്തകത്തിലെ കവിതകൾ വൃത്തത്തിൽ പരിഭാഷ ചെയ്യുന്നത് ഒരു രസമായിരുന്നു. ഒമാർ ഖയ്യാമിന്റെ *റുബായിയാത്തി*ലെ പല റുബായികളും-ഫിറ്റ്സ് ജെറാൾഡിന്റെ ഇംഗ്ലീഷ് തർജ്ജമയിൽനിന്ന് - അന്നു മലയാളത്തിലാക്കിയിരുന്നു, പലതും ശ്ലോകങ്ങളിൽ. പിൽക്കാലത്താകട്ടെ കാവ്യപരിഭാഷ കവിതയ്ക്കൊപ്പം തന്നെ പ്രധാനമായി. കവിത വരളുന്ന കാലങ്ങളിൽ അതെന്റെ കവിത്വം നിലനിർത്തുകയും ഏറെ പഠിപ്പിക്കുകയും ചെയ്തു. എന്റെ സമാഹൃത കവിതകൾ 1500-ഓളം പേജു വരുമെങ്കിൽ, കവിതാപരിഭാഷകളും അത്ര തന്നെ വരും.

ഇംഗ്ലീഷിൽ മാസ്റ്റർ ബിരുദത്തിനു ചേർന്ന എറണാകുളം മഹാരാജാസ് കോളേജ് എഴുത്തുകാരനായുള്ള എന്റെ പരിണാമത്തിൽ വളരെ പ്രമുഖമായ പങ്കാണു വഹിച്ചത്. എന്റെ വായന കൂടുതൽ തീക്ഷ്ണമായി, ഒപ്പം തിരഞ്ഞെടുപ്പ് കൂടുതൽ നിഷ്കൃഷ്ടവും. മാർക്സിസമുൾപ്പെടെയുള്ള സിദ്ധാന്തങ്ങളെക്കുറിച്ചുള്ള പഠനവും ഇക്കാലത്തു നടന്നു. യേറ്റ്സ്, ടി.എസ്. എലിയറ്റ്, ജയിംസ് ജോയ്സ്, സാമുവൽ ബെക്കെറ്റ് തുടങ്ങിയവർ പാഠ്യപദ്ധതിയിലുണ്ടായിരുന്നു. രാത്രി

ഉറക്കമൊഴിച്ച് സാർത്ര്, കമ്യു കാഫ്ക, ബോദ്‌ലേർ, റിൽക്കേ, സെങ്കോർ തുടങ്ങിയവരുടെ കൃതികളും വായിക്കുമായിരുന്നു. അങ്ങനെ ആധുനിക സാഹിത്യത്തിന്റെ യഥാർത്ഥാനുഭവം ഇക്കാലത്തുണ്ടായി. എന്റെ കവിതകളും ലേഖനങ്ങളും ഇതിനകം മലയാളം വാരികാ-മാസികകളിൽ പ്രത്യക്ഷപ്പെട്ടു തുടങ്ങിയിരുന്നു - *ജയകേരളം, ജനയുഗം, അന്വേഷണം, കേരള ഡൈജസ്റ്റ്, കൗമുദി വാരിക, സമീക്ഷ* ഇവയിലായിരുന്നു ആദ്യ കൃതികൾ പ്രസിദ്ധീകരിച്ചത്. അരക്കിറുക്കുള്ള എന്റെ ചെറിയ ആസ്വാദക വലയത്തിന് കോളേജ് തെരഞ്ഞെടുപ്പിൽ എന്റെ വിജയം ഉറപ്പാക്കാനായില്ല. ഞാൻ വിദ്യാർത്ഥി ഫെഡറേഷന്റെ പിന്തുണയുള്ള ഒരു സ്വതന്ത്ര സ്ഥാനാർത്ഥിയായിരുന്നു. ഡിമോക്രാറ്റിക് ഫ്രണ്ട് എന്ന പ്രാദേശിക സംഘടനയ്ക്കായിരുന്നു കോളേജിൽ അന്ന് മുൻതൂക്കം. എന്റെ സുഹൃദ് വലയത്തിൽ ഇടതുപക്ഷ ബുദ്ധിജീവിയായി പിന്നീടു വളർന്ന ടി.കെ. രാമചന്ദ്രനും ഇപ്പോൾ ഒരു പ്രധാന മലയാള കഥാകൃത്തായ എൻ.എസ്. മാധവനും പിൽക്കാലത്ത് കേരള സാഹിത്യ അക്കാദമി സെക്രട്ടറിയായ പി.വി. കൃഷ്ണൻ നായരും ബാംഗ്ലൂർ *ഡെക്കാൻ ഹെറാൾഡി*ലുള്ള ശങ്കരനാരായണൻ നമ്പൂതിരിയും നിയമ വിദ്യാർത്ഥി എം. കൃഷ്ണകുമാറും മറ്റുമുൾപ്പെടെ പലരുമുണ്ടായിരുന്നു. തൃശൂർ കളക്ടറും മത്സ്യഫെഡ് ഡയറക്ടറുമായി പിന്നെ കർണ്ണാടകത്തിൽവച്ച് മാഫിയ കൊലപ്പെടുത്തിയ സി.ടി.സുകുമാരനും ഹരിജൻ വെൽഫെയർ ഡയറക്ടറായും മറ്റും സേവനമനുഷ്ഠിച്ച എൻ.വി. മാധവനും അധ്യാപകരായിത്തീർന്ന ചന്ദ്രനും രാധാകൃഷ്ണനും റൂം മേറ്റുകളും. ഇവിടെവച്ചു തന്നെയാണ് ഞാൻ പുതുകവിതയുടെ അഗ്രദൂതരിലൊരാളായിരുന്ന അയ്യപ്പപ്പണിക്കരെയും ആദ്യമായി പരിചയപ്പെടുന്നത്. അതൊരു ആയുഷ്കാല ബന്ധത്തിന്റെ തുടക്കമായിരുന്നു. അദ്ദേഹം എന്നെ പല കാവ്യോത്സവങ്ങൾക്കുമയച്ച് ഇതര ഭാഷാകവികളുമായി പരിചയപ്പെടുത്തിയും *കേരളകവിത*യിൽ കവിതകൾ പ്രസിദ്ധീകരിച്ചും കാവ്യപരിഭാഷകൾക്കു പ്രേരിപ്പിച്ചും ഒടുവിൽ സാഹിത്യ അക്കാദമിയുടെ *ഇന്ത്യൻ ലിറ്ററേച്ചർ* മാസികയുടെ പത്രാധിപത്യമേറ്റെടുക്കാൻ ഡൽഹിയിലേക്കു പോകാൻ നിർദ്ദേശിച്ചും എന്റെ സാഹിത്യ ജീവിതത്തിലെ നിർണ്ണായക സ്വാധീനങ്ങളിലൊന്നായി മാറി. മഹാരാജാസിൽ അന്ന് നല്ല സാഹിത്യാധ്യാപകരുണ്ടായിരുന്നു. ചൂടുപിടിച്ച രാഷ്ട്രീയ-സാഹിത്യചർച്ചകളും പുസ്തക വായനയും സർഗ്ഗാത്മകമായ സംശയങ്ങളും കൊണ്ടു സജീവമായ അന്തരീക്ഷവും. ഞാൻ ഉദ്വിഗ്നനായ ഒരു കൊച്ചു അസ്തിത്വവാദിയും ഒപ്പം പാതിവെന്ത ഒരു മാർക്സിസ്റ്റും എം. ഗോവിന്ദൻ വഴി പരിചയപ്പെട്ട എം.എൻ. റോയിയുടെ റാഡിക്കൽ ഹ്യൂമനിസ്റ്റാദർശങ്ങളോടു ഭ്രമമുള്ള വിദ്യാർത്ഥിയുമായിരുന്നു അന്ന്. തൃശ്ശൂരിൽ റോയ് അനുഭാവികളുടെ വൃത്തത്തിൽ ചിലപ്പോൾ ഞാനും ചേർന്നു. കേരളത്തിന്റെ രാഷ്ട്രീയാന്തരീക്ഷത്തിൽ അതൊരു മരിക്കുന്ന പ്രസ്ഥാനമായിരുന്നു. അങ്ങനെ ഞാനും ഇത്തിരി മരിച്ചു.

കവിത ഞാൻ ഗൗരവമായെടുക്കുന്നത് അറുപതുകളുടെ നടുവിലാണ്. മലയാള കവിത പ്രമേയത്തിലും രൂപത്തിലും ഭാവത്തിലുമെല്ലാം വൻമാറ്റങ്ങൾക്കു വിധേയമായിക്കൊണ്ടിരുന്ന കാലം. കാല്പനികരുടെ അതിഭാവുകത്വവും പുരോഗമന കവികളായറിയപ്പെട്ടിരുന്നവരുടെ (അക്കാലത്തെ പ്രമുഖകവികൾ, ഇടശ്ശേരി, വൈലോപ്പിള്ളി, പി. കുഞ്ഞിരാമൻനായർ, അക്കിത്തം, ഒളപ്പമണ്ണ, എൻ.വി. കൃഷ്ണവാര്യർ... ആവൃത്തത്തിനു വെളിയിലായിരുന്നു) ഉപരിപ്ലവതയും മടുത്ത യുവകവികൾ സമകാലീന ജീവിതത്തിന്റെ സങ്കീർണ്ണതകളും സംഘർഷങ്ങളും മുഴുവനായി ആവാഹിക്കാൻ കഴിയുന്ന ഒരു പുതിയ കാവ്യശൈലി തേടുകയായിരുന്നു. അവരുടെ ക്ലാസ്സുമുറികൾ മൂന്നെണ്ണമായിരുന്നു. മലയാളകവിതയുടെ തനതായ വാമൊഴി-വരമൊഴി പാരമ്പര്യങ്ങൾ, ഇന്ത്യൻ കവിതയുടെ ക്ലാസ്സിക്കലും ആധുനികവുമായ ബൃഹത് പാരമ്പര്യം, ആധുനിക വൈദേശിക കവിതയുടെ അവാങ്-ഗാർഡ് പ്രയോഗവിധങ്ങൾ. പുതിയ രൂപകങ്ങളും ബിംബങ്ങളും വാഗ്മാതൃകകളും താളങ്ങളും വികാര ഘടനകളും വിചാരവിധങ്ങളും ഭിന്ന സംസ്കൃതികളിൽ നിന്നുള്ള മിത്തുകളുടെയും ഐതിഹ്യങ്ങളുടെയും ആദിരൂപങ്ങളുടെയും തീർത്തും പുത്തനായ പുനരവതരണങ്ങളും എന്റെ ഭാഷയിലെ കവിതയുടെ പ്രകൃതിദൃശ്യം മാറ്റി മറിച്ചു. ഈ മാറ്റം എന്റെ കവിതയ്ക്കും പുതിയ ദിശകളും മാനങ്ങളും നൽകി.

ഞങ്ങൾ, അയ്യപ്പപ്പണിക്കരും കെ.എസ്. നാരായണപിള്ളയും പത്രാധിപന്മാരായിരുന്ന *കേരളകവിത* ത്രൈമാസികത്തിന്നു ചുറ്റും സംഘം ചേർന്നു. *കേരളകവിത*യുടെ പ്രകാശന സമ്മേളനങ്ങൾ കവിതയെക്കുറിച്ചുള്ള ചർച്ചകൾക്കും കവിതയുടെ നാടകീയാവതരണങ്ങൾക്കുമുള്ള വേദിയായി. ജി. അരവിന്ദനും നരേന്ദ്രപ്രസാദുമുൾപ്പെടെ പലരും കവിയരങ്ങുകൾ സംവിധാനം ചെയ്തു. ഒപ്പം പുതുനാടകങ്ങളുടെ, വിശേഷിച്ചും സി.എൻ. ശ്രീകണ്ഠൻനായരുടെയും കാവാലം നാരായണപ്പണിക്കരുടെയും അവതരണങ്ങളും ഈ വേദികളിൽ നടന്നു. എഴുപതുകളിൽ ഞാൻ *ജ്വാല* എന്നൊരു ചെറുപ്രസിദ്ധീകരണമിറക്കി. പി.കെ.എ. റഹീമായിരുന്നു പ്രസാധകൻ. അല്ലൻ ഗിൻസ് ബർഗിന്റെ കവിതകളും 'കോൺക്രീറ്റ് പോയട്രി'യുടെ മാതൃകകളും ജോൺ കെയ്ജിന്റെ കുറിപ്പുകളും ഒഗ്ദൻ നാഷിന്റെ 'ലിമറിക്കു'കളും അർജന്റീനയിൽ നിന്നുള്ള 'മൈക്രോടെയ്ൽ' എന്നറിയപ്പെടുന്ന നുണുങ്ങുകഥകളും ജാപ്പനീസ് ഹൈക്കു പരിഭാഷകളുമുൾപ്പെടെ ഒട്ടേറെ പുതിയ സാഹിത്യരൂപങ്ങളും വിചാരങ്ങളും അതിന്റെ പന്ത്രണ്ടു ലക്കങ്ങളിൽ പ്രത്യക്ഷപ്പെട്ടു. ഒപ്പം എൻ.എസ്. മാധവനും കെ.പി. നിർമ്മൽകുമാറും മേതിൽ രാധാകൃഷ്ണനും എം. മുകുന്ദനും ഒ.വി. വിജയനും കോവിലനും അയ്യപ്പപ്പണിക്കരും മറ്റുമുൾപ്പെടെ ഏറെ മലയാളം എഴുത്തുകാരും. ആധുനിക ഭാവുകത്വം പങ്കുവയ്ക്കുന്ന പുതിയ എഴുത്തുകാർ, ചിത്രകാരന്മാർ, ശില്പികൾ, നാടകപ്രവർത്തകർ, ചലച്ചിത്രകാരന്മാർ തുടങ്ങിയവരുടെ

ഒരു സർഗ്ഗാത്മക സാഹോദര്യം തന്നെ രൂപപ്പെട്ടു. ഞാനക്കാലത്ത് കവിതാപഠനങ്ങൾക്കൊപ്പം ആധുനിക ചിത്രകലയെ പരിചയപ്പെടുത്തുന്ന ഒരു ലേഖന പരമ്പരയും പ്രസിദ്ധീകരിച്ചു. എഴുതാൻ പറ്റാതിരുന്ന ചെറിയൊരിടവേളയിൽ ചിത്രങ്ങൾ വരച്ചു. അവയിൽ ചിലത് അയ്യപ്പപ്പണിക്കർക്കും മേതിൽ രാധാകൃഷ്ണനും അയച്ചു. മാസികക്കവറുകൾക്കായി ചില 'ലിനോകട്ടു'കളും ചെയ്തു.

1971-ലാണ് എന്റെ ആദ്യകവിതാസമാഹാരം - *അഞ്ചുസൂര്യൻ* - പ്രസിദ്ധീകരിക്കപ്പെട്ടത്. പൂർണാ ബുക്സിന്റെ ഒരു നവകവി പരമ്പരയിൽ. '70-ൽ തന്നെ *കുരുക്ഷേത്ര*മെന്ന പേരിൽ നവ കവിതാപഠനങ്ങളുടെ ഒരു സമാഹാരം ഞാനിറക്കിയിരുന്നു. *ജ്വാല*യാണതു പ്രസിദ്ധീകരിച്ചത്. ആദ്യസമാഹാരത്തെത്തുടർന്ന് മിക്കവാറും രണ്ടു വർഷത്തിൽ ഒന്ന് എന്ന തോതിൽ കവിതാസമാഹാരങ്ങൾ വന്നു. ഇടയ്ക്കിടയ്ക്ക് പലരും തിരഞ്ഞെടുത്ത - നരേന്ദ്രപ്രസാദ്, ബാലചന്ദ്രൻ ചുള്ളിക്കാട് തുടങ്ങിയവർ - കവിതകളുടെ സമാകലനങ്ങളും. ഫിലിം സൊസൈറ്റി പ്രസ്ഥാനത്തിന്റെ കാലവുമായിരുന്നു ഇത്. ഇരിങ്ങാലക്കുടയിലും ഞങ്ങൾ ഒരു ഫിലിം സൊസൈറ്റി രൂപീകരിച്ചു. ഐസൻസ്റ്റീനും ബ്യൂനുവെലും ബെർഗ്മാനും മുതൽ ഗൊദാർദ്ദും കുറസോവയും താർകോവ്സ്കിയുംവരെ ഏറെപ്പേരുടെ ചലച്ചിത്രങ്ങൾ സൊസൈറ്റി അവതരിപ്പിച്ചു. സിനിമയിലുള്ള താത്പര്യം പിന്നീടും തുടർന്നു.

യാങ്ചോവും കീസ്ലോവ്സ്കിയും ആഞ്ചെലോ പൗലോസും മറ്റുമുൾപ്പെടെ ഏറെപ്പേരെ കണ്ടുമുട്ടി ഇഷ്ടപ്പെട്ടു. ഇന്ത്യൻ സിനിമകൾ വേറെയും. നിരൂപകനാകണമെന്ന് ഞാനൊരിക്കലും ആഗ്രഹിച്ചിരുന്നില്ല. പുതുതായുയർന്നുവരുന്ന ഭാവുകത്വം വ്യാഖ്യാനിക്കാൻ ഏറെപ്പേരില്ലാതിരുന്നതുകൊണ്ട് ആ ഭാഗവും എനിക്കു കുറെ ഏറ്റെടുക്കേണ്ടി വന്നു. അങ്ങനെ പുതിയ കവിത, കഥ, നാടകവേദി തുടങ്ങിയവയെപ്പറ്റി ഏറെ ലേഖനങ്ങളെഴുതി. പ്രവർത്തന മേഖല വിപുലമായപ്പോൾ ഞാനിടപെടുന്ന ഇതര മേഖലകളെക്കുറിച്ചും എഴുതാനാരംഭിച്ചു. മതവും മാർക്സിസവും വിദ്യാഭ്യാസവും സംസ്കാരവും പരിസ്ഥിതിയും ചികിത്സാശാസ്ത്രവും ലിംഗപഠനവുമുൾപ്പെടെ. ഘടനാവാദാനന്തര കാവ്യമീമാംസയിലുള്ള ഔപചാരിക ഗവേഷണവും വിമർശന പരിശ്രമങ്ങളും എന്റെ കവിതയെ സഹായിച്ചുവെന്നു പറയുക വയ്യ; പക്ഷേ, സർഗരചനയിലുൾപ്പെട്ട സങ്കീർണ്ണമായ ഭാഷാപ്രക്രിയയെക്കുറിച്ചും എഴുത്തിന്റെ ബഹുസ്വരതയെയും അനാഥത്വത്തെയും കുറിച്ചും മനസ്സിലാക്കാൻ അവ എന്നെ നിശ്ചയമായും സഹായിച്ചു. എന്റെ രചനയുടെ ഉടമയാണു ഞാനെന്ന ഭാവം കുറയ്ക്കാനും ഉപകരിച്ചു.

1970-കളുടെ രണ്ടാം പകുതിയിൽ ഒരു പുതിയ രാഷ്ട്രീയ ജാഗ്രത ആധുനികകവിതയെ പുനരുജ്ജീവിപ്പിച്ചു. അത് സ്ഥിതവ്യവസ്ഥയെ മൗലികമായിത്തന്നെ ചോദ്യം ചെയ്യാനും വലിയ സാമൂഹ്യപ്രമേയങ്ങളും ചരിത്രസന്ദർഭങ്ങളും കൈകാര്യം ചെയ്യാനും പ്രാപ്തി നേടി.

പുതുകവിതയ്ക്ക് ചരിത്രത്തിന്റെ കണ്ണുകൾ കിട്ടി. അതിനുള്ള പ്രേരണ മുഖ്യമായും വന്നത് കേരളത്തിലും ബംഗാളിലും ആന്ധ്രാപ്രദേശിലും വിശേഷിച്ചും നീതിബോധമുള്ള ഏറെ ചെറുപ്പക്കാരെ ആകർഷിച്ച മാവോയിസ്റ്റ് പ്രസ്ഥാനത്തിൽ നിന്നായിരുന്നു. അതിന്റെ രാഷ്ട്രീയ ത്തിൽ തെറ്റുകളുണ്ടായിരുന്നു എന്ന് ഇന്നെനിക്കു കാണാൻ കഴിയു ന്നുണ്ട്. എന്നാൽ അത് സാംസ്കാരിക രംഗത്തുണ്ടാക്കിയ നവജാഗ്രതയും കവിതയിലും കഥയിലും നാടകവേദിയിലും സിനിമയിലും കൊണ്ടു വന്ന സർഗ്ഗോർജ്ജവും അനിഷേധ്യമായിരുന്നു. പഴയ, 'ഹൈ മോഡേ ണിസം' എന്നു വിളിക്കപ്പെടുന്ന തരം ആധുനികതയുടെ ഒരു പുനഃ സംഘാടനം ഇതോടെ സംഭവിച്ചു. ചില കവികൾ, യേറ്റ്സിന്റെ ഭാഷയിൽ 'ഒരു ഭീകരസൗന്ദര്യ'ത്തിനു ജന്മം കുറിച്ചുകൊണ്ട് പൂർണ്ണമായും പരിവർത്തനപ്പെട്ടു. ചിലർ അനുഭാവികളായി സ്വാധീനിക്കപ്പെട്ടു. അയ്യപ്പ പ്പണിക്കർ, എൻ.എൻ. കക്കാട്, ആറ്റൂർ രവിവർമ്മ തുടങ്ങിയ മുതിർന്ന കവികൾ പോലും നവസാമൂഹ്യചലനത്താൽ ഉദ്ദീപ്തമാക്കപ്പെട്ട ചില കവിതകളെഴുതി. കടമ്മനിട്ട രാമകൃഷ്ണനെയും കെ.ജി. ശങ്കരപ്പിള്ള യെയും പോലുള്ളവർ പ്രസ്ഥാനത്തിന്റെ മുൻപന്തിയിൽത്തന്നെ ഉണ്ടാ യിരുന്നു. അവാങ്-ഗാദ് സാംസ്കാരിക പ്രയോഗങ്ങൾ ഉയർത്തിപ്പിടിച്ച 'ജനകീയ സാംസ്കാരികവേദി'യുമായി ഞങ്ങൾ സജീവബന്ധം പുലർത്തി. മാവോയിസ്റ്റ് പ്രസ്ഥാനത്തിന്റെ രാഷ്ട്രീയം മുഴുവനായി അംഗീകരിക്കാത്തവർക്കും ഇടമുള്ള വിധം സ്വച്ഛന്ദമായിരുന്നു സാംസ്കാ രികവേദിയുടെ നിലപാടുകൾ. *പ്രസക്തി*യും *പ്രേരണ*യും പോലെയുള്ള പ്രസിദ്ധീകരണങ്ങൾ പ്രസ്ഥാനത്തിനു പ്രചോദനം നൽകി. തെരുവു നാടകങ്ങളും വേദിനാടകങ്ങളും പ്രചരിച്ചു. ചിലപ്പോൾ ഞാനൊറ്റയ്ക്കും ചിലപ്പോൾ സഹകവികളോടൊത്തും ചെയ്ത കാവ്യപരിഭാഷകൾ - നെരുദാ, വയെഹോ, സെങ്കോർ, സെസയർ, എലാദ്, അരഗങ്, ബ്രെഹ്റ്റ് ഇങ്ങനെ മുഖ്യമായും അമേരിക്കകളിലും ആഫ്രിക്കയിലും യൂറോപ്പിലും നിന്നുള്ള സംക്രമണോത്സുകമായ കവിതകൾ-പുതിയ രചനാമാതൃകകളായി. ക്യാമ്പസുകൾ കവിതയും നാടകവും ചലച്ചിത്ര പ്രദർശനങ്ങളും ചെറുമാസികകളും കൊണ്ടു സജീവമായി. യേറ്റ്സ്, ലേഡി ഗ്രിഗറി, ബെർതോൾട് ബ്രെഹ്റ്റ് എന്നിവരുടെ ലഘുനാടകങ്ങളുടെ അനുവർത്തനങ്ങൾ ഞാനും നടത്തി. ഗാന്ധിയുടെ അന്ത്യദിനങ്ങളെ സംബന്ധിച്ച നാടകം ഞാൻ രചിച്ചത് പിന്നീടാണ്.

'സെക്യുലർ കൾച്ചറൽ ഫോറ'ത്തിനുവേണ്ടി. കേരള സമൂഹത്തിലും വർഗീയതയുടെ വിഷം വ്യാപിക്കാൻ തുടങ്ങിയ കാലത്താണ് ഞാനുൾ പ്പെടെ ഏറെ എഴുത്തുകാരും ചിന്തകരും കലാപ്രവർത്തകരും ചേർന്ന് ഈ വേദിക്കു ജന്മം നൽകിയത്. ഇതിനിടെ അടിയന്തിരാവസ്ഥ വന്നു പോയിരുന്നു. അത് ഒരു പുതിയ രാഷ്ട്രീയ ജാഗ്രതയ്ക്കു വഴിവയ്ക്കു കയും എന്നെ ജനാധിപത്യ സ്വാതന്ത്ര്യങ്ങളുടെ പ്രാധാന്യം കൂടുതലായി

തിരിച്ചറിയാൻ പ്രേരിപ്പിക്കുകയും ചെയ്തിരുന്നു. സമഗ്രാധിപത്യങ്ങളുടെയെല്ലാം വിമൃഷ്ടിയിലേക്ക് അതെന്നെ നയിച്ചു. മുൻ സോഷ്യലിസ്റ്റ് നാടുകളുടെ ശിഥിലീകരണം, ഹിംസയിലൂടെ നേടുന്ന പരിവർത്തനത്തിന്റെ ക്ഷണികത തിരിച്ചറിയാനും എന്നെ പ്രേരിപ്പിച്ചു. അടിയന്തിരാവസ്ഥയിലെ ജനാധിപത്യ നിഷേധം - അതിനെതിരെ, ഏറെ എഴുത്തുകാരോടൊപ്പം ഞാനും പ്രതികരിച്ചിരുന്നു - എന്നെ, മറ്റു പലർക്കുമൊപ്പം, കൂടുതൽ ജനാധിപത്യവാദിയാക്കി എന്നു പറയാം. ആ വീക്ഷണത്തിലുറച്ചു നിന്നുതന്നെ നടപ്പു ജനാധിപത്യത്തിന്റെ വിമർശകനുമാക്കി. വിശേഷിച്ചും സ്ത്രീ-ദളിത്-ആദിവാസി-ന്യൂനപക്ഷവിഭാഗങ്ങളുടെ പ്രാതിനിധ്യരാഹിത്യത്തിന്റെ വിമർശകൻ; ഒപ്പം ആഗോളീകരണ-നവലിബറൽ വികസനമാതൃകയുടെ വിമർശകനും.

ഇതിനിടെത്തന്നെ മറ്റിന്ത്യൻ ഭാഷകളിലെയും കുറച്ചൊക്കെ വിദേശഭാഷകളിലെയും കവികളുമായി ബന്ധം പുലർത്താൻ എനിക്കു കഴിഞ്ഞിരുന്നു. ആദ്യം ആ അവസരമൊരുക്കിയത് അന്ന് ഹിന്ദി കവി-വിമർശകനായ അശോക് വാജ്പെയുടെ നിർദ്ദേശത്തിൽ നടന്നിരുന്ന ഭോപ്പാലിലെ ഭാരത്ഭവൻ എന്ന സ്ഥാപനമാണ്. അതിന്റെ കവിതാവിഭാഗം നിർദ്ദേശകൻ മറാഠി കവി-വിവർത്തകൻ ദിലീപ് ചിത്രേ ആയിരുന്നു. സുഭാഷ് മുഖോപാദ്ധ്യായ്, ശക്തി ചതോപാദ്ധ്യായ്, നവ്കാന്ത് ബറുവ, നീൽമണി ഫുക്കൻ, നാം ദേവ്ഢസാൽ, അരുൺ കൊലാത്കർ, എസ്.എച്ച്. വാത്സ്യായൻ, കുംവർ നാരായൺ, കേദാർനാഥ് സിങ്, വിനോദ്കുമാർ ശുക്ല, സീതാകാന്ത് മഹാപത്ര, രമാകാന്ത് രഥ്, ഇബോം ചാസിങ്, സീതാംശു യഷസ്ചന്ദ്ര, ലാഭ്ശങ്കർ ഠാക്കേർ, ജ്ഞാനക്കൂത്തൻ, ചന്ദ്രശേഖര കമ്പാർ തുടങ്ങി ഇന്ത്യൻ ആധുനികകവിതയുടെ ഏറെ അഗ്രഗാമികളുമായി അടുത്തിടപഴകാൻ - ഒപ്പം പിൻതലമുറക്കാരുമായും - ഭാരത്ഭവൻ വേദിയൊരുക്കി; ഒപ്പം ഡെറെക് വാൾക്കോട്ടു മുതൽ റ്റൊമാസ് ട്രാൻസ്ട്രോമർ വരെയുള്ള വിദേശകവികളെയും കണ്ടുമുട്ടി. കിം-ചിഹായ്മുതൽ മഹ്മൂദ് ദാർവീഷ് വരെയുള്ള കവികളെയും ഗുന്തർ ഗ്രസ്സു മുതൽ മാരിയോ വർഗാസ് യോസ വരെയുള്ള നോവലിസ്റ്റുകളെയും പിന്നീട് വിദേശങ്ങളിൽ വച്ചാണ് കണ്ടുമുട്ടിയത്.

എഴുപതുകളുടെ രാഷ്ട്രീയ പ്രസ്ഥാനം ഏറെ രക്തസാക്ഷിത്വങ്ങളും ആത്മഹത്യകളും സൃഷ്ടിച്ച് കടന്നുപോയി. ആ പിന്മാറ്റത്തിന്റെ കഠിന നൈരാശ്യത്തിൽനിന്ന് എനിക്കു രക്ഷപ്പെടാനായത് എന്റെ പ്രതിജ്ഞാബദ്ധത രാഷ്ട്രീയമെന്നതിനേക്കാൾ നൈതികമായിരുന്നതുകൊണ്ടും നീതിക്കായുള്ള സമരങ്ങൾ, രൂപങ്ങൾ മാറിയാലും മനുഷ്യരാശി തുടരുകതന്നെ ചെയ്യുമെന്ന വിശ്വാസം കൊണ്ടുമായിരുന്നു. ആ പിന്മാറ്റത്തിന്റെയും ഏകാകിതയുടെയും മുഹൂർത്തങ്ങളെയും സത്യസന്ധമായി രേഖപ്പെടുത്താനായതുകൊണ്ട് എനിക്ക് കവിതയിലും തുടർച്ച നിലനിർത്താനായി. ആ പ്രസ്ഥാനം നൽകിയ പൊതുദിശാ

ബോധവും നൈതികോദ്വേഗവും എന്നിൽ ഇന്നും സജീവമാണ്. പ്രതിസന്ധികളിൽ പ്രതികരിക്കാൻ അതെനിക്കു ഭാഷയും ധൈര്യവും നൽകുന്നു. ഒപ്പം ആ പ്രസ്ഥാനത്തിൽ നിന്നു തന്നെ ഏറെ നവസാമൂഹ്യ പ്രസ്ഥാനങ്ങൾ കേരളത്തിലുയർന്നുവരികയും ചെയ്തു; വിശേഷിച്ചും പൗരാവകാശവും പരിസ്ഥിതിയും സ്ത്രീകളുടെയും ആദിവാസികളുടെയും ദളിതുകളുടെയും സ്വത്വ-സ്വാതന്ത്ര്യങ്ങളുമായി ബന്ധപ്പെട്ട പ്രസ്ഥാനങ്ങൾ. മിഷേൽ ഫൂക്കോ പറയുന്ന 'സൂക്ഷ്മസ്മര'ങ്ങളുടെ - സവിശേഷ മണ്ഡലങ്ങളിലെ പരിവർത്തനത്തിനായുള്ള പ്രക്ഷോഭങ്ങൾ- ഒരു നവരാഷ്ട്രീയമാണിത്. 'അനീതിക്കെതിരെ കലാപം ചെയ്യുക' എന്ന എഴുപതുകളിലെ ലളിതമുദ്രാവാക്യത്തിൽ തന്നെയാണിതിന്റെ വേരുകൾ കണ്ടെത്തേണ്ടത്. ഇടതുപക്ഷമെന്നത് ദൈവദത്തമായ ഒരു സംജ്ഞയല്ലെന്നും നിരന്തരം സ്വയം നിർവ്വചിക്കുന്ന, വീണ്ടും വീണ്ടും പരീക്ഷിക്കപ്പെടേണ്ട, ഒന്നാണെന്നും ഞാൻ വിചാരിക്കുന്നു. അത് ഒരു കക്ഷിക്കും തീറു കിട്ടിയതല്ല. പ്രശ്നങ്ങളോടുള്ള നിലപാടുകളിലൂടെ തെളിയിക്കപ്പെടേണ്ട ഒന്നാണത്.

മാവോയിസ്റ്റ് പ്രസ്ഥാനം ശിഥിലമായ ഒരിടവേളയിലാണ് *ഇന്ത്യൻ ലിറ്ററേച്ചറി*ന്റെ പത്രാധിപത്യമേറ്റെടുത്ത് ദില്ലിയിൽ പോകാമോ എന്ന് സാഹിത്യഅക്കാദമിയുടെ ഒരു പ്രതിനിധിയെന്ന നിലയിൽ, അയ്യപ്പപ്പണിക്കർ അന്വേഷിച്ചത്. മറ്റൊരു വൈയക്തിക പ്രതിസന്ധിയിലൂടെയും ഞാൻ കടന്നുപോകുന്ന സമയമായിരുന്നു അത്. ഒപ്പം ഇംഗ്ലിഷധ്യാപനമെന്ന കൊളോണിയൽ ദൗത്യത്തോട് - അത് വിമർശനപരമായി നിർവഹിക്കുമ്പോൾ പോലും - ഉള്ള മടുപ്പും വളർന്നു തുടങ്ങിയിരുന്നു. (നമ്മുടെ ഭാഷാസാഹിത്യങ്ങളിൽ നവജാഗരണത്തിനു വഴി തെളിച്ചവരേറെയും ഇംഗ്ലീഷധ്യാപകരാണെന്ന് പിന്നീട് തിരിച്ചറിഞ്ഞുവെങ്കിലും; മറ്റൊരു സാഹിത്യവും സംസ്കാരവുമായുള്ള ഏറ്റുമുട്ടലിൽനിന്നാണ് എന്നും പുതിയ ജാഗ്രതകളും സൗന്ദര്യബോധങ്ങളും രൂപപരിണതികളും ധൈഷണികവികാസങ്ങളും ഉണ്ടാവുന്നത് എന്നതാകാം അതിനു കാരണം.) എന്നിട്ടും കേരളം വിടുക എളുപ്പമായിരുന്നില്ല; സാമാന്യയുക്തിയെ മറികടക്കാൻ എന്നിലെ സാഹസികനു കഴിഞ്ഞിരുന്നില്ലെങ്കിൽ കുറഞ്ഞ ശമ്പളവും ഏറെ അസൗകര്യങ്ങളുമുള്ള ഒരു പുതിയ ജോലി ആ 46-ാം വയസ്സിൽ ഞാൻ സ്വീകരിക്കുമായിരുന്നില്ല. ഒരു പരീക്ഷണമെന്ന നിലയിലാണ് ഒരു വർഷത്തെ അവധിയിൽ ഞാൻ ദില്ലിയിലെത്തിയത്. പിന്നെ കുടുംബപരം കൂടിയായ കാരണങ്ങളാൽ ഇവിടെ തുടരുകയായിരുന്നു. സത്യം പറഞ്ഞാൽ ആ തീരുമാനത്തിൽ ഞാൻ പശ്ചാത്തപിക്കുന്നില്ല. എനിക്കു നഷ്ടപ്പെട്ടവയുമായി താരതമ്യം ചെയ്യുമ്പോൾ ദില്ലി എനിക്കു നൽകിയവ കൂടുതൽ മൂല്യവത്തായിരുന്നു. എല്ലാ കലകളിലും - സംഗീതം, നൃത്തം, നാടകം, ചലച്ചിത്രം, ചിത്രകല, സാഹിത്യം - ഏറ്റവും പുതിയ പ്രവണതകളുമായുള്ള സമ്പർക്കം, എന്റെ നിരുപകമനസ്സിനെ പുത്തനന്വേഷണങ്ങൾക്കു

പ്രേരിപ്പിച്ച - അവയുടെ ഫലങ്ങൾ എന്റെ മൂന്ന് ഇംഗ്ലീഷ് ലേഖന സമാഹാരങ്ങളിലും പല പുസ്തകങ്ങൾക്കുമെഴുതിയ അവതാരിക കളിലും സെമിനാർ പ്രബന്ധങ്ങളിലുമുണ്ട് -ഇന്ത്യൻസാഹിത്യങ്ങളി ലുള്ള അഗാധമായ താത്പര്യം, ചിലപ്പോൾ ഗൃഹാതുരത്വത്തോടെയും ചിലപ്പോൾ വിമർശനബുദ്ധിയോടെയും ജന്മനാടിനെ നോക്കാനും വിചാരത്തിലും കവിതയിലും അത് ആവിഷ്കരിക്കാനും എന്നെ പ്രേരിപ്പിച്ച കേരളവുമായുള്ള അകലം, ഭക്തി-സൂഫി പ്രസ്ഥാനങ്ങളുടെ പ്രതിഷേധസ്വഭാവവും നമ്മുടെ മതേതരപാരമ്പര്യത്തിന് അവയുടെ സംഭാവനകളും തിരിച്ചറിഞ്ഞതിന്റെ ആഹ്ലാദം, ഇന്ത്യയിലും വിദേ ശത്തും എഴുത്തുകാരുമായി നേടിയ വിപുലസൗഹാർദ്ദങ്ങൾ, സാഹിത്യ അക്കാദമിയുടെ ദിശകൾ തന്നെ മാറ്റി അതിനെ ജനാധിപത്യവത്കരി ക്കാനായി നടത്തിയ പ്രവർത്തനങ്ങൾ, എന്റെ കവിതയ്ക്ക് പുതിയ പ്രമേയങ്ങൾ നൽകുന്നതോടൊപ്പം അതിന് ഏറെ ആസ്വാദകരെയും പരിഭാഷകരെയും നേടിത്തന്ന വിപുലമായ രാജ്യാന്തരയാത്രകൾ: ചുരു ക്കത്തിൽ സൃഷ്ടിയുടെയും ആസ്വാദനത്തിന്റെയും ജ്ഞാനത്തിന്റെയും ഏറെ പുതിയ ചക്രവാളങ്ങൾ. കേരളത്തിൽത്തന്നെ തുടർന്നിരുന്നെ ങ്കിൽ എന്റെ കവിതയും ചിന്തയും ഏതെല്ലാം ദിശകളിൽ വികസിക്കു മായിരുന്നു എന്നെനിക്കു ഭാവന ചെയ്യാനാവില്ല. എന്നാൽ ചില മാന ങ്ങളെങ്കിലും അപ്രാപ്യം തന്നെയാകുമായിരുന്നു. ലോകത്തിന്റെ ഭിന്ന ഭാഗങ്ങളിൽ ഞാൻ നടത്തിയ കവിതവായനകൾ കവിതയിലുള്ള എന്റെ വിശ്വാസം ഉറപ്പിക്കാൻ കാരണമായിട്ടുണ്ടെന്ന് നിസ്സംശയം പറയാം. കവിതയ്ക്ക് ഭാഷകളുടെയും സമുദായങ്ങളുടെയും രാഷ്ട്രങ്ങളുടെയും അതിർത്തികൾ മുറിച്ചു കടന്ന് സംവദിക്കാൻ കഴിയും. ബാബേലിനെ അതിജീവിച്ച മനുഷ്യരുടെ മാതൃഭാഷയാണത്. അത് പ്ലേറ്റോയുടെ റിപ്പ ബ്ലിക്കിനെയും ഹിറ്റ്ലറുടെ ഓഷ്വിറ്റ്സിനെയും സ്റ്റാലിന്റെ ഗുലാഗിയെും അതിജീവിച്ചെങ്കിൽ, ഇന്നും നൂറ്റാണ്ടുകളിലൂടെ ഭാഷയുടെ സൂക്ഷ്മ ധ്വനികൾ പിടിച്ചെടുക്കാൻ പരിശീലിപ്പിക്കപ്പെട്ട മനുഷ്യരുടെ കാതു കളിൽ അത് അലോസരപ്പെടുത്തുന്ന സത്യങ്ങൾ മന്ത്രിക്കുന്നുവെങ്കിൽ, അത്ഭുതപ്പെടാനില്ല.

എന്റെ സങ്കല്പത്തിൽ കവിത വാക്കുകൾ പല രീതിയിൽ അടുക്കി വയ്ക്കുന്ന ലീല മാത്രമല്ല. അത് ആവിഷ്കരിക്കാനാകാത്തതിന്റെ ആഴ ക്കടലിൽ നിന്ന് ഉയർന്നുയരുന്നു; അതിനു പറയാനാകാത്തതു പറയാൻ ശ്രമിക്കുന്നു, പേരില്ലാത്തതിനു പേരിടാൻ, ശബ്ദമില്ലാത്തതിനു ശബ്ദം നൽകാൻ പ്രയത്നിക്കുന്നു. അത് സ്ഥിതമൂല്യങ്ങളുടെ പുന രുത്പാദനമല്ല, അറിയപ്പെട്ടതിന്റെ ആവർത്തനവുമല്ല, ഇറ്റാലോ കാൽ വീനോ പറയുമ്പോലെ ദൈനംദിന രാഷ്ട്രീയത്തിന്റെ വർണ്ണരാജിക്ക പ്പുറം കാണുന്ന ഒരു കണ്ണാണത്, സാമൂഹ്യ വിജ്ഞാനീയത്തിന്റെ സ്വരവേഗങ്ങൾക്കപ്പുറം പോകുന്ന ഒരു കാതാണത്. അത് കന്നിമണ്ണു ഴുതു മറിക്കുന്നു, 'ഒഴിഞ്ഞ പേജിൽ മുന്നേറുന്നു' (നിക്കാനോർ പാർ

റായുടെ ശൈലി). അതു കണ്ടെത്തുന്ന സത്യങ്ങൾ എപ്പോഴും ഉടൻ ഉപയോഗമുള്ളതാകണമെന്നില്ല; പക്ഷേ, അത് സാവധാനം സാമൂഹ്യാവബോധത്തിന്റെ അംശമായി മാറും. 'അവിശുദ്ധ' കവിതയെക്കുറിച്ചുള്ള നെരൂദയുടെ സങ്കല്പവും ഞാൻ അംഗീകരിക്കുന്നു, അകലങ്ങളുടെ ധൂളിയും ലില്ലിപ്പൂവിന്റെയും മൂത്രത്തിന്റെയും മണവും വഹിക്കുന്ന കവിത, ഭാഷകളുടെയും ദേശങ്ങളുടെയും അവശിഷ്ടങ്ങളിൽ നിന്നുപോലും വീണ്ടെടുക്കപ്പെടുന്ന കവിത. കവിത ഗദ്യത്തിൽനിന്നു ഭിന്നമാകുന്നത് വൃത്തവും താളവും കൊണ്ടല്ല. ഗദ്യത്തേക്കാൾ മോശമായ ഛന്ദോബദ്ധകവിതകൾ എത്രയോ ഉണ്ട്. വ്യത്യാസം കിടക്കുന്നത് പരസ്പര വിരുദ്ധമെന്നു തോന്നുന്നവയെ ഒറ്റ സമഗ്രാനുഭവത്തിൽ വിലയിപ്പിക്കാനുള്ള കവിതയുടെ കഴിവിലും ഭാവനയിലൂടെ വസ്തുക്കളെയും അനുഭവങ്ങളെയും സൃഷ്ടിക്കുകയും വാക്കുകളും ഓർമ്മകളും കൊരുക്കുകയും ചെയ്യുന്ന അതിന്റെ സവിശേഷരീതികളിലുമാണ്. പ്രാസവും താളവുമെല്ലാം അന്തരീക്ഷസൃഷ്ടിക്കു സഹായകമാകാമെന്നു മാത്രം. അതിന്റെ ആകർഷണം നിഘണ്ടുവിനുമപ്പുറമുള്ളതിലാണ്. അത് ഓർമ്മയിൽനിന്നു നാടുകടത്തപ്പെട്ട വാക്കുകളെയും അനുഭവങ്ങളെയും വീണ്ടെടുക്കുന്നു. ആൻഡലൂഷ്യൻ ജനകീയവ്യവഹാരത്തിലുള്ള 'ഡ്യൂവെൻഡേ' എന്ന സങ്കല്പത്തെക്കുറിച്ച് സ്പാനിഷ് കവി ലോർക്കാ സംസാരിച്ചിട്ടുണ്ട്. കാണികളെ മുഴുവൻ 'അള്ളാ, അള്ളാ' എന്ന് നിലവിളിക്കാൻ പ്രേരിപ്പിച്ചുകൊണ്ട് അറബി സംഗീതത്തിലും നൃത്തത്തിലും ഉയർന്നുവരുന്ന അതീതത്വത്തിന്റെ വിസ്മയകരമായ ദർശനമാണത്. പഗാനിനിയുടെ കലയിൽ ഗെയ്ഥേ കണ്ട വർണ്ണനാതീതമായ നിഗൂഢതയാണത്. ബ്രെയ്ലോവ്സ്കി ബാഹിന്റെ സംഗീതം വായിക്കുമ്പോൾ ജിപ്സി നർത്തകിയായ ലാമലേനായ്ക്കുണ്ടാകാറുള്ള ദൈവികപ്രചോദനം. അതിനായുള്ള അന്വേഷണം ഭൂപടങ്ങളുടെ സഹായമില്ലാത്ത ഒരേകാന്ത യാത്രയാണ്. കവിതാരചനയിലും അത്തരം വെളിപാടിന്റെ മുഹൂർത്തങ്ങളുണ്ടെന്ന് കവികൾക്കും സഹൃദയർക്കുമറിയാം. ഒരു കൊടുങ്കാറ്റു പോലെ യുക്തികളെയൊക്കെ മറിച്ചിടുകയും മുൻകൂട്ടി തയ്യാറാക്കിയ പദ്ധതികളെയൊക്കെ കടപുഴക്കുകയും ചെയ്യുന്ന മുഹൂർത്തങ്ങൾ. പ്രചോദനത്തിന്റെ തീക്ഷ്ണ നിമിഷങ്ങളിലെങ്കിലും ഇത്തരം വെളിപാടുകളുടെ ആഹ്ലാദവും ഭീതിയും അനുഭവിക്കാത്തവർ കവികളല്ല.

ആരോ എന്റെ ചെകിട്ടിൽ പറഞ്ഞുതരും പോലെ കവിതകൾ 'കേട്ടെഴുതിയ' സന്ദർഭങ്ങളിൽ മാത്രമല്ല, അയോധ്യയിൽ രാമശിശുവിന്റെ തൊട്ടിലാട്ടാൻ തന്റെ ശബ്ദത്തെ വിട്ടുകൊടുത്ത് ചന്ദ്രനും സൂര്യനുമിടയിലിരുന്ന് ഗിരിജാദേവി തുമ്റി പാടുന്നതു കേട്ടിരുന്ന പുലരിയിൽ, ഭോപ്പാലിലും ദില്ലിയിലും വെച്ച് കുമാർ ഗന്ധർവ്വിന്റെയും മല്ലികാർജ്ജുൻ മൻസൂറിന്റെയും കിഷോരി അമോൻകറുടെയും സംഗീതം കേട്ടിരുന്ന് യഥാർത്ഥലോകത്തെ മറന്ന് അമീർ ഖാന്റെയും ഫയ്യാസ്

ഖാന്റെയും കാലത്തേക്ക് സ്വപ്നസഞ്ചാരം ചെയ്യുന്ന അസുലഭ നിമിഷങ്ങളിൽ. എം.ഡി. രാമനാഥന്റെ ഹിന്ദോളം എനിക്കീ അനുഭവം നൽകിയിട്ടുണ്ട്. മഹലിയാ ജാക്സന്റെയും അരിതാ ഫ്രാങ്ക്ളിന്റെയും അപൂർവ മുഹൂർത്തങ്ങളിലെന്നപോലെ ദസ്തയെവ്സ്കിയുടെ *കരാമസോവ് സഹോദരന്മാ*'രോ, കസന്റ്സകീസിന്റെ *ദൈവത്തിന്റെ തെണ്ടി*യെന്ന അസ്സീസ്സിയിലെ ഫ്രാൻസിസിനെക്കുറിച്ചുള്ള നോവലോ വായിക്കുമ്പോഴും എന്നിലെ യുക്തിചിന്തകനെ കിടിലം കൊള്ളിക്കുന്ന ഈ അനുഭവം എനിക്കുണ്ടായിട്ടുണ്ട്. പോളിഷ് കവി തദേവൂസ് റോസെവിച്ച് പറഞ്ഞു കവിത മുട്ടയിടേണ്ടത് അരയരയ്ക്കാൽ വാക്കുകളുടെ പതിരിലേക്കല്ല, നേരിട്ട് അഗാധത്തിലേക്കാകണമെന്ന്. വർണ്ണങ്ങളുടെ ജ്യാമിതിയെക്കുറിച്ചു പറയുമ്പോൾ ജെ. സ്വാമിനാഥൻ അഭിപ്രായപ്പെട്ടു, ത്രികോണവും ദീർഘചതുരവും വൃത്തവും അനാവിഷ്കൃതവും ദുർഗ്രഹവുമായതിലേക്കു തുറക്കുന്ന വർണ്ണജാലകങ്ങളാണെന്ന്. ആദിവാസികളുടെ കലയിൽ പ്രകൃതിയും അതിന്റെ സൃഷ്ടിയും അന്യോന്യം പൊതിഞ്ഞു നിൽക്കുന്നത് അദ്ദേഹം കണ്ടു. പ്രകൃതിയെക്കുറിച്ച് യുദ്ധത്തിന്റെയും ബലാത്സംഗത്തിന്റെയും ഭാഷയിൽ സംസാരിക്കുകയും മനുഷ്യന്റെയും ഭൂമിയുടെയും വിനാശത്തിലേക്കു നയിക്കുകയും ചെയ്യുന്ന മനുഷ്യകേന്ദ്രികമായ പാശ്ചാത്യ ചിന്തയിൽനിന്നു സ്വയം വിമോചിപ്പിക്കുന്നതിന് കലയ്ക്ക് ഈ പാരസ്പര്യം കൂടിയേ കഴിയൂ.

എന്റെ കവിതയുടെ കേന്ദ്രപ്രമേയങ്ങളെന്തെന്ന് പലരും ചോദിച്ചിട്ടുണ്ട്. അല്പമെങ്കിലും സങ്കീർണ്ണതയുള്ള ഏതു കവിതയും പല തലങ്ങളിൽ പ്രവർത്തിക്കുന്നതു കൊണ്ട് കവിതയെ പ്രമേയങ്ങളിലേക്കു വെട്ടിച്ചുരുക്കുക പ്രയാസമാണ്. ഉംബെർട്ടോ ഇകോ ഒരു സമീപകാല അഭിമുഖത്തിൽ പറയും പോലെ രചനകൾ അവയുടെ രചയിതാക്കളെക്കാൾ ബുദ്ധിശാലികളാണ്. രചയിതാവു സങ്കല്പിക്കുക പോലും ചെയ്യാത്ത സാധ്യതകൾ അവയ്ക്കുണ്ടെന്നു വരാം.

എന്റെ സമാഹൃത കൃതികളുടെ സമ്പാദക എന്റെ കൃതികളെ മൂന്നു ഭാഗങ്ങളായി തിരിച്ചിട്ടുണ്ട്. പ്രണയം, കുടുംബം, സ്വത്വം ഇവയെപ്പറ്റിയുള്ള കവിതകൾ ഉൾക്കൊള്ളുന്ന 'അകം', സാമൂഹ്യോത്കണ്ഠകളും പ്രതികരണങ്ങളും രേഖപ്പെടുത്തുന്ന കവിതകളുൾക്കൊള്ളുന്ന 'പുറം', ഭാഷ തന്നെ ക്രേന്ദ്രപ്രമേയമാകുന്ന കവിതകളുൾക്കൊള്ളുന്ന 'മൊഴി' എന്നിങ്ങനെ. മറുപടി പറയാൻ നിർബന്ധിക്കപ്പെടുകയാണെങ്കിൽ നീതി, സ്വാതന്ത്ര്യം, പ്രണയം, പ്രകൃതി, മരണം ഇവയാണ് എന്റെ കവിതയുടെ കേന്ദ്ര പ്രമേയങ്ങൾ എന്നു ഞാൻ പറയും. കവിയായി എന്നെ രൂപപ്പെടുത്താൻ സഹായിച്ച പ്രധാന ഘടകങ്ങൾ, പാരമ്പര്യങ്ങൾ (പ്രാദേശികം, ദേശീയം, ആഗോളം) അനുഭവം, നിരീക്ഷണം (പ്രകൃതിയുടെയും മനുഷ്യരുടെയും), യാത്രകൾ, ചിത്രകലയും സംഗീതവും പോലുള്ള ഇതര കലകളുമായുള്ള പ്രതിപ്രവർത്തനം, വായന, വിവർത്തനം എന്നിവയാണെന്നു പറയാം. ഇവയൊക്കെ എന്റെ

ഭാവനയുടെ തന്തുക്കളായി മാറിയിട്ടുണ്ട്. രൂപങ്ങളുടെ കാര്യത്തിൽ എന്റെ സമീപനം തികച്ചും തുറന്നതായിരുന്നിട്ടുണ്ട്; മലയാളത്തിലെ പല തലത്തിലുമുള്ള വാഗ്സമുച്ചയങ്ങൾ (verbal registers) ഞാനുപ യോഗിച്ചിട്ടുണ്ട്, ഛന്ദോബദ്ധവും സ്വച്ഛന്ദവുമായ ഒട്ടേറെ മാതൃകകളും.

എഴുപതുകളുടെ പ്രതികരണക്ഷമത ഇന്നും എന്റെ കവിതയിൽ സജീവമാണ്. പ്രത്യയശാസ്ത്ര കാർക്കശ്യങ്ങളിൽ നിന്ന് ഞാനിപ്പോൾ ഒരകലം സൂക്ഷിക്കുന്നുവെങ്കിലും. എന്റെ പ്രതിജ്ഞാബദ്ധത പ്രാഥ മികമായും നൈതികമാണ്. നീതി, സമത്വം, സ്നേഹം, സ്വാതന്ത്ര്യം എല്ലാ ജീവരുപങ്ങളോടുമുള്ള ആദരം തുടങ്ങിയ ചില മൂല്യങ്ങളിലുള്ള നിഷ്ഠയാണത്. വാണിഭ മൂല്യങ്ങളാൽ ഭരിക്കപ്പെടുകയും ആഗോളീ കരണശക്തികളാൽ ഹിംസാത്മകമായി കോളണിവത്കരിക്കപ്പെടുകയും ചെയ്യുന്ന ഒരു ലോകത്തിൽ ഈ മൂല്യങ്ങൾക്ക് ഏറുന്ന പ്രസക്തിയുണ്ട്. സ്ത്രീവിമോചനം, പാർശ്വവർത്തികളുടെ അവകാശങ്ങൾ, പരിസ്ഥി തിയുടെ പരിരക്ഷ, യുദ്ധരഹിതമായ ലോകം, ഇത്തരം വിഷയങ്ങൾ തുടർച്ചയായി ഉയർത്തുകയും അടിയന്തിരാവസ്ഥ മുതൽ നമ്മുടെ സമൂഹത്തിന്റെ വർഗീയവത്കരണം വരെയുള്ള സാമൂഹ്യദുരന്ത ങ്ങളോടു പ്രതികരിക്കുകയും ചെയ്യുമ്പോൾത്തന്നെ, അസ്തിത്വത്തെ സംബന്ധിച്ച ആത്യന്തികമായ ചോദ്യങ്ങൾ ചോദിക്കുന്നതു ഞാനൊ രിക്കലും നിർത്തിയിട്ടില്ല. വിശുദ്ധവും മതേതരവുമായ കാര്യങ്ങൾ തമ്മിൽ ഒരു വൈരുദ്ധ്യവും ഞാൻ കാണുന്നില്ല. മതത്തിന്റെ സഹായം ആവശ്യമില്ലാത്ത ആത്മീയതയാണെന്റേത്. ഇത് നമ്മുടെ ഭക്തി-സൂഫി കവികളിൽ നിന്നും സാമുദായികപരിഷ്കർത്താക്കളിൽനിന്നും - കബീർ മുതൽ ശ്രീനാരായണനും ഗാന്ധിയും വരെയുള്ളവർ - ഞാൻ പഠിച്ചി ട്ടുള്ളതാണ്. അവർ എല്ലാത്തരം ശ്രേണീബദ്ധതയ്ക്കുമെതിരെ പൊരുതി, അധികാരത്തെ അതിന്റെ ഭിന്നാവതാരങ്ങളിൽ വെല്ലുവിളിച്ചു, മതത്തിന്റെ ഉപരിപ്ലവമായ ബാഹ്യാചാരങ്ങളെ ചോദ്യം ചെയ്തു. കവിക്ക് കവിത യല്ലാതെ ഒരു മതവും ആവശ്യമില്ല. വിസ്ലാവാ സിംബോർസ്കാ പറയും പോലെ, അടഞ്ഞ കതകിനും പൊയ്മുഖങ്ങൾക്കും പിറകിൽ പൂർണ മായ ഏകാന്തതയിൽ തന്റെ സത്തയുടെ അവതാരം കാത്തിരിക്കുന്ന കവിക്കു മുന്നിലെ ഒഴിഞ്ഞ താൾ; അതു മാത്രമേ കവിയെ ഭയപ്പെടു ത്തുന്നുള്ളൂ.

ആത്മാവു സംസാരം നിർത്തുകയും മനുഷ്യന് ഇലകളുടെയും വെള്ളച്ചാട്ടങ്ങളുടെയും ഭാഷ മനസ്സിലാകാതാവുകയും ചെയ്യുന്ന ഒരു ലോകത്തിന്റെ ശ്വാസം മുട്ടിക്കുന്ന മാനത്തെ മാത്രമേ ഞാൻ ഭയപ്പെ ടുന്നുള്ളൂ. പ്രപഞ്ചത്തിന് അതിന്റെ പാവനത നഷ്ടമാവുകയും തിന്മ ചോദ്യം ചെയ്യപ്പെടാതെ അധീശത്വം പുലർത്തുകയും ചെയ്യുന്ന ദിവസം കാണുവാൻ ജീവിച്ചിരിക്കരുതെന്ന് ഞാനാശിക്കുന്നു.

കവിതാപരിഭാഷ:
അനുഭവങ്ങളും പാഠങ്ങളും

വർഷങ്ങൾക്കു മുൻപ്, ഞാൻ നിരന്തരമായി കവിതകൾ പരിഭാഷ ചെയ്തു കൊണ്ടിരുന്ന ഒരു കാലത്ത്, കൃത്യമായി പറഞ്ഞാൽ 1977ൽ, *കവിതാവിവർത്തനം* എന്നൊരു കവിത എഴുതാനിടയായി. അത് ഇങ്ങനെയാണ്:

കവിതാവിവർത്തനം
ഒരു കൂടുവിട്ടു കൂടുമാറ്റമാണ്
മത്സ്യം വെള്ളത്തിലൂടെ ഊളിയിടുന്നതു പോലെ
വിവർത്തകൻ മനസ്സുകളിലൂടെ ഊളിയിടുന്നു
ഓരോ വാക്കിന്റെയും തീരത്ത്
അവൻ തരിമണലിൽ കുനിഞ്ഞിരിക്കുന്നു
ഓരോ കക്കയുടെയും നിറം പഠിക്കുന്നു
ഓരോ ശംഖും ഊതിനോക്കുന്നു.

കവിതാവിവർത്തനം വിക്രമാദിത്യൻ കഥയിലെ
അമ്പരപ്പിക്കുന്ന തല മാറ്റിവെക്കലാണ്
വിവർത്തകൻ തന്റെ ഉടലിൽ
മറ്റൊരു കവിയുടെ ശിരസ്സ് താങ്ങി നിർത്തുന്നു.

ഓരോ വരിയും ഓരോ വഴിയാണ്
ദുഃഖവും യുദ്ധവും മടുപ്പും കൊണ്ട്
കീറിപ്പറിഞ്ഞ ഒരു വഴി
അനശ്വരരായ മനുഷ്യരും ദൈവങ്ങളും മരങ്ങളും
വിഹരിക്കുന്ന സംഗീതാത്മകമായ ഒരു പിൻ വഴി.

ഒരു വരി അവസാനിക്കുന്നിടത്ത്
ഒരഗാധത പൊട്ടിത്തുറക്കുന്നു
അവിടെ മരിച്ചവരുടെ ആത്മാക്കൾ
ദാഹം തീർക്കാനെത്തുന്നു.

വിശുദ്ധമായ ഈ വഴിയേ പോരുന്നവർ
ചെരിപ്പും ഉടുപ്പും അഴിച്ചു വെയ്ക്കണം
അടിവാരത്തെ കാറ്റുകളെപ്പോലെ
നഗ്നായി നൂണുപോകണം.

ഒരു ദിവസം ഞാൻ എന്റെ കവിത
എന്റെ തന്നെ ഭാഷയിലേക്കു
വിവർത്തനം ചെയ്യുന്നതായി സ്വപ്നം കണ്ടു.

നാമേവരും ഓരോ കവിതയും
നമ്മുടെ ഭാഷയിലേക്കു വിവർത്തനം ചെയ്യുന്നു
പിന്നെ നാം അർത്ഥത്തെച്ചൊല്ലി വഴക്കിടുന്നു.

എനിക്ക് തോന്നുന്നു
ബാബേൽ ഒരിക്കലും പണി തീരുകയില്ല.'

-ഈ കവിത കവിതാവിവർത്തനത്തിന്റെ വെല്ലുവിളികളിൽ ആരംഭിച്ച് അതിന്റെ അസാധ്യതയോടുക്കുന്ന ദുസ്സാധ്യത സൂചിപ്പിച്ചാണ് അവസാനിക്കുന്നത്. അവസാനത്തെ വരി ഒരു അതിശയോക്തി ആണെന്നു വേണമെങ്കിൽ പറയാം. അത്രയേറെ കവിതകൾ വിവർത്തന വിധേയമായിട്ടുണ്ട്. നാം മറ്റ് ഇന്ത്യൻ ഭാഷകളിലെയും വിദേശ ഭാഷകളിലെയും കവിതകൾ വായിച്ചിട്ടുള്ളത് നമുക്കറിയാവുന്ന ഭാഷകളിലുള്ള അവയുടെ വിവർത്തനം വായിച്ചിട്ടാണല്ലോ. ബാബേലിനെ ഒരു രൂപകമായി എടുക്കുകയാണ് വേണ്ടത്: എല്ലാ വിവർത്തകരും ചേർന്ന് സൂര്യനിലേക്കുള്ള ഒരു ഗോപുരം പണിയുകയാണ്, കവിത എന്ന അനിർവചനീയമായ ചൈതന്യത്തിലേക്ക്, ഊർജ്ജപ്രഭവത്തിലേക്ക്, ഒരു ഗോപുരം. അത് ഒരിക്കലും പണി തീരുകയില്ലായിരിക്കാം; എന്നാൽ ഓരോ വിവർത്തനവും അതിന്റെ ഒരു ശിലയാണ്. വാൾട്ടർ ബെന്യാമിൻ, എല്ലാ വിവർത്തനവും മനുഷ്യന് എന്നോ നഷ്ടപ്പെട്ടിരിക്കാവുന്ന ഒരു പൊതുഭാഷയെ ലക്ഷ്യമാക്കുന്നു എന്ന് പറയുമ്പോൾ അതാകാം ഉദ്ദേശിക്കുന്നത്. ഭാഷയുടെ വിപിനത്തിലേക്ക് നാം കൂക്കുമ്പോൾ

കിട്ടുന്ന മറുകൂക്കാണ് വിവർത്തനം എന്നും അദ്ദേഹം ആ മർമ്മസ്പർശിയായ ലേഖനത്തിൽ ('ദി ടാസ്ക് ഓഫ് ദി ട്രാൻസ്ലേറ്റർ': ഇല്ല്യൂമിനേഷൻസ്) പറയുന്നുണ്ട്. ഓരോ കവിതാപരിഭാഷയും മൂലത്തിന്റെ ഒരു പ്രതിധ്വനി ആണെന്നർത്ഥം. അതിനു മൂലത്തിനു പകരം നിൽക്കാൻ കഴിയില്ല, അത് അതിന്റെ ഉദ്ദേശ്യം പോലുമല്ല. തന്റെ ഭാഷയിൽ ഒരു മറുഭാഷാകവിതയെ പുനർഭാവന ചെയ്യുകയാണ് വിവർത്തകൻ, അതിലൂടെ ഒരു സംസ്കാരത്തിന് മറ്റൊരു ഭാഷ അന്വേഷിക്കുകയും, രണ്ടു ഭാഷാസംസ്കൃതികൾക്കിടയിൽ ഒരു പാലം പണിയുകയും. വേറൊരു തരത്തിൽ ആലോചിച്ചാൽ, ഗായത്രി സ്പിവാക് പറയും പോലെ, മൂലത്തിന്റെ ഒരു സൂക്ഷ്മപാരായണമാണ് വിവർത്തക/ൻ നടത്തുന്നത്. വിവർത്തനത്തെ മൂലത്തിന്റെ അനുകരണമായും മൂലത്തെ ജീവനോടെ ആഹരിക്കുന്ന പ്രവൃത്തിയായുമൊക്കെ - ഒരുതരം 'നരഭോജനം'- സൈദ്ധാന്തികർ വിശേഷിപ്പിച്ചിട്ടുണ്ട്.

കഴിഞ്ഞ രണ്ടു നൂറ്റാണ്ടുകളിൽ വികസിച്ചിട്ടുള്ള വിവർത്തന സിദ്ധാന്തങ്ങളിൽ ഏറിയ പങ്കും ഗദ്യ വിവർത്തനത്തിന്റെ സ്വഭാവങ്ങളെയും സമസ്യകളെയും സമീപനങ്ങളെയുമാണ് സംബോധന ചെയ്തിട്ടുള്ളത്. എന്നു തന്നെയല്ല അവയുടെ ഒരു ദീർഘകാലപഠിതാവും അധ്യാപകനും എന്ന നിലയ്ക്ക് എനിക്കു ബോദ്ധ്യമായിട്ടുള്ള കാര്യം അവയെല്ലാം തന്നെ വിവർത്തന പ്രക്രിയയെ മനസ്സിലാക്കാനുള്ള ശ്രമങ്ങളാണെന്നും വിവർത്തക/ൻ അഭിമുഖീകരിക്കുന്ന സജീവപ്രശ്നങ്ങളെക്കാൾ ചെയ്യപ്പെട്ട വിവർത്തനത്തിൽ ഉൾപ്പെട്ട കൈമാറ്റങ്ങളുടെ ഭാഷാപരവും സാംസ്കാരികവും രാഷ്ട്രീയവുമായ വിവക്ഷകൾ അറിയാനാണ് അവ സഹായിക്കുന്നതെന്നുമാണ്. വിവർത്തനം ചെയ്യാൻ കൃതിയുടെ മുൻപിലിരിക്കുന്ന ആളെ അവയൊന്നും ഏറെ സഹായിക്കില്ല, അങ്ങനെ ഒരു ലക്ഷ്യവും വിവർത്തനസിദ്ധാന്തങ്ങൾക്കില്ല. എന്നെ വിവർത്തനത്തിൽ സഹായിച്ചിട്ടുള്ളത് സ്വാനുഭവത്തിൽ നിന്ന് മനസ്സിലാക്കിയ ചില കാര്യങ്ങളാണ് . കവിതയുടെ സവിശേഷ സന്ദർഭത്തിൽ അവയെ ഇങ്ങനെ സംഗ്രഹിക്കാം:

പലപ്പോഴും കവിതയുടെ വൈശിഷ്ട്യങ്ങളായി സഹൃദയൻ തിരിച്ചറിയുന്ന പ്രത്യേകതകൾ തന്നെയാണ് വിവർത്തനത്തിൽ ഏറ്റവും വലിയ പ്രതിബന്ധങ്ങളായി വിവർത്തകന് അനുഭവപ്പെടുന്നത്. ഛന്ദസ്സിന്റെ വിനിയോഗമാണ് ഒന്ന്. ദ്രാവിഡമാകട്ടെ, സംസ്കൃതമാകട്ടെ, വൃത്തങ്ങൾ മിക്കവയും എല്ലാ ഭാഷകളിലും ഒരേപടി നിലനിൽക്കുന്നില്ല. പാശ്ചാത്യവൃത്തരീതികൾ തന്നെ വ്യത്യസ്തങ്ങളാണ്. ഒന്നുകിൽ വൃത്തം ഉപേക്ഷിക്കുക, അല്ലെങ്കിൽ ലക്ഷ്യഭാഷയിലെ ഏതെങ്കിലും വൃത്തരീതി ഉപയോഗിക്കാനായി കവിതയെ മാറ്റിയെഴുതുക (വൈലോപ്പിള്ളി തന്റെ

കവിതകളുടെ ഇംഗ്ലീഷ് വിവർത്തനങ്ങളിൽ ചെയ്തിട്ടുള്ള പോലെ). ഇവ മാത്രമാണ് ഇവിടെയുള്ള വഴികൾ. വൃത്തം ദീക്ഷിക്കാത്ത കവിതകളെ സംബന്ധിച്ചിടത്തോളം ഇത് കവിതയുടെ സ്വരം, അഥവാ 'ടോൺ' ആകുന്നു. ഒരു ഭാഷയിലെ 'ടോൺ' - അത് പരിഹാസത്തിന്റേതാകാം, അധ്യാപനത്തിന്റേതാകാം, മ്ലാനതയുടേതാകാം, ആഹ്ലാദത്തിന്റേതാകാം, ധ്യാനത്തിന്റേതാകാം, പഴയ കാലത്തെ ഏതെങ്കിലും ശൈലിയെ ബോധപൂർവ്വം ഓർമ്മിപ്പിക്കുന്നതാകാം - അതേപടി മറ്റൊരു ഭാഷയിൽ പുനഃസൃഷ്ടിക്കുക എളുപ്പമല്ല. അയ്യപ്പപ്പണിക്കരുടെ *ഇവിടെ ജീവിതത്തിന്റെ* പഠനത്തിൽ ഞാൻ ഇത് ഉദാഹരിച്ചിട്ടുണ്ട്.

മറ്റൊന്ന് ഭാഷാവിതാനങ്ങളുടേതാണ് (ഇംഗ്ലീഷിൽ 'രെജിസ്റ്റേഴ്സ്'). ചിലപ്പോൾ- വൈലോപ്പിള്ളിയുടെ *കുടിയൊഴിക്കലിൽ* അഥവാ അയ്യപ്പപ്പണിക്കരുടെ *കുരുക്ഷേത്രം, പകലുകൾ രാത്രികൾ* തുടങ്ങിയ രചനകളിൽ എന്ന പോലെ - ഒരൊറ്റ കവിതയിൽത്തന്നെ പല ഭാഷാവിതാനങ്ങൾ ഉണ്ടെന്നു വരാം. ചിലപ്പോൾ പല കവിതകൾ പല വിതാനങ്ങൾ ഉപയോഗിച്ചെന്നു വരാം. വൈലോപ്പിള്ളി തന്നെ എടുക്കുക: 'തള്ളിയേറുമെൻ കാതി, ലൊരൂറ-/ക്കള്ളു നാറും തെറിയുടെ പൂരം' (*കുടിയൊഴിക്കൽ*) എന്ന പരുക്കൻ നാടൻ ഭാഷ, 'പണി മുടക്കിയുടമതൻ/പടി മുടക്കി നിന്നു പോൽ/പഴയ കൂലി കൂട്ടുകെന്നു/ തൊഴിലെടുക്കുമാളുകൾ' (*മാനഭംഗം*) എന്ന ചൊടിയുള്ള മുദ്രാവാക്യഭാഷ, 'ഓണത്തല്ലുണ്ടു പോൽ കുന്നംകുളങ്ങരെ/ യാണത്തമുള്ളോരു തല്ലാണേ/ പ്രീണിച്ചു കേരള നാട്ടിലെ തമ്പ്രാക്കൾ/ മാനിച്ചു പോന്നൊരു മല്ലാണേ' (*ഓണത്തല്ല്*) എന്ന നാടോടിക്കാവ്യഭാഷ, 'പറയാമിനി വന്ന കാരിയം, താങ്കൾക്കൊരു / ചെറുതാം സമ്മാനം ഞാൻ കൊണ്ടുവെച്ചിരിക്കുന്നു (*കിളിയും മനുഷ്യനും*) എന്ന ഗദ്യത്തോട് തൊട്ടു നിൽക്കുന്ന ശൈലി, 'ചീട്ടു തരുന്നൊരു ചങ്ങാതീ, കൊല-/ച്ചീട്ടു തരല്ലേ ചങ്ങാതീ' (*ചേറ്റുപുഴ*) എന്ന സംഭാഷണ ഭാഷ, 'വീണ്ടുമാരോഗ്യം വിളംബരം ചെയ്തൊളി/ പൂണ്ട മിഴിയും തുടുത്ത കവിളുമായ് / വിശ്വസമൃദ്ധിതൻ പാടത്തു കൊയ്യട്ടെ/ സൽസഖിമാരുമായ് സ്വൈരമായ് ഭാരതം' (*വിരുന്നുകാരൻ*) എന്ന ഉദാത്തഭാഷ, 'എവിടെ നൃത്തലോലകൾ / വിവിധ പുഷ്പബാലകൾ/ എവിടെയെവിടെ വേനലിൻ/ കവികൾ കോകിലാദികൾ? (*മഴത്തുള്ളികൾ*) എന്ന ഗാനശൈലി- ഇവ ഉൾപ്പെടെ എത്രയെത്ര തലങ്ങളാണ് അദ്ദേഹം ഉപയോഗിക്കുന്നത്!

ഇത് ആശാനിലും (*വീണ പൂവും, ദുരവസ്ഥ*യും, *കരുണ*യും ആദ്യകാല ശ്ലോകങ്ങളും കുട്ടിക്കവിതകളും ഒന്നു താരതമ്യം ചെയ്യുക) ഇടശ്ശേരിയിലും (ഉദാ: *പൂതപ്പാട്ട്, പെങ്ങൾ, പുളിമാവു വെട്ടി, പ്രണാമം, പുത്തൻ കലവും അരിവാളും, കാവിലെപ്പാട്ട്*) അയ്യപ്പപ്പണിക്കരിലും

(ഉദാ: *മൃത്യുപൂജ, ഉത്സവം, ഞങ്ങൾ മരിയമാർ, ഹൂഗ്ലി, കുട്ടനാടൻ ദൃശ്യങ്ങൾ, പത്തുമണിപ്പൂക്കൾ*) മറ്റും കാണാം. ഉയർന്നതും താഴ്ന്നതുമായ 'രജിസ്റ്ററു'കൾ വിനയചന്ദ്രനിൽ കാണാം. (ഉദാ: *അഞ്ചിതൾ വിനായകം, കൂന്തച്ചേച്ചി*) ഉയർന്ന രജിസ്റ്ററിന്റെ തന്നെ പല ഉപയോഗങ്ങൾ ബാലചന്ദ്രന്റെ കവിതയിലുണ്ട്.

മനോജ് കുറൂർ, അൻവർ അലി, പി പി രാമചന്ദ്രൻ, അനിതാ തമ്പി, പി രാമൻ, എസ്. ജോസഫ് തുടങ്ങി പിന്നീടു വന്ന കവികൾ ഇത്തരം സാധ്യതകളെല്ലാം പല രീതിയിൽ പ്രയോജനപ്പെടുത്തുന്നുണ്ട്. മൂലഭാഷയെയും ലക്ഷ്യഭാഷയെയും കുറിച്ച് സൂക്ഷ്മബോധമുള്ളവർക്കേ ഈ തലങ്ങൾ പരിഭാഷയിൽ കൊണ്ടുവരാനാവൂ. കവിതയുടെ ദൗർഭാഗ്യം കൊണ്ടോ പരിഭാഷയുടെ ഭാഗ്യം കൊണ്ടോ എന്നറിയില്ല, ഏറ്റവും പുതിയ കവികളിൽ പലരിലും ഇത്തരം സൂക്ഷ്മഭാഷാബോധങ്ങൾ ഏറെയൊന്നും പ്രവർത്തിക്കുന്നില്ല. അത് വിവർത്തനം കുറെ എളുപ്പമാക്കിയിട്ടുണ്ട്. അതിൽ സന്തോഷിക്കേണ്ടവർക്കു സന്തോഷിക്കാം.

സംസ്കാരം തർജ്ജുമ ചെയ്യുന്നത് ഇതിനേക്കാൾ പ്രയാസമാണ്. 'പുളിയിലനേർക്കര മുണ്ടു മടക്കി-/ പ്പൂവു നിറച്ചാളമ്മാളു', 'പുടമുറിയാഘോഷിച്ചാങ്ങളമാരവർ/ പൂകീ നാത്തൂൻ വീടുകളിൽ' (*പെണ്ണും പുലിയും*: വൈലോപ്പിള്ളി) എന്ന വരികളുടെ മുൻപിൽ ഒരു വിധം പരിഭാഷകർ മുട്ടുമടക്കും. ഇവിടെ വാക്കുകളേക്കാൾ സന്ദർഭം തന്നെയാണ് പ്രശ്നം. നാട്ടിൻപുറങ്ങളുമായി ബന്ധപ്പെട്ട കാഴ്ചകൾ, ഗന്ധങ്ങൾ, ശബ്ദങ്ങൾ, സ്മൃതികൾ, സസ്യ-ജന്തുജാലങ്ങൾ, മിത്തുകൾ, ഐതിഹ്യങ്ങൾ, വിശ്വാസങ്ങൾ ('ഉണ്ണി നീ ദ്രോഹിക്കരു, തമ്മ ചൊല്ലിനാൾ, ചിറ്റൂ-/രപ്പനാടുവാനെണ്ണ കൊണ്ടു പോം പുഴുവല്ലോ' (*എണ്ണപ്പുഴുക്കൾ*, വൈലോപ്പിള്ളി) ഇവയെല്ലാം കവിതയ്ക്ക് വെളിച്ചവും പരിഭാഷയ്ക്ക് ഇരുട്ടും ആകാം.

ഇവ കൂടാതെ പൊതുസമസ്യകളുണ്ട്. അനുഭവത്തിൽ നിന്നു ഞാൻ പഠിച്ച ഒരു കാര്യം ഭാഷകൾ തമ്മിൽ എത്ര മാത്രം കുടുംബബന്ധമുണ്ടോ, അത്രത്തോളം പരിഭാഷ വിശ്വസ്തമാകാനുള്ള സാധ്യത കൂടുതലാണെന്നാണ്. മലയാളം, തമിഴ്, തെലുങ്ക്, കന്നഡ, മറാത്തി തുടങ്ങിയ ദ്രാവിഡ വ്യാകരണവും ലിംഗ-വചന രൂപങ്ങളും പ്രത്യയങ്ങളും വാക്യഘടനകളും പിന്തുടരുന്ന ഭാഷകൾ തമ്മിൽ പരിഭാഷ കൂടുതൽ എളുപ്പമാണ്. ഹിന്ദി, ബംഗാളി തുടങ്ങിയ ഇൻഡോ-ആര്യൻ ഭാഷകൾ, ഇംഗ്ലീഷ്, ഫ്രഞ്ച്, ഇറ്റാലിയൻ, സ്പാനിഷ് തുടങ്ങിയ ഇൻഡോ യൂറോപ്യൻ ഭാഷകൾ ഇങ്ങനെയിങ്ങനെ ഗോത്രങ്ങൾ അകലും തോറും വാക്യഘടനയുടെയും ലിംഗത്തിന്റെയും മറ്റും പുതിയ സമസ്യകൾ ഉടലെടുക്കുന്നു.

മൂന്നു ലിംഗങ്ങളുള്ള, കർത്താവനുസരിച്ചു ക്രിയയ്ക്ക് മാറ്റം വരാത്ത, മലയാളത്തിൽ നിന്ന്, രണ്ടു ലിംഗങ്ങൾ മാത്രമുള്ള, കർത്താവിന്റെ ലിംഗവും വചനവും അനുസരിച്ച് ക്രിയാരൂപം മാറുന്ന, ഹിന്ദിയിലേക്ക് തർജ്ജുമ ചെയ്യുന്നതിന്റെ, അഥവാ മറിച്ചു ചെയ്യുന്നതിന്റെ, പ്രശ്നങ്ങൾ ഞാൻ നേരിട്ടനുഭവിച്ചിട്ടുണ്ട്. കർത്താവ്, കർമ്മം, ക്രിയ എന്ന ക്രമം പിന്തുടരുന്ന ഇന്ത്യൻ ഭാഷകളിൽ നിന്ന് കർത്താവ്, ക്രിയ, കർമ്മം എന്ന ക്രമം പിന്തുടരുന്ന യൂറോപ്യൻ ഭാഷകളിലേക്കുള്ള വിവർത്തനം വീണ്ടും സങ്കീർണ്ണമാകുന്നു. സമസ്തപദങ്ങൾ, കർത്താവ് വാക്യത്തിൽ ഇല്ലാതെ വരുന്നതോ, കുറെ കഴിഞ്ഞു മാത്രം വരുന്നതോ ആയ സന്ദർഭങ്ങൾ, വിശേഷണങ്ങളുടെ പെരുക്കം, വികാരത്തിന്റെ തോത്, ബന്ധസൂചകമായ സംജ്ഞകൾ ഇങ്ങിനെ പലയിടങ്ങളിലും ശ്രദ്ധ ആവശ്യമായി വരാം.

പരിഭാഷകൾ പലതരം ധർമ്മങ്ങൾ ഒന്നിച്ചോ വേറെ വേറെ ആയോ അനുഷ്ഠിക്കുന്നുണ്ട്. അത് ലക്ഷ്യഭാഷയുടെ കഴിവ് പരീക്ഷിക്കുന്നു, അതിന്റെ സാഹിത്യസമ്പത്തിനെ കൂടുതൽ സമൃദ്ധമാക്കുന്നു. ഭാവുകത്വപരിവർത്തനത്തെ ത്വരിതപ്പെടുത്തുന്നു. പുതിയ സാഹിത്യ പ്രസ്ഥാനങ്ങൾക്കും പ്രവണതകൾക്കും പ്രേരണ നൽകുന്നു. ഭാവുകന്റെ സൗന്ദര്യബോധത്തെയും ജീവിതബോധത്തെയും ഭാശാബോഷതെയും വികസിപ്പിക്കുന്നു, സംസ്കാരങ്ങൾ തമ്മിൽ ബന്ധിപ്പിക്കുന്നു. സാമൂഹ്യമോ രാഷ്ട്രീയമോ ആയ സംക്രമണത്തിനു രാസത്വരകമാകുന്നു.

2

ഞാൻ ചെയ്ത നാടകപരിഭാഷകളും അല്പം ചില കഥാപരിഭാഷകളും ഇവിടെ ചർച്ചയ്ക്കെടുക്കുന്നില്ല. എന്നാൽ ഞാൻ കവിത എഴുതാൻ തുടങ്ങിയ കാലം മുതൽ തന്നെ കവിതാപരിഭാഷയും ആരംഭിച്ചു എന്നതാണ് സത്യം. ഏതാണ്ട് പതിമൂന്നാം വയസ്സിലാണ് ആധി നിറഞ്ഞ ഈ വ്യാധികൾ രണ്ടും പിടി പെട്ടത്. ആദ്യത്തെ പരിഭാഷകൾ ഒമാർ ഖയ്യാമിന്റെ റൂബായികൾ ആയിരുന്നു- ഫിറ്റ്സ്ജെറാൾഡിന്റെ പ്രസിദ്ധമായ ഇംഗ്ലീഷ് വിവർത്തനങ്ങളിൽ നിന്ന്. പേഴ്സ്യൻ പണ്ഡിതർ അത് അത്ര നല്ല തർജ്ജമയായി കരുതുന്നില്ല എന്നെല്ലാം പിന്നീടാണ് അറിഞ്ഞത്. പക്ഷേ ചിത്രങ്ങൾ നിറഞ്ഞ ആ പുസ്തകം ഹൈസ്കൂൾ ലൈബ്രറിയിൽ കണ്ടപ്പോൾത്തന്നെ ഇഷ്ടമായി. പല കവിതകളും മന്ദാക്രാന്ത, സ്രഗ്ദ്ധര തുടങ്ങിയ സംസ്കൃതവൃത്തങ്ങളിൽ ശ്ലോകങ്ങൾ ആയാണ് ചെയ്തത്- കുമാരനാശാന്റെ സ്വാധീനമായിരിക്കാം ഹേതു. അതെല്ലാം അന്ന് കൊടുങ്ങല്ലൂർ സർക്കാർ ബോയ്സ് ഹൈസ്കൂളിന്റെ കയ്യെഴുത്തു മാസികകളിലാണ് വെളിച്ചം കണ്ടത്;

ആദ്യകവിതകൾ അവയിലും നാട്ടിൻപുറത്തെ കലാകുസുമം വായനശാല നടത്തിയിരുന്ന കയ്യെഴുത്തു മാസികകളിലും എന്ന പോലെ. ക്രൈസ്റ്റ് കോളേജിൽ എത്തിയപ്പോൾ ഇംഗ്ലീഷ് കാൽപനിക കവികളിൽ ആകൃഷ്ടനായി. ഷെല്ലിയുടെ *പടിഞ്ഞാറൻ കാറ്റിന്നൊരു ഗീതം*, വേഡ്സ്വർത്തിന്റെ *മിൽട്ടൺ*, *ഡാഫഡിൽ പുഷ്പങ്ങളോട്*, *വസന്താരംഭത്തിലെഴുതിയ വരികൾ*, കീറ്റ്സിന്റെ *ഗ്രീക്ക് ചിതാകലശത്തിന്നുള്ള ഗീതം* തുടങ്ങിയ കവിതകളുടെ പരിഭാഷകൾ അന്ന് ക്രൈസ്റ്റ് കോളേജിൽ പഠിപ്പിച്ചിരുന്ന മാമ്പുഴ കുമാരൻ മാസ്റ്ററെ കാണിച്ചത് ഓർക്കുന്നു. അവയൊന്നും പ്രസിദ്ധീകരിച്ചില്ല. കോളേജ് മാസികയിൽ സ്വന്തം രചനകളാണ് നൽകാറുള്ളത്, മലയാളവും ഇംഗ്ലീഷും. (ഇംഗ്ലീഷിൽ കവിതയെഴുതുന്നത് ഒരു സാഹസം തന്നെയായിരുന്നു. പിന്നീട് ഞാൻ അത് ശ്രമിച്ചിട്ടേയില്ല) വിചിത്രമായി തോന്നാം, മഹാരാജാസിലെ എം.എ. പഠനകാലത്ത് ഞാൻ അധികമൊന്നും പരിഭാഷകൾ ചെയ്തതായി ഓർക്കുന്നില്ല. ഒരു പുസ്തകം ചെയ്തു: നസ്രുൾ ഇസ്ലാമിന്റെ കവിതകൾ, കേരള സാഹിത്യ അക്കാദമിക്ക് വേണ്ടി. അത് ബംഗാളിയിൽ നിന്ന് തന്നെയാണ് ചെയ്തത്. കവിതകൾ ദേവനാഗരി ലിപിയിൽ കിട്ടി. അല്പം വാക്കുകളെ അറിയാതെ ഉണ്ടായിരുന്നുള്ളൂ, താളവും. അതിനു മഹാരാജാസിൽ ബംഗാളി അദ്ധ്യാപികയായിരുന്ന നിലീന അബ്രഹാമിന്റെ സഹായം തേടി. കവിതകളും ലേഖനങ്ങളും -സാർത്രിനെക്കുറിച്ചു പത്ത് ലേഖനങ്ങളുടെ ഒരു പരമ്പര തന്നെ-ആണ് അക്കാലത്തു കൂടുതലും എഴുതിയത്. യൂറോപ്യൻ-ആഫ്രിക്കൻ കവിതകളുമായി പരിചയം നേടുന്നത് ആ കാലത്തായിരുന്നു. കൂട്ടുകാർ ഹോട്ടലിലോ ബാറിലോ പോകുമ്പോൾ ഞാൻ സ്കോളർഷിപ് പണം മിച്ചം വെച്ച് ബ്രോഡ് വേയിലെ 'പൈ ആൻഡ് കമ്പനി'യിൽ നിന്നും കോളേജിനു മുന്നിലുള്ള ആസാദ് ബുക്ക് സെന്ററിൽ നിന്നും പുസ്തകങ്ങൾ വാങ്ങും. *പെൻഗ്വിൻ മോഡേൺ പോയറ്റ്സ്, പെലിക്കൻ യൂറോപ്യൻ പോയറ്റ്സ്* എന്നീ പരമ്പരകൾ ഇറങ്ങുന്ന കാലമാണ്, കൂടാതെ ഫ്രഞ്ച്, ജർമ്മൻ, സ്പാനിഷ് കവിതകളുടെയും മറ്റും ദ്വിഭാഷാ സമാഹാരങ്ങളും- എല്ലാം വില കുറഞ്ഞ പേപ്പർ ബാക്കിൽ. അവയിൽ പലതിൽ നിന്നുമാണ് പിന്നീട് ഞാൻ *കേരളകവിത*യിൽ പരിഭാഷകൾ ചെയ്തത്.

കവിതാ പരിഭാഷയെ ഞാൻ കവിതാരചന പോലെ തന്നെ പ്രധാനമായി എടുക്കുന്നത് *കേരള കവിത* ത്രൈമാസികത്തിന്റെ കാലത്താണ്. അയ്യപ്പപ്പണിക്കർ ആണ് അതിനു പ്രേരണയായത്. ചിലപ്പോൾ അദ്ദേഹം ഇങ്ങോട്ട് പേരുകൾ നിർദ്ദേശിക്കും, ചിലപ്പോൾ ഞാൻ അങ്ങോട്ടും. ഇൻഡോനേഷ്യൻ കവി ചേരിൽ അൻവറിന്റെയും ജീബനാനന്ദ ദാസിന്റെയും കവിതകൾ അദ്ദേഹം പറഞ്ഞു, പോളിഷ് കവി സിബ്ന്യൂ ഹെർബെർട്ട് മുതൽ വടക്കുകിഴക്കേ ഇന്ത്യയിലെ കവികളുടെ പേരുകൾ

വരെ ഞാൻ നിർദ്ദേശിച്ചു. ആധുനികമായ ഒരു കാവ്യഭാവുകത്വത്തെ മലയാളികൾക്ക് പരിചയപ്പെടുത്തുകയായിരുന്നു ലക്ഷ്യം.

പിന്നീട് ഞാൻ സ്വന്തമായി പ്രസിദ്ധീകരണങ്ങൾ ആരംഭിച്ചപ്പോൾ അവയ്ക്ക് വേണ്ടിയും മറ്റു ലിറ്റിൽ മാഗസിനുകൾക്കു വേണ്ടിയും വിവർത്തനങ്ങൾ ചെയ്തു. *ജ്വാല*യ്ക്കു വേണ്ടി ജാപ്പനീസ് ഹൈക്കു കവിതകൾ, ഒഗ്ഡൻ നാഷിന്റെ ലിമറിക്കുകൾ (ആ മാസികയുടെ വലിപ്പത്തിന് അവയെ പറ്റുമായിരുന്നുള്ളൂ), *പച്ചക്കുതിര*യ്ക്കു വേണ്ടി വിസ്വാവാ ഷിമ്പോഴ്സ്കാ അങ്ങനെ.

എഴുപതുകളിൽ പരിഭാഷ ഒരു രാഷ്ട്രീയ പ്രവർത്തനം കൂടിയായി. അക്കാലത്താണ് പാബ്ലോ നെരൂദ, ബെർതോൾറ്റ് ബ്രെഹ്റ്റ്, പോൾ എലുവാദ്, ലൂയി ആരഗൻഗ്, ഓഡൻ, മാവോ, ഹോ-ചി മിൻ തുടങ്ങിയവരുടെയും അനേകം ആഫ്രിക്കൻ-ലാറ്റിൻ അമേരിക്കൻ കവികളുടേയും പരിഭാഷകൾ നടത്തുന്നത്. ഇവയിൽ ചിലത് *നവയുഗം* വാർഷികപ്പതിപ്പിനു വേണ്ടി കെ ജി ശങ്കരപ്പിള്ളയോടൊത്ത് *വിശ്വവിപ്ലവ കവികൾ* എന്ന പ്രത്യേക ഫീച്ചറിന്നു വേണ്ടി ചെയ്തവയാണ്. അന്ന് ഗ്രന്ഥശാലാ സഹകരണസംഘം പ്രസിഡന്റ് ആയിരുന്ന പി. ഗോവിന്ദപ്പിള്ളയാണ് ഇരിങ്ങാലക്കുടയിലെ എന്റെ വാടകവീട്ടിൽ വന്നു നെരൂദ തർജ്ജമയ്ക്ക് ആദ്യം പ്രേരിപ്പിക്കുന്നത്. അതോടൊപ്പം ഹോ ചിമിന്റെ *ജയിൽ ഡയറി*യും ചെയ്തു. അവ ഒന്നിച്ചാണ് തിരുവനന്തപുരത്ത് വെച്ച് അടിയന്തിരാവസ്ഥക്കാലത്ത് പൊലീസിന്റെ കനത്ത കാവലിൽ പ്രകാശനം ചെയ്തത്. അത് ഒരു പ്രതിരോധയോഗം തന്നെയായി മാറി. കേരളത്തിനു പുറത്ത് അങ്ങനെയൊന്നു ആ കാലത്ത് നടത്താൻ കഴിയുമായിരുന്നു എന്ന് തോന്നുന്നില്ല.

ക്രമേണ കാവ്യപരിഭാഷ എന്റെ സർഗ്ഗാത്മക പ്രവർത്തനത്തിന്റെ തന്നെ ഒരംശമായി മാറുകയായിരുന്നു. സൗന്ദര്യശാസ്ത്രപരമോ രാഷ്ട്രീയമോ ആയ പ്രത്യേക കാരണങ്ങൾ ഇല്ലാത്തപ്പോഴും ആ പ്രേരണകൾ തുടരുമ്പോൾ തന്നെ - സ്വയം കവിതകൾ എഴുതാത്ത കാലങ്ങളിൽ ഭാഷയെയും ഭാവനയെയും സജീവമായി നിലനിർത്തുന്നതിന്റെ ഭാഗമായി ഞാൻ പലതരം കവികളെ വിവർത്തനം ചെയ്തു. അതിൽ ക്വാസിമോഡോ, ഉംഗാരെറ്ടീ തുടങ്ങിയ മിതഭാഷികളായ 'ഹെർമെറ്റിക്' കവികൾ മുതൽ മോന്താലെ, മഹ്മൂദ് ദാർവീഷ് തുടങ്ങിയ രാഷ്ട്രീയ കവികൾ വരെ ഉണ്ടായിരുന്നു. പരിസ്ഥിതിവാദികളും സമഗ്രാധിപത്യവിരുദ്ധരും പ്രണയകവികളും സ്ത്രീവാദികളും ദളിത് കവികളും ഉണ്ടായിരുന്നു. മലയാളത്തിലെ ആദ്യത്തെ സ്ത്രീ കവിതാ സമാഹാരം - *മുപ്പത് ഇന്ത്യൻ കവയിത്രികൾ* - ഞാൻ എഡിറ്റ് ചെയ്തു ജോയ് മാത്യു (*ബോധി*) പ്രസിദ്ധീകരിച്ചതാണ്. ആദ്യത്തെ ഹിന്ദി കവിതാ സമാഹാരം - *സമകാലീന ഹിന്ദി കവിത* - ഞാൻ ഹിന്ദിയിൽ നിന്ന് നേരിട്ട്

പരിഭാഷ ചെയ്തതാണ്. ആഫ്രിക്കൻ, ലാറ്റിൻ അമേരിക്കൻ, യൂറോപ്യൻ, ഏഷ്യൻ കവിതകൾ വേറെയും.

ഇതിനിടെ പരിഭാഷാ ശില്പശാലകൾക്ക് ക്ഷണം ലഭിച്ചു തുടങ്ങി. എൺപതുകളുടെ തുടക്കത്തിലാണ് ഭോപ്പാലിലെ ഭാരത് ഭവനിൽ ദിലീപ് ചിത്രെയുടെ നേതൃത്വത്തിൽ അത്തരം ഒരു ശില്പശാലയിൽ ഞാൻ പങ്കെടുത്തത്. ഞങ്ങൾ കുറച്ചുപേരുടെ കവിതകൾ - ശക്തി ഛതോപാധ്യായ്, ദിലീപ് ചിത്രേ, ഞാൻ- ഹിന്ദിയിലേക്ക് പരിഭാഷ ചെയ്യുന്ന ശില്പശാല ആയിരുന്നു അത്. ഒപ്പം കേദാർ നാഥ് സിംഗ്, വിനോദ് കുമാർ ശുക്ല, അശോക് വാജ്പേയി എന്നിവരുടെ കവിതകൾ ഇംഗ്ലീഷിലേക്കും പരിഭാഷ ചെയ്യപ്പെട്ടു. ചില കവികൾക്ക് രണ്ടു റോളും ഉണ്ടായിരുന്നു. പരിഭാഷകരിൽ അരവിന്ദ് മൽഹോത്രയെപ്പോലെ പ്രശസ്ത കവികളും ഉണ്ടായിരുന്നു. ഏറ്റവും പ്രായം കുറഞ്ഞ കവി ഞാനായിരുന്നു. എന്റെ പരിഭാഷകൻ യുവകവി രാജേന്ദ്ര ധോടപ്കർ ആയിരുന്നു. ഞങ്ങളെ കൂട്ടിയിണക്കാൻ സുധാ ഗോപാൽ കൂടി ഉണ്ടായിരുന്നു. (സുധയും ഗോപാലകൃഷ്ണനും പിന്നെ അടുത്ത സുഹൃത്തുക്കളായി. വിസ്മയകരമായ കാര്യം ഞങ്ങൾ എല്ലാം - രാജേന്ദ്ര ഉൾപ്പെടെ - പിന്നീട് ഡൽഹിയിൽ എത്തി എന്നതാണ്.) അത് ഒരു നല്ല മാതൃക ആയിത്തോന്നി. അന്ന് കേരളത്തിലായിരുന്ന എന്റെ ഹിന്ദി അത്ര നന്നായിരുന്നില്ല. എന്റെ പരിഭാഷകന് മലയാളം അറിയുകയുമില്ല. സുധയുടെ സഹായം കൊണ്ട് നേരിട്ടു തന്നെയാണ് പരിഭാഷ നടന്നത്. അവിടെ നടന്ന പരിഭാഷകൾ എല്ലാം ഒരു പുസ്തക പരമ്പരയായി ഇറങ്ങി. ഹിന്ദിയിൽ മുൻപന്തിയിലുള്ള 'രാജ് കമൽ' ആയിരുന്നു പ്രസാധകർ. ആ സമാഹാരം എനിക്ക് ഒരുപാട് കവി/സഹൃദയ സുഹൃത്തുക്കളെ ഉണ്ടാക്കിയെന്നു പിന്നീട് ഡൽഹിയിലേക്കു താമസം മാറ്റിയപ്പോൾ തിരിച്ചറിഞ്ഞു. ഒപ്പം പല ഇന്ത്യൻ കവികളെയും അടുത്ത് പരിചയപ്പെടാനും ഇട വന്നു. ഞങ്ങൾ രണ്ടു മൂന്നാഴ്ച ഒന്നിച്ചു താമസിച്ചല്ലോ.

കേദാർനാഥ് സിംഗ്, ദിലിപ് ചിത്രേ, അശോക് വാജ്പേയി, അരവിന്ദ് കൃഷ്ണ മൽഹോത്ര ഇവരെല്ലാം ആജീവനാന്ത സുഹൃത്തുക്കളായി, ആദ്യത്തെ രണ്ടു പേർ ഇപ്പോൾ ഇല്ലെങ്കിലും. ഭാരത് ഭവൻ വഴിയാണ് ഞാൻ ഇന്ത്യയിലെയും പുറത്തെയും ഒട്ടേറെ നല്ല കവികളെ അടുത്തറിയുന്നത് എന്നു കൂടി പറയട്ടെ. അത് അക്കാദമിയിൽ ചേർന്നപ്പോൾ സഹായകമാവുകയും ചെയ്തു, ഒപ്പം എന്റെ ഹിന്ദി പുതുക്കാനും ശക്തിപ്പെടുത്താനും സഹായിച്ചു. പിന്നീട് ഹമ്പിയിലും പട്ടാമ്പിയിലും ദക്ഷിണ-ഇന്ത്യൻ കവികളുടെ പരിഭാഷാ ശില്പശാലകളിൽ പങ്കെടുക്കാനും സാഹിത്യ അക്കാദമിയിൽ ചിലത് ഡയറക്റ്റ് ചെയ്യാനും കഴിഞ്ഞു. മറ്റൊരു നല്ല അനുഭവം വെയിൽസിൽ വെച്ചും, തുടർന്ന് കോവളത്തു വെച്ചും വെല്ഷ്-ഇന്ത്യൻ കവികളുടെ വിവർത്തനശില്പശാലയിൽ പങ്കെടുത്തതായിരുന്നു. മറ്റൊന്ന് സ്വീഡനിൽ രണ്ടാഴ്ച താമസിച്ചു

സ്വീഡിഷ് കവിതകൾ കവികളോടൊപ്പമിരുന്നു പരിഭാഷ ചെയ്തതായിരുന്നു. ചിലപ്പോൾ അവർ ഞാൻ താമസിച്ചിരുന്ന റൈറ്റേഴ്സ് ഹോമിൽ വന്നു, ചിലപ്പോൾ ഞാൻ സ്റ്റോക്ഹോമിലോ, ഉപ്പ്സാലയിലോ മറ്റിടങ്ങളിലോ ഉള്ള അവരുടെ വീട്ടിൽ പോയി. അവരെല്ലാവരും ഇംഗ്ലീഷ് ഒരു വിധം നന്നായി അറിയാവുന്നവരായിരുന്നതു കൊണ്ടും ഇംഗ്ലീഷ് തർജ്ജമകൾ ലഭ്യമായിരുന്നതു കൊണ്ടും പരിഭാഷ വലിയ ആയാസം ഉള്ളതായിരുന്നില്ല. മുൻപും സ്വീഡനിൽ പോയിട്ടുള്ളതു കൊണ്ടും യൂറോപ്പ് യാത്രകൾ ധാരാളം ചെയ്തിട്ടുള്ളതു കൊണ്ടും ആ രചനകളുടെ സാംസ്കാരിക പശ്ചാത്തലവും അപരിചിതമായിരുന്നില്ല. പോരെങ്കിൽ സംശയ നിവൃത്തി വരുത്താൻ കവികൾ തന്നെയും! ആ കവിതകളാണ് *ഉറങ്ങുന്നവർക്കുള്ള കത്തുകൾ* എന്ന പേരിലുള്ള പുസ്തകം (ഡി.സി. ബുക്സ്) ഈ പുസ്തകവും, കമലാദാസിന്റെ *കെട്ടിയിട്ട കോലാട്* എന്ന അന്ത്യകവിതകളുടെ സമാഹാരവും മാതൃഭൂമി ബുക്സ് പ്രസിദ്ധീകരിച്ച *പടിഞ്ഞാറൻ കവിത, മൂന്നാം ലോക കവിത, ഇന്ത്യൻ കവിത, പലലോകകവിത* എന്നീ നാലു ബൃഹത് സമാഹാരങ്ങളും നെരൂദയുടെ *ഇരുപതു പ്രണയകവിതകളും ഒരു വിലാപഗീതവും* (ഗ്രീൻ ബുക്സ്) ചേർന്നാൽ ഞാൻ മലയാളത്തിലേയ്ക്ക് ചെയ്ത കവിതാ പരിഭാഷകളുടെ ഏതാണ്ട് സമ്പൂർണ്ണമായ ഒരു ചിത്രം ലഭിക്കും. ഇവയ്ക്കു മുൻപുള്ള സമാഹാരങ്ങളിലെ പരിഭാഷകൾ മിക്കവയും ഈ സമാഹാരങ്ങളിൽ ഉണ്ട് എന്നർത്ഥം.

എന്റെ പരിഭാഷാ സമ്പ്രദായത്തെക്കുറിച്ചു കൂടി ചിലത് പറയാം. സ്വാഭാവികമായും ഇംഗ്ലീഷ്, ഹിന്ദി ഭാഷകളിലുള്ള പരിഭാഷകളെ എനിക്ക് പലപ്പോഴും ആശ്രയിക്കേണ്ടി വന്നിട്ടുണ്ട്. ഇന്ത്യൻ കവികളെ പരിഭാഷ ചെയ്യുമ്പോൾ ഹിന്ദിയെ ആണ് എനിക്ക് കൂടുതൽ വിശ്വാസം. ഉർദു ദേവനാഗരി ലിപിയിൽ ലഭിച്ചാൽ ഏതാണ്ട് നേരിട്ടു തന്നെ ചെയ്യാൻ കഴിയും. സംശയമുള്ള ചില വാക്കുകൾ മനസിലാക്കുകയേ വേണ്ടൂ. സ്പാനിഷ്, ജെർമ്മൻ, ഫ്രഞ്ച് തുടങ്ങി റോമൻ ലിപി ഉപയോഗിക്കുന്ന ഭാഷകളിൽ നിന്ന് വിവർത്തനം ചെയ്യുമ്പോൾ ബൈ-ലിംഗ്വൽ സമാഹാരങ്ങൾ ആണ് കഴിവതും ഉപയോഗിക്കാറ്. എം എ യ്ക്ക് ഓൾഡ് ഇംഗ്ലീഷ് എന്റെ പ്രത്യേക വിഷയമായിരുന്നതുകൊണ്ട് - അന്ന് അത് തീരെ ഇഷ്ടമായിരുന്നില്ലെങ്കിലും - ജർമ്മൻ പോലുള്ള ഭാഷകളിലേക്ക് ഒരു താക്കോൽ കയ്യിലുണ്ട്. ഫ്രഞ്ച് പഠിക്കാൻ ശ്രമിച്ചിട്ടുണ്ട്. സ്പാനിഷ് ഉൾപ്പെടെയുള്ള ഭാഷകൾ എഴുതിക്കണ്ടാൽ ലാറ്റിൻ റൂട്ട് വഴി കുറെ മനസ്സിലാകും. ഉറക്കെ വായിക്കാനും കഴിയും. തീർച്ചയായും ഇംഗ്ലീഷ് പരിഭാഷ- കഴിയുമെങ്കിൽ ഒന്നിലേറെ- ഉപയോഗിക്കാതെ വയ്യ. ഹിന്ദിയിൽ നിന്ന് നേരിട്ട് പരിഭാഷ ചെയ്യാം, ഇംഗ്ലീഷിൽ നിന്നും. നിഘണ്ടു അധികം ഉപയോഗിക്കേണ്ടി വരാറില്ല. കഴിയുന്നത്ര മൂലവുമായി ഒത്തു നോക്കും. ഇതെല്ലാം എന്റെ ജീവിതസാഹചര്യങ്ങളുടെയും യാത്രകളുടെയുമൊക്കെ സംഭാവനകളാണ്. എന്റെ വ്യക്തിപരമായ മഹത്വമൊന്നുമല്ല. അല്പം ഹിന്ദിയും പഞ്ചാബിയും ഹിന്ദിയും ഉർദുവും അറിയാതെ ഡൽഹിയിൽ കഴിയാനാവില്ല. ഇംഗ്ലീഷ് എന്റെ ഉപജീവന ഭാഷ കൂടിയായിരുന്നു. മലയാളം സ്കൂളിന്നപ്പുറം പഠിച്ചിട്ടില്ല- വായനയിലൂടെ നേടിയതേ ഉള്ളൂ. എഴുത്തച്ഛനും ആശാനും സി വി രാമൻ പിള്ളയും മറ്റും നേരത്തെ ഉള്ളിൽ കടന്നു കൂടിയതുകൊണ്ട് അതു കഴിഞ്ഞു. പിന്നെ തുടർച്ചയായ വായനയും.

നേരെ മറിച്ചുള്ള കുറെ പരിഭാഷകളും ചെയ്യേണ്ടി വന്നിട്ടുണ്ട്. എന്റെ തന്നെ കവിതകളുടെ ഇംഗ്ലീഷ് പരിഭാഷകൾ 700 പേജെങ്കിലും വരും. അവയിൽ ഭൂരിപക്ഷവും The Missing Rib (Poetrywalla, Bombay, 2016), Not Only the Oceans (Do, 2018), Questions from the Dead (Coppercoin, Delhi, ഉടൻ പുറത്തിറങ്ങുന്നു) എന്നീ സമാഹാരങ്ങളിൽ ഉണ്ട്. എന്നേക്കാൾ മുതിർന്നവരും എന്റെ സമകാലീനരും എന്നേക്കാൾ പ്രായം കൊണ്ട് താഴെയുള്ളവരുമായ മലയാള കവികളുടെയും ഹിന്ദി കവികളുടെയും ഇംഗ്ലീഷ് പരിഭാഷകൾ 300 പേജെങ്കിലും വരും. ഇതിൽ എഴുത്തച്ഛന്റെ ആദ്ധ്യാത്മ രാമായണത്തിലെ ചില ഭാഗങ്ങളും ഉൾപ്പെടുന്നു. അതിസാഹസികമായ ഈ കൃത്യം ഞാൻ ഏറ്റെടുത്തത് അയ്യപ്പപ്പണിക്കരുടെ നിർബന്ധത്തിനു വഴങ്ങി ആയിരുന്നു. സാഹിത്യ അക്കാദമിയുടെ *മദ്ധ്യകാല ഇന്ത്യൻ സാഹിത്യം* എന്ന സമാഹാരത്തിനു വേണ്ടി.

ഷേക്സ്പിയറുടെ ഗീതകങ്ങൾ എന്നെക്കൊണ്ട് മലയാളത്തിലേക്ക് വിവർത്തനം ചെയ്യിച്ചതും അയ്യപ്പപ്പണിക്കർ തന്നെയായിരുന്നു. ഹിന്ദിയിൽ നിന്ന് കേദാർ നാഥ് സിംഗ്, മംഗളേഷ് ദബ്രാൽ, അനാമിക തുടങ്ങിയവരുടെ കവിതകൾ ഇംഗ്ലീഷിലാക്കിയതും അത്തരം സാഹചര്യങ്ങളിൽത്തന്നെ. എങ്കിലും പരിഭാഷയുമായി ബന്ധപ്പെട്ട ഒരു ജോലി ചെയ്യുമെന്ന് ഞാൻ ഒരിക്കലും കരുതിയിരുന്നില്ല: ഞാൻ അവസാനം ചെയ്ത ജോലികളിൽ ഒന്ന് ഇന്ദിരാ ഗാന്ധി നാഷണൽ ഓപ്പൺ സർവ്വകലാശാലയിൽ പരിഭാഷാപഠന -പരിശീലന വകുപ്പിന്റെ പ്രൊഫസറും ഡയറക്ടറുമായിട്ടാണ്. തുടക്കമായതിനാൽ അവിടെ ശില്പശാലകൾ നടത്താനും നല്ലൊരു പാഠ്യപദ്ധതി രൂപീകരിക്കാനും കഴിഞ്ഞു. നേരത്തെ സൂചിപ്പിച്ച പോലെ ആ സിദ്ധാന്തങ്ങളൊന്നും പരിഭാഷയെ സഹായിച്ചില്ലെങ്കിലും ആ സങ്കീർണ്ണ പ്രക്രിയയെ പല കോണുകളിൽ നിന്ന് മനസ്സിലാക്കാൻ അവ സഹായകമായി.

ഇപ്പോൾ ഞാനുൾപ്പെട്ട പരിഭാഷാ പദ്ധതികളെക്കുറിച്ച് പറഞ്ഞുകൊണ്ട് ഈ ലേഖനം അവസാനിപ്പിക്കാം. ഒന്ന്, ഭക്തി-സൂഫി കവികളുടെ പരിഭാഷയാണ്. ഇത് പരോക്ഷമായ ഒരർത്ഥത്തിൽ ഒരു രാഷ്ട്രീയ പദ്ധതി കൂടിയാണ്. ഇന്ത്യൻ സാഹിത്യം, കലകൾ (സംഗീതം, നൃത്തം, നാടകം, ചിത്രകല, ശിൽപ്പകല) ഇവയ്ക്ക് ഏറ്റവും വലിയ സംഭാവനകളും പ്രചോദനവും നൽകിയ കവികൾ എന്ന നിലയ്ക്ക് മാത്രമല്ല, ഇന്ത്യയിലെ പ്രതിപക്ഷ സാഹിത്യ പാരമ്പര്യത്തിന്റെ പ്രതിനിധികൾ എന്ന നിലയിൽ കൂടിയാണ് അവർ പ്രാധാന്യം കൈവരിക്കുന്നത്. ശ്രീനാരായണ ഗുരുവിന്റെയും ഗാന്ധിയുടെയും ആത്മീയ വിപ്ലവ പ്രചോദനം ഈ പാരമ്പര്യത്തിൽ നിന്ന് വരുന്നതാണ്. നമ്മുടെ സ്ത്രീവിമോചന ചിന്തകൾ ആരംഭിക്കുന്നത് ബുദ്ധസന്ന്യാസിനികളായ ഉബ്ബിരി, സുമംഗല മാതാ തുടങ്ങിയവരിൽ നിന്നെന്ന പോലെ ആണ്ടാൾ, അക്ക മഹാദേവി, മീരാബായ്, ബഹീനാ ബായി, ഗംഗാ സതി, ലാൽ ദെദ് തുടങ്ങിയവരിൽ നിന്നു കൂടിയാണ്. ജാതി, വർണ്ണം, സങ്കുചിതമായ അർത്ഥത്തിലുള്ള മതം, ബ്രാഹ്മണാധികാരം, പൗരോഹിത്യം, സംസ്കൃത പ്രാഭവം, ആചാരങ്ങൾ ഇവയെ വെല്ലുവിളിച്ചവരായിരുന്നു ഈ കവികൾ ഏറെയും. ഞാൻ ആരംഭിച്ചത് ഈ ചോദ്യം ചെയ്യൽ പാരമ്പര്യത്തിന്റെ ഉത്തമപ്രതീകമായ കബീറിൽ നിന്നാണ്. *ദൈവവുമായുള്ള സംഭാഷണങ്ങൾ* എന്ന പേരിൽ ഈ കവിതകൾ മാതൃഭൂമി ബുക്സ് പ്രസിദ്ധപ്പെടുത്തിയിട്ടുണ്ട്. അവർ തന്നെ *നാലു വചനകവികൾ, ബുള്ളേഷാ*യുടെ കവിതകൾ എന്നിവയും ഉടൻ പുറത്തിറക്കുന്നു. ഇപ്പോൾ ഞാൻ തുക്കാറാമിന്റെ കവിതകൾ വിവർത്തനം ചെയ്യുകയാണ്. ഈ മഹാസമുദ്രത്തിലെ ചില തുള്ളികൾ മാത്രമേ ഒരു ജീവിതം കൊണ്ട്

കോരിയെടുക്കാനാവൂ. എത്രത്തോളം എനിക്ക് ചെയ്യാനാവും എന്നൊന്നും തീർച്ചയില്ല. മഹാമാരിക്കാലത്തെ എന്റെ മുഖ്യപ്രവർത്തനം ഈ പരിഭാഷകളും, പെൻഗ്വിന് വേണ്ടി Singing in the Dark, Greening the Earth എന്നീ കാലികപ്രസക്തിയുള്ള സമാഹാരങ്ങളുടെ എഡിറ്റിങ്ങും ആയിരുന്നു.

ഇതോടൊപ്പം ഞാൻ *മാദ്ധ്യമം* ആഴ്ചപ്പതിപ്പിൽ *കവിതയ്ക്ക് ഒരു വീട്* എന്ന പംക്തിയിലൂടെ ഒരുപാട് സമകാലീന കവികളെ അവതരിപ്പിക്കുന്നുണ്ട് എന്ന് വായനക്കാർക്ക് അറിയാമല്ലോ. ഐറിഷ് കവിതകളുടെ ഒരു സമാഹാരം മലയാളത്തിൽ ചെയ്യാനുള്ള ഒരു ഐറിഷ് കവിസുഹൃത്തിന്റെ അഭ്യർത്ഥനയും ഞാൻ സ്വീകരിച്ചിട്ടുണ്ട്. പഴയതും പുതിയതും കവിതയെ സംബന്ധിച്ച് ഒരു വിരുദ്ധദ്വന്ദ്വമല്ല എന്ന തിരിച്ചറിവിന്റെ ആഹ്ലാദത്തിലാണ് ഞാനിപ്പോൾ. മുപ്പതു വർഷം മുൻപു തന്നെ കബീറിന്റെ സമകാലികതയെയും ഗാലിബ്ബിന്റെ ആധുനികതയെയും കുറിച്ച് ഞാൻ എഴുതിയിട്ടുള്ളതിനാലും, ഭക്തികവിതയെ ഒരു പ്രതി-പാരമ്പര്യമായി അവതരിപ്പിക്കുന്ന മൂന്നു ദീർഘ പ്രഭാഷണങ്ങൾ ബനാറസ് ഹിന്ദു സർവ്വകലാശാലയിൽ നടത്തിയിട്ടുള്ളതിനാലും, ഭക്തി-സൂഫി കവികളെക്കുറിച്ച് ഒരു കവിതാപരമ്പര തന്നെ എഴുതിയിട്ടുള്ളതിനാലും മതേതരമായ ഒരു ആത്മീയതയെക്കുറിച്ച് അരനൂറ്റാണ്ടായി സംസാരിച്ചു കൊണ്ടിരിക്കുന്നതിനാലും ഇത് ഇപ്പോൾ ഉദിച്ച ഒരു വിവേകം ആണെന്ന് പറയാനാവില്ല.

അനുബന്ധങ്ങൾ

രണ്ടു ചെറു മാസികകൾക്കുവേണ്ടി യുവനിരൂപകനായ കെ.വി. സജയ്, യുവകവിയായ എം.പി. പ്രതീഷ് എന്നിവർ നടത്തിയ ഈ അഭിമുഖങ്ങൾ യഥാക്രമം 'സച്ചിദാനന്ദന്റെ ദുഃഖം എന്ന വീട്', 'ഒരു ചെറിയ വസന്തം' എന്നീ സമാഹാരങ്ങളിൽ നിന്നാണ്. കവിയുടെ ഉള്ളിലേക്കും കവിതയുടെ ഭാഷയിലേക്കും ഘടനയിലേക്കും പൊതുവേ കവിയുടെ സർഗ്ഗ പ്രക്രിയയിലേക്കും വെളിച്ചം വീശുകവഴി ഈ പുസ്തകത്തിലെ ആത്മനിരീക്ഷണങ്ങൾക്ക് ഇവ പുതിയൊരു മാനം നൽകുന്നു.

അഭിമുഖം

കവിത: ചില ദിശാവിചാരങ്ങൾ

കെ.വി. സജയ്/സച്ചിദാനന്ദൻ

- പ്രമേയപരിധികളെക്കുറിച്ച്?

കവിതയ്ക്ക് ഏതെങ്കിലും തരം പ്രമേയനിയന്ത്രണം ഉണ്ടെന്നു ഞാൻ ഒരിക്കലും കരുതിയിട്ടില്ല. സൂര്യന് കീഴിൽ മാത്രമല്ല മുകളിലും ഉള്ള എന്തും കവിതയ്ക്ക് വിഷയമാകാം. നികാനോർ പാർറ പറഞ്ഞത് പോലെ കവി ഒഴിഞ്ഞ താളിൽ മുന്നേറണം എന്നേയുള്ളൂ. ഞാൻ ഈ ചോദ്യത്തിന് മറുപടി കുറിക്കുന്നത് സ്പെയിനിൽ മാഡ്രിഡ് നഗരത്തിലെ ഒരു ഹോട്ടൽ മുറിയിൽ ഇരുന്നാണ്. ഇന്നു രാവിലെ റയ്നാ സോഫിയാ എന്ന മ്യൂസിയത്തിൽ ആയിരുന്നു, പിക്കാസ്സോവും ലെഷെറും ബ്രാക്കും ഡാലിയും മുതൽ ഉത്തരാധുനികർ വരെയുള്ളവരുടെ ചിത്രങ്ങളും ശില്പങ്ങളും കാണുകയായിരുന്നു. ലോകത്തെമ്പാടുമുള്ള മിക്ക പ്രധാന മ്യൂസിയങ്ങളിലും പോകാൻ എനിക്ക് അവസരം ലഭിച്ചിട്ടുണ്ട്. രാവിലെ യൂ ട്യൂബിൽ ടി.എം കൃഷ്ണയുടെ കച്ചേരി കേൾക്കുകയായിരുന്നു. ഒഴിവുസമയത്ത് മലയാളത്തിലും ഇംഗ്ലീഷിലുമുള്ള പുസ്തകങ്ങൾ വായിക്കുന്നു. ഇങ്ങനെയാണ് എന്റെ ജീവിതം, നമ്മുടെ കാലത്തെ അനേകം പേരുടെ ജീവിതം. യാത്ര ചെയ്യാൻ അവസരം ഇല്ലാത്തവരും ഇന്റർനെറ്റും പുസ്തകങ്ങളും മറ്റും വഴി ലോകകലയും സാഹിത്യവുമായി പരിചയം നേടുന്നു. അപ്പോൾ നമ്മുടെ കലയിലും കവിതയിലും അവ സത്യസന്ധമാണെങ്കിൽ, ഇവയുടെ എല്ലാം അനുരണനങ്ങൾ ഉണ്ടാവുക സ്വാഭാവികം. മൗലികവാദങ്ങളുടെ കാലം കഴിഞ്ഞു. മതമായാലും ഭാഷയായാലും. ഇത് സംഭാഷണങ്ങളുടെ കാലമാണ്. നമ്മുടെ കാലത്തെ നല്ല എഴുത്തുകാർ അധികവും ചുരുങ്ങിയത് രണ്ടു ഭാഷകളിലെങ്കിലും പ്രാവീണ്യം ഉള്ളവരാണ്, പലപ്പോഴും അതിൽ കൂടുതൽ. ഈ സാംസ്കാരിക

സംവാദങ്ങളും സമന്വയങ്ങളും സംഘർഷങ്ങളുമാണ് ആധുനിക വിചാരവികാരഘടനയുടെ സ്വഭാവം നിർണ്ണയിക്കുന്നത്. ഇത് നമ്മുടെ ഉള്ളിൽ, നമ്മുടെ ദൈനംദിനത്തിൽ തന്നെ നടക്കുന്നതാണ്. മറ്റൊന്ന് എന്റെ താത്പര്യങ്ങൾ ആണ്. ഞാൻ സാഹിത്യത്തിൽ മാത്രം താത്പര്യമുള്ള ആളല്ല. ചിത്രകല, ശില്പകല, തിയ്യേറ്റർ, സിനിമ, സംഗീതം, ഇങ്ങനെ പലതിലും ജിജ്ഞാസ പുലർത്തുന്ന ആളാണ്, ഒന്നിന്റെയും പണ്ഡിതൻ അല്ലെങ്കിലും. അപ്പോൾ അതും എന്റെ കവിതയിൽ പ്രതിഫലിക്കുക സ്വാഭാവികം. സംഗീതത്തെയും ചിത്രകലയെയും എല്ലാം പരിസരമാക്കിയുള്ള കവിതകൾ അങ്ങനെ ഉണ്ടാകുന്നു. നാം ആഗ്രഹിച്ചാലും ഇല്ലെങ്കിലും നാമെല്ലാം പല കാലങ്ങളിലും ദേശങ്ങളിലും ഒരേ സമയം ജീവിക്കുന്നവരാണ്. മാർക്സ് പറഞ്ഞ പോലെ - മാർഷൽ ബർമൻ ആധുനികതയെക്കുറിച്ചെഴുതിയ പുസ്തകത്തിന്റെ ശീർഷകമാണ് ഇത് - 'ഉറപ്പുള്ളതെല്ലാം വായുവിൽ അലിഞ്ഞു പോകുന്നു' ('All that is solid melts into the air'). വേണമെങ്കിൽ നമുക്ക് ഉറപ്പ് അഭിനയിക്കാം, പക്ഷേ അത് അഭിനയം മാത്രമാവും.

- അനുഭവവും പാരമ്പര്യവും?

എഴുത്തച്ഛന്റെ *അധ്യാത്മരാമായണ*മാണ് എന്റെ ആദ്യത്തെ പ്രധാന കാവ്യാനുഭവം. കുട്ടിക്കാലത്ത് പലപ്പോഴും *രാമായണ*ത്തിന്റെ ഗൃഹപാരായണം എന്റെ ചുമതലയായിരുന്നു. അന്ന് വായിച്ചത് മുഴുവൻ മനസ്സിലായി എന്നെനിക്കുറപ്പില്ല, പക്ഷേ തുഞ്ചൻ വാക്കുകൾ കൂട്ടിചേർത്തുണ്ടാക്കുന്ന ഇന്ദ്രജാലം എന്നെ വശീകരിച്ചു. ഭാഷ തന്നെ കഥാപാത്രങ്ങളും സംഭവങ്ങളുമായി മാറുന്ന അനുഭവമായിരുന്നു അത്. അത് പിടിച്ചെടുക്കാനുള്ള ഒരു ശ്രമമാണ് *എഴുത്തച്ഛൻ എഴുതുമ്പോൾ* എന്ന കവിതയിൽ ഞാൻ നടത്തിയത്. തുടർന്നാണ് മറ്റു കവികളെക്കുറിച്ചുള്ള രചനകൾ ഉണ്ടാകുന്നത്. ഒരർത്ഥത്തിൽ എന്റേതായ ഒരു 'കാനൻ' മലയാളകവിതയിൽ കണ്ടെത്തുകയായിരുന്നു ഞാൻ. എന്റെ മലയാളകവികൾ ഇന്നും അവർ തന്നെ. ഞാൻ അവരെപ്പോലെ എഴുതുന്ന ആളല്ല, അതിൽ അർത്ഥവുമില്ല, എന്നാൽ തുഞ്ചനും ആശാനും ഇടശ്ശേരിയും വൈലോപ്പിള്ളിയും കുഞ്ഞിരാമൻ നായരും ഇല്ലാത്ത ഒരു മലയാളകവിതാപാരമ്പര്യം എനിക്ക് സങ്കല്പിക്കവയ്യ. മറ്റുപലരും അത്ര അനുപേക്ഷണീയരായി തോന്നിയിട്ടില്ല.

- ആധുനികതയെന്ന ലാവണ്യവിപ്ലവം?

ഇരുപതാം നൂറ്റാണ്ടിന്റെ ഉത്തരാർദ്ധത്തിൽ മലയാളകവിതയിൽ സംഭവിച്ച ഏറ്റവും പ്രധാനമായ ലാവണ്യവിപ്ലവം ആധുനികതയുടേതായിരുന്നു എന്ന് ഞാൻ വിചാരിക്കുന്നു. അത് പിന്നീടു പല

പടവുകളിലൂടെ കടന്നു പോയി, ഇന്നും കടന്നു പൊയ്ക്കൊണ്ടിരിക്കുന്നു. ഈ മാറ്റങ്ങളെല്ലാം സാധ്യമാക്കും വിധത്തിൽ കവിതയെ സാമ്പ്രദായികസങ്കല്പങ്ങളിൽനിന്നു മോചിപ്പിച്ചത് ആധുനികതയായിരുന്നു. ചിത്രകലയിൽ കാൻഡിൻസ്കി പറഞ്ഞല്ലോ, 'എല്ലാം അനുവദനീയമാണ്' എന്ന്: അത്തരം ഒരു പ്രസ്താവമാണ് നിശ്ശബ്ദമായി ആധുനികത കവികൾ നടത്തിയത്. അതിന്റെ പ്രചോദനങ്ങൾ പലതായിരുന്നു. മലയാള കവിതാപ്രയോഗപാരമ്പര്യത്തിലെ അവഗണിക്കപ്പെട്ട അംശങ്ങൾ മുതൽ ലോകകവിതയിലും മറാത്തി, കന്നഡ തുടങ്ങിയ ഭാഷകളിലും സംഭവിച്ചു കഴിഞ്ഞിരുന്ന ലാവണ്യവിപ്ലവങ്ങൾ വരെ. നമ്മുടെ കവിതയിൽ തന്നെ മുക്തഛന്ദസ്സ് മുൻപേ ഉപയോഗിക്കപ്പെട്ടിരുന്നു, നമുക്ക് ദ്രാവിഡ വൃത്തങ്ങളുടെയും വായ്ത്താരിവൃത്തങ്ങളുടെയും വേട്ടവിളിയുടെയും ചമ്പുക്കളുടെയുമൊക്കെയായ-ചിലപ്പോൾ ഗദ്യത്തോട് അടുത്ത് വരുന്ന രീതികളുടെ- സ്വാതന്ത്ര്യങ്ങൾ ഉണ്ടായിരുന്നു. നാടൻപാട്ടുകളുടെ ഈണങ്ങൾ ഉണ്ടായിരുന്നു. കുലീനകവിതയിൽ ഇവ പലതും വിസ്മരിക്കപ്പെടുകയോ അവഗണിക്കപ്പെടുകയോ ചെയ്തിരുന്നു. ഒപ്പം രൂപകത്തെയും ബിംബത്തെയും സംബന്ധിച്ച നവസങ്കല്പങ്ങൾ വന്നു. ഭാഷയെ സംബന്ധിച്ച പഴയ കാലത്തെ നിരോധനങ്ങൾ (അശ്ലീലം, ഗ്രാമ്യം, ച്യുതസംസ്കാരം) വെല്ലുവിളിക്കപ്പെട്ടു കവിതയുടെ ഇടം തുറസ്സായി. അതിന്റെ പിൽക്കാലവികാസങ്ങൾ എന്ന നിലയിൽ മാത്രമാണ് തുടർന്നു വന്ന മാറ്റങ്ങളെ ഞാൻ കാണുന്നത്, രാഷ്ട്രീയവത്കരണമായാലും ദൈനംദിനവത്കരണമായാലും. പിന്നീടു നടന്നതായി അവകാശപ്പെടുന്ന മിക്ക മാറ്റങ്ങളുടെയും മാതൃകകൾ ആദ്യകാല ആധുനികതയിൽ ഉണ്ട്. കവി എന്ന നിലയിൽ അയ്യപ്പപ്പണിക്കരുടെ സ്ഥാനം വൈലോപ്പിള്ളി, ഇടശ്ശേരി തുടങ്ങിയവരുടെയത്ര വലുതല്ലാതിരുന്നാലും നവീകരണത്തിന്റെ അഗ്രദൂതൻ എന്ന നിലയിൽ അദ്ദേഹം - ഒപ്പം അദ്ദേഹത്തിന്റെ സഹകവികളും (കക്കാട്, ആറ്റൂർ, കടമ്മനിട്ട, ആർ രാമചന്ദ്രൻ, മാധവൻ അയ്യപ്പത്ത്, ഡി വിനയചന്ദ്രൻ, കെ.ജി. ശങ്കരപ്പിള്ള തുടങ്ങിയവർ) - ഓർമ്മിക്കപ്പെടും എന്നുതന്നെ ഞാൻ കരുതുന്നു. ആ തുറന്നിടൽ പിന്നാലെ വന്നവർക്കെല്ലാം വളരെ പ്രധാനമായിരുന്നു. പലരും അദ്ദേഹത്തിൽ നിന്ന് കവികൾ എന്ന നിലയിൽ മുന്നോട്ടു പോയപ്പോഴും ആ ദൗത്യം വിസ്മൃതമായില്ല.

അൻവർ അലി, പി പി രാമചന്ദ്രൻ, അനിതാ തമ്പി, സാവിത്രി രാജീവൻ, വിജയലക്ഷ്മി, വി എം ഗിരിജ, ലതീഷ് മോഹൻ, വീരാൻ കുട്ടി, പി രാമൻ, മനോജ് കുറൂർ, മങ്ങാട് രത്നാകരൻ, മോഹനകൃഷ്ണൻ കാലടി, ഡോണ മയൂര, വിഷ്ണുപ്രസാദ്, എം.പി. പ്രതീഷ്, അമ്മു ദീപ ഇങ്ങനെ ഡസൻ കണക്കിന് കവികൾ സ്വന്തം

രീതികൾ സൃഷ്ടിക്കാൻ ശ്രമിച്ചിട്ടുണ്ട്. മറ്റൊരു ഗണ്യമായ മാറ്റം എസ്. ജോസഫ്, എം.ബി. മനോജ്, എസ്. കലേഷ്, എം ആർ രേണുകുമാർ, വിജില ചിറപ്പാട് തുടങ്ങിയവരുടെ ദളിത് കവിതയും ഡി അനിൽകുമാർ, അശോക് മറയൂർ തുടങ്ങിയവർ കൊണ്ടുവന്ന, മാനകഭാഷയെ ചോദ്യം ചെയ്യുന്ന പാർശ്വസ്ഥ ഭാഷകളുപയോഗിച്ചുള്ള കവിതയും ആണ്. ബ്ലോഗ് കവിതകൾ ഒരു പുതിയ ഇടം തുറന്നുവെങ്കിലും കവിതയുടെ രൂപത്തെ ഏറെ സ്വാധീനിച്ചതായി തോന്നുന്നില്ല - ഹൈപെർലിങ്ക്, മൾട്ടിമീഡിയ കവിതകൾ പരീക്ഷിക്കപ്പെട്ടിട്ടുണ്ടെങ്കിലും.

കവിതയുടെ ഭാഷ കൂടുതലായി സംഭാഷണഭാഷയോട്, അഥവാ നിത്യോപയോഗഭാഷയോട് അടുത്തിട്ടുണ്ട്. വിലക്കുകളുടെയും നിയമങ്ങളുടെയും അസാന്നിധ്യം മുൻകാലങ്ങളിൽ കവിതയെഴുതാൻ സാധ്യതയില്ലാത്ത ഒട്ടേറെ പേരെ കവികളാക്കിയിട്ടുണ്ട്. നവസാങ്കേതിക സാധ്യതകൾ പത്രാധിപന്മാരോടുള്ള ആശ്രിതത്വവും ഇല്ലാതാക്കിയിട്ടുണ്ട്. ഈ ജനാധിപത്യവത്കരണത്തെ പൊതുവേ സ്വാഗതം ചെയ്യുന്ന ഒരാളാണ് ഞാൻ. എന്നാൽ ഇതിൽ നാം പരിചയിച്ച തരം ജനാധിപത്യത്തിന്റെ അപകടങ്ങളും പതിയിരിക്കുന്നു എന്ന് പറയേണ്ടതില്ല. എത്രമാത്രം സാമാന്യവത്കരിക്കപ്പെട്ടാലും ഒരു സാഹിത്യരൂപം അഥവാ ലാവണ്യരൂപം എന്ന നിലയിൽ കവിതയ്ക്കു മാത്രമായ ഒരിടമുണ്ട്. മറ്റൊരു കലാസാഹിത്യരൂപത്തിൽ നിന്നും ലഭിക്കാത്ത ഒരനുഭവത്തിന്റെ ഇടം. ഭാഷാപരമായ അത്ഭുതത്തിന്റെയും നൂതനതയുടെയും ഇടം. അവ നഷ്ടമാകുന്നതാണ് ഇന്നെഴുതപ്പെടുന്ന വലിയൊരു വിഭാഗം കവിതകളുടെ ന്യൂനത എന്നു ഞാൻ വിചാരിക്കുന്നു. ചിലപ്പോഴെങ്കിലും ഭാഷയെ ലാളിത്യത്തിന്റെ പേരിൽ അവ ദരിദ്രമാക്കുന്നുണ്ട്: ഭാഷയുടെ സമ്പന്നതയും വൈവിധ്യവും നിലനിർത്തുകയെന്നത് കവിതയുടെ അബോധനിയോഗങ്ങളിൽ ഒന്നാണ്. സഹൃദയർ - ഉത്പതിഷ്ണുക്കൾ തന്നെ - ഇത് നന്നായി തിരിച്ചറിയുന്നുണ്ട്. അതുകൊണ്ട് പരിഭ്രമിക്കേണ്ട കാര്യമൊന്നുമില്ല. എല്ലാവരും എഴുതിക്കൊള്ളട്ടെ.

- എണ്ണം, ഗുണം, ഇന്ത്യൻ കവിത?

കവികൾ തമ്മിൽ കവിതകളുടെ എണ്ണത്തിലും ഗുണത്തിലുമുള്ള താരതമ്യങ്ങൾ പ്രയാസമാണ്, ഭാഷകൾ തമ്മിലും പ്രയാസം. കാരണം നമുക്ക് സൗകര്യപ്രദമായ ഉദാഹരണങ്ങൾ എടുത്ത് നമ്മുടെ കവിതയെ മഹത്വപ്പെടുത്താം, തിരസ്കരിക്കാം. സാമാന്യവത്കരണം ഇവിടെ ശരിയാവില്ല. എല്ലാ കവികളും - നല്ല കവികളായി അറിയപ്പെടുന്നവർ തന്നെ - നല്ല കവിതകളും ചീത്ത കവിതകളും എഴുതുന്നുണ്ട്. കുറച്ചെഴുതുന്നവർ നന്നായി എഴുതുന്നു

എന്ന് ഒരു തെറ്റിദ്ധാരണ നിലനിൽക്കുന്നുണ്ട്. എന്റെ അനുഭവത്തിൽ ആകെ എഴുതപ്പെടുന്ന കവിതകളിൽ നല്ല കവിതകളുടെ അനുപാതം എല്ലാവരിലും ഏതാണ്ട് ഒന്നു തന്നെയാണ്. പത്തു നല്ല കവിതകൾ ഉണ്ടെങ്കിൽ ആ കവി നല്ല കവിയാണെന്ന് ഞാൻ പറയും. ഇടശ്ശേരി, വൈലോപ്പിള്ളി, കുഞ്ഞിരാമൻ നായർ എന്നിവരിൽ പത്തു കവിതകൾ വീതം ഉണ്ടെന്നാണ് എന്റെ പക്ഷം. മാനദണ്ഡം ഉദാരമാക്കുന്നതിന്നനുസരിച്ചു കൂടുതൽ കവിതകൾ ഉണ്ടാവും. സ്വന്തം കവിതകൾ തിരഞ്ഞെടുക്കുമ്പോൾ തന്നെ ഈ അനുഭവം കവികൾക്ക് ഉണ്ടാവും. എന്റെ പത്തു കവിതകളുടെ തിരഞ്ഞെടുപ്പ് നടത്താൻ പറഞ്ഞാൽ ഞാൻ നടത്തും, നൂറു കവിതകൾ എന്ന് പറഞ്ഞാൽ അതും നടത്തും. അപ്പോൾ ചില മലയാളകവിതകൾ ഏറ്റവും നല്ല ഇന്ത്യൻ കവിതയ്ക്കും ലോകകവിതയ്ക്കും ഒപ്പം നിൽക്കുന്നു എന്നൊക്കെയേ പറയാനാകൂ. ബംഗാളിയിലും മറാത്തിയിലും ഹിന്ദിയിലും ധാരാളം നല്ല കവിതകൾ എഴുതപ്പെടുന്നുണ്ട്. കാവ്യസംസ്കാരത്തിൽ - ഇതിൽ എഴുത്തും വായനയും വിമർശനവും മാസികാപ്രവർത്തനവും പൊതുഭാവുകത്വനിലവാരവും ഞാൻ ഉൾപ്പെടുത്തും - മലയാളം ഇന്ത്യൻ ഭാഷകളിൽ ഒട്ടും പിറകിലല്ല. എന്നാൽ സാമൂഹ്യ മാധ്യമങ്ങളുടെ വളർച്ചയ്ക്കു ശേഷം കവിതകളുടെ എണ്ണവും ഗുണവും തമ്മിലുള്ള അനുപാതം കുറഞ്ഞിട്ടുണ്ട് എന്നാണ് ഒരു ബ്ലോഗുകവിതാസമാഹാരം എഡിറ്റ് ചെയ്തപ്പോൾ എനിക്കനുഭവപ്പെട്ടത്.

- നെരൂദയും ലോകകവിതയും മറ്റും?

നെരൂദയെക്കാൾ ഇപ്പോൾ എനിക്ക് ഇഷ്ടം തോന്നുന്നത് അദ്ദേഹത്തിന്റെ ലാറ്റിൻ അമേരിക്കൻ സമകാലീനരിൽ സെസാർ വയെഹോവിനോടും പിൻഗാമികളിൽ റൗൾ സൂരിറ്റയോടും ആണ്. എങ്കിലും മഹാവിപിനതുല്യമായ കാവ്യസമൃദ്ധി കൊണ്ട് നെരൂദയ്ക്ക് തുല്യരായി ഏറെപ്പേരില്ല, ലോർക്കയെപ്പോലെ ചിലർ ഒഴിച്ചാൽ. നെരൂദയുടെ പ്രത്യക്ഷ രാഷ്ട്രീയ കവിതകളേക്കാൾ പ്രണയ കവിതകളും പരോക്ഷ സാമൂഹ്യകവിതകളും ആണ് നന്നായി തോന്നിയിട്ടുള്ളത്. എന്നാൽ അദ്ദേഹത്തെ പരിഭാഷപ്പെടുത്തുന്നത് എന്റെ ഏറ്റവും ആഹ്ലാദകരമായ അനുഭവങ്ങളിൽ ഒന്നായിരുന്നു എന്ന് ഞാൻ മറക്കുന്നില്ല. ബിംബസമൃദ്ധമായ ആ കവിതയിലൂടെ സഞ്ചരിക്കുന്നത് പല തരം മരങ്ങളും പൂക്കളും മൃഗങ്ങളും മണങ്ങളും അരുവികളുമുള്ള ഒരു കാട്ടിലൂടെയുള്ള യാത്ര പോലെ സാഹസികസുന്ദരമായി അനുഭവപ്പെട്ടു. വലിയ കവികളെ സംബന്ധിച്ച് സമൃദ്ധിയും പ്രധാനമാണ്. നമ്മുടെ വലിയ കവികൾ വലുതായത് നല്ല പത്ത് കവിതകൾ എഴുതിയത് കൊണ്ടു മാത്രമല്ല,

ഒരു വലിയ കാവ്യപ്രപഞ്ചം സൃഷ്ടിച്ചതു കൊണ്ടു കൂടിയാണ്, അതിൽ വന്മരങ്ങളും ചെടികളും വള്ളികളും കളകളും ഒക്കെ കാണും, അതാണ് ലോകത്തിന്റെ ജൈവസ്വഭാവം. എലിയറ്റ് വലിയ കവികളുടെ ലക്ഷണങ്ങളായി പറഞ്ഞത് ശരിയാണെന്നു തന്നെ ഞാൻ കരുതുന്നു: സമൃദ്ധി, വൈവിധ്യം, രചനാചാതുര്യം. അങ്ങനെ നോക്കുമ്പോൾ വില്യം ഷേക്സ്പിയറും ജോൺ മിൽടനും വാൾട്ട് വിറ്റ്മാനും പാബ്ലോ നെരൂദയും ഗാർതിയാ ലോർക്കയും വില്ല്യം ബട്ട്ലർ യേറ്റ്സും ടി.എസ്. എലിയട്ടും ചെസ്വാ മീവാഷും യാനിസ് റിറ്റ്സോസും ജോർജ് സെഫെരിസ്സും മാർട്ടിൻ എൻസെൻസ് ബർഗറും വിസ്വാവാ ഷിമ്പോർസ്കയും മറ്റും വലിയ കവികൾ തന്നെ. ചെറിയ ഭാഷകളിൽ ഇപ്പോൾ നല്ല കവിതകൾ ഉണ്ടാകുന്നു എന്ന് കാറ്റലോണിയ, ലാറ്റ്വിയ, ഐസ്ലാൻഡ് സ്വീഡൻ, സ്ലോവീനിയ, കൊറിയ, പലസ്തീൻ തുടങ്ങിയ രാജ്യങ്ങളിലെ കവിതകൾ വായിക്കുമ്പോൾ തോന്നാറുണ്ട്. ഞാൻ കവിതകൾ മാത്രം വായിക്കുന്ന ഒരാൾ അല്ല, ലോക നോവലുകൾക്കാണ് കൂടുതൽ സമയം ചിലവഴിച്ചിട്ടുള്ളത്. എങ്കിലും പ്രധാനികൾ എന്നു തോന്നുന്ന കവികളുടെ സമ്പൂർണ്ണകൃതികൾ ശേഖരിക്കാനും വായിക്കാനും ഞാൻ ശ്രമിച്ചിട്ടുണ്ട്, അത് എന്റെ ഭാവനയെയും ഭാഷയുടെ സാധ്യതകളെക്കുറിച്ചുള്ള ബോധത്തെയും വികസിപ്പിക്കാൻ സഹായിച്ചിട്ടുണ്ട്.

രൂപോന്മുഖം, ഐന്ദ്രജാലികം, ആത്മാവിഷ്കാരപരം, വിപ്ലവാത്മകം എന്നെല്ലാം ലോകകവിതയുടെ സമീപനങ്ങളെ വക തിരിച്ചു കണ്ടിട്ടുണ്ട്. ഞാൻ ഇഷ്ടപ്പെടുന്ന കവികൾ ഈ അംശങ്ങളെ വേർതിരിച്ചു നിർത്തുന്നവരല്ല. നെരൂദ വിപ്ലവത്തെയും മരണത്തെയും പ്രണയത്തെയും കുറിച്ച് ഒരേ തീവ്രതയോടെ എഴുതുന്നു, വയെഹോവിന്റെ കവിത ഒരർത്ഥത്തിൽ വളരെ വൈയക്തികമാണ്, അതിൽ മാർക്സിന്റെ എന്ന പോലെ ജെ. കൃഷ്ണമൂർത്തിയുടെയും സ്വാധീനമുണ്ട്. ചെസ്വാ മീവാഷ്, യൂജീനിയോ മോന്താലെ, സിബ്ന്യൂ ഹെർബെർട്ട്, താദേവൂസ് റോസേവിച് തുടങ്ങിയ കവികൾ ഫാസിസത്തിന്നെതിരെ എഴുതുന്നു, അത് എല്ലാതരം സമഗ്രാധിപത്യത്തിനും യുദ്ധത്തിനും എതിരാണ്, പക്ഷേ അവരിൽ ഓരോരുത്തർക്കും സ്വന്തം അനുഭവപശ്ചാത്തലം ഉണ്ട്, നാസിസത്തിന്റെയോ സ്റ്റാലിനിസത്തിന്റെയോ ഭീകരാനുഭവങ്ങൾ. ഒപ്പം സ്വകാര്യമായ അനുഭവങ്ങളെ അവർ ഒഴിച്ച് നിർത്തുന്നില്ല. യാന്നിസ് റിറ്റ്സോസ് കമ്മ്യൂണിസ്റ്റ് ആയിരുന്നു, എങ്കിലും ഇത്രയും 'ഈറോട്ടിക്' ആയ കവിതകൾ എഴുതിയവർ ലോകകവിതയിൽ കുറവാണ്. വിസ്വാവാ ഷിംബോർസ്കയെ നോക്കൂ, തത്ത്വചിന്തയും നർമ്മബോധവും സമൂഹത്തിന്റെ വേദനയും പ്രതിഷേധവും എല്ലാം അവരുടെ മഹത്തായ കാവ്യലോകത്തിലുണ്ട്. ഏണസ്റ്റോ കർദനാൽ, റൗൾ സൂരിറ്റ, ഷാന്തോർ

വെറെസ്, അഡോണിസ്, മഹ്മൂദ് ദാർവീഷ്, യെഹൂദാ അമിച്ചായ്, ഫെർണാണ്ടോ പെസ്സോവാ, റാഫേൽ ആൽബെർട്ടി, ലോർക്കാ, പോൾ എലാഡ്, കോ ഉൻ: ആരെ എടുത്താലും വ്യക്ത്യാനുഭവത്തിന്റെയും സാമൂഹ്യാനുഭവത്തിന്റെയും രണ്ടു ചിറകുകളിലാണ് അവരുടെ കവിത പറക്കുന്നതെന്നു കാണാം. മലയാളകവികളോടൊപ്പം ഇവരെല്ലാമാണ് എന്റെ കവിതയ്ക്ക് അതിന്റെ തുറന്ന, എല്ലാ അനുഭവത്തെയും ആശ്ലേഷിക്കുന്ന, സ്വഭാവം നൽകിയത്. എന്റെ കവിതാപരിഭാഷകൾ ഈ വായനയുടെ ഉപോത്പന്നങ്ങളാണെന്ന് പറയാം. കവിത എഴുതിത്തുടങ്ങിയ കാലം മുതലേ ഞാൻ പരിഭാഷകളും ചെയ്യുന്നു - സ്കൂളിൽ വെച്ച് ഒമർ ഖയ്യാം, കോളേജിൽ ബ്രിട്ടീഷ് റൊമാന്റിക്കുകൾ, പിന്നീട് പല രീതിയിൽ കവിതയെ ആധുനികീകരിച്ചവർ.

- കവിത കഴിഞ്ഞാൽ?

കവിത കഴിഞ്ഞാൽ എന്റെ പ്രണയം ചിത്രകലയുമായാണ്. കവിത നിലച്ച ഒരു ചെറിയ ഇടവേളയിൽ ഞാൻ ചിത്രങ്ങൾ വരയ്ക്കുകയും ചെയ്തിരുന്നു. ലോകത്ത് എവിടെ പോയാലും ഞാൻ ആദ്യം പോകുന്നത് അവിടത്തെ ആർട്ട് ഗാലറികളിലേക്കാണ്. പാരീസിലെ ലൂവ്ര്, പോമ്പിദു സെന്റർ, ന്യൂയോർക്കിലെ മോമാ, മെട്രോപോളിറ്റൻ, ആംസ്റ്റർഡാമിലെ വാൻ ഗോഗ് മ്യൂസിയം, വെനീസിലെ ഗുഗേൻഹൈം കളക്ഷൻ, ലണ്ടനിലെ ബ്രിട്ടീഷ് മ്യൂസിയം, ടെയ്റ്റ് മോഡേൻ, മാഡ്രിഡിലെ പ്രാഡോ, റയ്നാ സോഫിയാ, ബ്രസ്സൽസിലെ റെനെ മാഗ്രിറ്റ് മ്യൂസിയം, മോസ്കോ ആർട്ട് മ്യൂസിയം, ജർമ്മനിയിലെയും ചീനയിലെയും ഇന്ത്യയിലെയും പ്രധാന ഗാലറികൾ, ഇവയെല്ലാം ഞാൻ സന്ദർശിച്ചിട്ടുണ്ട്, കലയെക്കുറിച്ചു ധാരാളം വായിച്ചിട്ടുണ്ട്, വളരെ കുറച്ചേ എഴുതിയിട്ടുള്ളൂ എങ്കിലും. എന്റെ കവിതയിലെ മൂർത്തവും അമൂർത്തവുമായ ബിംബങ്ങൾക്കും നിറങ്ങൾക്കും ഈ കലാപരിചയവുമായി ബന്ധമുണ്ടെന്നു വരാം. ചിലപ്പോഴൊക്കെ ചിത്രങ്ങളെയും ചിത്രകാരന്മാരെയും കുറിച്ച് കവിതകളും എഴുതിയിട്ടുണ്ട് എന്നറിയാമല്ലോ. പിന്നെ 'വർണങ്ങൾ' എന്ന കവിത. ഇഷ്ടപ്പെട്ട ചിത്രങ്ങളെക്കുറിച്ച് ഒരു പരമ്പര തന്നെ എന്റെ മനസ്സിലുണ്ട്. ഇന്നു ഗുയർണ്ണിക്ക നേരിട്ട് കണ്ടപ്പോൾ ആ സ്വപ്ന പദ്ധതി വീണ്ടും സജീവമായി.

അവസാനിക്കാത്ത പദ്ധതികൾ ധാരാളമുണ്ട്. തുടരാൻ ആഗ്രഹമുള്ളത്. കേരളചരിത്രം മുതൽ മഹാഭാരതം വരെ അടിസ്ഥാനമാക്കിയുള്ളവ. പക്ഷേ കവിത എത്ര വിശാലം, ജീവിതം എത്ര ഹ്രസ്വം! ■

അഭിമുഖം

കവിതയുടെ 'സത്തിയം'

എം.പി.. പ്രതീഷ്/സച്ചിദാനന്ദൻ

- എഴുതുമ്പോഴും എഴുതാതിരിക്കുമ്പോഴും എന്തു തോന്നുന്നു? എഴുതുന്ന/എഴുതാത്ത നേരങ്ങളെപ്പറ്റി ആലോചിക്കാറുണ്ടോ?

എഴുതാത്തപ്പോഴും കവികൾ എഴുതുന്നുണ്ട് എന്നാണ് എന്റെ അനുഭവം. സഞ്ചരിക്കുമ്പോൾ, സ്വപ്നം കാണുമ്പോൾ, ചായ കുടിക്കുമ്പോൾ, പത്രം വായിക്കുമ്പോൾ, സിനിമ കാണുമ്പോൾ, പാട്ട് കേൾക്കുമ്പോൾ, വെറുതെ ഇരിക്കുമ്പോൾ, പുസ്തകം വായിക്കുമ്പോൾ, ഉലാത്തുമ്പോൾ, ജനലിലൂടെ പുറത്തേക്കു നോക്കുമ്പോൾ, ധ്യാനിക്കുമ്പോൾ... നിറങ്ങൾ, ബിംബങ്ങൾ, രൂപകങ്ങൾ, എന്തിന്, വാക്കുകളും വരികളും പോലും, നമ്മുടെ ഉള്ളിൽ വന്നു നിറയുന്നുണ്ട്. ഉറങ്ങുമ്പോൾ എന്നു കൂടി ചേർക്കാൻ എനിക്ക് തോന്നുന്നു, കാരണം എന്റെ കവിതകളിൽ പകുതിയും തുടക്കമിട്ടിട്ടുള്ളത് ഉറക്കത്തിലാണ്, രാത്രി രണ്ടും മൂന്നും മണിക്ക് ഒരു വരിയോ ബിംബമോ ആയി.

- എഴുതാനുള്ള കാര്യങ്ങൾക്കുമേൽ എത്ര കാലം അടയിരിക്കാറുണ്ട്? കവിതയ്ക്കായി കാത്തിരിക്കാറുണ്ടോ?

സാമാന്യവത്കരിക്കുക പ്രയാസം. ചില സംഭവങ്ങൾ അഥവാ അവസ്ഥകൾ പെട്ടെന്നു തന്നെ മനസ്സിൽ ഒരു തീപ്പൊരി വീഴ്ത്തി ഭാഷയെ കത്തുപിടിപ്പിക്കാം. മറിച്ചു ചില അനുഭവങ്ങൾ വർഷങ്ങളോളം മനസ്സിൽ കിടന്നു കവിതയായി രൂപം കൊള്ളാം. അടുത്ത ചില വർഷങ്ങളിൽ ഞാൻ എന്റെ കുട്ടിക്കാലമോ കൗമാരമോ യൗവനമോ ആയി ബന്ധപ്പെട്ട ഒട്ടേറെ കവിതകൾ എഴുതിയിട്ടുണ്ടെന്ന് എന്റെ കഴിഞ്ഞ സമാഹാരം - *ദുഃഖത്തിന്റെ വീട്* - വായിച്ചാൽ അറിയാം. (ഇത് എന്റെ ശ്രദ്ധയിൽ പെടുത്തിയത് എൻ. ശശിധരൻ ആണ്) ആ ഓർമ്മകൾ എവിടെയായിരുന്നു എന്ന് എനിക്കറിയില്ല. ചിലപ്പോൾ ഒരു വർത്തമാന സംഭവം അവയെ പെട്ടെന്ന് ഉത്തേജിപ്പിച്ചതാകാം. പണ്ടേ മരിച്ച ബന്ധുജനങ്ങൾ, ബാല്യകാലസഖാക്കൾ, ജന്മഗ്രാമത്തിലെ പുഴകളോ മരങ്ങളോ ജന്തുക്കളോ വസ്തുക്കളോ. ഇവ പല രീതിയിൽ കണ്ണി ചേർന്ന് ഓർമ്മയിൽ കിടക്കുന്നതാകാം. അല്ലെങ്കിൽ അരനൂറ്റാണ്ടു മുൻപ് മരിച്ച അച്ഛനെ ഓർക്കുമ്പോൾ ഗാന്ധിയെയും നെഹ്രുവിനെയും ഓർമ്മ വരേണ്ടതല്ല. ഇവിടെ ആര് ആരുടെ ഓർമ്മയെ ഉണർത്തി എന്ന് പറയുക തന്നെ പ്രയാസം (*താക്കോൽ* എന്ന കവിത) അഥവാ വീട്ടിൽ ഊഞ്ഞാലിടാറുള്ള തെക്കെപ്പുറത്തെ പുളിമരം എന്തിനു പെട്ടെന്ന് മരണചിന്തയുമായി ബന്ധപ്പെട്ടു സ്മരണയിൽ ഉയർന്നു വരണം? (*ഒറ്റ* എന്ന കവിത)

അബോധം നമ്മുടെ പിടിയിലല്ല. ബോധവുമായി അത് ബന്ധപ്പെടുന്ന രീതികളും നമ്മുടെ നിയന്ത്രണത്തിലല്ല. ചില കൊച്ചു കവിതകളിൽ പല കുറി പണിയെടുക്കുകയും ചില നീണ്ട കവിതകൾ ഒറ്റയിരിപ്പിനു വരികയും ചെയ്ത അനുഭവങ്ങളുണ്ട്. സത്യം പറഞ്ഞാൽ എനിക്ക് കവിതകൾ ആസൂത്രണം ചെയ്ത ഓർമ്മയില്ല. *ആത്മഗീത* പോലുള്ള ഒരു ഖണ്ഡകാവ്യം പോലും എഴുതിയപ്പോൾ അങ്ങനെ നീണ്ടു പോയതാണ്. പിന്നീടാണ് അതിനെ ഭാഗങ്ങളായി തിരിച്ച് ശീർഷകങ്ങൾ നൽകുന്നത്. എന്റെ പല കവിതകൾക്കും ഒരു ആഖ്യാനസ്വഭാവമുണ്ട്; അഥവാ ആഖ്യാനത്തിന്റെ അംശങ്ങൾ ഉണ്ട്. (*ഗാന്ധിയും കവിതയും, ഗാന്ധിയും വൃക്ഷവും, അഹിംസയെക്കുറിച്ച് ഒരു സംവാദം, സംഭാഷണത്തിന് ഒരു ശ്രമം.*) ഇത് ഞാൻ ശ്രദ്ധിച്ചത് ഫ്രഞ്ച് റേഡിയോയ്ക്ക് വേണ്ടി അഭിമുഖം നടത്തുമ്പോൾ പാരീസിൽ വെച്ച് ഒരാൾ എന്നോട് ഇക്കാര്യം ചൂണ്ടിക്കാണിച്ചപ്പോഴാണ്. ചിലത് ആഖ്യാനകവിതകൾ തന്നെയാണ് (*യന്ത്രം, കവിബുദ്ധൻ, പശുവും പുലിയും*). ആഖ്യാനകവിതകളെ സംബന്ധിച്ച് നമുക്ക് മുൻപേ അറിയാവുന്ന ഒരു 'പ്ലോട്ട്' ഉണ്ട്, പിന്നെ ചെയ്യാനുള്ളത് അതിന്റെ കാവ്യാത്മകമായ, ഒരുപക്ഷേ നാടകീയത കൂടി കലർന്ന, ഒരു ആഖ്യാനമാണ്. പക്ഷേ മറ്റു പല കവിതകളിലും (മരിച്ചു പോയ സുഹൃത്തുക്കളെക്കുറിച്ചുള്ള

കവിതകളും മറ്റും) കഥാപാത്രങ്ങളുണ്ട്; പിന്നെയുള്ളത് ചില സന്ദർഭങ്ങളും ഓർമ്മകളുമാണ്, അവയെ അരിച്ചെടുക്കണം, ഭാവോദ്ദീപകമാക്കണം.

കവിതയ്ക്കായി ഞാൻ കാത്തിരിക്കുന്ന അനുഭവം എനിക്കു കുറവാണ്; അതുണ്ടായിട്ടുള്ളത് ആരെങ്കിലും ഒരു പ്രമേയം നിർദ്ദേശിക്കുമ്പോഴാണ്. പലപ്പോഴും എനിക്ക് അതു കഴിയാറില്ല. എന്നാൽ അങ്ങനെ ഉണ്ടായിട്ടുമുണ്ട്. അയ്യപ്പപ്പണിക്കരെക്കുറിച്ച് ഒരു കവിത എഴുതാൻ പി പി രാമചന്ദ്രൻ *ഹരിതക*ത്തിലേക്ക് ആവശ്യപ്പെട്ടപ്പോൾ പ്രയാസം എന്നു തോന്നി; പക്ഷേ കുറേ ദിവസം കഴിഞ്ഞ് മനസ്സിൽ നിന്ന് ഒരു കവിത പൊന്തി വന്നു. അബ്ദുറഹ്മാനെക്കുറിച്ചും അങ്ങനെ ഒരു കവിത എഴുതിയ ഓർമ്മയുണ്ട്. സാധാരണ മറിച്ചാണ്: കവിത എന്നെ കാത്തിരിക്കുന്നതായാണ് അനുഭവം. പലപ്പോഴും രാത്രി എന്നെ വിളിച്ചുണർത്തുന്നതായും.

- കവിതകൾക്ക് കരട് രൂപങ്ങൾ ഉണ്ടോ? കരടിനു മേൽ സമയം ചെലവഴിക്കാറുണ്ടോ?

എന്റെ രീതി ആദ്യം വന്ന പാടെ, അങ്ങിങ്ങ് തിരുത്തലുകളോടെ, എഴുതുകയാണ്. വളരെ അടുത്ത കാലം വരെ എനിക്ക് കടലാസിലേ ആദ്യ രൂപം എഴുതാൻ കഴിഞ്ഞിരുന്നുള്ളൂ. ശീലം മാത്രമാകാം കാരണം. അതിൽ തന്നെ പല കുറി തിരുത്തുകൾ വരുത്തും. പിന്നെ ലാപ് ടോപ്പിലേക്ക് പകർത്തുകയാണ് പതിവ്. അപ്പോൾ വീണ്ടും തിരുത്തുകൾ വരുത്തും. അടുത്ത കാലത്ത് ഞാൻ ലാപ് ടോപ്പിൽ നേരിട്ട് എഴുതിത്തുടങ്ങിയിട്ടുണ്ട്. അവസാനം എഴുതിയ രണ്ടു കവിതകൾ അങ്ങനെയാണ് എഴുതിയത്. ഇപ്പോൾ പല പകർപ്പുകൾ വേണ്ട എന്നായിരിക്കുന്നു. ആദ്യം എഴുതുമ്പോൾ തന്നെ വരുത്തുന്ന തിരുത്തുകൾ, പിന്നെ വീണ്ടും വീണ്ടും വായിക്കുമ്പോൾ വരുത്തുന്ന തിരുത്തുകൾ, അത്രയേ പതിവുള്ളൂ.

എന്നാൽ ഇതിൽ ഒരു പ്രശ്നം ഉണ്ടെന്നു എനിക്ക് തോന്നിത്തുടങ്ങിയിട്ടുണ്ട്. ചിലപ്പോഴൊക്കെ ആദ്യരൂപം കാണണം എന്ന് തോന്നിയാൽ അതുണ്ടാവില്ല. വല്ലപ്പോഴുമെങ്കിലും പല തിരുത്തുകൾ പരീക്ഷിച്ച ശേഷം ആദ്യരൂപത്തിലേക്ക് തിരിച്ചു പോയ സന്ദർഭങ്ങൾ ഉണ്ടായിട്ടുള്ളതുകൊണ്ടാണ് ഇതിൽ പ്രശ്നമുണ്ട് എന്ന് പറഞ്ഞത്. അപ്പോൾ ഒന്നുകിൽ കരടുരൂപം 'സേവ്' ചെയ്തു വെയ്ക്കണം, അല്ലെങ്കിൽ കടലാസ്സിലേക്ക് തിരിച്ചു പോകണം എന്ന ആലോചനയിലാണ് ഇപ്പോൾ. വെട്ടിത്തിരുത്തുന്നതിന്റെ സുഖം ഒന്നു വേറെ തന്നെയാണ് എന്നു തോന്നുന്നു. ഒരു പക്ഷേ എന്റെ തലമുറയുടെ മാത്രം തോന്നലാകാം ഇത്.

കൂട്ടത്തിൽ ഒന്നു കൂടി പറയട്ടെ: വൃത്തരൂപങ്ങളിൽ എഴുതുന്ന കവിതകളിലാണ് കൂടുതൽ തിരുത്തൽ ആവശ്യം വരാറുള്ളത്. വൃത്തം ഒരിക്കലും തെറ്റാറില്ല, സ്കൂൾ കാലത്തു സംസ്കൃത വൃത്തങ്ങളിൽ എഴുതിത്തുടങ്ങിയ ആളാണ് ഞാൻ. എന്നാൽ അർത്ഥ ലോപം കൂടാതെ തന്നെ കൂടുതൽ ശബ്ദഭംഗിക്കും പ്രാസസൗന്ദ ര്യത്തിനും വേണ്ടി മാറ്റങ്ങൾ വേണ്ടി വരാറുണ്ട്. ഗദ്യരൂപങ്ങളിലും ശബ്ദത്തിന് പ്രാധാന്യമുണ്ട്, എങ്കിലും വൃത്തരൂപങ്ങൾ ചൊല്ലാൻ ഉള്ളവയാകയാൽ അവയിൽ ശബ്ദം കൂടുതൽ നിർണ്ണായകമാണ്. അതിനു അന്തരീക്ഷ നിർമ്മിതിയിലും അർത്ഥസംവേദനത്തിലും പങ്കുള്ളതു കൊണ്ടാകണമല്ലോ അത് വൃത്തത്തിൽ 'തോന്നി'യത്.

- വാക്കുകൾ, വരികൾ മനസ്സിലെഴുതാറുണ്ടോ? അതിനു ശേഷമാണോ കടലാസിൽ/കമ്പ്യൂട്ടറിൽ എഴുത്ത്?

ഇത് എല്ലാ കവിതയുടെയും കാര്യത്തിൽ ഒരുപോലെയല്ല. ചില പ്പോൾ ഒരു ശീർഷകമോ ആവർത്തിക്കുന്ന ഒരു വരിയോ മാത്രം മനസ്സിൽ തോന്നും.

('നിങ്ങൾക്കറിയാമോ?', 'ഒരു പക്ഷേ' മുതലായ ആവർത്തിക്കുന്ന പ്രയോഗങ്ങൾ, 'എന്റെ കോഴിയെ നിങ്ങൾ പകുത്തോളിൻ', 'ഒടു വിൽ ഞാൻ ഒറ്റയാകുന്നു' തുടങ്ങിയ അതേ പടി ആവർത്തിക്കുന്ന വരികൾ, അഥവാ 'എൻ ചോരയിലുണ്ടൊരു സൂര്യൻ', 'എൻ കൺ കളിലുണ്ടൊരു സൂര്യൻ' ഇങ്ങനെ ലഘുഭേദങ്ങളോടെ ആവർത്തി ക്കുന്ന വരികൾ). *കോഴിപ്പങ്ക്* ഏതാണ്ട് അതേപോലെ വന്ന കവിത യാണ്. *ബോധവതി* ഒരു സ്ത്രീശബ്ദത്തിൽ ഞാൻ കേട്ടെഴുതി യതാണ്, ചില കവിതകളുടെ ആദ്യരൂപം സ്വപ്നത്തിൽ വന്നവ യാണ്. ഇത് ഒരു 'നിഗൂഢത' സൃഷ്ടിക്കാനായി പറയുന്നതാണെന്ന് തോന്നാം, പക്ഷേ അനുഭവസത്യമാണ്. പക്ഷേ ഒരു വരിയോ വാക്കോ ശീർഷകമോ മുറിവോ കഴപ്പോ അമൂർത്തമായ ഒരു അന്തരീക്ഷമോ മൂർത്തമായ ഒരു ബിംബമോ ഭാവമോ 'വിഷനോ' ഇല്ലാതെ ഞാൻ കടലാസ്സിന് മുൻപിൽ 'കവിതയെഴുതാൻ തീരുമാനിച്ചു' ഇരുന്നി ട്ടില്ല. ഏതെങ്കിലും പ്രസിദ്ധീകരണം ആവശ്യപ്പെട്ടതുകൊണ്ട് എഴുതി യിട്ടുമില്ല. സൃഷ്ടി നന്നായാലും നന്നായില്ലെങ്കിലും ഉൾപ്രേരണയി ല്ലാതെ ഒന്നും എഴുതിയിട്ടില്ല. ആ ഉൾപ്രേരണയ്ക്ക് നിശ്ചയമായും ബോധം, ഓർമ്മ, അനുഭവം, ഭാവന, വാസന, ഭാഷ, വായന തുട ങ്ങിയവയുമായി സങ്കീർണ്ണമായ ബന്ധങ്ങളുണ്ട്; അഥവാ അവയെല്ലാം ഒത്തു കൂടുന്ന ഏതോ സന്ധിയിലാണ് അത് പിറക്കുന്നത്.

- എഴുത്ത് എത്രത്തോളം ശാരീരികമായ അനുഭവമാണ്? എഴുത്തിന്റെ സമയം ജീവിതത്തിലെ പ്രധാനപ്പെട്ട നേരമെന്ന് തോന്നുന്നോ?

പൂർണ്ണമായ ശ്രദ്ധ ആവശ്യപ്പെടുന്ന ഒന്നാണ് എഴുത്ത്, വിശേഷിച്ചും കവിത. എല്ലാ ഇന്ദ്രിയങ്ങളെയും ഭാഷയിൽ കേന്ദ്രീകരിക്കുന്ന ഒരനുഭവം. കവിതയെ 'ധ്യാന'മായി കാണുന്നത് ഈ അർത്ഥത്തിൽ ശരിയാണ്; ഒരു 'പാരഡോക്സ്' ഉപയോഗിക്കാമെങ്കിൽ അത് പ്രശാന്തമായ ഒരശാന്തിയാണ്. വേദനയോ ആഹ്ലാദമോ അവിടെ ഒരു വെറും ശബ്ദമല്ല, അത് കവി അനുഭവിക്കുന്നുണ്ട്.

കവിതയിലെ ഇലകൾ ശരിക്കും അനങ്ങുന്നുണ്ട്, കിളികൾ ശരിക്കും കരയുന്നുണ്ട്, ഹൃദയം സ്പന്ദിക്കുന്നുണ്ട്, പ്രണയത്തിന് ഉടലുണ്ട്.

തീർച്ചയായും എഴുതുന്ന സമയത്താണ് ഞാൻ പൂർണ്ണമായി ജീവിക്കുന്നതായി എനിക്ക് തോന്നുന്നത്. സംഗീതം, നൃത്തം, നാടകം, സിനിമ, ക്രിക്കറ്റ്, ഫുട്ബോൾ, പല ഗണങ്ങളിൽ പെടുന്ന പുസ്തകങ്ങളുടെ വായന ഇതെല്ലാം ഇഷ്ടമുള്ള ഒരാളാണ് ഞാൻ. പക്ഷേ അവയിൽ നിന്നെല്ലാം വ്യത്യസ്തമായ ഒരനുഭവം കാവ്യരചന നൽകുന്നതുകൊണ്ടാണ് വീണ്ടും വീണ്ടും ഞാൻ അതിലേക്കു തിരിയുന്നത്, ഇടയ്ക്കു മറ്റു പലതും (ഗസൽ, നാടകം, കഥ, കുട്ടിക്കവിത, വിവർത്തനം, നിരൂപണം) എഴുതുമ്പോഴും കിളി കൂട്ടിലെയ്ക്കെന്ന പോലെ, യാത്രികൻ വീട്ടിലേക്കെന്ന പോലെ, സ്വാഭാവികമായി ഞാൻ എന്റെ ജൈവഭാഷയായ കവിതയിലേക്ക് തിരിച്ചു വരുന്നത്.

- എഴുത്തുനേരത്തിനു വേണ്ടി മാറ്റിവെക്കുന്ന മറ്റു കാര്യങ്ങളെച്ചൊല്ലി ദുഃഖിക്കാറുണ്ടോ?

ഇല്ല. അതിനു കാരണം അതു ഞാൻ വളരെ നേരത്തെ തിരിച്ചറിഞ്ഞതാണ്. നമുക്കെല്ലാം അനേകം കഴിവുകളുണ്ട്. പക്ഷേ അവയെല്ലാം വികസിപ്പിക്കാൻ ഒരു ജീവിതം പോരാ. എന്റെ തലമുറയിൽപ്പെട്ട എല്ലാ കവികളും തന്നെ എന്ന് പറയാം, ഉപജീവനത്തിനായി മറ്റു ജോലികൾ - ഏറെയും അധ്യാപനം - ചെയ്യേണ്ടി വന്നവരാണ്. വളരെ കുറച്ചു അപവാദങ്ങൾ ഉണ്ടാകാമെങ്കിലും. സംഗീതവും ചിത്രകലയും പോലെ എന്നെ ആകർഷിച്ചിട്ടുള്ള മറ്റു കലകൾ തന്നെയുണ്ട്. കുട്ടിക്കാലത്ത് ഞാൻ കർണാട്ടിക് സംഗീതകാരനാകാൻ ആഗ്രഹിച്ചിരുന്നു. ഇടക്കാലത്ത് കവിത വഴി മുട്ടിയ ചെറിയ ഇടവേളയിൽ ചിത്രങ്ങൾ വരച്ചിരുന്നപ്പോൾ, ശിഷ്ടജീവിതം ചിത്രകലയ്ക്ക് നൽകണം എന്നാഗ്രഹിച്ചിരുന്നു. കഴിഞ്ഞില്ല. എന്നാൽ ആ താത്പര്യങ്ങളെല്ലാം എന്റെ കവിതയുടെ ലോകം വിശാലമാക്കിയിട്ടുണ്ട്. എന്റെ കവിതയിൽ ഇല്ലാത്ത കലകൾ ഇല്ല. നിർഭാഗ്യവശാൽ കലകളും കലാകാരന്മാരും തമ്മിൽ അറുപതുകളിലും മറ്റും നടന്നിരുന്ന ആ സംവാദം നിലയ്ക്കുകയോ പ്രക്ഷീണമാവുകയോ ചെയ്തിട്ടുണ്ട്, അത് കവിതയെ പ്രതികൂലമായി ബാധിച്ചിട്ടുമുണ്ട്.

കവിതയെ മാത്രമല്ല, മറ്റു കലകളെയും. ആ അകലം സൃഷ്ടിക്കുന്നതിൽ ധനത്തിന്, കൃത്യമായി പറഞ്ഞാൽ വാണിഭത്തിന് ഒരു പങ്കുണ്ട്. കവിത ആ ലേലംവിളിയിൽ ഇല്ല. അത് ഒരാളും ഒരു 'കരീർ' ആയി കരുതുന്നില്ല, അത് കവിതയുടെ സൗഭാഗ്യമാണ്. 'എഴുത്തുനേരത്തിനുവേണ്ടി മാറ്റി വെയ്ക്കുന്ന മറ്റു കാര്യങ്ങൾ' എന്ന പ്രയോഗത്തെ ഞാൻ സംശയിക്കുന്നു. ജീവിതം എന്ന ഒരു മഹാകാര്യത്തിന്റെ ഒരംശം തന്നെയാണ് കവിക്ക് കവിത. കവിത എഴുതാനായി എന്റെ മറ്റു ജോലികളോട് ഞാൻ അനീതി ചെയ്തിട്ടില്ല. മറ്റു ജോലികൾ മൂലം കവിതയോടും.

- എഴുതുന്നതിനാൽ സൂക്ഷ്മാർത്ഥത്തിൽ, ജീവിതം മാറിയിട്ടുണ്ടോ?

മറ്റൊരു ജീവിതം അറിയാത്തതുകൊണ്ട് അത് പറയാൻ എനിക്കാവില്ല. ചില ഉപദ്രവങ്ങൾ ഉണ്ടായിട്ടില്ലെന്നില്ല. എഴുത്തിൽ സമൂഹം കടന്നു വന്നാൽ, അത്തരത്തിൽ എഴുതുന്ന ആളിനെക്കുറിച്ചുള്ള ചില സങ്കല്പങ്ങൾക്കനുസരിച്ചു ജീവിക്കാൻ ഒരാൾ ബാദ്ധ്യസ്ഥനാകും എന്ന് ഞാൻ പഠിച്ചു. അത് മലയാളത്തിൽ കുറെ കൂടുതലുമാണ്. എഴുത്തിനെ സ്വയം മൂല്യവത്തായ ഒരു ക്രിയ - ആക്റ്റിവിറ്റി - ആയി കാണാൻ നമ്മുടെ സമൂഹം പക്വമായിട്ടില്ല. പ്രളയത്തെക്കുറിച്ചു കവിതയെഴുതിയാൽ നിങ്ങൾ പ്രളയത്തിൽ എത്ര പേരെ രക്ഷിച്ചു എന്ന കണക്കു ചോദിക്കുന്ന ഒരു സമൂഹത്തിൽ എഴുത്ത് സാമൂഹ്യപ്രവർത്തനത്തിന്റെ ഒരനുബന്ധം മാത്രമാകും. എഴുത്തിൽ ഭാവനയുടെ നിർണ്ണായകമായ പങ്ക് - എത്ര തവണ കാൽവീനോയെയും മാർക്കേസിനെയും മുറാകാമിയെയും നെരൂദയെയും സ്വന്തം എഴുത്തുകാരെപ്പോലെ വായിച്ചിട്ടും - നാം വേണ്ടത്ര തിരിച്ചറിഞ്ഞതായി തോന്നുന്നില്ല. അതുകൊണ്ട് അതിനെ നാം പ്രത്യക്ഷാനുഭവവുമായി ഋജുവായി ബന്ധിക്കുന്നു. ഇതിന്റെ പ്രത്യാഘാതം എല്ലാവരും അനുഭവിക്കുന്നുണ്ട്, പക്ഷേ കൂടുതൽ അനുഭവിക്കുന്നത് സ്ത്രീകൾ ആണെന്ന് തോന്നുന്നു. ലളിതമായ ഒരുദാഹരണം: ഒരു പുരുഷൻ പ്രണയകവിത എഴുതിയാൽ അയാൾ ആരെങ്കിലുമായും പ്രണയത്തിലാണോ എന്ന് ആരും ചോദിച്ചു കേട്ടിട്ടില്ല, അവയിലെ നായികമാരെ അന്വേഷിച്ചു പോയിട്ടില്ല; പക്ഷേ സ്ത്രീ എഴുതിയാൽ അവളിൽ പ്രണയം മാത്രമല്ല ലൈംഗിക തൃഷ്ണയും നാം ആരോപിക്കും, ആ നായകൻ ആരെന്നു നമുക്കറിയണം. നമ്മുടെ സദാചാര സങ്കല്പങ്ങൾ വളരെ സങ്കുചിതമാണ്. അത് കുടുംബത്തിന്റെ ചുവരുകൾക്കപ്പുറം പോകാൻ, എന്തിന്, കുടുംബസങ്കല്പത്തെ പൊളിച്ചെഴുതാൻ പോലും അറച്ചു നിൽക്കുന്നു.

എഴുത്ത് പക്ഷേ വേറെ രീതികളിൽ, ഗുണാത്മകമായി, ജീവിതത്തെ സ്വാധീനിച്ചിട്ടുണ്ട്. ലോകമെമ്പാടും അതെനിക്ക് അമൂല്യമായ

സൗഹൃദങ്ങൾ തന്നു, പല തലത്തിലുള്ള സൗഹൃദങ്ങൾ: വ്യക്തിപരവും സാഹിത്യപരവും. എന്റെ ചിന്തയെ ചിലപ്പോൾ അത് ഞാൻ മുൻകൂട്ടി കാണാത്ത ദിശകളിലേക്ക് നയിച്ചു. ഒരുപാട് സങ്കുചിതത്വങ്ങളിൽ നിന്ന് മോചിപ്പിച്ചു. എന്നെ ലോകത്തിന്റെ ആറു ഭൂഖണ്ഡങ്ങളിൽ അനേകം നാടുകളിൽ എത്തിച്ചത് കവിത മാത്രമാണ്. കവിതവായനയ്ക്കായാണ് - ചിലപ്പോൾ കവിതയെക്കുറിച്ച് സംസാരിക്കാനും - ഞാൻ ഏഷ്യ, ആഫ്രിക്ക, യൂറോപ്പ്, രണ്ടു അമേരിക്കകൾ, ഓസ്ട്രേലിയ എന്നിവിടങ്ങളിൽ ഏറെ യാത്രകൾ നടത്തിയത്; ഇന്ത്യയ്ക്കകത്തുമതേ. ആ യാത്രാനുഭവങ്ങൾ എന്റെ സഹാനുഭൂതിയെ - എമ്പതി - വിശാലമാക്കി. ഇപ്പോൾ ഒരു തരം ജീവിതരീതിയോടും സംസ്കാരത്തോടും എനിക്ക് വിദ്വേഷമോ അകലമോ ഇല്ല. അസൂയകളോ ആശങ്കകളോ വംശ ദേശ മത വിദ്വേഷങ്ങളോ ഇല്ല. എന്റെ കുട്ടികൾ അവർക്കിഷ്ടമുള്ളവരെ വിവാഹം കഴിക്കാൻ ആഗ്രഹിച്ചപ്പോൾ മതം, പ്രദേശം, ഭാഷ തുടങ്ങിയ പരിഗണനകൾക്കപ്പുറം അത് അംഗീകരിക്കാൻ മാത്രമല്ല, അവരുടെ തീരുമാനത്തെ ആദരിക്കാനും അതിൽ സന്തോഷിക്കാനും ഞങ്ങൾക്കു കഴിഞ്ഞു. ഇതോടൊപ്പം പലരുടെയും പലതിന്റെയും സങ്കുചിതത്വങ്ങൾ തിരിച്ചറിയാനും കഴിഞ്ഞു. ഞാൻ മതഭ്രാന്തനോ ദേശീയവാദിയോ അല്ലാതായി. കവിതയിലൂടെ മനുഷ്യരുടെ ആത്യന്തികമായ ഒരുമ തിരിച്ചറിഞ്ഞു. കവിത പ്രാദേശികമായി വേരുള്ളപ്പോഴും ഒരു ഭാഷയിൽ എഴുതപ്പെട്ടാലും ആത്യന്തികമായി സാർവലൗകികമാണെന്നറിഞ്ഞു. കേരളത്തെയും മലയാളത്തെയും സ്നേഹിക്കുമ്പോഴും അവയെക്കുറിച്ചുള്ള അഹങ്കാരങ്ങൾ ഇല്ലാതായി.

- എഴുതാൻ പ്രയാസമായ കവിത? എഴുതാൻ പ്രയാസമായ അനുഭവങ്ങൾ വിടാതെ പിൻതുടരുന്നോ?

എഴുതപ്പെടാത്ത കവിത എന്ന പേരിൽ എന്റെ ഒരു കവിതയുണ്ട്. ഒരർത്ഥത്തിൽ എല്ലാ കവിതയും എഴുതാൻ പ്രയാസമായ കവിതകൾ തന്നെയാണ് - അത് അന്ധമായി ഒരു വഴി മാത്രം പിന്തുടരുന്നില്ലെങ്കിൽ, പുതിയ അനുഭവങ്ങൾ ആവിഷ്കരിക്കാൻ ശ്രമിക്കുന്നുവെങ്കിൽ. മുൻകൂട്ടി ഞാൻ ഇങ്ങനെയേ എഴുതൂ എന്ന് തീരുമാനിച്ചവർക്ക് കാര്യങ്ങൾ എളുപ്പമാണ് - മഹാകവികളെക്കുറിച്ചുള്ള എന്റെ കവിത പറയും പോലെ - അവർക്ക് എന്തിനെപ്പറ്റി എഴുതണം, എങ്ങനെ എഴുതണം എന്ന് നല്ല നിശ്ചയമുണ്ട്. അത്തരം കവികൾ നമുക്ക് മുമ്പുണ്ടായിരുന്നു, ഇപ്പോഴുമുണ്ട്. അവരെ ഞാൻ 'പദ്യരചയിതാക്കൾ' (വേഴ്സിഫയേഴ്സ്) എന്നാണു വിശേഷിപ്പിക്കുക. വൃത്തത്തിൽ എഴുതുന്നതു കൊണ്ടല്ല - എന്റെ തലമുറയിൽ എല്ലാ കവികളും വൃത്തത്തിൽ കൂടി എഴുതിയവരാണ് - മറിച്ച്

മുൻകൂട്ടി തീരുമാനിച്ച ഒരു പദ്ധതിയനുസരിച്ച് എഴുതുന്നതു കൊണ്ട്. അത്തരം കവിതയിൽ അത്ഭുതങ്ങളോ അപ്രതീക്ഷിതത്വങ്ങളോ ഇല്ല. അവർ അനശ്വരരാകാൻ തീരുമാനിച്ചവരാണ്, അതുകൊണ്ട് ദൈനംദിന ജീവിതത്തെയും സാധാരണ വസ്തുക്കളെയും പ്രാണി കളെയുമൊക്കെ അവർ കവിതയിൽ നിന്ന് ദൂരെ നിർത്തുന്നു, അവർക്ക് പ്രകൃതി പോലും മനുഷ്യനു പുറത്ത്, പ്രകൃതിയായി, നിലനിൽക്കുന്നില്ല. അത് മനുഷ്യജീവിതനാടകത്തിനുള്ള അരങ്ങ്, അല്ലെങ്കിൽ ഉപമകൾക്കും രൂപകങ്ങൾക്കുമുള്ള ഒരു പ്രഭവം, മാത്ര മാണ്. തീർച്ചയായും പ്രകൃതിക്ക് കവിതയിൽ അത്തരം റോളുകൾ ഉണ്ട്, എന്നാൽ അത് അവയ്ക്കപ്പുറവും നിലനിൽക്കുന്നുണ്ട്. അവർ അതു തിരിച്ചറിയുന്നത് പ്രളയമോ ആഗോളതാപനമോ അഗ്നി പർവ്വത സ്ഫോടനമോ മഹാമാരിയോ പോലുള്ള ദുരിതങ്ങൾ സംഭവിക്കുമ്പോൾ മാത്രമാണ്, ജനലിൽ നിന്ന് പുറത്തു നോക്കി യാൽ കാണുന്ന ആരിവേപ്പിലൂടെയും അണ്ണാനിലൂടെയും ചാറ്റൽ മഴയിലൂടെയുമല്ല. പ്രകൃതി നിരന്തരം നമ്മോടു സംവദിക്കുന്നുണ്ട്, താഴ്ന്ന ഫ്രീക്വെൻസിയിൽ. അത് അവർ കേൾക്കുന്നില്ല. അവർ ക്ലാസ്സിക്കുകളിലേക്ക് പോകുന്നതു പോലും 'ചിരന്തനം' എന്ന് അവർ കരുതുന്ന പ്രമേയങ്ങൾ തേടിയാണ്, പുതിയ കണ്ടെത്തലുകൾക്കാ യല്ല. അവയിൽനിന്ന് അവർ അലങ്കാരങ്ങൾ അണിയിച്ച ഖണ്ഡ കാവ്യങ്ങൾ സൃഷ്ടിക്കുന്നു. അവരെപ്പോലെ തന്നെയുള്ള വായന ക്കാരെയും അവർക്ക് കിട്ടുന്നു. കവി എന്നും തുടക്കക്കാരനാണ്, തെറ്റ് വരുത്താൻ കവിക്ക് കഴിയണം - വഴി തെറ്റി സഞ്ചരിക്കാനും എൻ.എൻ. കക്കാട് പറഞ്ഞ പോലെ പുതുവഴി വെട്ടാനും. അത് അറിഞ്ഞവരേ കവിതയെ പുതുക്കിയിട്ടുള്ളൂ.

- 'എഴുതാതെ'യും കവിതയെഴുതാം എന്നു തോന്നിയിട്ടുണ്ടോ? കവിത മറ്റു രൂപങ്ങളിൽ?

ആലങ്കാരികമായി അങ്ങനെ പറയാം 'അവൾ ഒരു കവിതയാണ്', 'നോവലിലെ ഈ വാചകം കവിതയാണ്', 'ഈ പെയിന്റിംഗ് തനി കവിതയാണ്' എന്നൊക്കെ പറയും പോലെ. അങ്ങനെ നോക്കി യാൽ കളിക്കളത്തിലെ ഫുട്ബോളറുടെ ചലനത്തിൽ പോലും കവിത കണ്ടെത്താം. 'പോയറ്റിക്' (കാവ്യാത്മകം, കവിതാമയം), 'പോയട്രി' (കവിത) ഈ വാക്കുകളുടെ അർത്ഥം ഒന്നല്ല. ചിലപ്പോൾ കവിത യാഥാസ്ഥിതികമായ അർത്ഥത്തിൽ 'കാവ്യാത്മകം' ആകണം എന്ന് പോലുമില്ല - സിബ്ന്യൂ ഹെർബെർട്ടിന്റെയോ എൻസെൻസ് ബെർഗറുടെയോ ബ്രെഹ്റ്റിന്റെയോ, നികനോർ പാർറയുടെയോ കവിത പോലെ. കോൺക്രീറ്റ് പോയട്രി, പെർഫോമൻസ് പോയട്രി,

മൾട്ടിമീഡിയാ പോയട്രി ഇവയുടെയൊന്നും സാദ്ധ്യതകൾ ഞാൻ നിഷേധിക്കുന്നില്ല. പക്ഷേ എങ്ങനെയോ കവിത എന്ന സത്ത ഈ 'ട്രെൻഡി' ആയ രീതികളെ അതിജീവിക്കുന്നു, അവയെക്കൂടി ചില പ്പോൾ ഉൾക്കൊള്ളുന്നു എന്നു മാത്രം. അപ്പോൾ ഞാൻ പറഞ്ഞു വന്നത് കവിതയ്ക്ക് ഭാഷയിൽ - വാമൊഴിയോ വരമൊഴിയോ ആകട്ടെ - അവതീർണ്ണമാകാതെ വയ്യ എന്നാണ്. ധ്യാനമായുള്ള അതിന്റെ അസ്തിത്വം കവിതയുടെ പൂർവ്വജന്മാവസ്ഥയേ ആകു ന്നുള്ളൂ. അതിനു ഭാഷയിൽ പിറന്ന് കൈകാലിട്ടടിച്ചേ പറ്റൂ, അഥവാ ഇല വിരിച്ചേ പറ്റൂ.

- എഴുതുമ്പോൾ അപ്പുറത്ത് ഒരാളുണ്ടോ?

എന്റെ പ്രതിജ്ഞാബദ്ധസുഹൃത്തുക്കൾക്ക് വിഷമം തോന്നരുത് - എഴുതുമ്പോൾ, ഇല്ല. പ്രകടമായും 'സാമൂഹ്യ'മായ കവിത പോലും ഞാൻ എഴുതുന്നത് എന്റെ ഏതോ ദാഹം, ദുഃഖം, കുറ്റബോധം, ഇല്ലായ്മ, ശമിപ്പിക്കാനാണ്. ഞാൻ പറയുന്നത് എഴുതുന്ന മുഹൂർ ത്തത്തെക്കുറിച്ചാണ്. 'അവനവൻ ആത്മസുഖത്തിന്നാചരിപ്പതു' തന്നെയാണത്, അത് 'അപരന്റെ സുഖത്തിനായ് വരുന്നു' എന്നേ യുള്ളൂ. ആ ഘട്ടം മറ്റുള്ളവർക്ക് മുൻപിലുള്ള വായനയുടെയും പ്രസിദ്ധീകരണത്തിന്റെയുമാണ്. പക്ഷേ ആദ്യമുഹൂർത്തമില്ലെങ്കിൽ രണ്ടാമത്തേതും ഇല്ല: ആ 'ആത്മസുഖം' കുരിശാരോഹണത്തിലോ സരയൂപ്രവേശത്തിലോ അസ്ത്രസ്വീകാരത്തിലോ നിന്ന് വരുന്ന താകാമെങ്കിലും. പക്ഷേ ഒന്നുണ്ട്, ഭാഷ, അതിനെ ഓരോ കവി തയും വ്യക്തിവത്കരിക്കുമ്പോഴും ഒരു സാമൂഹ്യോത്പന്നമാണ്; ഓരോ വാക്കിലും അതുപയോഗിക്കപ്പെട്ട അനേകം സന്ദർഭങ്ങളുടെ സൂക്ഷ്മസ്മൃതികളുണ്ട്. സംവേദനം, അതും വ്യക്തിവത്കരിക്ക പ്പെടുമ്പോൾത്തന്നെ, സാദ്ധ്യമാകുന്നത് ഭാഷ പങ്കിടുന്ന ആ മഹാസമൂഹം നിലനിൽക്കുന്നത് കൊണ്ടാണ്; വേറൊരു ഭാഷയിൽ പോകുമ്പോൾ ആ സ്മൃതികളുടെ സ്വഭാവം മാറാമെങ്കിലും. അതുകൊണ്ടാണ് ഏറ്റവും വ്യക്തിപരമായതും ഒരു തലത്തിൽ സാമൂഹ്യം കൂടി ആയിരിക്കുന്നത്. ഇതിന് ഒരു വായനക്കാരനെ കവി അടുത്തിരുത്തണമെന്നില്ല, പാതി ദൂരത്ത് അയാൾ, അഥവാ അവൾ, ഉണ്ട്. 'നീയറിയുന്നോ വായനക്കാരാ' (അയ്യപ്പപ്പണിക്കർ) എന്ന് സംബോധന ചെയ്യപ്പെടുന്നതു പോലും ഈ അരൂപിയാണ്. നാടകത്തിലെ ആത്മഗതം പോലെ, മറ്റുള്ളവർ കേൾക്കുന്നുണ്ടാകാം എന്നറിഞ്ഞു കൊണ്ടു തന്നെ, അഥവാ, അവർ കേൾക്കാനായിപ്പോലും സ്വയം സംസാരിക്കുന്നതാണ് കവിത. അരികിലുള്ളത് 'ഞാൻ' തന്നെയാണ്, പക്ഷേ അല്പം അകലെ 'നീ' ഉണ്ട്, ഭാഷയിൽ 'നീ' കൂടി ഉള്ളതുകൊണ്ട്.

അല്പനാളുകൾ മുൻപ് മാസിഡോണിയയിലെ സ്ട്രൂഗാ പോയട്രി ഫെസ്റ്റിവലിൽ വെച്ച് സുഹൃത്തായ പലസ്തീനിയൻ യുവകവി അസ്മാ അസൈസേ, അവളുടെ മാസികയ്ക്കു വേണ്ടിയുള്ള അഭിമുഖത്തിൽ ചോദിച്ചു: 'ഏറ്റവും വേദനാജനകമായ ബിംബങ്ങൾ ഉപയോഗിക്കുമ്പോഴും താങ്കളുടെ കവിത സുരക്ഷിതമായ ഒരു മടിത്തട്ട് പോലെ തോന്നുന്നു, വായനക്കാരനുമായുള്ള താഴ്ന്ന ശബ്ദത്തിലുള്ള ഒരു സംവാദം. താങ്കൾ വേദന വായനക്കാരുടെ മുഖത്തേക്ക് വലിച്ചെറിയുന്നില്ല, അത് സ്വയം കാണാൻ അവരെ നയിക്കുക മാത്രം ചെയ്യുന്നു. എഴുതുമ്പോൾ ഇക്കാര്യം ആലോചിക്കാറുണ്ടോ? സാമാന്യഭാഷയിൽ നിന്ന് കവിത ശുദ്ധീകരിച്ചെടുക്കാൻ ശ്രമിക്കാറുണ്ടോ?' എന്റെ മറുപടി ഇതായിരുന്നു: 'ഞാൻ എന്റെ കവിതയിൽ ഉറക്കെ സംസാരിക്കയോ നിലവിളിക്കയോ ചെയ്യാതിരിക്കാൻ ശ്രമിക്കുന്നു. കഴിയുന്നത്ര പരോക്ഷമാകാൻ, ബിംബങ്ങളിലും രൂപകങ്ങളിലും പ്രതീകങ്ങളിലും കൂടി സംസാരിക്കാൻ ശ്രമിക്കുന്നു. കൂടുതൽ നേരിട്ട് സംസാരിക്കാൻ നിർബന്ധിക്കുന്ന രാഷ്ട്രീയ സന്ദർഭങ്ങൾ ഉണ്ടാകുമ്പോൾ ഞാൻ അതിൽ നിന്ന് പക്ഷേ ഒഴിഞ്ഞു മാറാറില്ല. എങ്കിലും പരോക്ഷമായിരുന്നു തന്നെ സംവേദനം നിർവഹിക്കുമ്പോഴാണ് എനിക്ക് കൂടുതൽ സന്തോഷം. എന്റെ കവിതയിൽ ഞാൻ ധാരാളം ഐറണിയും ഉപയോഗിക്കുന്നു. 'ഇത് ഇവിടെയും പ്രസക്തമാണെന്നു തോന്നുന്നു. *സത്യവാങ്മൂലം, പനി, ഇടവേള, ഉയിർത്തെഴുന്നേൽപ്പ്, സാക്ഷ്യങ്ങൾ, മുട്ടാളന്മാർ, മാപ്പ്, സിമത്തേരി* തുടങ്ങിയ കഴിഞ്ഞ അര നൂറ്റാണ്ടു കാലത്തെ രാഷ്ട്രീയ കവിതകളിൽപ്പോലും ഞാൻ എഴുപതുകളിലെ മറ്റു ചില കവികളെപ്പോലെ ഉറക്കെ സംസാരിക്കാനോ ബോധപൂർവ്വം 'ഇഫക്റ്റ്' ഉണ്ടാക്കാനോ ശ്രമിച്ചിട്ടില്ലെന്നാണ് എനിക്ക് തോന്നുന്നത്. അതുകൊണ്ടാകാം അവയിലെ രാഷ്ട്രീയത്തോട് യോജിക്കാത്തവർ പോലും ആ കവിതകളെ കവിതകൾ എന്ന നിലയിൽ ഓർമ്മിക്കുന്നതും ഇഷ്ടപ്പെടുന്നതും. നിർഭാഗ്യവശാൽ 'എഴുപതുകളുടെ കവിത' മുതലായ സാമാന്യവത്കരണങ്ങൾക്കിടയിൽ ഈ വ്യത്യാസങ്ങൾ ശ്രദ്ധിക്കപ്പെട്ടില്ല.

- എഴുതുന്ന നേരത്ത് അബോധത്തിന്റെ പ്രേരണകൾ എപ്രകാരമാണ്? തീർച്ചയില്ലാത്തവയിലേക്ക് കവിതയെ നയിക്കാറുണ്ടോ അത്?

കവിതാരചന അറിയാത്ത വഴിയിലൂടെയുള്ള നടത്തമാണ്. തീരെ പ്രതീക്ഷിക്കാത്തത് നാം വഴിയിൽ കണ്ടുമുട്ടുന്നു, അറിയാതെ വളവുകൾ പ്രത്യക്ഷപ്പെടുന്നതു പോലെ ഭാഷ തിരിയുന്നു, കാണാത്ത ചെടികളും പക്ഷികളും മനുഷ്യരും വന്നു ചേരുന്നു, വിചാരിക്കാത്തിടത്ത് വഴി അവസാനിക്കുന്നു. അനാസൂത്രിതമായതിന്റെ സാഹസികാഹ്ലാദമാണ് കവിത നൽകുന്ന ആഹ്ലാദം. ഒരു വാക്ക് മറ്റൊരു

വാക്കിലേക്ക് നയിക്കുന്നു, ഒരനുഭവം അഥവാ ഒരോർമ്മ മറ്റുള്ളവയിലേക്ക്. കാലങ്ങളുടെയും സ്ഥലങ്ങളുടെയും അതിരുകൾ തകർന്നുപോകുന്നു, ചരവും അചരവും ഐക്യപ്പെടുന്നു. അബോധം കവിതയെ ഏറ്റെടുക്കുന്നു, ബോധത്തിന്റെ സംഭാവനകൾ കൂടി സ്വീകരിച്ചു കൊണ്ട്. ഒടുവിൽ ഏത് എവിടെനിന്നു വന്നു എന്നു പറയുക തന്നെ പ്രയാസമാകുന്നു.

- എഴുത്തിന്റെ ആനന്ദമെന്താണ്? ദുഃഖമെന്ത്?

രണ്ടും എഴുത്തിൽ അഭിന്നമാണ്. ഗിരി-കാനന-ഗഹ്വരങ്ങളിലുള്ള ആശാന്റെ കഥാപാത്രങ്ങളുടെ സഞ്ചാരത്തിൽ രതിയും വിരതിയും ഉള്ളതുപോലെ. പരിത്യക്തസീതയുടെ വനവാസത്തെക്കുറിച്ചെഴുതുമ്പോൾ വാല്മീകി അനുഭവിച്ചത് സീതയുടെ ഏകാന്തവ്യസനമായിരുന്നോ അതോ അത് ആവിഷ്കരിക്കാൻ കഴിഞ്ഞതിലെ ആനന്ദമോ? ദുരന്തനാടകങ്ങൾ രചിക്കുമ്പോൾ സൊഫോക്ലിസ് അഥവാ ഷേക്സ്പിയർ അനുഭവിച്ചത് സർഗ്ഗാത്മകതയുടെ പരകോടിയിലെ ഉന്മാദമായിരുന്നോ, അതോ തങ്ങളുടെ നായികാനായകരുടെ തീക്ഷ്ണവേദനകളോ? അവരുടെയൊക്കെ മുന്നിൽ തുച്ഛനായ ഞാനും എന്റെ എളിയ രീതിയിൽ ഈ വിരുദ്ധവികാരങ്ങൾക്കു വിധേയനാകുന്നു. കവികൾ ഒരേ സമയം സാഡിസ്റ്റുകളും മസോക്കിസ്റ്റുകളും - പരപീഡനാഘോഷികളും ആത്മാപീഡാഹ്ലാദികളും - ആണെന്നു വരാം.

■

സച്ചിദാനന്ദൻ: ജീവിതരേഖ

1946: മെയ് 28ന് കേരളത്തിൽ തൃശ്ശൂർ ജില്ലയിലെ കൊടുങ്ങല്ലൂരിൽ പുല്ലൂറ്റ് ഗ്രാമത്തിൽ ജനനം, പുല്ലൂറ്റ് ഗവണ്മെന്റ് എൽ പി സ്കൂൾ, എസ് എൻ ഡി പി യോഗം യു പി സ്കൂൾ, കൊടുങ്ങല്ലൂർ ഗവണ്മെന്റ് ഹൈസ്കൂൾ എന്നിവിടങ്ങളിൽ പഠനം. മാദ്ധ്യമം: മലയാളം. 1959–62 കാലത്ത് നാട്ടിൻപുറത്തെ കയ്യെഴുത്തു മാസികകളിലും സ്കൂൾ മാസികകളിലും കവിതകളും കവിതാ പരിഭാഷകളും (ഒമാർ ഖയ്യാം, വേർഡ്സ്‌വർത്ത്) പ്രസിദ്ധീകരിക്കുന്നു. അഗാധമായി സ്വാധീനിച്ച അദ്ധ്യാപകൻ, അപ്പർ പ്രൈമറിയിൽ മലയാളം അദ്ധ്യാപകനായിരുന്ന നീലകണ്ഠ ദാസ്. കവിതയുടെ ക്രാഫ്റ്റിൽ താത്പര്യം ഉണ്ടാക്കുന്നത് പ്രധാനമായും അദ്ദേഹമാണ്. പിന്നെ ഹൈസ്കൂളിലെ രാഘവൻ മാസ്റ്റർ.

1961: ഇരിങ്ങാലക്കുട ക്രൈസ്റ്റ് കോളേജിൽ പ്രീ-യൂണിവേഴ്സിറ്റി കോഴ്സിനു ചേരുന്നു, തുടർന്ന് അവിടെത്തന്നെ ജീവശാസ്ത്രം ഐച്ഛികമായി ബിരുദപഠനം, കോളേജ് മാസികയിൽ മലയാളത്തിലും ഇംഗ്ലീഷിലും ഹിന്ദിയിലും കവിതകൾ എഴുതുന്നു. *ബൈബിൾ* ശ്രദ്ധയോടെ വായിക്കുന്നു, ഒരൊഴിവുകാലം മുഴുവൻ ഷേക്സ്പിയറുടെ സമ്പൂർണ്ണ കൃതികൾ വായിച്ചു ഇഷ്ടമായ ഭാഗങ്ങൾ അടിയിൽ വരയ്ക്കുന്നു, നാടകസംഗ്രഹങ്ങൾ എഴുതുന്നു,

കുറിപ്പെടുക്കുന്നു. പരിഭാഷകൾ തുടരുന്നു, ഹിന്ദിയിലെ *ലാലാ രൂഖ്* എന്ന കവിതയെ ഉപജീവിച്ച് ഒരു ലഘുനാടകം എഴുതുന്നു. ഇംഗ്ലീഷ് അദ്ധ്യാപകൻ ജോസഫ് കൊളങ്ങാടന്റെയും മലയാളം അദ്ധ്യാപകൻ മാമ്പുഴ കുമാരന്റെയും ഹിന്ദി അദ്ധ്യാപകൻ പത്മനാഭ പിള്ളയുടെയും (രണ്ടാം ഭാഷ ഹിന്ദി ആയിരുന്നു) പ്രോത്സാഹനം ലഭിക്കുന്നു. ധാരാളം വായിക്കുന്നു. (വിശേഷിച്ചും ബ്രിട്ടീഷ് കാൽപ്പനികകവികളുടെ രചനകൾ) 1962ൽ മദിരാശിയിലെ *ജയകേരള*ത്തിൽ കവിത വരുന്നു. തുടർന്ന് വിദ്യാർത്ഥി ആയിരിക്കെത്തന്നെ *ജയകേരളം* വാരിക, കൊല്ലത്തെ *ജനയുഗം* വാരിക, ചങ്ങനാശ്ശേരിയിലെ *കേരള ഡൈജസ്റ്റ്*, മദിരാശിയിലെ *സമീക്ഷ* തുടങ്ങിയ പ്രസിദ്ധീകരണങ്ങളിൽ കവിതകളും ലേഖനങ്ങളും പ്രസിദ്ധീകരിക്കുന്നു. 1965-ൽ ബിരുദം. തുടർന്ന് മെഡിസിന് ചേരാൻ ഒരുക്കങ്ങൾ നടത്തുന്നു, പക്ഷേ പുനരാലോചനയിൽ ഉപേക്ഷിക്കുന്നു. സാഹിത്യം പഠിക്കാൻ തീരുമാനിക്കുന്നു.

1965: എറണാകുളം മഹാരാജാസ് കോളേജിൽ ഇംഗ്ലീഷ് മാസ്റ്റർ ബിരുദത്തിനു ചേരുന്നു. ഇതുവരെ സാഹിത്യമത്സരങ്ങളിൽ പങ്കെടുത്തു ധാരാളം സമ്മാനങ്ങൾ നേടിയിരുന്നുവെങ്കിലും മത്സരങ്ങളിൽ ക്രാഫ്റ്റ് മാത്രമാണ് പരീക്ഷിക്കപ്പെടുന്നത് എന്ന് തിരിച്ചറിഞ്ഞ് ഇനി മത്സരങ്ങളിൽ പങ്കെടുക്കില്ലെന്ന് തീരുമാനിക്കുന്നു. മലയാളത്തിലും ഇംഗ്ലീഷിലും എഴുതുന്നു. ഇടതുപക്ഷ വിദ്യാർത്ഥി സംഘടനയോട് ആഭിമുഖ്യം. ടി.കെ. രാമചന്ദ്രൻ, എൻ എസ് മാധവൻ തുടങ്ങിയവർ സുഹൃത്തുക്കൾ. വായന കൂടുതൽ ഗൗരവത്തിലാകുന്നു. സാർത്ര്, കമ്യു, കാഫ്ക എന്നിവരോടും ആഫ്രിക്കൻ അമേരിക്കൻ എഴുത്തുകാരോടും ആധുനിക കവികളോടും പ്രത്യേക ആകർഷണം, അവരെക്കുറിച്ച് ലേഖനങ്ങൾ എഴുതുന്നു. കേരള ഫിലോസഫിക്കൽ കോൺഗ്രസ്സിൽ അസ്തിത്വവാദത്തെക്കുറിച്ച് പ്രബന്ധം അവതരിപ്പിക്കുന്നു, സാർത്രിനെപ്പറ്റി *കേരള ഡൈജസ്റ്റിൽ* പത്ത് ലേഖനങ്ങളുടെ പരമ്പര പ്രസിദ്ധീകരിക്കുന്നു. എം.എൻ. റോയിയുടെ കൃതികൾ മനസ്സിരുത്തി വായിക്കുന്നു. എം.കെ. സാനു, എം. ലീലാവതി, എം. അച്യുതൻ, പോഞ്ഞിക്കര റാഫി, ടി.ആർ. (അന്ന് അറിയപ്പെട്ടിട്ടില്ല), അയ്യപ്പപ്പണിക്കർ തുടങ്ങിയവരുമായി പരിചയം. സാനു മാസ്റ്ററുമായി ധാരാളം സംഭാഷണങ്ങൾ. ടി.ആർ.കെ. മാരാർ, ബാലകൃഷ്ണൻ നായർ തുടങ്ങിയ ഇംഗ്ലീഷ് അദ്ധ്യാപകരുടെയും സ്വാധീനം. എം. ഗോവിന്ദന്റെ *സമീക്ഷ*യുടെ വരിക്കാരൻ. അതിൽ കവിതയും എഴുതുന്നു. ആറ്റൂർ രവിവർമ്മ, കടമ്മനിട്ട രാമകൃഷ്ണൻ, ആർ. രാമചന്ദ്രൻ ഇവരും *സമീക്ഷ*യുടെ വൃത്തത്തിൽ അന്നുണ്ട്. ആ വഴി എം. ഗോവിന്ദനുമായും ബന്ധപ്പെടുന്നു.

1967: മഹാരാജാസിൽ നിന്ന് എം.എ. പാസ്സാകുന്നു. കൊടുങ്ങല്ലൂർ കുഞ്ഞിക്കുട്ടൻ തമ്പുരാൻ കോളേജിൽ ഇംഗ്ലീഷ് ലക്ചറർ ആയി നിയമനം. ലിറ്റിൽ മാഗസിനുകളിൽ ധാരാളമായി എഴുതുന്നു. മദിരാശിയിൽ ടി.വി. കുഞ്ഞികൃഷ്ണൻ നടത്തിയിരുന്ന *അന്വേഷണം* മാസികയിൽ പതിവായി എഴുതുന്നു. അയ്യപ്പപ്പണിക്കരുടെ നേതൃത്വത്തിൽ കേരളകവിത ത്രൈമാസികം ആരംഭിക്കുന്നു. അതിന്റെ സ്ഥാപകാംഗമാകുന്നു, കവിതകളും എഴുതുന്നു. ആദ്യ ലക്കത്തിൽ വന്ന കവിത, *അഞ്ചു സൂര്യൻ*, തുടർന്ന് അനേകം കവിതകൾ, കാവ്യപരിഭാഷകൾ. എല്ലാ ലക്കങ്ങളുടെയും പ്രകാശന സമ്മേളനങ്ങളിൽ പങ്കെടുക്കുന്നു, മദിരാശിയിലെ സമ്മേളനം കഴിഞ്ഞു ചോളമണ്ഡലം സന്ദർശിക്കുന്നു. കെ.സി. എസ്. പണിക്കർ, നന്ദഗോപാൽ, കെ. ദാമോദരൻ, പത്മിനി തുടങ്ങിയ ചിത്രകാരന്മാരും ശില്പികളുമായി ബന്ധം സ്ഥാപിക്കുന്നു. മുൻപേ ഉണ്ടായിരുന്ന ചിത്രകലാ താത്പര്യം കൂടുതൽ മൂർത്തമാകുന്നു. ആധുനിക ചിത്രകലയെക്കുറിച്ച് ഒരു ലേഖന പരമ്പര തന്നെ എഴുതുന്നു. കൂടാതെ പല പ്രദർശനങ്ങൾക്കും ലഘുലേഖകളും (ബ്രോഷർ) തയ്യാറാക്കുന്നു. അവയിൽ ആധുനിക കവിതയെക്കുറിച്ച് പ്രബന്ധങ്ങൾ അവതരിപ്പിച്ചുകൊണ്ട് നിരൂപണരംഗത്ത് പ്രവേശിക്കുന്നു. ഒപ്പം എം. ഗോവിന്ദനുമായും ആത്മബന്ധം തുടരുന്നു. പി.കെ.എ. റഹീമും കുടുംബവും *ജ്വാല* സർക്കിളുമായി ബന്ധപ്പെടുന്നു. അതിൽ എം. കൃഷ്ണകുമാർ, വിദ്യപ്പൻ, എം. തോമസ്, മാത്യു, പി.വി. ഉണ്ണികൃഷ്ണൻ, അബ്ദു മാഷ്, കാട്ടുമാടം നാരായണൻ, ചെറിയ ഇ.എം.എസ് മുതൽ പേരുണ്ട്. അതിന്റെ കൂട്ടായ്മകളിൽ പങ്കെടുക്കുന്നു. വി.ടി. ഭട്ടതിരിപ്പാടുമായും വലിയ അടുപ്പം. ചിലപ്പോൾ തിരുനാവായ മണപ്പുറത്ത് കൂടിച്ചേരൽ, അത് കഴിഞ്ഞു വി.ടിയുടെ വീട്ടിൽ ഭക്ഷണം; ചിലപ്പോൾ അവിടെ കവിത വായനയും. ഇടശ്ശേരിയുടെയും വൈലോപ്പിള്ളിയുടെയും വീടുകളിൽ ഇടയ്ക്ക് സന്ദർശകൻ. സാഹിത്യ പരിഷത്ത് സമ്മേളനത്തിൽ വച്ചു പി കുഞ്ഞിരാമൻ നായരുമായും പരിചയം.

1969: തുളസീദേവിയുമായി (ബിന്ദു) വിവാഹം. വിവാഹം കഴിഞ്ഞ് ആദ്യ സന്ദർശനങ്ങൾ റഹീം, തോമസ് മാത്യു, എം.കെ. സാനു, ടി.കെ. രാമചന്ദ്രൻ എന്നിവരുടെ വീടുകളിൽ. ഒഴിവുകാലങ്ങൾ ഒറ്റപ്പാലത്ത് അവരുടെ വീട്ടിൽ. കവിതയിൽ പനകൾ കടന്നു വരുന്നത് ആ വഴി. *ആത്മഗീത*യും *ആസന്നമരണ ചിന്തകളും* ഉൾപ്പെടെ പല കവിതകളും അവിടെ വെച്ചാണ് എഴുതുന്നത്. എം.എസ്. മണിയുടെ *കലാകൗമുദി*യിലും (എഡിറ്റർ: എസ്. ജയചന്ദ്രൻ നായർ, സഹായി എൻ.ആർ.എസ്. ബാബു) എസ്.കെ.

നായരുടെ *മലയാളനാടിലും* (എഡിറ്റർ: കാക്കനാടൻ) കവിതകളും ലേഖനങ്ങളും വരുന്നു. *ആത്മഗീത*യുടെ ആദ്യഖണ്ഡം *കേരളകവിത*യിലും (അയ്യപ്പപ്പണിക്കർ അമേരിക്കയിൽ പോയപ്പോൾ ഒ.എൻ.വി. ആയിരുന്നു പത്രാധിപർ) *ആസന്നമരണ ചിന്തകൾ* മലയാളനാടിലും വരുന്നു.

1970: ജനുവരിയിൽ ഇരിങ്ങാലക്കുട ക്രൈസ്റ്റ് കോളെജിലേക്ക് ജോലി മാറുന്നു. പല കുറി വാടകവീടുകൾ മാറുന്നു. ഭൗതികജീവിതം ദരിദ്രം. പക്ഷേ ധാരാളം വായന. സുഹൃത്തുക്കൾ, സന്ദർശകർ. *ജ്വാല* ആദ്യപുസ്തകം ഇറക്കുന്നു: *കുരുക്ഷേത്രം: ആധുനിക കവിതാ പഠനങ്ങൾ*. എം.വി. ദേവന്റെ കവർ.

1971: ആദ്യപുത്രി സരിത (സീന)യുടെ ജനനം. ആദ്യത്തെ കവിതാ സമാഹാരം ആർ രാമചന്ദ്രന്റെ താത്പര്യപ്രകാരം കോഴിക്കോട് പൂർണ്ണ പബ്ലിഷേഴ്സ് പ്രസിദ്ധീകരിച്ചു കൊണ്ടിരുന്ന ആധുനിക കവികളുടെ പരമ്പരയിൽ പ്രകാശിപ്പിക്കുന്നു: *അഞ്ചു സൂര്യൻ*. സി.എൻ. കരുണാകരൻ കവർ വരയ്ക്കുന്നു. അവതാരിക: കെ. എസ്. നാരായണപിള്ള. രചനകൾക്ക് ഒരു ചെറിയ വായനാ സമൂഹം ഉണ്ടാകുന്നു. *ജ്വാല* എന്ന ചെറുമാസിക റഹീമിന്റെ പിന്തുണയോടെ തുടങ്ങുന്നു. പന്ത്രണ്ടു ലക്കം. ഓരോ ലക്കത്തിനും വെവ്വേറെ ഡിസൈൻ - അത് ഓരോ ചിത്രകാരന്മാർ ചെയ്യുന്നു. പന്ത്രണ്ടു മാസം പന്ത്രണ്ടു ലക്കം എന്ന് നേരത്തെ തന്നെ പ്രഖ്യാപിക്കുന്നു. അഞ്ഞൂറ് കോപ്പി മാത്രം. സി.എൻ. കരുണാകരൻ, എ.സി.കെ. രാജാ, എം.വി. ദേവൻ, കെ. ദാമോദരൻ തുടങ്ങിയവരുടെ ചിത്രങ്ങൾ, ക്ഷോഭപ്പതിപ്പ്, വിദ്യാഭ്യാസപ്പതിപ്പ്, ഖസാക്ക് പതിപ്പ് (അത് കിട്ടിയ ഒ.വി വിജയന്റെ കമ്പി: 'Overwhelmed'. നോബൽ സമ്മാനത്തെക്കാൾ കേമം എന്ന് കെ.പി. നിർമൽകുമാർ.), ഒടുവിൽ മരണപ്പതിപ്പ്. പലപ്പോഴും പത്രാധിപർ പ്രസ്സിൽത്തന്നെ കിടപ്പ്. *ജ്വാല*യിലെ എഴുത്തുകാരിൽ കോവിലൻ, നിർമ്മൽ കുമാർ, എൻ.എസ്. മാധവൻ, മേതിൽ രാധാകൃഷ്ണൻ, കെ. അരവിന്ദാക്ഷൻ, കെ.സി.എസ്. പണിക്കർ അങ്ങനെ ഏറെപ്പേർ. അതിനിടെ സി.എൻ. ശ്രീകണ്ഠൻ നായർ, കാവാലം നാരായണപ്പണിക്കർ അങ്ങനെ ഒട്ടേറെപ്പേരുമായി പരിചയം. *എഴുത്തച്ഛൻ എഴുതുമ്പോൾ* എന്ന കവിത *മാതൃഭൂമി ആഴ്ചപ്പതിപ്പിൽ* വരുന്നു, തുടർന്ന് രൂപാന്തരം ഉൾപ്പെടെ പല കവിതകളും.

1972: പ്രധാനമായും ആധുനികകവിതയുടെ കറുത്ത നർമ്മത്തിൽ ഊന്നുന്ന *ഹരിശ്രീ* എന്ന ആധുനിക കവിതാസമാഹാരം *ജ്വാല* പ്രസിദ്ധീകരിക്കുന്നു. കെ.ജി. ശങ്കരപ്പിള്ളയും മേതിൽ രാധാ

കൃഷ്ണനനും ആദ്യമായി ഒരു ആന്തോളജിയിൽ പ്രത്യക്ഷപ്പെടുന്നു. *ജ്വാല*യുടെ അവാംഗ്- ഗാർദ് സ്വഭാവത്തിന്റെ തുടർച്ചയായിരുന്നു അത്. കെ.ജി. ശങ്കരപ്പിള്ളയുടെ *പ്രസക്തി*യുമായി സഹകരിക്കുന്നു. *ഞങ്ങൾ, തീത്തെയ്യം, ക്യൂബ, ക്യൂബ, കുതിരകളുടെ ആഴം, വിശപ്പ്, ഹോ ചി മിൻ, സത്യവാങ്ങ്മൂലം, പനി, ഇന്ത്യൻ സ്കെച്ചുകൾ, പുലയപ്പാട്ട്* തുടങ്ങിയ രാഷ്ട്രീയ കവിതകൾ, *പ്രസക്തി, ചിത്രകാർത്തിക, ദേശാഭിമാനി, യെനാൻ* തുടങ്ങിയ ആനുകാലികങ്ങളിൽ വരുന്നത് 1972–74 കാലത്താണ്. ദേശാഭിമാനി സ്റ്റഡി സർക്കിൾ, ശാസ്ത്രസാഹിത്യ പരിഷത്ത്, ജനകീയ സാംസ്കാരികവേദി ഇങ്ങനെയുള്ള സംഘടനകളിൽ സജീവം.

1974: *ആത്മഗീത* എന്ന ആത്മകഥാപരമായ ദീർഘകാവ്യം സാഹിത്യ പ്രവർത്തക സഹകരണ സംഘം പ്രസിദ്ധീകരിക്കുന്നു.

1975: രണ്ടാമത്തെ മകൾ സബിതയുടെ ജനനം. ജൂണിൽ അടിയന്തിരാവസ്ഥാ പ്രഖ്യാപനം. 'നിഷ്പക്ഷത' എന്ന കവിതയും 'സ്വാതന്ത്ര്യഗീതങ്ങൾ' എന്ന കവിതാവിവർത്തനപരമ്പരയുടെ ശീർഷകവും (*ദേശാഭിമാനി*) സെൻസർ തടയുന്നു. *വിശപ്പ്* എന്ന കവിത എഴുതിയതിന്റെ പേരിൽ തൃശ്ശൂർ, പാലക്കാട് എന്നിവിടങ്ങളിൽ വച്ച് ക്രൈം ബ്രാഞ്ച് ചോദ്യം ചെയ്യുന്നു. ഇരിങ്ങാലക്കുടയിലെ വാടകവീട് ക്രൈം ബ്രാഞ്ചിന്റെ നിരീക്ഷണത്തിൽ. *നാവുമരം, കോലങ്ങൾ* ഈ കവിതകൾ *വിവേകോദയം* മാസികയിൽ വരുന്നു, നാവുമരം രഹസ്യമായി സ്കൂൾ -കോളേജുകളിൽ അദ്ധ്യാപകർ വഴി പ്രചരിക്കുന്നു. *നിഷ്പക്ഷത* എന്ന കവിത *മലയാളനാടിൽ* വരുന്നു. *വടക്കൻ കഥകൾ, വടക്കൻ പാട്ട്, ആരാണ് ശത്രു* ഇങ്ങനെ പല പ്രതിരോധ കവിതകൾ.

1977: *കേരള കവിതാ* ഗ്രന്ഥവരിയിൽ ആർ. നരേന്ദ്രപ്രസാദിന്റെ ദീർഘമായ അവതാരികയോടെ *കവിത* എന്ന സമാഹാരം ഇറങ്ങുന്നു.

1978: പ്രസക്തി ലൈബ്രറി എന്ന സ്വന്തം പ്രസാധന സംരംഭം. സ്വന്തം കവിതാ പരമ്പരയായ *ഇന്ത്യൻ സ്കെച്ചുകൾ*, താൻ എഡിറ്റ് ചെയ്ത *വഴിത്തിരിവിന്റെ കഥകൾ, പുതുപ്പിറവി* തുടങ്ങിയ പുസ്തകങ്ങൾ പ്രസിദ്ധീകരിക്കുന്നു. *ജ്വാല* ബ്രെഹ്റ്റിന്റെ കവിതകളുടെ വിവർത്തന സമാഹാരം ഇറക്കുന്നു. സാംസ്കാരിക ചർച്ചകളിൽ സജീവം. തൊഴിലാളികൾക്കിടയിലും തെരുവുകളിലും മറ്റും കവിതാവായനകളും സംസ്കാരസംബന്ധിയായ ക്ലാസ്സുകളും. പല ഇടതുപക്ഷ പ്രസിദ്ധീകരണങ്ങളുമായി ബന്ധം. കോളേജിൽ നിന്ന് *ഇന്ന്* എന്ന പ്രസിദ്ധീകരണം ഇറക്കുന്നു. വിദ്യാർത്ഥികളുമായി ചേർന്ന് റൈറ്റേഴ്സ് ഫോറം തുടങ്ങുന്നു. അശോക് കുമാർ

(കുറച്ചു കാലം *കോമ്രേഡ്* എഡിറ്റർ; ഇപ്പോൾ 'സായാഹ്ന' കോമൺസ് കൂട്ടായ്മയിൽ), സുബ്രഹ്മണ്യദാസ് (പിന്നീട് ഞാൻ വിലക്കിയിട്ടും മാർക്സിസ്റ്റ് -ലെനിനിസ്റ്റ് പാർട്ടിയിൽ ചേർന്നു. നിരാശനായി റെയിലിൽ തല വെച്ച് ആത്മഹത്യ ചെയ്തു), സി.എസ്. വെങ്കിടേശ്വരൻ (ഇപ്പോൾ മാദ്ധ്യമ-സിനിമാ നിരൂപകൻ), ബ്രഹ്മപുത്രൻ (ഇപ്പോൾ ഡോക്ടർ) തുടങ്ങിയവരുടെ സഹകരണത്തോടെ, പൗലോ ഫ്രെയറിൽ നിന്നും ഐവാൻ ഇല്ലിച്ചിൽ നിന്നും മറ്റും പ്രചോദനം ഉൾക്കൊണ്ട്, നിലനിൽക്കുന്ന വിദ്യാഭ്യാസപദ്ധതിയെ രൂക്ഷവും സമഗ്രവുമായി വിമർശിക്കുന്ന കോളേജ് മാസിക ഇറക്കുന്നു.

1979: *എഴുത്തച്ഛൻ എഴുതുമ്പോൾ* എന്ന സമാഹാരം പൂർണ്ണാ ബുക്സ് പുറത്തിറക്കുന്നു. പല പതിപ്പുകൾ.

1980: ഇരിങ്ങാലക്കുടയ്ക്കടുത്ത് നടവരമ്പ് എന്ന സ്ഥലത്ത് തൊഴിലാളി സമരത്തെത്തുടർന്ന് ഒരു ദളിത് കോളനിയിൽ പൊലീസ് നടത്തിയ അക്രമത്തിന്നെതിരെ പ്രതിഷേധിച്ച് 144 ലംഘിച്ച് സിവിക് ചന്ദ്രൻ തുടങ്ങിയവരോടൊപ്പം പ്രകടനം നയിച്ചതിന് അഡ്വക്കേറ്റ് മേഘനാദൻ, *പ്രേരണ* എഡിറ്റർ സദാശിവൻ, വിദ്യാർത്ഥി കാർത്തികേയൻ എന്നിവർക്കൊപ്പം അറസ്റ്റ് ചെയ്യപ്പെടുന്നു. പക്ഷേ കേസ്സിൽ കള്ളക്കുറ്റങ്ങൾ ചുമത്തിയതിനു ഹൈക്കോടതി പൊലീസിനെ താക്കീത് ചെയ്യുന്നു, എല്ലാവരെയും വെറുതെ വിടുന്നു. 79–80 കാലത്തെ *ബോധവതി, പീഡന കാലം* തുടങ്ങിയ കവിതകൾ പ്രത്യേകം ശ്രദ്ധിക്കപ്പെടുന്നു. ലേഖനങ്ങൾ സമാഹരിക്കപ്പെട്ടു തുടങ്ങുന്നു.

1981: *പീഡനകാലം* എന്ന കവിതാസീക്വെൻസുകളുടെ സമാഹാരം ഇരിങ്ങാലക്കുടയിലെ സംസാര ബുക്സ്റ്റാൾ പ്രസിദ്ധീകരിക്കുന്നു.

1982: *വേനൽ മഴ* എന്ന കവിതാ സമാഹാരം. *ജനതയും കവിതയും* എന്ന ലേഖന സമാഹാരം ഡി സി ബുക്സിൽ നിന്ന്.

ഭാരത് ഭവന്റെ ക്ഷണം സ്വീകരിച്ച് ഭോപ്പാലിലെ ലോക കവി സമ്മേളനത്തിൽ പങ്കെടുക്കുന്നു, സഹകവികൾക്കൊപ്പം - തോമാസ് ട്രാൻസ്ട്രോമർ, ഡെരെക് വാൽകോട്ട്, വിവിധ ഭാഷകളിലെ പ്രമുഖ ഇന്ത്യൻ കവികൾ മുതലായവർ - ഭോപ്പാൽ ദുരന്തം നടന്ന യൂണിയൻ കാർബൈഡ് ഫാക്ടറി സന്ദർശിക്കുന്നു, പടിക്കൽ പ്രതിഷേധ കവിതാ വായന. ഇന്ത്യൻ-ലോകകവികളുമായി ബന്ധം സ്ഥാപിക്കുന്നു. കവിതാ സമാഹാരങ്ങൾ, പരിഭാഷാ സമാഹാരങ്ങൾ, ലേഖനസമാഹാരങ്ങൾ, നാടകങ്ങൾ ഇവ ഈ വർഷങ്ങളിൽ

ധാരാളമായി പ്രസിദ്ധീകരിക്കുന്നു. നവീന ഇടതുപക്ഷ ചിന്തയുമായി പരിചയപ്പെടുന്നു. അശോക് കുമാറിന്റെ സഹായത്തോടെ *ഉത്തരം* മാസിക തുടങ്ങുന്നു.

1983: അതുവരെയുള്ള കവിതകളുടെ ഒറ്റസ്സമാഹാരം, *സച്ചിദാനന്ദന്റെ കവിതകൾ* പുസ്തക പ്രസാധക സംഘം പ്രസിദ്ധീകരിക്കുന്നു. *ശക്തൻ തമ്പുരാൻ* (ലഘുനാടകങ്ങളുടെ സമാഹാരം), *രണ്ടു ദീർഘകാവ്യങ്ങൾ, മാർക്സിയൻ സൗന്ദര്യ ശാസ്ത്രം* ഇവയുടെ പ്രകാശനം.

1984: ആദ്യത്തെ ഔദ്യോഗിക അംഗീകാരം, കേരള സാഹിത്യ അക്കാദമിയുടെ സി.ബി. കുമാർ പുരസ്കാരം, *കവിതയും ജനതയും* എന്ന ലേഖന സമാഹാരത്തിന്. കവിതയ്ക്കല്ല എന്ന കാരണത്താൽ ചടങ്ങിനു പോകുന്നില്ല. *സോക്രട്ടീസും കോഴിയും* എന്ന സമാഹാരം പ്രസിദ്ധീകരിക്കുന്നു.

1985: ഇന്ത്യൻ കൗൺസിൽ ഫോർ കൾച്ചറൽ റിലേഷൻസിന്റെ ക്ഷണം സ്വീകരിച്ച് വാല്മീകിലോക കാവ്യോത്സവത്തിൽ പങ്കെടുക്കുന്നു. ഒട്ടേറെ വലിയ കവികളുമായി പരിചയപ്പെടുന്നു. ഡൽഹി-ആഗ്രാ സന്ദർശനങ്ങൾ. തുടർന്ന് അവർ നാമനിർദ്ദേശം ചെയ്ത പ്രകാരം അന്നത്തെ യൂഗോസ്ലാവിയായിലെ സരായെവോ പോയട്രി ഡെയ്സ് എന്ന കവിതോത്സവത്തിൽ ഇന്ത്യയെ പ്രതിനിധീകരിച്ചു പങ്കാളിയാകുന്നു. *തെരഞ്ഞെടുത്ത ലേഖനങ്ങൾ. പാബ്ലോ നെരൂദാ* (പ്രഭാഷണം) ഇവ പ്രസിദ്ധീകരിക്കുന്നു.

1986: *സംവാദങ്ങൾ, സമീപനങ്ങൾ* എന്നീ ലേഖന സമാഹാരങ്ങൾ.

1987: *സച്ചിദാനന്ദന്റെ കൃതികൾ* ഗൗതമാ ബുക്സ് പ്രസിദ്ധീകരിക്കുന്നു. *ഇവനെക്കൂടി* സമാഹാരം ഡി.സി. ബുക്സിൽ നിന്ന്. അഞ്ചു പതിപ്പുകൾ. ഭോപ്പാലിലെ കവിഭാരതിയിൽ മലയാളത്തെ പ്രതിനിധാനം ചെയ്യുന്നു. കോഴിക്കോട് സർവ്വകലാശാല ഫാക്കൽറ്റി ഓഫ് ലാംഗ്വേജസ് അംഗം, കേരള സർവ്വകലാശാല പി.ജി. ബോർഡ് ഓഫ് സ്റ്റഡീസ് അംഗം.

1988: *വീടുമാറ്റം* എന്ന കവിതാസമാഹാരം ഡി.സി.യിൽ നിന്ന്. ഭാരത് ഭവൻ ഭോപ്പാലിൽ നടത്തിയ 'കവിതാ ഏഷ്യ'യിൽ ഇന്ത്യൻ കവിതയുടെ ഒരു പ്രതിനിധി. കേന്ദ്ര സാഹിത്യ അക്കാദമിയുടെ മലയാളം ഉപദേശക സമിതിയിൽ. അക്കാദമി ക്ഷണപ്രകാരം സോവിയറ്റ് യൂണിയനിലെ ഫെസ്റ്റിവൽ ഓഫ് ഇന്ത്യയിൽ മറ്റു നാലു ഇന്ത്യൻ കവികൾക്കൊപ്പം പങ്കാളിത്തം. മോസ്കോ, റീഗാ സന്ദർശനം. തുടർന്ന് ആദ്യത്തെ യാത്രാവിവരണം. *എഴുത്തച്ഛൻ*

എഴുതുമ്പോൾ എന്ന കവിതാസമാഹാരം കോഴിക്കോട് സർവ്വകലാശാലയിൽ പാഠപുസ്തകം.

1989: *ഇവനെക്കൂടി* എന്ന കവിതാസമാഹാരത്തിന് കേരള സാഹിത്യ അക്കാദമിയുടെ പുരസ്കാരം. ഗുജറാത്തിയിൽ സ്വന്തം കവിതകളുടെ സമാഹാരം; *സംസ്കാരത്തിന്റെ രാഷ്ട്രീയം* ലേഖന സമാഹാരം, *ബ്രെഹ്റ്റിന്റെ കല*, മോണോഗ്രാഫ്, *സംഭാഷണങ്ങൾ* – അഭിമുഖ സംഭാഷണ സമാഹാരം.

1990: മദ്ധ്യപ്രദേശ് സർക്കാരിന്റെ ശ്രീകാന്ത് വർമ്മാ ഫെല്ലോഷിപ്. *നേർവഴികൾ* എന്ന നവീനകവിതാസമാഹാരം എഡിറ്റ് ചെയ്യുന്നു. തമിഴിൽ ആദ്യത്തെ സ്വന്തം കവിതകളുടെ പരിഭാഷാ സമാഹാരം *രക്തസാക്ഷികൾ ഇറങ്ങുന്നു* – സുകുമാരന്റെ പരിഭാഷ. *ഇവനെക്കൂടി* കേരള സർവ്വകലാശാലയിൽ എം.എ പാഠപുസ്തകം. *പാബ്ലോ നെരൂദ*, പഠനം, കോഴിക്കോട് സർവ്വകലാശാലയിൽ പാഠപുസ്തകം. *കയറ്റം* പുതിയ കവിതാസമാഹാരം; *പടവുകൾ*: ആദ്യകാല ലേഖനങ്ങൾ. 90 മുതൽ അഞ്ചു വർഷം കോഴിക്കോട്, മഹാത്മാഗാന്ധി, കേരള, ലഖ്നൗ, ഔറംഗാബാദ് അംബേദ്കർ – എന്നീ സർവ്വകലാശാലകളിൽ ഫാക്കൽറ്റി ഇംപ്രൂവ്മെന്റ് പ്രോഗ്രാമുകളിൽ റിസോഴ്സ് പേഴ്സൺ. കേരള സർക്കാർ ഫിലിം അവാർഡ് ജൂറി അംഗം. 1990, 94, 96–മൂന്നു വർഷം മദ്ധ്യപ്രദേശിൽ കബീർ സമ്മാൻ ജൂറി അംഗം. 1990–92 കേരള പുരോഗമന കലാ സാഹിത്യ സംഘം എക്സിക്യൂട്ടീവ് അംഗം. 'ഫോറം ഫോർ സെക്കുലർ കൾച്ചർ' സ്ഥാപകാംഗം. അതിനുവേണ്ടി ഗാന്ധി നാടകം എഴുതുന്നു.

1991: *കാഴ്ചകൾ, കാഴ്ചപ്പാടുകൾ, അന്വേഷണങ്ങൾ ലേഖനങ്ങൾ.*

1992: ക്രിസ്റ്റഫർ റോഷനുമായി സരിതയുടെ വിവാഹം. കേന്ദ്ര സാഹിത്യ അക്കാദമിയുടെ *ഇന്ത്യൻ ലിറ്ററേച്ചർ* ദ്വൈമാസികയുടെ പത്രാധിപരായി ഒരു വർഷം കോളേജിൽ നിന്ന് ലീവെടുത്ത് ബിന്ദുവിനോടു കൂടി ഡൽഹിയിലേക്കു പോകുന്നു. പല തരത്തിൽ വിഷമം പിടിച്ച ഭൗതിക ജീവിതം, എങ്കിലും ജോലി ഇഷ്ടം. മാസികയെ ആകെ പുതുക്കിപ്പണിയുന്നു. ആദ്യമായി പത്രാധിപക്കുറിപ്പുകൾ, കോളങ്ങൾ, അഭിമുഖ സംഭാഷണങ്ങൾ, ഇലസ്ട്രേഷനുകൾ, കവറിനു പ്രസിദ്ധരുടെ പെയിന്റിംഗുകൾ, ദളിത് സാഹിത്യം, സ്ത്രീസാഹിത്യം തുടങ്ങിയ പുതിയ പ്രവണതകൾക്ക് പ്രത്യേക ലക്കങ്ങൾ, ഭാഷാലക്കങ്ങൾ. കൽക്കത്തയിൽ 'സാർക്ക്' സമ്മേളനത്തിൽ ഭാഗഭാക്കാകുന്നു. *കവിബുദ്ധൻ* കവിതാസമാഹാരം, *വീണ്ടുവിചാരങ്ങൾ*, ലേഖന സമാഹാരം.

1993: ഡൽഹിയിൽ തുടരാനുള്ള ആപത്കരമായ തീരുമാനം. കോളേജിൽ നിന്ന് വോളന്ററി റിട്ടയർമെന്റ്. മകൾ സബിത കൂടെ ചേരുന്നു. ലേഡി ശ്രീരാം കോളേജിൽ ഇംഗ്ലീഷ് ബിരുദ (ഓണേഴ്സ്) കോഴ്സിനു ചേരുന്നു. സമഗ്ര സാഹിത്യ സംഭാവനയ്ക്ക് ഒമാൻ കൾച്ചറൽ സെന്റർ പുരസ്കാരം. ബാലചന്ദ്രൻ ചുള്ളിക്കാട് *എന്റെ സച്ചിദാനന്ദൻ കവിതകൾ* പ്രസിദ്ധീകരിക്കുന്നു. 'സഹ്മത്' (സഫ്ദർ ഹഷ്മി ട്രസ്റ്റ്) നയിച്ച സാംസ്കാരിക സംഘത്തിന്റെ ഭാഗമായി അയോധ്യയിൽ പോയി ബാബറി മസ്ജിദ് തകർത്തതിന്റെ വാർഷിക പ്രതിഷേധത്തിൽ പങ്കാളിയാകുന്നു. തുടർന്നും സഹ്മത്തിൽ സജീവം. ഒപ്പം മലയാളി ഇടതുപക്ഷ സംഘടനയായ ജനസംസ്കൃതിയിലും. *സൗന്ദര്യവും അധികാരവും*; ലേഖന സമാഹാരം പ്രസിദ്ധീകരിക്കുന്നു. 'കവിത 93'- ഡൽഹിയിൽ ഇന്ത്യൻ കവിസമ്മേളനം കോ -ഓഡിനെറ്റർ.

1994: ചൈനയിലെ ഫെസ്റ്റിവൽ ഓഫ് ഇന്ത്യയിലേക്കുള്ള എഴുത്തുകാരുടെ സംഘത്തെ നയിക്കുന്നു. ദേശാടനം രണ്ടാം പതിപ്പ്. ഭോപ്പാൽ ഭാരത് ഭവനിൽ ഒറ്റയ്ക്കുള്ള കവിതാവായന. കൊൽക്കത്ത 'ആബ്രുത്തി ലോകേ' എന്ന കവിതാവായനോത്സവത്തിൽ കൊൽക്കത്തയിലും ശാന്തിനികേതനിലും പാരായണം.

1995: കോഴിക്കോട് സർവ്വകലാശാലയിൽ നിന്ന് *ഒരു അനുഭവൈകവാദവിരുദ്ധ സൗന്ദര്യശാസ്ത്രത്തിലേക്ക്: മാർക്സിസവും പോസ്റ്റ് -സ്ട്രക്ചറലിസവും* എന്ന വിഷയത്തിൽ കേരളത്തിൽ വെച്ച് ആരംഭിച്ചിരുന്ന ഗവേഷണം പൂർത്തിയാക്കി ഡോക്ടർ ബിരുദം. ആദ്യത്തെ ഇംഗ്ലീഷ് കവിതാവിവർത്തന സമാഹാരമായ *സമ്മർ റെയിൻ* ഇറങ്ങുന്നു. ദേശാടനം എന്ന കവിതാസമാഹാരം കേരള സർവ്വകലാശാലയിൽ പാഠപുസ്തകം. *ഗാന്ധി* നാടകം ശാസ്ത്ര സാഹിത്യ പരിഷത്ത് പ്രിദ്ധീകരിക്കുന്നു.

1996: കേന്ദ്ര സാഹിത്യ അക്കാദമിയുടെ സെക്രട്ടറി (സി ഈ ഓ) ആയി നിയമനം. *ദേശാടന*ത്തിന് ഉള്ളൂർ സ്മാരക പുരസ്കാരം. *മുഹൂർത്തങ്ങൾ* എന്ന പേരിൽ തെരഞ്ഞെടുത്ത സാഹിത്യ ലേഖനങ്ങൾ ഡി സി ബുക്സ് ഇറക്കുന്നു. അക്കാദമിക്കു വേണ്ടി സാർക്ക് കവിതയുടെ സമാഹാരം *Gestures* എഡിറ്റ് ചെയ്യുന്നു. നാഷണൽ ബുക്ക് ട്രസ്റ്റിനു വേണ്ടി മലയാളകഥകളുടെ ഇംഗ്ലീഷ് സമാഹാരമായ *Under the Wild Skies* എഡിറ്റ് ചെയ്യുന്നു. രണ്ടാമത്തെ ഹിന്ദി കവിതാപരിഭാഷാ സമാഹാരം ഇറങ്ങുന്നു. ദേശീയ ഫിലാറ്റലി കൗൺസിൽ അംഗം. *മുഹൂർത്തങ്ങൾ*-സാഹിത്യ നിരൂപണ സമാഹാരം. *മലയാളം* മൂന്നാം പതിപ്പ്. സംസ്കൃതി പ്രതിഷ്ഠാൻ സംസ്കൃതി അവാർഡ്, ജ്ഞാനപീഠം മൂർത്തിദേവി അവാർഡ് ഇവയിൽ ജൂറി അംഗം. പല കുറി തുടരുന്നു.

1997: ആദ്യത്തെ മഹാകവി പി. കുഞ്ഞിരാമൻ നായർ പുരസ്കാരം. (കാഞ്ഞങ്ങാട്) ഫ്രാൻസിലെ 'ഐവി- സുർ- സെയിനി'ൽ ലോക കവിതാ ബിയെനാലേയിൽ പങ്കാളിത്തം. സ്വീഡനിലേക്കുള്ള സാംസ്കാരിക പ്രതിനിധി. ഒരു മലയാളി സംഘടനയുടെ ക്ഷണ പ്രകാരം ആദ്യത്തെ അമേരിക്കൻ സന്ദർശനം - ന്യൂയോർക്ക്, വാഷിങ്ങ്ടൻ, ബോസ്റ്റൺ, ഹൂസ്റ്റൺ എന്നിവിടങ്ങളിൽ പരിപാടികൾ. പ്രസ് കൗൺസിൽ ഓഫ് ഇന്ത്യയിൽ അംഗം. ഇന്ത്യ ഗവണ്മെന്റ് സാംസ്കാരിക വകുപ്പിന്റെ ഫെല്ലോഷിപ് കമ്മിറ്റി ചെയർമാൻ. സോണൽ കൾച്ചറൽ സെന്ററുകളിൽ എക്സിക്യൂട്ടീവ് അംഗം.

1998: *ദേശാടന*ത്തിനു കൽക്കത്താ ഭാരതീയ ഭാഷാപരിഷത്തിന്റെ ഭീൽവാഡാ പുരസ്കാരം, തമിഴിലെ രണ്ടാമത്തെ പരിഭാഷാ സമാഹാരവും രണ്ടാമത്തെ ഇംഗ്ലീഷ് പരിഭാഷാ സമാഹാരവും (How to Go to the Tao Temple), നൂറ് ആധുനിക ഇന്ത്യൻ കവികളുടെ സമാഹാരം, Signatures നാഷണൽ ബുക്ക് ട്രസ്റ്റിനു വേണ്ടി എഡിറ്റ് ചെയ്യുന്നു. ആദ്യത്തെ യാത്രാവിവരണ ഗ്രന്ഥം, *പല ലോകം പല കാലം*. കവിതാസമാഹാരം, *അപൂർണ്ണം*. 98 മുതൽ അഞ്ചു വർഷം കൊൽക്കത്ത രാജാ റാം മോഹൻ റോയ് ലൈബ്രറി ഫൗണ്ടേഷനിൽ പല കമ്മിറ്റികളിൽ അംഗവും ചെയർമാനും.

1999: ഇറ്റലിയിലേക്കുള്ള സാഹിത്യസംഘത്തെ നയിക്കുന്നു. റോം, വെനീസ്, നേപ്പിൾസ് എന്നിവിടങ്ങളിൽ കവിതവായന; *ഗാന്ധി* നാടകത്തിനു കേരള സാഹിത്യ അക്കാദമി പുരസ്കാരം, *തെരഞ്ഞെടുത്ത കവിതകൾ* (കറന്റ് ബുക്സ്, തൃശ്ശൂർ) പ്രകാശനം, *കലയും നിഷേധവും*- ലേഖനങ്ങൾ. തമിഴിൽ മൂന്നാമത്തെ പരിഭാഷാ സമാഹാരം, ഇന്ത്യ ഗവണ്മെന്റ് സാംസ്കാരികവകുപ്പിന്റെ സീനിയർ ഫെല്ലോഷിപ്, ഇംഗ്ലീഷിൽ ആദ്യലേഖന സമാഹാരം Indian Literature: Positions and Propositions പ്രകാശനം, ഹിന്ദിയിൽ സ്വതന്ത്ര ഇന്ത്യയിലെ കവിതകളുടെ തെരഞ്ഞെടുത്ത സമാഹാരം, താനാ- ബാനാ കവിസുഹൃത്ത് കേദാർനാഥ് സിങ്ങുമൊത്തു എഡിറ്റ് ചെയ്യുന്നു.

2000: *തെരഞ്ഞെടുത്ത കവിതകൾ*ക്ക് ആശാൻ പുരസ്കാരം; കൊൽക്കത്തയിൽ നിന്ന് 'ഗണകൃഷ്ടി' ബഹുമതി, പുഷ്കിന്റെ രണ്ടാം ജന്മശതാബ്ദി ആഘോഷത്തിനു ക്ഷണിതാവായി വീണ്ടും മോസ്കോവിൽ, സാംസ്കാരിക വകുപ്പിന്റെ ഔദ്യോഗിക സംഘത്തിന്റെ ഭാഗമായി വീണ്ടും ചൈനയിൽ; യു.എസ്. ലൈബ്രറി ഓഫ് കോൺഗ്രസിന്റെ Archive of World Literature നു വേണ്ടി കവിതകളുടെ ഒരു മണിക്കൂർ വായന റെക്കോഡ് ചെയ്യപ്പെടുന്നു. ദേശീയ

ഫിലിം അവാർഡ് ജൂറി അംഗം; ഇംഗ്ലീഷിലും ഹിന്ദിയിലും സ്വന്തം കവിതയുടെ മൂന്നാമത്തെ വിവർത്തന സമാഹാരങ്ങൾ. *സംഭാഷണത്തിന് ഒരു ശ്രമം* - കവിതാ സമാഹാരം, ദേശീയ ഫിലിം ജൂറി (സിനിമാനിരൂപണം) ചെയർമാൻ.

2001: *തെരഞ്ഞെടുത്ത കവിതകൾക്ക്* ഓടക്കുഴൽ അവാർഡ്; പല ലോകം, പല കാലം യാത്രാവിവരണസമാഹാരത്തിന് കേരള സാഹിത്യ അക്കാദമിയുടെ പുരസ്കാരം, ഷാർജ, ദുബായ് പ്രസംഗ -പാരായണ പര്യടനം, ഇംഗ്ലീഷ് പരിഭാഷകളുടെ തെരഞ്ഞെടുത്ത സമാഹാരം *So Many Births* പ്രകാശിപ്പിക്കപ്പെടുന്നു. ആസ്സമിയ, ബംഗാളി വിവർത്തന സമാഹാരങ്ങൾ. *ഇവനെക്കൂടി* കോഴിക്കോട് സർവ്വകലാശാലയിൽ പാഠപുസ്തകം. കേരള സർക്കാരിന്റെ 'മാനവീയം' കൾച്ചറൽ മിഷന്റെ 'സാഹിത്യത്തിലൂടെ മനുഷ്യ സേവന'ത്തിനുള്ള ബഹുമതി.

2002: കവിതയ്ക്ക് ഒറീസ്സയിലെ സാംബൽപൂർ സർവ്വകലാശാലയുടെ ഗംഗാധർ മെഹർ പുരസ്കാരം, സമഗ്രസംഭാവനയ്ക്ക് ബഹറിൻ കേരളീയ സമാജം അവാർഡ്, ഇറ്റലിയിൽ വീണ്ടും, വെറോണ യിലെ ലോക കവിതാ അക്കാദമിയിൽ ക്ഷണിക്കപ്പെട്ട 'ബഹു മാന്യ അംഗം' എന്ന നിലയിൽ. റോമിൽ ഇന്ത്യൻ സ്ഥാനപതി യുടെ വസതിയിൽ ക്ഷണിക്കപ്പെട്ട സദസ്സിൽ വിരുന്നും കവിത വായനയും ഇറ്റാലിയൻ പരിഭാഷകൾ ജൂലിയാ ഗാറ്റി തയ്യാറാക്കി വായിക്കുന്നു. ഡി.സിയുടെ പിന്തുണയോടെ, മധുസൂദനന്റെ ഡിസൈനിൽ, *പച്ചക്കുതിര ത്രൈമാസികം* ആരംഭിക്കുന്നു. ഫ്രഞ്ച് വിദേശകാര്യ വകുപ്പിന്റെ അതിഥിയായി ബിന്ദുവിനോടൊത്ത് ഫ്രാൻസിൽ വീണ്ടും, അവിടത്തെ സാഹിത്യ- വിവർത്തന സ്ഥാപ നങ്ങൾ സന്ദർശിക്കുന്നു. തമിഴിലെ നാലാമത്തെ പരിഭാഷാ സമാ ഹാരം, ഒറിയ, പഞ്ചാബി സമാഹാരങ്ങൾ (ഈ പഞ്ചാബി സമാ ഹാരത്തിന് വിവർത്തക വനിതയ്ക്ക് അക്കാദമിയുടെ പരിഭാഷാ പുരസ്കാരം ലഭിച്ചു) രണ്ടാമത്തെ ഇംഗ്ലീഷ് ലേഖന സമാഹാരം *Authors, Texts, Issues* പ്രകാശനം. മാർച്ച് മാസത്തിൽ മഹാശ്വേതാ ദേവിയുമൊത്ത് ഗോധ്ര കൂട്ടക്കൊലയ്ക്കു ശേഷമുള്ള ഗുജറാ ത്തിൽ, അഭയാർത്ഥിക്യാമ്പുകൾ സന്ദർശിച്ചു നേരിട്ട് വിവരങ്ങൾ ശേഖരിക്കുന്നു, ഗുജറാത്തി എഴുത്തുകാരുമായി സംവാദം, തുടർന്ന് ലേഖനങ്ങളും കവിതകളും. അക്കാദമി ജോലിയിൽനിന്ന് പുറ ത്താക്കാൻ ആർ.എസ്.എസ്സിന്റെ അഖിലേന്ത്യാപ്രചാരണവും സർക്കാരിൽ സമ്മർദ്ദവും. അക്കാദമി ഒരു ഓട്ടോണമസ് സ്ഥാപനം ആയതിനാൽ നിഷ്ഫലം. പാരീസിൽ നിന്ന് സ്വന്തം കവിതയുടെ ഫ്രഞ്ച് പരിഭാഷകളുടെ സമാഹാരം. *മലയാളം* കണ്ണൂർ സർവ്വ കലാശാലയിൽ പാഠപുസ്തകം. ദേശീയ ടെലിവിഷൻ അവാർഡ്

ജൂറി ചെയർമാൻ. *വിക്ക്* കവിതാസമാഹാരം പ്രകാശനം, *ഭാരതീയ കവിതയിലെ പ്രതിരോധ പാരമ്പര്യം* ബനാറസ് ഹിന്ദു സർവ്വകലാശാലയിലെ പ്രസംഗങ്ങളുടെ സംഗ്രഹം പ്രകാശനം

2003: ഫ്രാൻസിലെ പാരീസ്, ലാ റൊഷേൽ, മാഴ്സേയ്, ക്ലെർമോ ഫെരന്ഗ് എന്നീ നഗരങ്ങളിൽ നടക്കുന്ന 'കവിതാവസന്തം' എന്ന കാവ്യോത്സവത്തിനു ക്ഷണം. അവിടെയെല്ലാം ഫ്രഞ്ച് വിവർത്തക ഷെമന മാർതീനുമൊത്തു വായനകൾ. ഒരിടത്ത് മഹ്മൂദ് ദാർവീഷുമൊത്ത്. കോപ്പി റൈറ്റ് സംബന്ധിച്ച ദേശീയ കൗൺസിൽ അംഗം. ഇളയ മകൾ, കോളേജ് അദ്ധ്യാപിക സബിത നിതിൻ ഗുലാത്തിയെ വിവാഹം ചെയ്യുന്നു. സൂറത്ത്, ബാംഗ്ലൂർ, ചണ്ഡിഗഡ്, കൊൽക്കത്ത, ഗോവ- കവിസമ്മേളനങ്ങളും പ്രഭാഷണങ്ങളും.

2004: ഇന്ത്യൻ എഴുത്തുകാരുടെ ചെറുസംഘത്തോടൊപ്പം സിറിയയിൽ പ്രധാന നഗരങ്ങളിൽ മുഴുവൻ പര്യടനം- ലടക്കായ്, ആലെപ്പോ സർവ്വകലാശാലകളിൽ വായനകൾ, പാക്കിസ്ഥാനിൽ സൗഹൃദ പര്യടനവും ലാഹോർ ബുക്ക് ഫെയറിൽ കവിതവായനകളും. ഭാരതീയ വിദ്യാഭവന്റെ ക്ഷണമനുസരിച്ചു ന്യൂയോർക്കിൽ സാഹിത്യസെമിനാറിൽ പങ്കാളിത്തം, കവിതവായന. ഹിന്ദിയിൽ തെരഞ്ഞെടുത്ത കവിതാപരിഭാഷകൾ *ഹക്ലാഹട്ട്* (വിക്ക്) എന്ന പേരിൽ പ്രസിദ്ധീകരിക്കുന്നു. റോമിൽ നിന്ന് ഇറ്റാലിയൻ സമാഹാരം പ്രകാശിപ്പിക്കുന്നു, വിവർത്തക ജൂലിയാ ഗാറ്റി. ഉർദു, തെലുങ്ക്, ഹിന്ദി ഭാഷകളിൽ പുതിയ സമാഹാരങ്ങൾ. *മൂന്നു യാത്ര* (യാത്രാവിവരണം), *സാക്ഷ്യങ്ങൾ* (കവിതകൾ) പ്രകാശനം. തിരുവനന്തപുരം ആശാൻ സ്മാരക ദേശീയ കവിസമ്മേളനം, മുംബൈ കാവ്യഭാരതി ഇവയിൽ ഭാഗഭാഗിത്വം, ലുധിയാനയിൽ പഞ്ചാബ് സാഹിത്യ അക്കാദമിയിൽ വായനയും പ്രഭാഷണവും

2005: *വിക്ക്* എന്ന സമാഹാരത്തിനു പന്തളം കേരളവർമ്മ അവാർഡ്; *സാക്ഷ്യങ്ങൾ*ക്ക് വയലാർ അവാർഡ്, കവിതയ്ക്കുള്ള സമഗ്ര സംഭാവനയ്ക്ക് ആന്ധ്രയിൽ നിന്ന് ബാപ്പു റെഡ്ഡി അവാർഡ്. ഫ്രാങ്ക്ഫർട്ട് പുസ്തകമേള, ബെർലിൻ സാഹിത്യോത്സവം എന്നിവയിൽ ഇന്ത്യയുടെ പ്രതിനിധി, പോളിഷ് സർക്കാരിൽ നിന്ന് ഇന്ത്യാ-പോളണ്ട് സൗഹൃദ മെഡൽ, ഇംഗ്ലീഷിൽ അഞ്ചാമത്തെ സമാഹാരം, സ്വീഡനിൽ വീണ്ടും- സ്വീഡിഷ് കവിതകൾ വിവർത്തനം ചെയ്യാൻ സ്റ്റോക്ക് ഹോമിൽ താമസം. പിന്നീട് അവ *ഉറങ്ങുന്നവർക്കുള്ള കത്തുകൾ* എന്ന പേരിൽ പുസ്തകമായി പ്രകാശിപ്പിക്കുന്നു. *ഗസലുകൾ, ഗീതങ്ങൾ* ഹരിതം ബുക്സ് പ്രകാശിപ്പിക്കുന്നു, കുറെ ഗസലുകൾ പിന്നീട് ഉമ്പായി മ്യൂസിക് ആൽബം

ആക്കുന്നു. *കിഴക്കും പടിഞ്ഞാറും* - യാത്രാവിവരണങ്ങൾ, ഗ്രീൻ ബുക്സ്.

2006: സാഹിത്യ അക്കാദമിയിൽ നിന്ന് വിരമിച്ചു. ഇന്ത്യാ സർക്കാരിന്റെ ഉന്നത വിദ്യാഭ്യാസ വകുപ്പിൽ ഭാഷാ നയോപദേഷ്ടാവ്; ആദിവാസി ഭാഷകളെ ഉദ്ധരിക്കാൻ പ്രയത്നിക്കുന്നു. ലീപ്സിഗ്ഗ് പുസ്തകമേളയിലെ പ്രതിനിധി, ജർമൻ സമാഹാരം (പരിഭാഷ: അന്നക്കുട്ടി ഫിന്റസ്) ഹീഡൽബർഗ്ഗിൽ നിന്ന് പ്രസിദ്ധീകരിച്ചു, ഫ്രാങ്ക്ഫർട്ട് പുസ്തകമേളയിൽ വീണ്ടും; ബോൺ, ബെർലിൻ, കൊളോൺ നഗരങ്ങളിൽ ഗോയ്ഥെ ഇൻസ്റ്റിറ്റ്യൂട്ട് സംഘടിപ്പിച്ച കവിതാവായന, ദില്ലി സർക്കാരിന്റെ 'സാഹിത്യശ്രീ' ബിരുദം, ഇറ്റാലിയൻ സർക്കാരിന്റെ 'നൈറ്റ്ഹുഡ്' ബഹുമതി, ശ്രീ കേരള വർമ്മ ജൂബിലി അവാർഡ്, ഇറ്റലിയിലെ റാവന്നയിലെ ദാന്തെ ഉത്സവത്തിൽ പങ്കാളി, ബിന്ദുവിനോടൊപ്പം, ദാന്തെ അക്കാദമിയിൽ *ഡിവൈൻ കോമഡി*യെക്കുറിച്ച് പ്രഭാഷണം, ദാന്തെ ഇൻസ്റ്റിറ്റ്യൂട്ട് ദാന്തെ മെഡൽ നൽകി ബഹുമാനിച്ചു, നീമ്രാനയിലെ ആഫ്രോ-ഏഷ്യൻ സാഹിത്യ കോൺഫറൻസിൽ സംബന്ധിച്ചു, ജന്മനാട്ടിൽ ഷഷ്ട്യബ്ദപൂർത്തി സ്വീകരണവും ഡി സി ബുക്സിന്റെ സമ്പൂർണ്ണ കവിതാ സമാഹാരത്തിന്റെ (മൂന്നു ഭാഗം: *അകം, പുറം, മൊഴി,* എഡിറ്റർ: റിസിയോ രാജ്) പ്രകാശനവും പുതിയ സമാഹാരം *അനന്തം* കേരളസാഹിത്യ അക്കാദമി പ്രകാശിപ്പിച്ചു. *ഒന്നാം പാഠം* (കേരള സംബന്ധിയായ കവിതകൾ) വിദ്യാർത്ഥിമിത്രം പ്രകാശനം, *മുഖാമുഖം* പുതിയ അഭിമുഖങ്ങൾ മാതൃഭൂമി ബുക്സ് പ്രകാശിപ്പിക്കുന്നു. ജെ.എൻ.യുവിലെ സ്കൂൾ ഓഫ് ലാംഗ്വേജസ്സിൽ ബോർഡ് ഓഫ് സ്റ്റഡീസ് അംഗം. നാഷണൽ ട്രാൻസ്ലേഷൻ മിഷൻ ദേശീയ ഉപദേശക സമിതി അംഗം.

2007: കവിതയ്ക്കും നിരൂപണത്തിനും എം. കുട്ടികൃഷ്ണൻ അവാർഡ്, സ്വന്തം ജീവിതത്തെക്കുറിച്ചുള്ള *വേനൽ മഴ* എന്ന ഡോക്യുമെന്ററി; 'കൃത്യ' അന്തർദേശീയ കാവ്യോത്സവത്തിൽ പങ്കാളി, ആദ്യത്തെ സാർക്ക് ഫോക്‌ലോർ ഉത്സവത്തിന്റെ ഡയറക്ടർ; ദക്ഷിണ ഏഷ്യൻ സാഹിത്യഗ്രന്ഥ പരമ്പരയുടെ എഡിറ്റർ. ജ്ഞാനപീഠം, കേന്ദ്ര സാഹിത്യ അക്കാദമി പരിഭാഷ അവാർഡ് ഇവയുടെ ജൂറി അംഗം. അയ്യപ്പപ്പണിക്കർ ഫൗണ്ടേഷൻ പ്രസിഡന്റ്. *കേരളകവിത*യുടെ പത്രാധിപർ.

2008: സാംസ്കാരിക സംഭാവനയ്ക്ക് സുബ്രഹ്മണ്യ ഷേണായി അവാർഡ്, *എന്റെ കവിത*യുടെ പ്രകാശനം, രണ്ടാമത്തെ ഉർദ്ദു സമാഹാരം, ജയ്പൂർ സാഹിത്യോത്സവം, അബുദാബി ഇൻഡോ-ആരബ് സാഹിത്യോത്സവം, ചണ്ഡീഗഡിൽ 'കൃത്യ' കാവ്യോത്സവം,

ചെന്നൈയിലെ പ്രകൃതി കാവ്യോത്സവം, കേരളത്തിലെ കോവളം സാഹിത്യോത്സവം, ഡൽഹിയിലെ ഏഷ്യ- പസിഫിക് സാഹിത്യോത്സവം ഇവയിൽ പങ്കാളിത്തം. *Indian Literature*-ന്റെ ഗസ്റ്റ് എഡിറ്റർ, ജ്ഞാനപീഠം പുരസ്കാര നിർണയ കമ്മിറ്റി അംഗം, മൂന്നാമത്തെ ഇംഗ്ലീഷ് ലേഖന സമാഹാരം *Indian Literature: Paradigms and Praxis*, ആറാമത്തെ ഹിന്ദി കവിതാസമാഹാരം. *എന്റെ കവിത* മാതൃഭൂമി ബുക്സ് പ്രകാശിപ്പിക്കുന്നു. ഫ്രാങ്ക്ഫർട്ട് ബുക്ക് ഫെയറിൽ സംസാരവും വായനയും. Indian Literature-ന്റെ ഗസ്റ്റ് എഡിറ്റർ, രണ്ടു വർഷം.

2009: ബഹറീനിൽ നിന്ന് പ്രഥമ കടമ്മനിട്ട രാമകൃഷ്ണൻ അവാർഡ്, ആന്ധ്രയിൽ നിന്ന് എൻ.ടി. രാമറാവു ദേശീയ പുരസ്കാരം, സാഹിത്യ സംഭാവനയ്ക്ക് പത്മപ്രഭാ പുരസ്കാരം, അബുദാബിയിൽ നിന്ന് കവിതകളുടെ അറബി വിവർത്തന സമാഹാരം, മോസ്കോ പുസ്തകോത്സവത്തിൽ മോസ്കോവിലും സെന്റ് പീറ്റഴ്സ്ബർഗിലും കവിതാവായന, പുതിയ സമാഹാരം *മറന്നു വച്ച വസ്തുക്കൾ*, ലേഖനസമാഹാരം *മലയാള കവിതാ പഠനങ്ങൾ. Readings* ഇംഗ്ലീഷ് ലേഖന സമാഹാരം. താരതമ്യ സാഹിത്യത്തിനു ബിർള്ാ ഫെലോഷിപ്പ്. പാരീസ് ബുക്ക് ഫെയർ, ലണ്ടൻ ബുക്ക് ഫെയർ ഇവയിൽ പങ്കാളിത്തം, ലണ്ടൻ നെഹ്റു സെന്ററിലും ഓക്സ്ഫോർഡ് സർവ്വകലാശാലയിൽ ബാല്ലിയോൾ കോളേജിലും കവിതവായനകൾ. ജയ്പൂർ സാഹിത്യോത്സവത്തിൽ വായനയും പാനലുകളും. പിന്നെ അഞ്ചു വർഷം കൂടി ജയ്പൂർ ഫെസ്റ്റിവലിൽ പങ്കെടുക്കുന്നു. 'സീ' ഏറ്റെടുത്തതോടെ പങ്കാളിത്തം അവസാനിപ്പിക്കുന്നു; അവർ വിട്ടപ്പോൾ, 2020-ൽ, വീണ്ടും പങ്കാളിത്തം.

2010: സാഹിത്യനിരൂപണത്തിന് സി.പി. മേനോൻ സ്മാരക അവാർഡ്, കേരള സാഹിത്യ അക്കാദമി വിവർത്തന അവാർഡ്, *ദർശനങ്ങളുടെ ഋതുഭേദങ്ങൾ* ലേഖന സമാഹാരം, ആൽകെമിഹേ ഫെസ്റ്റിവൽ (ഉപദേഷ്ടാവ് കൂടി), ഇവയിൽ പങ്കാളിത്തം, ഇഗ്നോ സർവകലാശാലയിൽ പരിഭാഷാപഠന വകുപ്പ് പ്രൊഫസർ-ഡയറക്ടർ, ഏഴാമത്തെ ഹിന്ദി കവിതാ സമാഹാരം. ജ്ഞാനപീഠം, മൂർത്തി ദേവി പുരസ്കാര നിർണയ സമിതികളിൽ അംഗം.

2011: മഹാരാഷ്ട്രയിൽ നിന്ന് കവിതയ്ക്ക് 'കുസുമാഗ്രജ് ദേശീയ പുരസ്കാരം', കാനഡയിലെ മോണ്ട്രിയാൽ 'ബ്ലൂ മേട്രോപൊലിസ്' സാഹിത്യോത്സവത്തിൽ പങ്കാളിത്തം, ഒട്ടാവ, റെജീന എന്നിവിടങ്ങളിൽ കവിതാവായനയും ചർച്ചയും, ന്യൂയോർക്കിലെ

ഐക്യരാഷ്ട്രസഭയിൽ യുനെസ്കോവിന്റെ ആഭിമുഖ്യത്തിൽ 'അസഹിഷ്ണുത അവസാനിപ്പിക്കുന്നതിൽ സാഹിത്യത്തിന്റെ പങ്ക്' എന്ന പ്രഭാഷണം, വെയിൽസിൽ പരിഭാഷാ കാര്യശാല യിൽ സ്വന്തം കവിതകൾ വെൽഷിലേക്കും വെൽഷ്കവിത മല യാളത്തിലേക്കും പരിഭാഷ, വെയിൽസിലും മാഞ്ചസ്റ്ററിലും കവിത വായന, മാതൃഭൂമി അവാർഡ് ജൂറിയിൽ. തിരുവനന്തപുരത്ത് വെൽഷ്- മലയാളം കാവ്യപരിഭാഷാ കാര്യശാല, കേരള ഹേ ഫെസ്റ്റിവൽ, ഡൽഹി സമന്വയ് സാഹിത്യോത്സവം, ഡൽഹിയിൽ 'അൽമോസ്റ്റ് ഐലൻഡ് ഇന്റർനാഷനൽ ഡയലോഗ്' തിരു വനന്തപുരത്ത് 'കൃത്യ' അന്തർദേശീയ കാവ്യോത്സവം ഇവയിൽ പങ്കാളിത്തം, പുതിയ സമാഹാരം, *ബഹുരൂപി.* നോബൽ സമ്മാ നത്തിന്റെ 'ലാഡ്ബ്രോക്' സാധ്യതാപട്ടികയിൽ ആദ്യത്തെ പത്തു പേരിൽ ഒന്ന്. കേരള സാഹിത്യ അക്കാദമി ഫെലോ. വെയിൽ സിൽ പോയട്രി ഇന്റർനാഷണൽ, മാഞ്ചസ്റ്ററിൽ പോയട്രി കണ ക്ഷൻസ് എന്നിവയിൽ പങ്കാളിത്തം. 'ഇന്ത്യൻ ലിറ്ററേച്ചർ അബ്രോഡ്' എന്ന ഇന്ത്യ ഗവണ്മെന്റ് സംരംഭത്തിൽ അംഗം. 2011 മുതൽ മൂന്നു വർഷം ഹിന്ദു സാഹിത്യ സമ്മാനം ജൂറി അംഗം, മൂന്നു വർഷം മാതൃഭൂമി അവാർഡ് ജൂറി ചെയർമാൻ.

2012: *മറന്നു വച്ച വസ്തുക്കൾ*ക്കു കേന്ദ്ര സാഹിത്യ അക്കാദമി പുര സ്കാരം, സാഹിത്യത്തിലെ പരിസ്ഥിതി ബോധത്തിന് 'ഗ്രീൻ ഇന്ത്യ എക്സലെൻസ്' അവാർഡ്, ശ്രീശങ്കര സംസ്കൃത സർവ്വ കലാശാലയിൽ വിസിറ്റിംഗ് സ്കോളർ ആയി ഇന്ത്യൻ സാഹി ത്യത്തെക്കുറിച്ചു പ്രഭാഷണ പരമ്പര, റോട്ടർഡാം കാവ്യോത്സ വത്തിൽ പങ്കാളിത്തം, ബിന്ദുവിന്റെ കൂടെ നെതെർലൻഡ്സ് പര്യടനം, 'കൃത്യ' അന്തർദേശീയ കാവ്യോത്സവം ഉപദേഷ്ടാവും പങ്കാളിയും. ഗുവാഹത്തി ബുക്ക് ഫെയർ ഉദ്ഘാടനം. *വിത്തും വൃക്ഷവും* ലേഖനസമാഹാരം കേരള സാഹിത്യ അക്കാദമിയിൽ നിന്ന്; കവിതാ വിവർത്തന സമാഹാരം, ഒന്നാം ഭാഗം *പടിഞ്ഞാ റൻ കവിതകൾ.* ഡി.എസ്.സി. ദക്ഷിണേഷ്യൻ നോവൽ പുര സ്കാരം ജൂറി ചെയർമാൻ.

2013: കർണ്ണാടകയിൽ നിന്ന് പ്രഥമ കുവേമ്പു ദേശീയപുരസ്കാരം, ദുബായ് ഗൾഫ് മാധ്യമത്തിന്റെ പ്രഥമ കമലാസുരയ്യ പുരസ്കാരം, സമഗ്ര സംഭാവനയ്ക്ക് കേരള സാഹിത്യ പരിഷത്ത് പുരസ്കാരം, കൊളംബിയയിൽ മെഡലിൻ അന്തർദേശീയ കാവ്യോത്സവത്തിലും വർധയിൽ 'കൃത്യ' അന്തർദേശീയ കവി സമ്മേളനത്തിലും പങ്കാളി. പെറുവിലെ ലീമ, ക്യൂബയിലെ ഹവാന എന്നിവിടങ്ങളിൽ കവിതാ വായനയും ചർച്ചകളും. ബ്രസ്സൽസിലെ 'യൂറോപ്പാ' സാംസ്കാ രികോത്സവത്തിൽ സക്കറിയയ്ക്കൊപ്പം ഇന്ത്യൻപ്രതിനിധി.

ഹൈദരാബാദ് ഒ.വി. വിജയൻ അവാർഡ് ജൂറി. കവിതാ വിവർത്തനങ്ങൾ രണ്ടാംഭാഗം, *മൂന്നാം ലോക കവിത*യുടെ പ്രസാധനം. *അനുഭവം, ഓർമ്മ, യാത്ര, സാഹിത്യവും പ്രതിരോധവും* എന്നീ ലേഖനസമാഹാരങ്ങൾ. *തഥാഗതം* കവിതാസമാഹാരം. കേന്ദ്ര സാഹിത്യ അക്കാദമി എക്സിക്യൂട്ടീവ് അംഗവും ഇംഗ്ലീഷ് ബോർഡ് കൺവീനറും. ഷാർജാ ബുക്ക് ഫെയർ പ്രതിനിധി.

2014: വീ സി പത്മനാഭൻ മണപ്പുറം സാഹിത്യപുരസ്കാരം, സ്റ്റേറ്റ് ബാങ്ക് ഓഫ് ഇന്ത്യ സുവർണ്ണ മുദ്രാ പുരസ്കാരം, കേരള സാഹിത്യ പരിഷത്ത് അവാർഡ്, കർണ്ണാടകയിൽ നിന്ന് പുറം സാഹിത്യ കാരന്മാർക്കുള്ള ഏറ്റവും വലിയ അംഗീകാരമായ കുവേമ്പു പുരസ്കാരം. *ഗാന്ധി* നാടകം സംക്ഷിപ്ത രൂപത്തിൽ ശാസ്ത്ര സാഹിത്യ പരിഷത്ത് കേരളത്തിൽ 90 വേദികളിൽ അവതരിപ്പിച്ചു, കേന്ദ്ര സാഹിത്യ അക്കാദമി *Misplaced Objects and Other Poems* പ്രസിദ്ധീകരിച്ചു, അക്കാദമിക്ക് വേണ്ടി ഇന്ത്യാസമുദ്രതീര രാഷ്ട്ര ങ്ങളിലെ കവിതാസമാഹാരം *Voices from the Seashore* എഡിറ്റ് ചെയ്തു. ഗീതാ ഹരിഹരനോടൊപ്പം 'ഇന്ത്യൻ റൈറ്റേഴ്സ് ഫോറം' എന്ന പ്രതിരോധ സാഹിത്യസംഘടന രൂപീകരിച്ചു. റൊമീലാ ഥാപ്പർ, അനുരാധാ കപൂർ, ഇന്ദിര ജയ്സിംഗ്, ശ്യാം മേനോൻ എന്നിവർ കൂടി ട്രസ്റ്റികൾ. ഇപ്പോഴും തുടരുന്ന *ഇന്ത്യൻ കൾച്ച റൽ ഫോറം* എന്ന വെബ്സൈറ്റ്, *ഗുഫ്ടുഗു* എന്ന ഓൺലൈൻ ത്രൈമാസികം ഇവ തുടങ്ങുന്നു. *ഇന്ത്യൻ കവിത, പല ലോക കവിത* എന്നീ വിവർത്തന സമാഹാരങ്ങൾ *മാതൃഭൂമി*യിൽ നിന്ന്. *നിൽക്കുന്ന മനുഷ്യൻ*, പുതിയ കവിതാസമാഹാരം. സ്ലോവീനി യായിൽ വിലെനിക്കാ കാവ്യോത്സവത്തിൽ പങ്കാളി. പിറ്റേ വർ ഷവും ക്ഷണിക്കപ്പെടുന്നു.

2015: *മലയാളം* എന്ന കവിതയ്ക്ക് മുട്ടത്തു വർക്കി പുരസ്കാരം, സാഹിത്യ അക്കാദമിക്ക് വേണ്ടി 'Shabad' എന്ന ലോക കവിതാ സമാഹാരവും കേദാർനാഥ് സിംഗിന്റെ കവിതകളുടെ സമാഹാ രവും എഡിറ്റ് ചെയ്തു, ചൈനീസ് ഭാഷയിൽ തിരഞ്ഞെടുത്ത കവിതകളുടെ ബൃഹത് സമാഹാരം ബൈജിങ്ങിൽ നിന്ന് പ്രസി ദ്ധീകരിച്ചു, സിംല ഇന്ത്യൻ ഇൻസ്റ്റിറ്റ്യൂട്ട് ഓഫ് അഡ്വാൻസ്ഡ് സ്റ്റഡീസിൽ നാഷണൽ ഫെല്ലോ ആയി ക്ഷണം. സി.വി.പി. നമ്പൂ തിരി തിരഞ്ഞെടുത്ത *മലയാളത്തിന്റെ പ്രിയകവിതകൾ* (ഗ്രീൻ ബുക്സ്) ഇവയുടെ പ്രകാശനം, വിലേനിക പ്രൈസ് ജൂറി ചെയർ മാൻ, അവർക്ക് വേണ്ടി *കവിത* എന്ന പേരിൽ സ്ലോവീനിയൻ ഭാഷയിൽ വിവർത്തനത്തിന് മുപ്പത് ഇന്ത്യൻ കവികളുടെ സമാ ഹാരം ഇംഗ്ലീഷിൽ എഡിറ്റ് ചെയ്തു. കൊച്ചിയിൽ ടി.കെ. രാമ

ചന്ദ്രൻ സ്മാരക പ്രഭാഷണം, സ്പെയിനിൽ നാല് നഗരങ്ങളിൽ - മാഡ്രിഡ്, ആവില, സോറിയാ, സെഗോവിയാ- കവിതവായന, കേന്ദ്ര സാഹിത്യ അക്കാദമിയിൽ നിന്ന് രാജി, അനേകം പ്രതിരോധ സമ്മേളനങ്ങളിൽ പങ്കാളിത്തം. സലാല, ദോഹ ഇവിടങ്ങളിൽ സാഹിത്യ ശില്പശാലകൾ. കന്നഡയിലെ രണ്ടാമത്തെ സമാഹാരം, *അക്ക ഹൊളിയുവതെ (അക്കമൊഴിയുന്നു)* മോളിയുടെ വിവർത്തനം. സിംലയിലെ ഇന്ത്യൻ ഇൻസ്റ്റിറ്റ്യൂട്ട് ഓഫ് അഡ്വാൻസ്ഡ് സ്റ്റഡിയിൽ നാഷണൽ ഫെല്ലോ ആയി ക്ഷണം. ഒരു വർഷം അവിടെ താമസം. യാത്രാകവിതകളുടെ ഇംഗ്ലീഷ് പരിഭാഷകൾ ചെയ്യുന്നു, യാത്രാകവിത എന്ന കവിതാവിഭാഗത്തെക്കുറിച്ച് ഒരു പഠനവും നടത്തുന്നു. അവിടെ ഫെല്ലോകളുടെ സംഘടനയിൽ സജീവം. ഗുലാം അലിയെ ഇന്ത്യയിൽ വരാൻ ഹിന്ദുത്വവാദികൾ സമ്മതിക്കാത്തതിനെതിരെ പ്രതിഷേധയോഗം സംഘടിപ്പിക്കുന്നു. ദേശീയവാദത്തെ വിമർശിക്കുന്ന ടാഗോർ പ്രഭാഷണങ്ങളെക്കുറിച്ചു പ്രബന്ധം അവതരിപ്പിക്കുന്നു. ഹിമാചൽ അക്കാദമിയിൽ കവിസമ്മേളനം ഉദ്ഘാടനം ചെയ്യുന്നു. *Summer Hill* എഡിറ്റ് ചെയ്യുന്നു.

2016: ഡൽഹിയിൽ അജ്ഞേയ് സ്മാരകപ്രഭാഷണം, ഗുജറാത്ത്, ജയ്പൂർ, സമന്വയ്, തുഞ്ചൻ സാഹിത്യോത്സവങ്ങളിൽ പങ്കാളിത്തം, ഡി സി യുടെ കേരള സാഹിത്യോത്സവത്തിന്റെ ഡയറക്ടർ (തുടരുന്നു), സമാഹൃതകവിതകൾ ഇംഗ്ലീഷിലും (*The Missing Rib*, Poetrywalla, Bombay) മലയാളത്തിലും (*സച്ചിദാനന്ദന്റെ കവിതകൾ, 1965-2015,* ഡി.സി ബുക്സ്) പ്രകാശനം, പെൻഗ്വിൻ-വൈകിംഗിനു വേണ്ടി പ്രതിരോധപുസ്തകം *Words Matter*, ഡി.സിക്ക് വേണ്ടി *ഇന്ത്യ: ഫാസിസത്തിലേക്ക്* ഇവ എഡിറ്റു ചെയ്തു. യൂ.എ.ഇ. സർക്കാരിന്റെ മുഹമ്മദ് ബിൻ റഷീദ് ഇന്റർനാഷണൽ അവാർഡ് ഫോർ പോയട്രി ഫോർ പീസ്. വി. അരവിന്ദാക്ഷൻ സ്മാരക പുരസ്കാരം. കാഞ്ഞങ്ങാട് കാവ്യവേദി അവാർഡ്. കുട്ടികൾക്കു വേണ്ടി കവിതകൾ എഴുതാൻ തുടങ്ങുന്നു. സാഹിത്യ അക്കാദമി ഇംഗ്ലീഷ് പുരസ്കാര ജൂറി ചെയർമാൻ.

2017: *സമുദ്രങ്ങൾക്ക് മാത്രമല്ല* എന്ന കവിതാസമാഹാരം. *വരൂ, ഈ തെരുവിലെ രക്തം കാണൂ* എന്ന ലേഖനസമാഹാരം. ഒറിയ ഭാഷയിൽ രണ്ടാമത്തെ സമാഹാരം *തെരഞ്ഞെടുത്ത കവിതകൾ* - പ്രവാസിനി മഹാകുഡ് തർജ്ജുമ ചെയ്യുന്നു. കമലാ സുരയ്യ അവാർഡ്, യു.ആർ. അനന്തമൂർത്തി അവാർഡ്, വേങ്ങയിൽ കുഞ്ഞിരാമൻ നായനാർ 'കേസരി' അവാർഡ്. ചെറുകഥകൾ വാരികകളിൽ വരുന്നു. സാഹിത്യ അക്കാദമി ഇംഗ്ലീഷ് വിവർത്തന പുരസ്കാര ജൂറി ചെയർമാൻ.

2018: *ആത്മഗതങ്ങൾ* (പ്രഭാഷണ സമാഹാരം), *ദക്ഷിണം* (യാത്രാ വിവരണങ്ങൾ), *തെരഞ്ഞെടുത്ത ലേഖനങ്ങൾ*, *കവിതയുടെ മുഖങ്ങൾ* (ലേഖനങ്ങൾ), *Not Only the Oceans* (പുതിയ കവിതകളുടെ ഇംഗ്ലീഷ് പരിഭാഷ), ഹിന്ദിയിൽ ഏഴാമത്തെ സമാഹാരം, *ചുനീ ഹുയീ കവിതായേം*, പാബ്ലോ നെരൂദയുടെ *ഇരുപതു പ്രണയഗീതങ്ങളും ഒരു വിലാപഗീതവും* (പരിഭാഷ) ഇവ പ്രസിദ്ധീകരിക്കുന്നു. ഒറീസ്സയിൽ നിന്ന് കവി സമ്രാട്ട് ഉപേന്ദ്ര ഭാഞ്ജ അവാർഡ്, ദുബായിയിൽ നിന്ന് ചിരന്തന കലാസമിതി അവാർഡ്, വിവർത്തനങ്ങൾക്ക് ഇ.കെ. ദിവാകരൻ പോറ്റി അവാർഡ്, പി. ഗോവിന്ദപ്പിള്ള ഫൗണ്ടേഷൻ അവാർഡ്. കേരളത്തിലെ ഏറ്റവും വലിയ സാഹിത്യ പുരസ്കാരമായ എഴുത്തച്ഛൻ അവാർഡ്. ജോഹന്നാസ് ബർഗിൽ ഇന്ത്യ-സൗത്ത് ആഫ്രിക്കാ ഡയലോഗിൽ ഇന്ത്യൻ പ്രതിനിധി.

2019: *പക്ഷികൾ എന്റെ പിറകേ വരുന്നു* (കവിതകൾ), *പക്ഷിക്കവിതകൾ, പശുവും പുലിയും* (കുട്ടിക്കവിതാ സമാഹാരങ്ങൾ), Positions (ഇന്ത്യൻ സാഹിത്യ സംബന്ധിയായ ഇംഗ്ലീഷ് പ്രബന്ധങ്ങൾ), *ചിന്തയുടെ മാനങ്ങൾ* - ലേഖനസമാഹാരം, *എന്റെ ഇന്ത്യ- എന്റെ ഹൃദയം* (ഫാസിസ്റ്റ് വിരുദ്ധ കവിതകൾ), *ഞാൻ ഒരു ഭാഷയാണ്* (കവിതയും ഭാഷയെയും സംബന്ധിച്ച കവിതകൾ, എഡി: കെ.വി. തോമസ്) ഇവ പ്രസിദ്ധീകരിക്കുന്നു. ഹോംകോംഗ് കാവ്യോത്സവം, മാസിഡോണിയായിലെ സ്ട്രൂഗാ കാവ്യനിശകൾ, കൊൽക്കത്തയിലെ ഐ.പി.പി.എൽ കാവ്യോത്സവം ഇവയിൽ പങ്കെടുക്കുന്നു. എഴുത്തച്ഛൻ പുരസ്കാര ജൂറി അംഗം. രണ്ടു വർഷം. നവമലയാളി സാംസ്കാരിക പുരസ്കാരം, കളിയച്ഛൻ കവിതാ പുരസ്കാരം, കെ.എസ്.എസ്.എഫ്. സാഹിത്യ പുരസ്കാരം, ബോംബെയിൽ നിന്ന് 'ടാറ്റാ പോയറ്റ് ലോറിയറ്റ്' അവാർഡ്. കവിതാസമാഹാരം ജാപ്പനീസ് ഭാഷയിൽ.

2020: *ദുഃഖം എന്ന വീട്, ഒരു ചെറിയ വസന്തം* എന്നീ കവിതാ സമാഹാരങ്ങൾ, *അനന്തരം* (കഥാസമാഹാരം), *ഒരു പ്രതിസംസ്കാരത്തിന് വേണ്ടി* (ലേഖനങ്ങൾ), *The Whispering Tree* പ്രണയ കവിതകൾ, ഇംഗ്ലീഷ് പരിഭാഷ) *No Borders for Me* (യാത്രാ കവിതകൾ- ഇംഗ്ലീഷ് പരിഭാഷ) ഇവയുടെ പ്രസിദ്ധീകരണം. പെൻഗ്വിൻ പ്രസാധകർക്കായി ഈ രോഗകാലത്തെക്കുറിച്ചുള്ള *Singing in the Dark* എന്ന ലോക കവിതാസമാഹാരം എഡിറ്റ് ചെയ്യുന്നു. അതുമായി ബന്ധപ്പെട്ട അഞ്ചു പരിപാടികളിൽ പങ്കെടുക്കുന്നു. കലിംഗ സാഹിത്യോത്സവം, ഭാഷാനഗർ കാവ്യോത്സവം, മെഡലിൻ കാവ്യോത്സവം, ചന്ദ്രഭാഗാ കാവ്യോത്സവം

(എല്ലാം വെർച്വൽ) ഇവയിൽ പങ്കാളിത്തം, നാൽപ്പതിലേറെ വെർച്വൽ പ്രഭാഷണങ്ങളും വായനകളും; ഭക്തികവിതാപരിഭാഷ കളിൽ മുഴുകുന്നു. മാതൃഭൂമി സാഹിത്യസമ്മാനം, ഒ.എൻ.വി. കവിതാ പുരസ്കാരം (കേരള സർവ്വകലാശാല). ജയ്പൂർ, ഹൈ ദരാബാദ് സാഹിത്യോത്സവങ്ങളിൽ വെർച്വൽ പങ്കാളിത്തം.

2021: *ദൈവവുമായുള്ള സംഭാഷണങ്ങൾ: കബീർ കവിതകൾ* (മാതൃ ഭൂമി), *ഓർമ്മകളുടെയും മറവികളുടെയും പുസ്തകം* ഗ്രീൻ ബുക്സ് പ്രസിദ്ധീകരിക്കുന്നു. കവിതാസമാഹാരം സ്പാനിഷ് ഭാഷയിൽ. *നാലു വചനകവികൾ, ബുള്ളേ ഷായുടെ കവിതകൾ, മലയാള കഥാപഠനങ്ങൾ* (അച്ചടിയിൽ), *ഇടപെടലുകൾ* (സാഹിത്യേതര ലേഖനങ്ങൾ), *കവിതയ്ക്ക് ഒരു വീട്* (ഫാബിയൻ ബുക്സ്, അച്ചടിയിൽ), *ഇന്ത്യ എന്ന സ്വപ്നം* (ലേഖനങ്ങൾ), *ഉൾക്കാഴ്ചകൾ* (അഭിമുഖങ്ങൾ), *ഒരു തുള്ളി ആഫ്രിക്ക* (യാത്രാവിവര ണങ്ങൾ - മൂന്നും ബാഷോ ബുക്സ് അച്ചടിയിൽ), *I am a Language* (ഭാഷയെയും കവിതയെയും കുറിച്ചുള്ള കവിതകൾ - ഇംഗ്ലീഷ് പരിഭാഷകൾ), *Questions from the Dead* (പുതിയ കവിതകൾ- ഇംഗ്ലീഷ് പരിഭാഷകൾ - രണ്ടും അച്ചടിയിൽ) ഇത്രയും പുസ്തക ങ്ങൾ. സരസ്വതി സമ്മാൻ ജൂറിയിൽ അംഗം. എഴുപത്തിയഞ്ചാം പിറന്നാൾ ഡി.സി. ബുക്സ് സംഘടിപ്പിച്ച ലോകകവിസമ്മേളന ത്തോടെ ആഘോഷിക്കപ്പെടുന്നു.

■

സച്ചിദാനന്ദന്റെ കൃതികൾ

മലയാളം (മൗലികം)

കവിത

1. അഞ്ചുസൂര്യൻ, 1971
2. ആത്മഗീത, 1974
3. കവിത, 1977, 82, 84
4. ഇന്ത്യൻ സ്കെച്ചുകൾ, 1978
5. എഴുത്തച്ഛൻ എഴുതുമ്പോൾ, 1979, 85, 87, 89
6. പീഡനകാലം, 1981, 89
7. വേനൽമഴ, 1982
8. രണ്ടു ദീർഘകാവ്യങ്ങൾ, 1983
9. സച്ചിദാനന്ദന്റെ കൃതികൾ, 196282, 196282, 1983, 87
10. സോക്രട്ടീസും കോഴിയും, 1984
11. ഇവനെക്കൂടി, 1987, 89, 90, 95, 97

12. വീടുമാറ്റം,1988, 2016
13. കയറ്റം, 1990, 2016
14. കവിബുദ്ധൻ, 1992
15. എന്റെ സച്ചിദാനന്ദൻ കവിതകൾ, (ബാലചന്ദ്രൻ ചുള്ളിക്കാട് തിരഞ്ഞെടുത്തത്) 1993, 2014
16. ദേശാടനം, 1994, 1995
17. മലയാളം, 1996, 1998, 2003
18. അപൂർണ്ണം, 1998
19. തിരഞ്ഞെടുത്ത കവിതകൾ, 1999
20. സംഭാഷണത്തിന് ഒരു ശ്രമം, 2000
21. വിക്ക്, 2002, 2004
22. സാക്ഷ്യങ്ങൾ , 2004
23. ഗസലുകൾ, ഗീതങ്ങൾ , 2005)
24. സച്ചിദാനന്ദന്റെ കവിതകൾ 19652005, അകം, മൊഴി, പുറം എന്ന് മൂന്നു ഭാഗങ്ങൾ, എഡി: റിസിയോ രാജ് 2006
25. അനന്തം, 2006
26. ഒന്നാം പാഠം, 2006
27. എന്റെ കവിത, 2008
28. മറന്നു വെച്ച വസ്തുക്കൾ , 2009
29. ബഹുരൂപി, 2011
30. തഥാഗതം, 2013
31. നിൽക്കുന്ന മനുഷ്യൻ, 2015
32. മലയാളത്തിന്റെ പ്രിയകവിതകൾ
    എഡി. സി.വി.പി. നമ്പൂതിരി, 2015
33. സച്ചിദാനന്ദന്റെ കവിതകൾ 1965-2015, 2016
34. സച്ചിദാനന്ദന്റെ പ്രണയകവിതകൾ, 2016
35. സമുദ്രങ്ങൾക്ക് മാത്രമല്ല, 2017
36. പക്ഷികൾ എന്റെ പിറകേ വരുന്നു, 2019
37. എന്റെ ഇന്ത്യ, എന്റെ ഹൃദയം, 2019
38. ഞാൻ ഒരു ഭാഷയാണ്, എഡി. കെ.വി. തോമസ്, 2019
39. എന്റെ പ്രിയപ്പെട്ട സച്ചിദാനന്ദൻ കവിതകൾ, എഡി. ജോയ് മാത്യു, 2020

40. ദുഃഖം എന്ന വീട്, 2020
41. ഒരു ചെറിയ വസന്തം, 2020
42. ഇല്ല വരില്ലിനി, 2021

നാടകം

43. ശക്തൻ തമ്പുരാൻ, 1983
44. ഗാന്ധി, 1995, 2013

കുട്ടിക്കവിതകൾ

45. പശുവും പുലിയും, 2019
46. പക്ഷിക്കവിതകൾ, 2019

ചെറുകഥകൾ

47. അനന്തരം, 2020

ഗദ്യം

48. കുരുക്ഷേത്രം, ആധുനിക കവിതാ പഠനങ്ങൾ, 1970
49. ജനതയും കവിതയും, 1982, 8
50. മാർക്സിയൻ സൗന്ദര്യ ശാസ്ത്രം, 1983,90
51. തെരഞ്ഞെടുത്ത ലേഖനങ്ങൾ, 1985
52. പാബ്ലോ നെരൂദാ (പ്രഭാഷണം), 1985,1990,വിപുലീകരിച്ച റീഡർ,2007
53. സംവാദങ്ങൾ, 1986
54. സമീപനങ്ങൾ, 1986
55. സംസ്കാരത്തിന്റെ രാഷ്ട്രീയം, 1989, 2013
56. സംഭാഷണങ്ങൾ, 1989
57. ബ്രെഹ്ട്ടിന്റെ കല, 1989 വിപുലീകരിച്ച റീഡർ, 2007
58. പടവുകൾ, 1990
59. കാഴ്ചകൾ, കാഴ്ചപ്പാടുകൾ, 1991
60. അന്വേഷണങ്ങൾ, 1991
61. വീണ്ടുവിചാരങ്ങൾ, 1992
62. സൗന്ദര്യവും അധികാരവും, 1993
63. മുഹൂർത്തങ്ങൾ, (സാഹിത്യ നിരൂപണം) 1996
64. പല ലോകം, പല കാലം (യാത്രാവിവരണങ്ങൾ) 1998

65. കലയും നിഷേധവും, 1999
66. ഭാരതീയകലയിലെ പ്രതിരോധ പാരമ്പര്യം, 2002
67. മൂന്നു യാത്ര (യാത്രാ വിവരണങ്ങൾ), 2004
68. കിഴക്കും പടിഞ്ഞാറും (യാത്രാവിവരണങ്ങൾ), 2005
69. അടിത്തട്ടുകൾ (സാഹിത്യ നിരൂപണം), 2006
70. മുഖാമുഖം (അഭിമുഖങ്ങൾ), 2007
71. മലയാള കവിതാ പഠനങ്ങൾ, 2009, 2012, 2015
72. ദർശനങ്ങളുടെ ഋതുഭേദങ്ങൾ, 2010
73. വിത്തും വൃക്ഷവും (സാഹിത്യ പഠനങ്ങൾ), 2012
74. സാഹിത്യവും പ്രതിരോധവും, 2013
75. അനുഭവം, ഓർമ്മ, യാത്ര (അനുസ്മരണങ്ങൾ), 2013
76. വരൂ, ഈ തെരുവുകളിലെ രക്തം കാണൂ (രാഷ്ട്രീയ ലേഖനങ്ങൾ), 2017
77. ആത്മഗതങ്ങൾ (പ്രഭാഷണങ്ങൾ), 2018
78. ദക്ഷിണം (യാത്രാവിവരണങ്ങൾ), 2018
79. തിരഞ്ഞെടുത്ത ലേഖനങ്ങൾ, 2018
80. കവിതയുടെ മുഖങ്ങൾ (ലോക കവിതാ പരിചയം), 2018
81. ചിന്തയുടെ മാനങ്ങൾ, 2019
82. ഒരു പ്രതിസംസ്കാരത്തിന് വേണ്ടി, 2020
83. ഇടപെടലുകൾ, സാഹിത്യേതര ലേഖനങ്ങൾ, 2021
84. ഒരു തുള്ളി ആഫ്രിക്ക (യാത്രാവിവരണം), 2021
85. ഇന്ത്യ എന്ന സ്വപ്നം (ലേഖനങ്ങൾ) 2021
86. അഭിമുഖം (അഭിമുഖ സംഭാഷണങ്ങൾ) 2021
87. ഓർമ്മകളുടെയും മറവികളുടെയും പുസ്തകം (ആത്മകഥാപരമായ ലേഖനങ്ങൾ) 2021

സച്ചിദാനന്ദന്റെ കൃതികൾ ഇതരഭാഷകളിൽ

1. ANDHA ADMI JISNE SOORYA KHOJA (Selected Poems, Hindi, Delhi, 1987)
2. SELECTED POEMS (Gujarati, Ahmedabad1989)
3. IRACHASAKSHIGAL (Selected Poems, Tamil, Coimbatore, 1990)
4. SUMMER RAIN: Three Decades of Poetry (English, Delhi, 1995)

5. VOH JISE SAB YAD THA (Selected Poems, Hindi, Delhi, 1996)
6. NANNA MAI NAGARA (Selected Poems, Kannada, Bangalore, 1996)
7. HOW TO GO TO THE TAO TEMPLE (New Poems, English, Delhi, 1998)
8. SACHIDANANDAN KAVITAIKAL (Selected Poems, Tamil, Madras, 1998)
9. SAREERAM ORU NAGARAM (Selected Poems, Tamil, Madras, 1999)
10. APOORNA AUR ANYA KAVITAYEM (Poems, Hindi, Delhi, 2000)
11. IMPERFECT AND OTHER NEW POEMS (Poems, English, Calicut, 2000)
12. SAGAR TEERER KAVITA (Poems, Assamese, Guwahati, 2001)
13. SACHIDANANDANER KAVITA (Poems, Bengali, Kolkata, 2001)
14. SO MANY BIRTHS (Poems, English, Delhi, 2001)
15. KAVITAI MEENDUM VARUM (Poems, Tamil, Chennai, 2002)
16. PEELE PATHE DA SUPNA (Poems, Punjabi, Delhi, 2002)
17. GHAR O ANYANYA KABITA (Poems, Oriya, Cuttack, 2002)
18. TANT DE VIES: LŌIncomplet et autres poemes (Poems, French, Paris, 2002)
19. HAKLAHAT (Poems, Hindi, Delhi, 2004)
20. HAM JAZEERAUN MEIN RAHTE HEIN (Poems, Urdu, Hyderabad, 2004)
21. SAREERAM OKA NAGARAM (Poems, Telugu, Hyderabad, 2004)
22. I RITI DELLA TERRA (Poems, Italian, Rome, 2004)
23. SURUAATEM (Poems, Hindi, Delhi,2005)
24. STAMMER AND OTHER POEMS(Poems, English, Delhi,2005)
25. ICH GLAUBE NICHT AN GRENZEN (Poems, German, Heidelberg,2006)
26. LUKNAT (Poems, Urdu, Aurangabad,2008)
27. LUKAN-CHHIPI (Poems, Hindi, 2008)
28. HOW DID MAYAKOVSKY COMMIT SUICIDE (Poems, Arabic, Abu Dhabi,2009)
29. GAVAHIYAN (Poems, Hindi, Delhi,2010)
30. MISPLACED OBJECTS AND OTHER POEMS (Poems, English, Delhi, 2010)
31. WHILE I WRITE (Poems, English, Delhi,2011)
32. ROGHA DANTA (Poems, Irish, Dublin, 2012)
33. K. SATCHIDANANDAN YANCHI KAVITA (Poems, Marathi, 2013)

34. SELECTED POEMS (Poems, Chinese, 2015)
35. AKKA HOLIYUVATHE (Poems, Kannada,2015)
36. THE MISSING RIB (Collected Poems, English, 2015)
37. SELECTED POEMS (Oriya, 2017)
38. NOT ONLY THE OCEANS (English, 2018)
39. CHUNEEE HUEE KAVITAYEN (Hindi, 2018)
40. POEMS (Japanese, 2019)
41. POEMS (Spanish, 2020)
42. THE WHISPERING TREE (Love Poems, English, 2020)
43. NO BORDERS FOR ME (Travel Poems, English, 2021)
44. QUESTIONS FROM THE DEAD (New Poems, English, 2021)

ഗദ്യകൃതികൾ

45. MARXIYA AZHAGIYAR (Marxian Aesthetics, Tamil, 1986)
46. BHARATIYA SAHITYA : STHAPANAYEM AUR PRASTHAVANAYEM (Indian Literature : Positions and Propositions, Hindi, 2003)

ഇംഗ്ലീഷിൽ എഴുതിയ കൃതികൾ

1. INDIAN LITERATURE: POSITIONS AND PROPOSITIONS (Essays on Indian Literature, Delhi, 1999)
2. AUTHORS, TEXTS, ISSUES : (Do,Do, 2002)
3. INDIAN LITERATURE, PARADIGMS AND PRAXIS (Do,Do,2008)
4. READINGS : (Do, Do 2009)
5. POSITIONS: ESSAYS ON INDIAN LITERATURE, (Delhi, 2019)

മലയാളത്തിലേക്കുള്ള വിവർത്തനങ്ങൾ

കവിത

1. നസ്രുൾ ഇസ്ലാമിന്റെ കവിതകൾ, 1976
2. നെരൂദയുടെ കവിതകൾ 1976, 1985, 87, 98
3. ഹോ ചി മിന്നിന്റെ ജയിൽ ഡയറി 1976, 82, 89
4. ബ്രെഹ്റ്റിന്റെ നൂറു കവിതകൾ, 1985
5. നാളെയുടെ കവിത: മൂന്നു റഷ്യൻ കവികൾ, 1982
6. കറുത്ത കവിത, 1982, 2012
7. ലാറ്റിൻ അമേരിക്കൻ കവിത, 1982

8. മാവോയുടെ കവിതകൾ, 1984
9. കവിതാ പര്യടനങ്ങൾ, 1986
10. പത്തു നവീനകവികൾ, 1989, പിന്നീട്, 'ഒലീവും പളുങ്കും' എന്ന പേരിൽ പന്ത്രണ്ടു കവികൾ, 2009
11. നൂറു റഷ്യൻ കവിതകൾ 1989
12. സമകാലീന ഹിന്ദി കവിത, 1989
13. മഗധ, ശ്രീകാന്ത് വർമ്മ, 1990
14. മുപ്പതു ഇന്ത്യൻ കവയിത്രികൾ, 1990
15. വാക്കുകളുടെ ആകാശം, സീതാകാന്ത് മഹാപത്ര, 1999
16. ഉറങ്ങുന്നവർക്കുള്ള കത്തുകൾ, സ്വീഡിഷ് കവിതകൾ, 2007
17. പടിഞ്ഞാറൻ കവിത, 200
18. കെട്ടിയിട്ട കോലാട്, കമലാദാസ്, 2010
19. മരം, സഫ്ദർ ഹഷ്മിയുടെ കുട്ടികൾക്കുള്ള കവിതകൾ, 2010
20. മൂന്നാം ലോക കവിത, 2012
21. ഇന്ത്യൻ കവിത, 2014
22. പലലോകകവിത, 2014
23. ദൈവവുമായുള്ള സംഭാഷണങ്ങൾ കബീർ, 2021
24. ശിവോഹം: കന്നഡ വചന കവിതകൾ, 2021
25. സൂഫി കവിതകൾ: ബുള്ളേ ഷാ (അച്ചടിയിൽ)

നാടകം

24. ഏഴു ലഘുനാടകങ്ങൾ (W. B. Yeats, Bertolt Brecht, Ben Caldwell, 2010)

എഡിറ്റ് ചെയ്ത കൃതികൾ

മലയാളം

1. ഹരിശ്രീ, കവിതകൾ, 1972
2. പുതുപ്പിറവി, കവിതകൾ, 1982
3. വഴിത്തിരിവിന്റെ കഥകൾ, 1982
4. നേർവഴികൾ കവിതകൾ, 1990, 1992, 2018
5. സ്ത്രീ പഠനങ്ങൾ, ഫെമിനിസ്റ്റ് ലേഖനങ്ങൾ, 1990

6. മലയാളകവിത, 2001
7. മൂന്നാമിടം, പുറംകവിതകൾ, 2000
8. കവിതാ വർഷം, 2003
9. ദിശകൾ, സ്വാതന്ത്ര്യോത്തരമലയാളകവിത, 2007
10. നാലാമിടം, ബ്ലോഗ് കവിതകൾ, 2010
11. കാവ്യോത്സവം, മലയാള കവി പരമ്പര, 2007-2008
12. വിശ്വസാഹിത്യ ഗ്രന്ഥമാല, ക്ലാസ്സിക് സംഗ്രഹങ്ങൾ, പലരുടെ കൂടെ, 2010
13. ഇന്ത്യ, ഫാസിസത്തിന്റെ പടിവാതിൽക്കൽ, രാഷ്ട്രീയ ലേഖനങ്ങൾ, 2016)

ഇംഗ്ലീഷ്

1. WHO IS WHO OF INDIAN WRITERS, (Delhi, 1992)
2. KAVITA, 93 (Indian Poetry, Delhi, 1993)
3. UNDER THE WILD SKIES (Malayalam Short stories, Delhi, 1996)
4. GESTURES : Poetry from South Asia (Delhi, 1996)
5. SIGNATURES: 100 Modern Indian Poets (1998)
6. INDIAN POETRY: MODERNISM AND AFTER (Papers, Delhi, 2001)
7. ANTARAL : END-CENTURY LECTURES (Talks, Delhi, 2002)
8. AT HOME IN THE WORLD (Indian Writing, Delhi, 2002)
9. AUTHORS SPEAK (Talks, Delhi 2006)
10. CITY IN AN OYSTER (South Asian Short Stories by Women, 2008)
11. FOLKLORE:THE INTANGIBLE CULTURAL HERITAGE OF SAARC REGION (Seminar papers, Delhi, 2009)
12. MYTH IN CONTEMPORARY INDIAN LITERATURE (Seminar Papers, Delhi,2010)
13. GOLDEN BOAT (Indian Poems on River, Delhi, 2010
14. FOLKLORE: ACROSS THE BOUNDARIES OF THE SAARC REGION (Seminar Papers, Delhi, 2010)
15. TOGETHER WE SURVIVE (Essays from SAARC Countries, Delhi, 2010)

16. BEYOND ANGUISH (Poetry from SAARC Countries,2011)
17. SILVER ANKLET AND OTHER STORIES (Short stories from SAARC Countries,Delhi, 2012)
18. POETRY FROM SAARC COUNTRIES, Colombo, Sri Lanka (Indian Editor)
19. SONGS FROM THE SEASHORE,(Poetry from the Indian Ocean Rim, Delhi,2014)
20. SHABAD (World Poetry Festival Anthology, Delhi, 2015)
21. BANARAS AND OTHER POEMS, 9Poems of Kedarnath Singh, Delhi, 2015)
22. WORDS MATTER (Writings on Resistance, Delhi, 2016)
23. SELECTED ESSAYS, K. Ayyappa Paniker (Delhi, 2017)
24. SINGING IN THE DARK (With Nishi Chawla, Penguin, Delhi, 2020)
25. GREENING THE EARTH (" ", Penguin, Delhi, 2021)

ഹിന്ദി

1. TANA-BANA: Indian Poetry after Independence; with Kedar Nath Singh (Delhi, 1999)

www.ingramcontent.com/pod-product-compliance
Lightning Source LLC
LaVergne TN
LVHW042302051026
849519LV00012B/1919
* 9 7 8 9 3 9 0 4 2 9 8 5 1 *